गाथा संघर्षाची

एच.ए. कामगारलढ्याची यशोगाथा

दादाभाऊ गावडे

#AnyoneCanPublish with

सकाळ प्रकाशन

#AnyoneCanPublish with

सकाळ प्रकाशन

Gatha Sangharshachi

गाथा संघर्षाची

प्रथम आवृत्ती	:	३० मार्च, २०२६
प्रकाशक	:	सकाळ मीडिया प्रा. लि. ५९५, बुधवार पेठ, पुणे ४११ ००२
संपादन	:	अनुश्री भागवत
मुखपृष्ठ	:	इलाईट ग्राफिक्स, पुणे
मांडणी	:	भाग्यश्री अक्कलकोटे
मुद्रणस्थळ	:	विकास प्रिंटिंग ॲण्ड कॅरिअर्स प्रा. लि. प्लॉट नं. ३२, एमआयडीसी, सातपूर, नाशिक
ISBN	:	978-93-47138-00-3
संपर्क	:	९८८१५ ९८८१५ / ८८८८८ ४९०५० sakalprakashan@esakal.com

कष्टकरी, हमाल, असंघटित कामगार आणि
त्यांच्यासाठी आयुष्य वेचलेले
कष्टकऱ्यांचे निःस्वार्थी नेते
आदरणीय डॉ. बाबा आढाव
यांच्या चरणी समर्पित

प्रस्तावना

गाथा एका प्रेरक संघर्षाची...

गेली दोन दशके आपण 'सार्वजनिक क्षेत्राचे खासगीकरण' हा शब्द एखाद्या मंत्रोच्चारासारखा सतत ऐकतो आहोत. आर्थिक सुधारणा म्हणजे सरकारने आपले उद्योग आणि कार्ये खासगी क्षेत्राला सुपूर्त करणे असे समीकरण बनून गेले आहे. मग ते क्षेत्र आरोग्य-शिक्षणासारखे असो की संरक्षण-साहित्य आणि अवकाश संशोधनासारखे. जणू काही आर्थिक सुधारणांच्या संगीताला खासगीकरणाचा ताल दिला गेला आहे. किंवा आर्थिक सुधारणांचे चित्र फक्त खासगीकरणाच्याच रंगाने रंगवावे अशी परिस्थिती आहे.

डाव्या पक्षांचा त्याला सतत विरोध असणे स्वाभाविकच आहे. तो आपण पाहतो. शिवाय जे कारखाने किंवा संस्था अशा प्रकारे खासगीकरणाच्या गिरणीत भरडले जातात, तिथल्या कामगारांनी केलेल्या विरोधाच्या कथादेखील ऐकायला मिळतात. पण खरी लढाई तीच असते की, जिथे खासगीकरण केल्या जाणाऱ्या उपक्रमांना सार्वजनिक क्षेत्रातच ठेवण्यासाठी व्यवहार्य असे उपाय शोधून ते प्रत्यक्षात आणण्यासाठी संघर्ष केला जातो.

अरुण बोऱ्हाडे यांच्यावर लिहिलेले 'गाथा संघर्षाची' हे पुस्तक हे अशा जमिनीवरल्या संघर्षाची प्रदीर्घ कथा आहे. त्याचा रंगमंच आहे, पुण्यातील

हिन्दुस्थान ॲन्टिबायोटिक्स हा सरकारी मालकीचा, 'पेनिसिलीन फॅक्टरी' म्हणून ओळखला जाणारा औषधनिर्मिती कारखाना. या कारखान्याच्या आर्थिक औद्योगिक गणितामध्ये आलेले खाचखळगे, त्यातूनच त्या कारखान्याचे लचके तोडण्यासाठी, निदान त्यातील काही वाटा खाण्यासाठी प्रयत्न करणारे काही अधिकारी, खासगी कंपन्यांचे हितसंबंध एका बाजूला आणि या सर्वांच्या विरोधात उभे राहून हा कारखाना सार्वजनिक क्षेत्रातच राहिला पाहिजे, यासाठी प्रयत्नांची पराकाष्ठा करणारे युनियनचे काही नेते-अधिकारी तसेच त्यांना मदत करणारे शरद पवारांसारखे राजकीय नेते दुसऱ्या बाजूला यांच्यातील संघर्षाची ही जिवंत कथा आहे.

हे पुस्तक संघर्षाची कहाणी असले, तरी ते अरुण बोऱ्हाडे यांच्यावर केंद्रित आहे. त्यामुळे त्याला एका जिवंत कादंबरीचे किंवा चित्रपटाच्या पटकथेसारखे स्वरूप आले आहे. केवळ खासगीकरणविरोधी संघर्षावर केंद्रित करूनच हे पुस्तक लिहिले असते, तर कदाचित त्याचे पूर्ण चित्र दिसले नसते. त्याचे मानवी अंतरंग समोर आले नसते. त्यातील चढउतार, कामगारांची- युनियन नेतृत्वाची मानसिकता, संबंधित सर्व घटकांच्या भूमिका, त्यामागील राजकीय प्रक्रिया, माध्यमांची भूमिका इत्यादी घटकांचा मिळून जो एक जिवंत एकरस अनुभव त्यातून तयार होतो, तो त्यातून आला नसता. मानसिक-सामाजिक-राजकीय घटकांसहित ते लिहिलेले आहे, ही या पुस्तकाची खरी ताकद आहे. म्हणूनच हे पुस्तक संघर्षाची एक जिवंत कथा बनलेले आहे.

अरुण बोऱ्हाडे यांचा माझा परिचय हिन्दुस्थान ॲन्टिबायोटिक्स युनियनचे एक नेते आणि एक पिंपरी चिंचवड महापालिकेतील राष्ट्रवादी काँग्रेसचे नगरसेवक म्हणूनच झाला. तेथील कामगारांच्या काही धरणे-निदर्शने इत्यादी आंदोलनांना उपस्थिती लावणे आणि त्यांच्या पत्रकातून समजणारा त्या त्या वेळचा प्रश्न समजून घेणे इतपतच माहिती होती. तेथील युनियन खासगीकरणाच्या विरोधात लढते आहे, हे माहीत होते; मात्र त्यांच्या संघर्षाची प्रत्यक्ष कथा तपशिलाने कधीच समोर आली नव्हती किंवा समजली नव्हती. ती या पुस्तकाने समजली.

जशी मला समजली तशीच ती इतर कामगार कार्यकर्त्यांना आणि व्यापक पातळीवर सर्वसामान्य वाचकांना समजेल, अशी अपेक्षा आहे. कारण त्यातूनच अशा खासगीकरणाच्या विरोधात किती चिवटपणाने युनियन समितीपासून ते संसदेपर्यंत कसा संघर्ष करावा लागतो, याचे दर्शन हे पुस्तक घडवते.

अरुण बोऱ्हाडे यांचा जन्म आणि बालपण घडले, ते महाराष्ट्रातल्या समावेशक, सहिष्णु वैष्णव परंपरेतल्या वारकरी घरामध्ये. देहूच्या वारकरी परिसरात लहानाचे मोठे झालेल्या अरुण बोऱ्हाडे यांना मिळालेले आईवडिलांचे संस्कार त्यांच्या पार अंतरंगात खोलवर गेल्याचे त्यांचे हे चरित्र वाचल्यानंतर लक्षात येते. त्यांच्या संघर्षाच्या कसोटीच्या काळातदेखील ते तसेच टिकून राहिले, हे विशेष.

अरुण बोऱ्हाडे यांच्या आपल्या कामगार जीवनाची सुरुवात केली ती एका फाउंड्रीमध्ये शिकाऊ हेल्पर म्हणून. त्यानंतर ते हिन्दुस्थान ॲन्टिबायोटिक्समध्ये आले. अन्यायाविरोधात उभे राहण्याच्या त्यांच्या स्वभावामुळे ते अल्पावधीतच कामगारसंघटनेचे नेते झाले.

युनियनच्या नेतृत्वाचा खरा कस लागला कंपनीच्या अधिकाऱ्यांनी कंपनीच्या आणि जनतेच्या हिताविरोधात जाऊन जेव्हा कारखाना मॅक्स जीबीसारख्या खासगी हितसंबंधीयांच्या घशात घालण्यास सुरुवात केली, त्या वेळपासून. अरुण बोऱ्हाडे यांनी त्यातील मुद्द्यांवर लक्ष केंद्रित केले.

कारखान्यांतील काही भागांचे त्या मॅक्स जीबीकडे होणारे हस्तांतर त्यापूर्वीच नक्की झालेले होते. ते मुळातच थांबवण्याची परिस्थिती राहिलेली नसावी; परंतु असे असले तरी, नंतर कामगारांच्या मॅक्स जीबीकडे होणाऱ्या आणि झालेल्या हस्तांतराबाबत काही अत्यंत महत्त्वाचे मुद्दे आग्रहाने अरुण बोऱ्हाडे यांनी उपस्थित करण्यापासून त्यांची या विषयातील आपली सक्रियता सिद्ध केली.

परस्परांमध्ये लढणाऱ्या भारतातील सत्तांना नामोहरम करून लष्करी तसेच आर्थिकदृष्ट्या उद्ध्वस्त करण्यासाठी ब्रिटिश सत्तेने तैनाती फौजा नावाचा प्रकार वापरला. स्वतःच्या अत्यंत तुटपुंज्या लष्करी बळावर संपूर्ण भारताची सत्ता हातात घेतली. तसाच काहीसा प्रकार मॅक्स जीबी नावाचा पांढरा हत्ती किंवा तैनाती फौज आजारी पाडल्या जाणाऱ्या हिन्दुस्थान ॲन्टिबायोटिक्सच्या उरावर बसवली गेली, असे म्हणणे अयोग्य ठरणार नाही.

विशेष म्हणजे ही मॅक्स जीबी नावाची तैनाती फौज कुचकामी तर निघालीच, पण एखाद्या उपटसुंभाने काही वरिष्ठ अधिकाऱ्यांशी आणि दिल्लीतील काही नेत्यांशी संगनमत करून मूळ घराच्या मालकाचाच छळ करावा, अशा प्रकारे ही कंपनी वागू लागली. सध्या मोदी सरकारने चालवलेल्या खासगीकरणाच्या उपक्रमांबाबत हा धडा अत्यंत समर्पक आहे.

नवीन आर्थिक धोरण या नावाखाली देशांतील भांडवलदारांनी भारतात १९९०पासून खासगीकरणाचा धोशा लावला. १९५१पासून स्वीकारलेली नियोजित अर्थव्यवस्था म्हणजे 'समाजवादी नेहरूवादी' असल्याचा शोध त्यांनी लावला. आणि भारतीय जनता पक्षाच्या नेत्यांनी नेहरूविरोधी (अप) प्रचाराचा भाग म्हणून त्याचा स्वीकार केला. भारतातील सार्वजनिक क्षेत्राचा विकास हा केवळ पंडित नेहरूंच्या 'समाजवादी' दृष्टिकोनामुळे झाला, असे भासवण्याचा प्रयत्न त्यानंतरदेखील सातत्याने केला जातो आहे.

वस्तुस्थिती अशी आहे की, भारत स्वतंत्र होणार अशी स्पष्ट चिन्हे जेव्हा दिसू लागली, त्या वेळी म्हणजे १९४४मध्येच भारतातील त्या वेळच्या प्रमुख उद्योगपतींनी म्हणजे जे. आर. डी. टाटा, जी. डी. बिर्ला, आर्देशीर दलाल, श्रीराम, कस्तुरभाई लालभाई, ए. डी. श्रॉफ आणि अर्थशास्त्रज्ञ जॉन मथाई यांनी बनवलेल्या बॉम्बे प्लॅनमध्येच स्वतंत्र होऊ पाहणाऱ्या भारताच्या औद्योगिक विकास आणि नियोजनाबाबतचा दृष्टिकोन त्यांनी स्पष्टपणाने मांडला होता.

भारतामध्ये औद्योगिक विकासाचा पाया घालण्यासाठी काही मूलभूत उद्योगांची उभारणी शासकीय क्षेत्रात करावी, हे स्पष्टपणाने मांडून शिवाय एकूण अर्थव्यवस्थेच्या नियोजनामध्ये निवडक क्षेत्रात शासनाचा हस्तक्षेप, नियोजित विकास, शिक्षण-आरोग्याचे सार्वत्रिकीकरण इत्यादी कल्याणकारी राज्यव्यवस्थेच्या अंगाने जाणारा विचार त्यामध्ये मांडलेला होता. विशेष म्हणजे १९५१मध्ये भारताने स्वीकारलेले आर्थिक नियोजनाचे धोरण त्याचाच परिपाक होता.

थोडक्यात, नेहरू हे लोकशाही समाजवादी विचाराचे होते, म्हणून त्यांनी नियोजित आर्थिक विकास आणि सार्वजनिक क्षेत्राची उभारणी केली असे नव्हे; तर त्याबाबत उद्योगपतींपासून डाव्यांपर्यंत सर्वांचेच त्याबाबत राष्ट्रीय मतैक्य होते. अपवाद अर्थात हिंदू महासभा आणि १९५१मध्ये स्थापन झालेल्या जनसंघाचा होता. एक तर त्यांचे अस्तित्वच मुळात नगण्य होते. शिवाय, त्यांचा स्वातंत्र्य चळवळीपासून ते स्वतंत्र देशाचा आर्थिक विकास करण्याचे पर्याय येथपर्यंत कशातच कधीच सहभाग नव्हता. साहजिकच मोदींनी सत्तेवर आल्या आल्या आर्थिक नियोजनाची आणि पंचवार्षिक योजनांची समाप्ती केली, हा काही योगायोग नव्हता. अदानी-अंबानी युगाची ती नांदी होती.

नेहरूंच्या काळातील देशाच्या सर्वांगीण विकासाच्या दृष्टीला अनुलक्षूनच विज्ञानक्षेत्रातील संस्थांचा विकास सुरू झाला. टाटांच्या जमशेदपूरचा पोलाद

निर्मितीचा कारखाना १९१४च्या जुन्या तंत्रज्ञानावर उभा होता. त्यानंतर आपली वाढती पोलादाची गरज विचारात घेऊन पोलादनिर्मितीची क्षमता हा मूलभूत आर्थिक विकासाचा गाभा होता. त्यासाठी आपल्याला गरज होती तंत्रज्ञान आणि प्रचंड मोठ्या भांडवलाची. पण ते कुठून येणार? असा प्रश्न निर्माण झाला.

अमेरिकेसारखे देश पोलाद द्यायला तयार होते, पण त्यासाठीचे तंत्रज्ञान नाही. त्या वेळी मदतीला आला, समाजवादी सोविएत युनियन. त्यांनी सांगितले आम्ही तंत्रज्ञान देऊ, अन्य सामग्रीच्या आयातीसाठी लागणारे कर्ज देऊ, ते तुम्ही रुपयामध्ये फेडा. किंवा काही प्रमाणात पोलादाची निर्यात आम्हांलाच करून फेडले तरी चालेल. त्यांची अट फक्त एकच होती की, कारखाना हा सरकारी मालकीचाच असला पाहिजे. म्हणून आपला भिलाई इथला सार्वजनिक क्षेत्रातील पोलादनिर्मितीचा कारखाना उभा राहिला, १९५७मध्ये.

हिन्दुस्थान ॲन्टिबायोटिक्सच्या निर्मितीचे वर्ष होते १९५४. तो कारखाना पुण्यात काढण्यामागे जी कारणे होती ती अशी. महात्मा गांधी आणि कस्तुरबा पुण्यात कैदेत असताना १९४४ मध्ये कस्तुरबा आजारी पडल्या. त्यांना पेनिसिलीनची गरज होती; पण परदेशातून आयात केलेले औषध त्यांना द्यायचे नाही, अशी भूमिका महात्मा गांधी यांनी घेतली. त्या वेळी देशात पेनिसिलीन निर्माण होत नव्हते. परिणामी त्यांना पेनिसिलीन न मिळाल्याने त्यांचा पुण्यात येरवडा इथे मृत्यू झाला.

हे केवळ कस्तुरबांच्या नव्हे तर देशांतील लाखो रुग्णांच्या मृत्यूचे कारण असू शकते, हे पंडित नेहरूंच्या लक्षात आले. त्यामुळे भारतात पेनिसिलीन तयार करायलाच हवे, हे त्यांच्या मनात घट्ट बसले होते. हा कारखाना पुण्यातच निघण्यामागे कस्तुरबांचा मृत्यू पुण्यात झाला, हे तात्कालिक कारण असले, तरी त्यामागचा विचार हा देशाच्या पोलादाप्रमाणेच मजबूत अशा आरोग्यव्यवस्थेचा पाया घालण्याचाच होता.

अरुण बोऱ्हाडे यांच्या नेतृत्वाखाली युनियन असताना त्यांनी एच.ए.चे राष्ट्रीय महत्त्व ओळखून त्याची मालकी सार्वजनिक क्षेत्रातच राहिली पाहिजे, यासाठी संघर्ष केला. त्यामागील राजकीय बाजू आणि त्यासाठी त्या वेळचे बारामतीचे खासदार असणारे शरद पवार यांनी केलेल्या प्रयत्नांची फारशी कल्पना कोणाला नसते.

भाजपच्या नेतृत्वाखाली १९९९ ते २००४ या कालावधीत वाजपेयींचे सरकार होते. सार्वजनिक क्षेत्राचे खासगीकरण करण्यासाठी त्यांनी एक स्वतंत्र खातेच

उघडले होते. मग २००४मध्ये जेव्हा संयुक्त आघाडीचे सरकार आले, त्या वेळेस डाव्या पक्षांच्या आग्रहामुळे एका किमान समान कार्यक्रमाचा स्वीकार करण्यात आला होता. त्यामध्ये महत्त्वाच्या सार्वजनिक उद्योगांचे खासगीकरण करण्यात येणार नाही, उलट त्यांच्यातील काहींचे पुनरुज्जीवन होण्यासाठी उपाय करण्याचे ठरवण्यात आलेले होते.

याचाच परिणाम म्हणून आघाडीतील महत्त्वाचे नेते शरद पवार यांनी पुढाकार घेऊन सरकार स्थापन झाल्या झाल्या त्या वेळच्या रसायनमंत्र्यांपासून सर्व पातळ्यांवर कारखान्याचे पुनरुज्जीवन करण्यासाठी योजना मांडली. हे शक्य झाले, कारण युनियनच्या पातळीवरून सातत्याने शरद पवार यांच्याकडे पाठपुरावा केला जात होता. युनियनच्या मदतीने कारखान्याचे व्यवस्थापकीय संचालक अब्राहम यांच्यासहित अनेकांनी केलेला अभ्यास आणि त्याचा बीआयएफआरसारख्या मंडळांपासून सर्वत्र आग्रह धरला जात होता. त्यातूनच १३७ कोटी रुपयांचे विशेष साहाय्य मंजूर झाले.

कारखान्याच्या गेटवर शरद पवार यांची सभा घेण्यापासून ते कारखान्यावर दिवसेंदिवस घंटानाद आंदोलन करण्यापर्यंत युनियनने केलेले अथक प्रयत्न यांचे अत्यंत जिवंत असे दर्शन या पुस्तकातून घडते. संसदेपर्यंत चिवटपणाने वर्षानुवर्षे प्रयत्न करूनदेखील ते करणाऱ्या नेत्यांना स्थानिक क्षुद्र राजकारणामुळे स्थानिक समितीच्या निवडणुकीत पराभूत केले जाते. तरीही त्यामुळे निराश न होता, निरीच्छ भावनेतून पुन्हा आपले काम करत राहणे हे अतिशय अवघड आहे.

हे सर्व अनुभव वाचणे हे कोणत्याही युनियनच्या नेत्याला, कार्यकर्त्याला माझ्या मते अत्यंत आवश्यक आहे. कारण तसे शिक्षण आणि संस्कार नसतील, तर लोकांच्या चुकीच्या टीकेमुळे निराश होणारा कार्यकर्ता कामातूनच बाहेर पडतो.

अरुण बोऱ्हाडे हे या सर्व अग्निदिव्यातून गेलेले कार्यकर्ते नेते आहेत. त्यांची ही गाथा त्यांची एकट्याची नाही. युनियनने त्यांच्या नेतृत्वाखाली केलेल्या संघर्षाची आहे. पण तो केवळ गेटवरचा संघर्ष नाही, तो सखोल तांत्रिक अभ्यासातून केलेला आहे. न्यायालयातील आहे. संसदेच्या गृहापर्यंत पोहोचण्याचा आहे. मंत्री आणि दिल्लीतील उच्च अधिकारीवर्गात आणि विविध पक्षांमध्ये विश्वासार्हता मिळवण्याचा आहे. कामगारांची मानसिकता ओळखण्याचा आहे. संतुलित राहण्याचादेखील आहे.

तो प्रत्येक कार्यकर्त्याने, नागरिकाने वाचावा इतका प्रेरक आणि रंजकदेखील

आहे. त्यांनी येत्या काळात देशात खासगीकरणविरोधी शक्तींची एकजूट करण्यासाठीच्या चळवळीत या अनुभवानिशी सहभागी व्हावे, हीच त्यांच्याकडून अपेक्षा आणि त्यासाठी शुभेच्छा!!

प्रस्तुत पुस्तकाचे लेखक दादाभाऊ गावडे स्वतः एक कामगार साहित्यिक असल्याने त्यांनी या लढ्याचे रुची घेऊन केलेले लेखन कसदार व वाचनीय आहे. हा समग्र लढा उभा करण्यात ते नक्कीच यशस्वी झाले आहेत, तरीही, अरुण बोऱ्हाडे यांच्या लढ्याशी संबंधित अन्य व्यक्ती किंवा विरोध करणारांची मते, त्यांची मानसिकता, त्यांच्यामागील शक्ती तपशिलांसहित पुस्तकात आली असती, तर अधिक परिपूर्णता आली असती, असे नोंदवावेसे वाटते.

तरीही एक दीर्घकाळ चाललेली ही कामगार चळवळ विस्तृतपणे शब्दबद्ध केल्याबद्दल मी लेखकाचे कौतुक करतो. तसेच या एच.ए.कामगारलढ्याच्या यशोगाथेला सदिच्छा व्यक्त करतो.

- कॉ. अजित अभ्यंकर

(ज्येष्ठ कामगार नेते, जिल्हाध्यक्ष सी.आय.टी.यू.
आणि अर्थशास्त्राचे अभ्यासक)

मनोगत

'गाथा संघर्षाची' अर्थात हिंदुस्थान ॲन्टिबायोटिक्स कारखान्याच्या अस्तित्व लढ्याची कहाणी या कामगारनेते अरुण बोऱ्हाडे यांच्या आत्मसंवादाचे संकलन व शब्दांकन करण्याचे भाग्य मला लाभले. या संघर्षगाथेच्या शब्दांकनाची सुरुवात संत तुकाराम महाराजांच्या वास्तव्याने पुनीत झालेल्या देहू गावात झाली. इंद्रायणी नदीच्या डोहातल्या पाण्याने संत तुकोबांची गाथा तारली व जिथे तुकोबांच्या गाथेचे गाथामंदिर साकारले, त्या इंद्रायणीच्या घाटावर बसून केलेल्या संवादातून संकलन करून ती शब्दांकित केली आहे.

हिंदुस्थान ॲन्टिबायोटिक्स कंपनी सरकारसोबतच्या लढ्यातून बुडता बुडता तारली गेली. या लढ्याच्या संघर्षपर्वाची सत्यनिष्ठ मांडणी या पुण्यभूमीतच व्हावी, हा या लढ्याचा एकनिष्ठ सेनानी म्हणून अरुण बोऱ्हाडे यांचा मानस होता. या लढ्याचे शब्दांकन करताना मला महाभारताची प्रकर्षाने आठवण झाली. या लढ्यात अरुण बोऱ्हाडे यांनी अर्जुनाची भूमिका पार पाडली आणि शरद पवार साहेबांनी या लढ्याचे यशस्वी सारथ्य केले. भारतातल्या औद्योगिक क्षेत्रातल्या इतर कोणत्याही लढ्यापेक्षा हा लढा खूपच आगळावेगळा होता. हा लढा हजारो कामगारबांधवांचा व त्यावर अवलंबून असणाऱ्या कुटुंबीयांच्या तसेच कंपनीच्या अस्तित्वाचा होता. सरकारी आस्थापनेसोबत त्यातल्याच कर्मचाऱ्यांचा दीर्घ काळ चाललेला लढा इतिहासाच्या पानांमध्ये सुवर्णाक्षरात कायमचा कोरून ठेवला गेला.

संघर्ष सुरू असतानाही कंपनीत सौहार्दाचे वातावरण कायम टिकवून ठेवणे कठीण असते. प्रश्नांची सोडवणूक करण्यासाठी सुसंवादाची गरज असते. सरकारचे उदासीन धोरण व प्रशासनाकडून सकारात्मक प्रतिसाद न मिळाल्यामुळे एच.ए. कंपनीच्या व कामगारांच्या अस्तित्वाचा प्रश्न नेहमीच फाशीची शिक्षा झालेल्या कैद्याप्रमाणे 'उद्याच्या मरणाच्या प्रतीक्षेत' असल्यागत होता. कामगारवर्गाची मानसिकता अस्थिरतेच्या सावटाखाली मरणप्राय यातना सोसत राहिली. रोजीरोटीच्या अस्तित्वासाठीच्या मरणयातना तब्बल पंचवीस वर्षे एच.ए.च्या कामगारांना सोसाव्या लागल्या. सरकारी नोकरी ही सर्वांत सुरक्षित नोकरी, अशी जनमानसात पूर्वापार धारणा आहे. केंद्र सरकार अंगीकृत सार्वजनिक उद्योगांची ही संघर्षगाथा देशपातळीवर गाजली. कामगार संघटनेचा हा लढा निश्चितच गौरवास व कौतुकास पात्र झाला, यात संदेह नाही.

या लढ्याचे शब्दांकन करताना मला कविवर्य विं. दा. करंदीकरांच्या 'स्वेदगंगा' या कवितेची प्रकर्षाने आठवण झाली. सर्व अडथळे, अडसर व बंधपाशांना झुगारून, वेळप्रसंगी धडका देत स्वेदाची अखंड गंगा अविरतपणे आजही वाहत आहे, याचा प्रत्यय एच.ए. कामगारांच्या लढ्यातून येतो. वादळे उठतात आणि काही काळातच शांतही होतात, पण या संघर्षलढ्याचे वादळ प्रदीर्घ काळ घोंघावत राहिले. त्यातून अस्तित्वालाच आव्हान देणारा हा लढा लक्षवेधी ठरला. कंपनीच्या सौभाग्यासाठी कामगारांनी घेतलेले हे सतीचे वाण समग्र कामगारवर्गाच्या निष्ठा, सहनशक्ती, सोशिकता व लढाऊवृत्तीचा आविष्कार घडवते.

अरुण बोऱ्हाडे यांच्यातल्या कार्यकर्त्याची जडणघडण सर्वार्थाने एच.ए. कंपनीतल्या लढ्याच्या चळवळीतून झाली, त्यांच्यातला 'कामगार-कार्यकर्ता' बावनकशी सोन्यागत या लढ्यातून तावूनसुलाखून निघाला. आपल्या आयुष्याची ऐन उमेदीची अनेक वर्षे या लढ्यासाठी समर्पित करावी लागली. भगवद्गीतेतल्या वचनाप्रमाणे फळाची अपेक्षा न करता कर्माची एकनिष्ठपणे साधना करणारे अरुण बोऱ्हाडे कंपनीच्या फाटकाबाहेर पडेपर्यंत शेवटच्या क्षणापर्यंत लढतच राहिले. त्यासाठी त्यांना खूप मोठा कौटुंबिक त्यागही करावा लागला. स्वतःच्या कौटुंबिक समस्यांना व कुटुंबाला वेळ देणे दुरापास्त झाले.

चार-चार महिने पगारापासून वंचित असणाऱ्या कामगारबांधवांची एकजूट टिकवणे आणि त्यांना लढ्यासाठी प्रवृत्त करणे, ही तारेवरची कसरत करणे

येरागबाळ्याचे काम नोहे. भुकेच्या प्रश्नांना उत्तर देणे सोपे नसते. अरुण बोऱ्हाडे या कामगार-कार्यकर्त्यांचे नेतृत्व एच.ए.च्या लढ्यामुळे कुशल सेनानी म्हणून उदयास आले, त्यांना प्रसिद्धीही मिळाली. यामुळे स्थानिक राजकीय प्रस्थापितांनी असूयेपोटी अप्रत्यक्षरीत्या केलेल्या छुप्या विरोधामुळे आणि पडद्याआडच्या कारवायांमुळे अरुण यांच्या जीवावर धाकदपटशाचे व दहशतीचे प्रसंगही बेतले. विरोधकांना मिळालेल्या बळाचा सामना करण्याचे नवे आव्हानही या लढ्याच्या अनुषंगाने त्यांनी स्वीकारले.

कंपनी व कामगारांच्या अस्तित्वाबाबत वाटणारी अस्वस्थता ठसठसणाऱ्या वेदनेसारखी त्यांच्या मनाला व्याकूळ करायची. अस्वस्थता म्हणजे अंत नव्हे, तर तो नवनिर्मितीचा हुंकार असतो. वेदनेतून नेहमीच धैर्य आणि शौर्य जन्मास येते. ज्यांच्या विचारांची आणि कर्तृत्वाची मुळे खोलवर रुजलेली आहेत, त्या वृक्षाला वादळाची भीती कधीच नसते. संकटे येतील व जातीलही, त्यांना धैर्याने सामोरे जाणाऱ्यांचे व्यक्तिमत्त्व तेजाळून निघते. जीवनाचे दुसरे नाव जिद्द आहे. अशाच जिद्दीने विरोधकांच्या कारवायांना न जुमानता अरुण एच.ए.चा लढा लढत होते.

कंपनी व्यवस्थापन व कामगार यांच्यातला दुवा सांधताना अरुण नेहमीच समन्वयाची भूमिका घेत आले. रसायन मंत्रालय, केंद्र सरकारच्या सर्व संबंधित मंत्रीमहोदयांसोबत दिल्लीमध्ये सातत्याने कंपनी व कामगारांसंदर्भात आपली ठाम भूमिका मांडताना 'जागल्याचे' कर्तव्य पार पाडत होते.

केवळ एच.ए. कंपनीच्या लढ्यामुळे केंद्र शासनाच्या अनेक सार्वजनिक उद्योगांना 'संजीवनी' प्राप्त झाली होती. यथावकाश शासनाने त्यातील काही सार्वजनिक उद्योग बंदही केले; परंतु एच.ए. आजही कार्यान्वित आहे. संघर्षाची मशाल अजूनही एच.ए.च्या प्रवेशद्वारावर तळपते आहे. याचे सारे श्रेय व योगदान कामगारनेते अरुण बोऱ्हाडे आणि लोकनेते शरद पवार साहेब यांचे आहे, हे त्रिकालाबाधित सत्य कोणीही नाकारू शकत नाही. सरकारसोबत शह-प्रतिशहाचा लढा देणे इतके सहज व सोपे नसते. याचा प्रत्यय या लढ्यातून येतो.

सचोटी, विनयशीलता, विनम्रता व प्रसंगी आक्रमकता, आपली भूमिका परखड व अभ्यासपूर्ण रीतीने मांडण्याची प्रभावी शैली, कुठेही नियमांचे उल्लंघन होणार नाही याची काटेकोरपणे घेतलेली दक्षता, अनेकदा केलेली शिस्तबद्ध आंदोलने, प्रसिद्धीमाध्यमांचा योग्य वापर, जनमानसात व सामाजिक स्तरावर एच.ए. कामगार व कंपनीवर सरकार व प्रशासन यांच्याकडून होत असलेल्या

अन्यायाला पद्धतशीरपणे फोडलेली वाचा, त्याचे उमटलेले साद-पडसाद या साऱ्यांचा प्रत्यय या एच.ए.च्या लढ्यातल्या प्रत्येक वळणावर येतो.

एच.ए.ची निर्मिती भारताचे पहिले पंतप्रधान पंडित जवाहरलाल नेहरू यांच्या उदात्त विकास-विचारधारणेतून झाली. विकासगंगेचे जनक म्हणून पंडित जवाहरलाल नेहरू यांचा नामोल्लेख गौरवाने केला जातो. रोजगारनिर्मितीबरोबरच सर्वसामान्य जनतेच्या आरोग्य संवर्धनासाठी गुणवत्ताधारक औषधे रास्त किमतीमध्ये प्राप्त व्हावीत, हाच एच.ए. कंपनीच्या निर्मितीमागील त्यांचा हेतू होता. मात्र, या उदात्त हेतूचे अस्तित्वच इथे पणास लागले होते. सातत्याने अस्थिरतेच्या सावटाखाली व आर्थिक विवंचनेत वावरणारा तणावग्रस्त कामगार, रसायन मंत्रालयाची व सरकारची उदासीन भूमिका, यात होणारी कंपनी व्यवस्थापनाची गळचेपी, कंपनी व्यवस्थापन, कामगारवर्ग व कामगार संघटना यांच्यातले सातत्याचे तणावपूर्ण संघर्ष, ताणेबाणे, केंद्र सरकारचे धरसोडीचे धोरण ही सर्व बिकट परिस्थिती हाताळताना कामगार युनियनचे सरचिटणीस म्हणून अरुण बोऱ्हाडे यांच्या कौशल्याची कसोटी लागली.

तत्कालीन सहा पंतप्रधानांच्या कार्यकालाच्या अनुभवासोबत डझनभर केंद्रीय रसायनमंत्री, तसेच इतरही अनेक मंत्री व नेतेगण, सुमारे दोन डझन आयएएस गुणवत्ताधारक सचिव, सहसचिव, पदाधिकारी यांच्यासोबत संवाद साधण्याची संधी अरुण बोऱ्हाडे यांना या लढ्यामुळे प्राप्त झाली. राजकीय क्षेत्रात आपल्या असणाऱ्या ओळखीचा अरुण बोऱ्हाडे यांनी पुरेपूर उपयोग करून घेतला. एच.ए.च्या प्रश्नाला वाचा फोडण्यासाठी त्यांनी व त्यांच्या सहकाऱ्यांनी जवळजवळ दोनशेहून अधिक खासदारांच्या दिल्ली दरबारात प्रत्यक्ष भेटी घेतल्या; सर्व खासदारांना निवेदने दिली. पक्षीय राजकारण व हितसंबंध बाजूला ठेवून केवळ कामगारांच्या हितसंवर्धनासाठी बोऱ्हाडे वेळोवेळी सत्ताधारी तसेच विरोधी पक्षनेत्यांकडे व विविध राजकीय नेत्यांकडे या प्रश्नासाठी साकडे घालत राहिले. मोठ्या माणसांच्या मोठेपणाच्याही नोंदी त्यांनी आपल्या हृदयात कोरून ठेवल्या. हा लढा एकट्या अरुण बोऱ्हाडे यांचा नव्हता, तर समग्र एच.ए. कामगारबांधवांचा व कंपनीचा होता. असे असले तरी अरुण बोऱ्हाडे या लढ्याचे केंद्रबिंदू होते. कामगार संघटनेच्या पदावर असो अथवा नसो, त्यांनी संघटनेसाठी, कामगारांसाठी व कंपनीसाठी दीर्घकाळ सातत्यपूर्ण योगदान दिले.

दर दोन-तीन वर्षांनी कामगार संघटनेच्या लोकशाही पद्धतीने होणाऱ्या निवडणुकीत निवडून येणारे प्रतिनिधी, पदाधिकारी वेळोवेळी बदलत असत. समविचारी लोकांइतकेच विरोधी विचारांच्या प्रतिनिधी, पदाधिकारी यांना सोबत घेऊन कामगार संघटनेचे काम करावे लागले. अरुण बोऱ्हाडे यांची समन्वयाची, समजुतीची, सुसंवादाची, अभ्यासपूर्ण भूमिका सामाजिक, राजकीय, कामगारक्षेत्रात काम करणाऱ्या अनेकांना प्रेरणास्वरूप व प्रोत्साहनवर्धक ठरेल हीच या 'गाथा संघर्षाची' लढ्याची फलश्रुती ठरावी, अशी माझी अपेक्षा आहे.

हा लढा पूर्णतः महात्मा गांधींच्या अहिंसा तत्त्वज्ञानावर आधारलेला, औद्योगिक क्षेत्रातला, आगळावेगळा लढा होता. या लढ्यातली सर्व आंदोलने लक्षवेधी व दखलपात्र ठरली ती अहिंसा तत्त्वाचे पालन व आचरण केल्यामुळेच.

आंदोलनाची सुरुवात घंटानादाने झाली. अरुण बोऱ्हाडे यांच्यावर भागवत संप्रदायाचा फार मोठा प्रभाव. एच.ए.च्या पंचक्रोशीत विश्वात्मकतेचा संदेश देणाऱ्या ज्ञानेश्वर महाराजांची संजीवन समाधी, तर जगद्गुरू संत तुकारामांच्या पदस्पर्शाने पुनीत झालेले देहूगाव. राउळातला देवही जर घंटानादाने जागा होतो, तर अन्यायग्रस्त कामगारांच्या घंटानादाने सरकारला का जाग येणार नाही, या भूमिकेतून तमाम महाराष्ट्राचे आराध्यदैवत श्री विठुरायाला साकडे घालून हे 'घंटानाद आंदोलन' एच.ए.च्या कामगारांनी सुरू केले. तेही काम बंद न करता!

न्याय्य हक्काच्या मागणीची निवेदने कामगार आयुक्तांना व जिल्हाधिकाऱ्यांना देण्यासाठी पुणे शहरातून काढलेले भव्य, शिस्तबद्ध, नियमांचे काटेकोरपणे पालन करणारे विराट मोर्चे. हे मोर्चे अत्यंत संयमी. कुठे आक्रस्ताळेपणा नाही, अर्वाच्य शब्दांत घोषणा नाहीत, अत्यंत शांततेच्या वातावरणाला गालबोट लागणार नाही, याची काळजी घेणारे. महात्मा गांधींच्या शांतता लढ्यासारखे अहिंसेच्या तत्त्वाचे पालन करत निघाले होते. राष्ट्रगीताने या मोर्चाची सांगता झाली. अन्यायग्रस्त असूनही कामगारांच्या हृदयातल्या जाज्वल्य राष्ट्राभिमानाचा प्रत्यय त्यायोगे आला.

डॉ. बाबासाहेब आंबेडकरांचे 'शिका, संघटित व्हा आणि संघर्ष करा' या विचारधारेने कामगारांना या लढ्यात लढण्याचे बळ मिळाले. डॉ. बाबासाहेब आंबेडकरांच्या संघटन व संघर्षाच्या धोरणांचे प्रतिबिंब या लढ्यात उमटलेले दिसले. अरुण बोऱ्हाडे यांनी केंद्रीय रसायनमंत्री व अन्य प्रशासकीय यंत्रणेसमोर कामगारवर्गाची 'आमच्या हातांना काम द्या' ही भूमिका ठामपणे मांडून

कामगारवर्गाचा आक्रोश व्यवस्थेपर्यंत पोहोचवला. या लढ्यातले अनेक घटना, प्रसंग सहृदय माणसाच्या मनाला व्याकूळ करतात. काळजालाही पीळ पाडतात. हा लढा वेदनादायी व क्लेशकारक होता. पंचवीस वर्षांच्या या संघर्षलढ्यात सरकारलासुद्धा झुकावे लागले, हीच या संघर्षगाथेची फलश्रुती होय.

अरुण बोऱ्हाडे यांची कार्यकर्त्याची भूमिका त्यांना कुशल कामगारनेत्यापर्यंत घेऊन गेली. निःस्पृह, निष्कलंक, निःस्वार्थ भूमिकेचे एकनिष्ठपणे पालन करणाऱ्या या नेत्याला अनेकदा अपमान, अवहेलना व दोषारोपाचे विषही पचवावे लागले. कारण सत्याची वाट नेहमीच बिकट असते. आज परिवर्तनाचे नवे नवे अध्याय रोज लिहिणाऱ्या विज्ञानयुगात स्वतःच्या अस्तित्वासाठी व स्वतःसाठी जगणाऱ्या समाजामध्ये आपल्या खांद्याला खांदा लावून काम करणाऱ्या कामगारबांधवांसाठी आपले आयुष्य समर्पित करणारे अरुण बोऱ्हाडे यांच्यासारखे कामगार-कार्यकर्ते व नेते फारच अपवादात्मक व दुर्मीळ आहेत.

चारेक वर्षांपूर्वी प्रकाशित झालेल्या 'अरुणगंध' या अरुण बोऱ्हाडे यांच्यावरील गौरवग्रंथात एच.ए.च्या गेल्या पंचवीस वर्षांतील पाचही व्यवस्थापकीय संचालक व कंपनीतल्या वरिष्ठ अधिकारीवर्गाने, कामगारबांधवांनी, तसेच शहरातल्या विविध कामगार संघटनेच्या नेत्यांनी या कामगार नेतृत्वाविषयी व त्यांच्या व्यक्तिमत्त्वाविषयी केलेले भाष्य व काढलेले उद्‌गार अरुण बोऱ्हाडेंच्या नेतृत्वाची व कर्तृत्वाची ग्वाही देतात.

अरुण बोऱ्हाडे यांच्यातला माणूस आणि माणूसपणाची बांधिलकी, त्यांची जडणघडण, कर्तव्याची एकनिष्ठ जाणीव व त्यापोटी केलेला संघर्ष, औद्योगिक क्षेत्रातल्या अन्य कामगार संघटनांच्या जटिल प्रश्नांच्या सोडवणुकीसाठी दिलेले योगदान आणि या लढ्यासाठी औद्योगिक क्षेत्रातल्या अन्य संघटनांचे मिळवलेले पाठबळ, या साऱ्यांची तपशीलवार उकल 'गाथा संघर्षाची' या संकलनातून होते. ही गाथा कार्यकर्त्याची खडतर तपश्चर्या होती. अरुण बोऱ्हाडे यांचे योगदान भावी पिढ्यांना स्फूर्तिप्रद, प्रेरणादायी, सुसंवादाची शिकवण व संदेश देणारे ठरेल, असा विश्वास मला वाटतो. स्वतःसाठी तर सारेच जगतात; पण दुसऱ्यासाठी जगणारे खूपच थोडे असतात. त्यांच्यातल्या असामान्य कर्तृत्वाला व त्यांच्या व्यक्तिमत्त्वाला मानाचा मुजरा करताना ऊर अभिमानाने व आदराने भरून येतो.

मी महिंद्रा युजीन स्टील कंपनी, खोपोली, जि. रायगड या कारखान्यात काम करणारा कामगार. माझ्या कारखान्यातल्या कामगार चळवळीसोबत महाराष्ट्राच्या औद्योगिक क्षेत्रातील कामगार आंदोलने व व्यवस्थापनाबरोबरच कामगारलढ्याच्या व संघर्षाच्या वृत्तपत्रीय तसेच इतर प्रसारमाध्यमांतून प्रसारित होणाऱ्या बातम्या ऐकत होतो. गिरणी कामगारांच्या संपाचे परिणाम संपूर्ण कामगार जगतावर प्रकर्षाने झाले होते; परंतु सरकारी कंपनी असलेल्या एच.ए.चा लढा या सर्व लढ्यांपेक्षा वेगळा होता.

एच.ए.ची आंदोलने, संप हे काम बंद न करता आपल्या न्याय्य हक्कांचा आवाज प्रस्थापितांकडे पोहोचवण्याची पद्धत पूर्णतः महात्मा गांधींच्या सत्य आणि अहिंसेच्या मार्गाचा पुरस्कार करणारी असल्यामुळे, या लढ्याचे शब्दांकन करण्याची माझ्या मनात खूप दिवसांची इच्छा होती. या शब्दांकनामुळे ती पूर्णत्वास गेली. या लढ्याचे सेनानी अरुण बोऱ्हाडे यांनी त्यासाठी मला आपला बहुमोल वेळ व सहकार्य दिले. त्यांच्यामुळेच ही 'गाथा संघर्षाची' अक्षरे अमृतात न्हाली आणि एच.ए.च्या स्वेदगंगेची संघर्षरूपी फुले बहरून आली.

ही 'गाथा संघर्षाची' अर्थात 'एच.ए. कामगारलढ्याची यशोगाथा' भारतातील नव्हे, जगातील तमाम कामगार, कष्टकरी आणि शेतकरी यांना समर्पित करत आहे. ती वाचून नव्या युगाचा, लढाऊ बाण्याचा प्रत्येक माणूस प्रेरणा घेईल, असा विश्वास वाटतो.

– दादाभाऊ गावडे

भूमिका

हिंदुस्थान ॲन्टिबायोटिक्स (एच.ए.) लिमिटेड ही केंद्र सरकारची औषधनिर्मिती क्षेत्रातील अग्रगण्य कंपनी. पुण्याजवळच्या पिंपरी येथे १९५४मध्ये स्थापन झालेली एच.ए. कंपनी १९९२-९३पर्यंत सुरळीत चालू होती. १९९२मध्ये जागतिकीकरणाच्या धोरणानंतर भारतातील काही सार्वजनिक उद्योग अडचणीत आले; तशीच एच.ए.देखील अडचणीत आली. अर्थात कंपनी अडचणीत येण्याचे हे एकमेव कारण नाही.

भारतातील गरीब व सामान्य जनतेला परवडणाऱ्या किमतीमध्ये पेनिसिलीन व तत्सम औषधे उपलब्ध व्हावीत हाच या कारखान्याच्या उभारणीमागचा उद्देश होता. भारताचे पहिले पंतप्रधान पंडित जवाहलाल नेहरू यांनी त्याच उद्देशाने या कारखान्याची मुहूर्तमेढ रोवली होती. एवढेच काय, पण त्या वेळी युनोची अर्थात संयुक्त राष्ट्रसंघाची मदत घेताना त्यांनीही तीच अट घातली होती.

एच.ए.ने भारतीय आरोग्य-वैद्यकीय क्षेत्रात केलेली कामगिरी कौतुकास्पद आहे. त्याशिवाय देशात ज्या ज्या वेळी नैसर्गिक आपत्ती आल्या, त्या त्या वेळी या कारखान्याने मोलाची मदत केली आहे. पेनिसिलीन, स्ट्रेप्टोमायसिन, जेंटामायसिन, व्हिटामीन सी, शिवाय कृषी उत्पादनास पूरक अशी ऑरियोफंगीन, ह्युमर, स्ट्रेप्टोसायक्लीन इत्यादी उत्पादनांनी एच.ए.चे नाव भारतात सर्वदूर पसरले होते. भारताबाहेरही अनेक देशांत एच.ए.ची उत्पादने पोहोचली होती. मात्र तरीही १९९३-९४पासून या कारखान्याला उतरती कळा लागली.

त्याच सुमारास आपल्या आयुष्याची स्वप्ने रेखाटून शेकडो तरुण सुशिक्षित कामगार नव्याने कारखान्यात भरती झाले होते. सरकारी धोरणांची वाट लावणाऱ्या दिल्लीतील काही उच्चपदस्थ अधिकाऱ्यांनी पद्धतशीरपणे या आणि सार्वजनिक क्षेत्रातील इतर अनेक कारखान्यांची मरणासन्न अवस्था केली. या गोष्टी माझ्यासारख्या कामगारक्षेत्रात कार्यरत असणाऱ्या कार्यकर्त्यांच्या लक्षात आल्या. एकीकडे खासगी क्षेत्रातील औषध कारखाने आर्थिकदृष्ट्या संपन्न होत असताना, सरकारी क्षेत्रातील कारखाने मात्र बंद करण्याचे निर्णय सरकार घेते, याचा संबंध भयाण अर्थकारणाशी निगडित आहे, हेही जाणवले.

मागील सुमारे पंचवीस-तीस वर्षांपासून या क्षेत्रातील कामगार-कार्यकर्ता म्हणून आम्ही सरकारी यंत्रणांना एच.ए. आणि इतर औषध कारखाने चालू राहणे किती गरजेचे आहे हे पटवून देण्यासाठी अनेकदा दिल्ली वाऱ्या केल्या. सरकार अनेक अनुत्पादक गोष्टींवर हजारो कोटी रुपये खर्च करताना दिसते, परंतु भारतीय सामान्य जनतेच्या आरोग्यासाठी थोडा खर्च करताना कागदी घोडे नाचवते, याचे आश्चर्य वाटते. त्यातून खासगी उद्योगांना अप्रत्यक्षरीत्या मदत करण्याचा तर हेतू नाही ना, अशी शंका येते.

या कंपनीच्या निमित्ताने आमची भूमिका स्पष्ट करताना आम्ही येथील हजारो लोकांचा रोजगार टिकला पाहिजे, अशी आवर्जून मागणी केली, त्याचबरोबर खासगी उद्योगांतील भरमसाट वाढणाऱ्या औषधांच्या किमती नियंत्रणात ठेवण्यासाठी सरकारी कारखान्यांत औषधनिर्मिती आवश्यक आहे, हेही पटवून दिले. त्याहीपेक्षा महत्त्वाचे म्हणजे भविष्यात जर जागतिक पातळीवर काही राजकारण घडले, तर आरोग्य वैद्यकीय क्षेत्रात भारत स्वावलंबी असावा, असाही विचार सरकारला सांगितला.

भारतात आजमितीसही होणारी औषधनिर्मिती ही अधिकतर अमेरिकी व युरोपीय कंपन्यांवर अवलंबून आहे. त्यातले भारतीय कंपन्यांचे प्रमाण अल्प आहे. अशा वेळी आणीबाणीची परिस्थिती उद्भवल्यास आणि परदेशी कंपन्यांनी काही अडथळे आणले तर काही औषधनिर्मिती उद्योग तरी भारत सरकारच्या अखत्यारीत असायला हवेत, यासाठीही आम्ही सरकारकडे पाठपुरावा केला. मात्र दिल्लीत बसलेले नोकरशहा सामान्य जनतेचा कमी आणि आर्थिक नफ्या-तोट्याचा अधिक विचार करताना दिसतात, हे सार्वकालिक सत्य आहे.

'हिंदुस्थान ॲन्टिबायोटिक्स कंपनी बंद का करण्यात येऊ नये?' अशी कारणे दाखवा नोटीस बी.आर.एफ.आर.ने सप्टेंबर २००३मध्ये काढली. मग त्याविरुद्ध कामगारांना आंदोलनाचे हत्यार उपसावे लागले. काम चालू ठेवून, उत्पादनप्रक्रिया

सुरळीत ठेवून एच.ए.चे कामगार आणि अधिकारी या आंदोलनात सहभागी झाले होते. सुमारे ४५ दिवस चाललेल्या या आंदोलनाची केंद्र सरकारला दखल घ्यावी लागली. कामगार संघटनेचे अध्यक्ष खासदार शरद पवार यांना तत्कालीन पंतप्रधान अटलबिहारी वाजपेयी यांनी सरकार ही कंपनी बंद करणार नाही, असे आश्वासन दिले. त्यापाठोपाठ एका खासगी उद्योगाला ही कंपनी विकण्याचा प्रस्ताव आला. सर्व कामगारांना देशोधडीला लावणारा हा प्रस्ताव कामगार प्रतिनिधींनी तांत्रिकदृष्ट्या फेटाळून लावला. त्यानंतर डॉ. मनमोहन सिंग सरकारने एच.ए.साठीचा पुनर्वसन प्रस्ताव मंजूर केला. त्यासाठी सुमारे १३७ कोटी रुपयांचा निधी दिला. हा निधी अपुरा होता; कामगारांची परिस्थिती जैसे थेच राहिली. अपुऱ्या निधीने चार दिवस बरे गेले, पुन्हा मदतीसाठी दिल्लीकडे याचना सुरू झाल्या. पंतप्रधान नरेंद्र मोदी सरकारनेही कामगारांच्या पदरात मोठा निधी मंजूर करून दिला.

मात्र १९९६पासून आजतागायत चाललेली कंपनीच्या अस्तित्वाची ही लढाई, कामगारांचा प्रतिनिधी म्हणून आम्हा कार्यकर्त्यांना लढावी लागली. ही लढाई लढताना एकीकडे स्थानिक व्यवस्थापन, दुसरीकडे दिल्लीतील प्रशासन, कधी कामगारांचे अंतर्गत गटतट, तर कधी राजकीय कटकारस्थाने यांतून मार्गक्रमण करत २०२०पर्यंत हा संघर्ष चालू राहिला. आजही ही कंपनी चालू आहे; अर्थात क्षीण अवस्थेत. सरकारने कधी या कंपनीला बाळसे येऊच दिले नाही. कुपोषित बालकासारखी तिची अवस्था झालेली आहे. तिला पुरेसे आर्थिक भांडवल कधीही दिले नाही.

संघर्षाच्या या वाटचालीत अनेक सहकारी कामगारांचे योगदान लाभले आहे. काही राजकीय नेत्यांचेही वेळोवेळी सहकार्य लाभले. व्यवस्थापनातील काही घटक सदैव पाठीशी राहिले. बहुतांश कामगारांनी नेतृत्वाची संधी देऊन, विश्वास व्यक्त केल्यामुळे माझ्यासारखा कार्यकर्ता मनापासून हे प्रयत्न व हा प्रवास करू शकला. कधीकधी आपण आपल्या कामात व्यग्र असतो, पण दूरवरून कोणी तरी सतत आपल्यावर लक्ष ठेवून असतो. माझे मित्र, ज्येष्ठ कामगार व ग्रामीण साहित्यिक दादाभाऊ गावडे हे खोपोली, जि. रायगड येथे एका खासगी कारखान्यात नोकरी करत होते. एच.ए. कामगारलढ्याविषयी विविध वृत्तपत्रांतून येणाऱ्या बातम्या वाचून आणि एकूणच संघर्षांची चर्चा ऐकून, त्यांना या लढ्याविषयी उत्सुकता वाटली.

दादाभाऊ गावडे यांनी या संघर्षाच्या निमित्ताने माझीही वाटचाल जवळून पाहिली. त्यातूनच त्यांनी हा संघर्षाचा प्रवास शब्दबद्ध करण्याचे ठरवले, तशी त्यांनी मनीषा व्यक्त केली, मीही त्यांना संमती दिली. मध्यंतरी बराच कालावधी लोटला.

हे पुस्तक म्हणजे या लढ्याचा संपूर्ण इतिहास नाही. यामध्ये ठरावीक, महत्त्वाच्या घटनाच नोंदवल्या आहेत. हा लढ्याचा धावता आढावा आहे, असे म्हणणे अधिक योग्य ठरेल. लढा हा कोणत्याही क्षेत्रातील कार्यकर्त्यासाठी प्रेरणादायी आहे, मार्गदर्शक आहे, म्हणून तो लिहिला गेला पाहिजे ही दादाभाऊंची इच्छा होती. यापूर्वीही दोन पत्रकारांनी एच.ए.च्या कामगारलढ्यावर आधारित पुस्तक काढण्याचा विचार मला बोलून दाखवला होता. बऱ्याच विचारांती मी दादाभाऊंना पुस्तक लिहिण्यास संमती दिली, परंतु त्यांना माझा निवांत वेळ हवा होता. तो काही मिळेना. बऱ्याच कालावधीनंतर आम्ही काही बैठका केल्या.

'रात्रंदिन आम्हा युद्धाचा प्रसंग । अंतर्बाह्य जग आणि मन ॥'

मनुष्यधर्माची उच्च जीवनमूल्ये अध्यात्माच्या पातळीवर अधोरेखित करणाऱ्या संत तुकारामांच्या पवित्र देहूगावात, इंद्रायणीच्या काठावर आम्ही या कामगारलढ्याचे मंथन केले. ते करताना कोणावर टीका अथवा कोणाची बदनामी करण्याचा यत्किंचितही हेतू मनात ठेवला नाही. मात्र वास्तव घटनांची नोंद घेत गेलो. मी स्वतः या चळवळीशी पंचवीस वर्षांहून अधिक काळ संबंधित आणि सहभागी होतो. माझी स्मरणशक्ती, काही वृत्तपत्रीय कात्रणे आणि कागदपत्रांच्या आधारे ही 'गाथा संघर्षाची' शब्दबद्ध झाली.

कार्यकर्त्यांची यशाकडे वाटचाल होताना पदोपदी येणारा संघर्ष, वाटेतील काटेकुटे, बाजूने ओरखडणाऱ्या फांद्या, चढ-उतार सहन करत चालावे लागते. त्याच वेळी शीतल छाया देणारे वृक्ष-वेली तर कधी सुगंधी फळे-फुले यांचाही लाभ मिळतो. प्रयत्न केलात, संघटित राहिलात तर जिद्द, निर्धार आणि प्रामाणिकपणाच्या बळावर ध्येयाप्रत पोहोचता येते, हेच या कामगारलढ्याने शिकवले आहे.

ही संघर्षगाथा लिहिताना लेखकाने मला केंद्रस्थानी ठेवले असले तरी मी निमित्तमात्र आहे. ही गाथा खऱ्या अर्थाने माझ्या कामगार बंधु-भगिनींची आहे! त्यांनी मला दीर्घ काळ नेतृत्वाची संधी दिली, कधी थांबवले, कधी अंगी बळ दिले. एच.ए.मधील माझे असंख्य पाठीराखे, माझ्याबरोबर कार्यकारिणीत प्रत्येक वेळी कार्यरत असणारे पदाधिकारी, विभाग प्रतिनिधी व कार्यकर्ते या प्रत्येकाचा या लढ्यामध्ये सहभाग आहे. पुणे-पिंपरी-चिंचवड मधील कामगारसंघटनांच्या नेत्यांनी आणि सामाजिक कार्यकर्त्यांनी वेळोवेळी दिलेला पाठिंबा आणि त्यांचा सहभाग लाखमोलाचा आहे. तत्कालीन वृत्तपत्रांनी, पत्रकारांनी ही चळवळ घराघरात पोहोचवल्यामुळे लढ्याचे नैतिक बळ वाढत गेले.

एच.ए. कामगार संघटनेच्या अध्यक्षपदाची धुरा खांद्यावर घेणारे लोकनेते शरद पवार साहेब यांचे ऋण कधीही न फेडता येणारे आहे. सत्तेत असो वा नसो, त्यांचे पाठबळ कायमच पाठीशी राहिले. खासदार सुप्रियाताई सुळे आणि खासदार श्रीरंगआप्पा बारणे यांचेही मौलिक सहकार्य लाभले. इतरही अनेक नेते आणि कार्यकर्ते यांनी वेळोवेळी मदत व सहकार्य केले; म्हणून हा लढा शक्य झाला.

सार्वजनिक क्षेत्रातील एच.ए. कारखाना अविरत चालू राहावा, या निर्धाराने दिलेला हा लढा, जिद्द-ध्यास, व्यथा-वेदना-सहनशीलता, मान-अपमान, ध्येयपूर्ती या सर्वांचा मिलाफ म्हणजे *गाथा संघर्षाची : एच.ए. कामगारलढ्याची यशोगाथा*! ती अक्षरबद्ध करणारे, ज्येष्ठ साहित्यिक दादाभाऊ गावडे यांचा मी विशेष ऋणी आहे.

या लढ्यासाठी मैदानात उतरताना ज्या शक्तीने मला अंत:प्रेरणा दिली, त्या विठ्ठलचरणी माझी ही शब्दभावांजली...

आलो जरी इथवर, खडतर प्रवासात...
वेदना मुकीच माझी, आहे झाकल्या मुठीत
हसणारी भावमुद्रा, बळे सांभाळीत आलो
चंद्राच्याही गालावरी, खळी दाखवित आलो
लढताना संकटांशी, मात मी करीत आलो
अस्तनीत निखारेही, काही शमवित आलो
वादळाशी झुंजताना, ध्येयावर स्वार झालो
जाहले कोणी फितूर, तरी ध्येयनिष्ठ राहिलो
जिवाचेही होते कोणी, साथ त्यांची घेत आलो
दबलेल्या माणसांना, आधार मी देत आलो
कष्ट सत्त्व गुण माझे, घेऊन ते मोठे झाले
कापला गळा केसाने, तरी निराश ना झालो
गंधहीन फुलांनाही, सुगंध वाटीत आलो
बेतले जरी जिवाशी, तरी उभाची राहिलो
नित्य नव्या समरात, नव्यानेच उभा राही...
लढत ही आव्हानांची, थांबण्यास मुभा नाही ॥

– अरुण तुकाराम बोऱ्हाडे

निडर कामगार

संतभूमीत जन्मास येणे ही परमभाग्याची गोष्ट. कदाचित ते पूर्वजन्माचे सुकृत असावे. 'जन्मा येणे दैवा हाती, करणी जग हासवी' ही उक्ती सत्य असली, तरी संताच्या सहवासाने, संस्काराने, सदाचाराने, शिकवणीने पुनीत झालेल्या संतभूमीचा वारसा अन् वसा इथल्या सुपुत्रांना लाभतो अन् त्यांचा जीवनालेख व स्वकर्तृत्वाचे सुवर्णकोंदण नेहमीच आदरास व कौतुकास पात्र ठरते. कारण संतभूमीच्या थोरपणाचा उदंड असा आशीर्वाद त्यांच्या पाठीशी असतो. 'संतकृपा झाली अन् इमारत फळा आली' असे कुठल्या अभंगात मी ऐकले होते. हा सारा संतकृपेचा महिमा. संतभूमीतलं भक्तिमय वातावरण, उठता-बसता मुखात हरिनाम, ज्ञानबा-तुकाराम-हरी-विठ्ठल-पांडुरंग हा घोष, यांमुळे बालपणापासून मनात सात्त्विक विचारांचे अधिष्ठान निर्माण होते.

आषाढी-कार्तिकीला गावातून, रस्त्यातून, घराच्या दारावरून टाळमृदुंगांच्या गजरात देहू-आळंदी पंढरीला जाणारी दिंडी, नामघोषाच्या गजरात बेभान होऊन नाचणारे वैष्णव, कळत-नकळत बालवयापासून घरातल्या परिसरातल्या अध्यात्मिक वातावरणात मनाची जडणघडण होत असते. अशा आध्यात्मिक वातावरणाच्या संतभूमीचा वारसा लाभणाऱ्या गावात व अध्यात्म जपणाऱ्या आईवडिलांच्या पोटी अरुण बोऱ्हाडे, बोऱ्हाडेवाडी, मोशी गावात जन्मास आले.

वडील हाडाचे ध्येयवादी व कर्तव्यनिष्ठ शिक्षक. संत ज्ञानेश्वर, संत तुकाराम महाराज ही त्यांची दैवते. 'जेथे ज्ञानेश्वरी-गाथा, तेथे नतमस्तक त्यांचा माथा.'

शिक्षकी पेशाला सर्वार्थाने वाहून घेतलेले अरुण बोऱ्हाडे यांचे शिक्षक वडील तुकाराम बोऱ्हाडे अस्सल शेतकरी. शाळेत माणूस घडवण्याच्या कर्मयज्ञासोबत शेतशिवारात घाम गाळताना त्यांचा देह कृतार्थ होई. अशा सुजाण, सुस्वभावी, सत्त्व आणि तत्त्वशील शिक्षक बापाच्या पोटी जन्म घेण्याचे भाग्य अरुण बोऱ्हाडे यांना लाभले.

त्यांची आई राधाबाई साधी भोळी, कष्टाळू, सत्त्वशील, विनम्र, सद्वर्तनी, सदाचारी, तहानलेल्याची तहान अन् भुकेल्याची भूक जाणणारी. स्वतः उपाशी राहून आपल्या ताटातला घास भुकेलेल्या हीन-दीन सानथोरांना भरवणारी अन्नपूर्णा. स्वतःचे दुःख काखेत मारून दुसऱ्याच्या जखमांवर मायेने फुंकर मारून त्या जखमांना सांधणारी माता समईतली वात होऊन आयुष्यभर ज्ञानाचा प्रकाश देत जळत राहिली. गृहिणी म्हणून अरुणच्या आईचा जीवनप्रवास नक्कीच सोपा नव्हता.

तनामनातून ओथंबून वाहणाऱ्या भक्तिरसाचे बाळकडू व संस्कार या दांपत्याने आपल्या अपत्यांना आणि आजूबाजूच्या सानथोरांना दिले. तुकाराम बोऱ्हाडे हे आदर्श शिक्षक. शिक्षकाकडे पाहण्याचा त्या काळी जनमानसाचा आदर व अभिमानाचा दृष्टिकोन असला, तरी आपली समाजमनातली प्रतिमा जपण्याची शिक्षक प्राणपणाने शिकस्त करत असत. शाळा, शेती अन् भक्ती ही त्रिसूत्री सर्वार्थाने तुकाराम बोऱ्हाडे यांच्या आयुष्याचे गमक होते. 'शुद्ध बीजापोटी फळे रसाळ गोमटी' याचा प्रत्यय अरुण बोऱ्हाडे यांच्या रूपाने कालपरत्वे आला.

खरे तर अरुण बोऱ्हाडे यांचा जीवनप्रवास स्वप्नवत असला तरी अनंत व्यथा-वेदनांच्या खाचखळग्यांनी भरलेला अतिशय कठीण व संघर्षमय होता. स्वतःचे कर्तृत्व सिद्ध करताना त्यांना अनेक अग्निदिव्यांतून तावून-सुलाखून पार पडावे लागले. घणाचे घाव सोसल्याशिवाय देवपण येत नसले, तरी ते घाव सोसण्याचे बळ केवळ आपल्या संस्कारशील आदर्श मातापित्यांमुळे व तत्कालीन परिस्थितीमुळे मिळाले. माणूस घडवण्याचा संस्कार वडिलांनी दिला अन् माणूसपण जपण्याचे व माणसावर नितांत प्रेम करण्याची शिकवण अरुणला त्याच्या आईने दिली.

आईवडील म्हणजे अरुण यांची आराध्यदैवते. त्यांच्या चरणांशी लीन झाल्याशिवाय अरुण यांचा दिवस सुरू होत नाही. ते दोघेही आज हयात नसले तरी त्यांच्यासोबत अरुणजींचा मूक संवाद असतो. मी कुठे चुकत नाही ना, याची विचारणा असते; कळत नकळत एखादी चूक झाली असेल तर हळवे होऊन, आईवडिलांच्या प्रतिमेसमोर अश्रू ढाळून क्षमायाचनाही केली जाते. अर्थात अशी वेळ सहसा येत नाही. हे मी इतक्या ठामपणे लिहू शकतो, कारण अरुण बोऱ्हाडे

यांना मी खूप जवळून पाहिले आहे, अभ्यासले आहे, वाचले आहे!

ठेच लागल्याशिवाय माणसाला शहाणपण येत नाही, तसे अपघात झाल्याशिवाय माणसाचे आयुष्य घडत नाही. सारेच अपघात आयुष्य संपवणारे नसतात, काही अपघात आयुष्य घडवणारे असतात. इथे वेगळ्या अर्थाने मी 'अपघात' हा शब्दप्रयोग करत आहे. माझ्या आयुष्यात अनेक माणसे मला भेटली व माझ्या आयुष्याचा प्रवास सुखकर करून गेली. त्या माणसांचे मला भेटणे हा माझ्यासाठी सुखद अपघात होता, अशी माझी वैयक्तिक धारणा व समज आहे.

अरुण बोऱ्हाडे जर मला भेटले नसते, तर माझ्यातला साहित्यिक, लेखक, कवी घडला नसता हे निर्विवाद सत्य मी नाकारू शकत नाही. म्हणून त्यांची-माझी भेट हा माझ्या आयुष्यातला सर्वांत सुखद अपघात होता.

अपघाताने माणसे एकमेकांना भेटतात, सुखदु:खात भागीदार होतात, ऋणानुबंधांची नाती जुळतात. आमचेही स्नेहाचे, मित्रत्वाचे आणि ऋणानुबंधाचे नाते असेच जुळले. त्याला कारण होते अरुणने सुरू केलेले 'खंबीर प्रकाशन'. तेथून आमचा परिचय, प्रवास आणि स्नेहबंधाचा अध्याय सुरू झाला.

आमची पहिली भेट १९८८च्या सुमारास पिंपरी येथील सोपानराव वाघेरे वाड्यात झाली. अरुणचे मामा शशिकांत व रविंद्र वाघेरे यांच्या घरी अरुणचे वास्तव्य त्या काळी असायचे. अरुण माझ्यापेक्षा वयाने लहान. गव्हाळ वर्ण, सडपातळ बांधा, नाकीडोळी नीटस, अंगातला पेहराव टापटीप! शहरी वातावरणात वावरल्यामुळे टापटिपीची सवय जडली असावी. तेव्हा त्यांच्या डोळ्यांत दिसणारी आव्हानाला भिडण्याची धमक, आजही वयाच्या साठीलासुद्धा तशीच आहे!

अरुणचा अभ्यास व वाचन दांडगे होते. तरुण वयात अंगातली रग, धमक आणि धडपड करण्याची जिद्द वाखाणण्याजोगी होती. माझ्यापेक्षा वयाने लहान असूनसुद्धा मी कसा अन् केव्हा त्यांच्या प्रेमात पडलो हे माझे मलाच कळले नाही. त्यांचे बोलणे मुलायम, रेशमासारखं; पण अभ्यासपूर्ण, ठाम मत प्रदर्शित करणारे. ही कला त्यांना कुठून कशी प्राप्त झाली होती, देव जाणे! कदाचित शिक्षक वडिलांकडून हा वारसा मिळाला असावा! त्यांच्या धडपडीने मला खूपच प्रभावित केले. आमचे कामगार असणे, मित्रत्वाची नाळ जुळण्यास पुरेसे होते. आदरातिथ्याचा वारसा अन् वसा अरुणला त्याच्या मातापित्यांच्या संस्कारातून मिळाला. 'जे जे भेटे भूत, ते ते मानिजे भगवंत' या उक्तीप्रमाणे अरुण सकल सानथोरांसोबत आदर प्रेमाने बोलायचा, वागायचा व आपलेपण जपत आपला होऊन जायचा.

माणसांबद्दलची त्याची आंतरिक तळमळ, आस्था व स्नेहभाव या हृदयीचे त्या हृदयी तत्काळ भिडावा असाच होता. मी कोणी आगळावेगळा आहे, हा खोटा अभिमान अरुणनी कधीच बाळगला नाही. त्यामुळे मित्रपरिवारातील सानथोरांचा कायम त्यांच्याभोवती गराडा असे. अरुण हा माणसे जोडणारा, जपणारा व घडवणारा अवलिया आहे, याचा प्रत्यय कालपरत्वे ऋणानुबंधाच्या गाठी दृढ झाल्यानंतर मला आला.

अरुण बोऱ्हाडे याना त्यांच्या सामाजिक प्रेरणांविषयी विचारले असता ते म्हणाले, "बाबा आमट्यांच्या 'भारत जोडो' या अभियानात मी सहभागी झालो होतो. बाबांनी तरुणांची व्याख्या सांगताना, सामाजिक क्रांतीसाठी योगदान देण्याची गरज व महत्त्व पटवून देताना, कर्तव्याची व कर्तृत्वाची जाणीव मनात जागृत केली होती. तरुण हा समाजमनाचा फार मोठा आशावाद असून समाजाचा एक जबाबदार घटक आहे. तरुणांनी पुढे येऊन कार्य करणे ही काळाची गरज असल्याचे प्रतिपादन केले. त्यांच्या मार्गदर्शनाने मी व माझे मित्र फारच प्रभावित झालो. आम्ही त्यांच्याकडून प्रेरणा घेऊन १९८५मध्ये पिंपरी गावात 'युवा कला संवर्धन' नावाची संस्था निर्माण केली. युवकांच्या कलागुणांना वाव मिळावा हाच या संस्थेचा उद्देश होता.

आपण समाजाचे आहोत आणि समाज आपला आहे. समाजाचे ऋण फेडणे व सामाजिक बांधिलकी जोपासणे, हे समाजाचा एक जबाबदार घटक म्हणून आपले कर्तव्य आहे. समविचारधारणेचे आम्ही, महाविद्यालयात शिक्षण घेणाऱ्या जीवाभावाच्या मित्रांना सोबत घेऊन या युवा वर्षात आपणही काही तरी भरीव योगदान दिले पाहिजे, ही संकल्पना. युनोने १९८५ हे वर्ष 'आंतरराष्ट्रीय युवक वर्ष' म्हणून घोषित केले होते. सामाजिक, शैक्षणिक व सांस्कृतिक उपक्रमाशी बांधिलकी जोपासणारी 'युवा कला संवर्धन' या संस्थेची आम्ही स्थापना केली. या संस्थेला आम्ही सुमारे सव्वाशे सुशिक्षित तरुण सदस्यांची जोडणी करण्यात यशस्वी झालो. जगातील युवकांचा आदर्श व तमाम भारतीयांचे आदरस्थान असलेल्या स्वामी विवेकानंदांची जयंती साजरी करून आम्ही त्यांच्या विचारांनी प्रेरित झालो.

ध्येयवेडाने पछाडलेलो आम्ही कॉलेजवयीन तरुण, खिशात स्वकमाईचा एक रुपयाही नसताना युवा कला संवर्धन या संस्थेचे रोपटे लावले. त्या वेळी सुहास पोफळे आणि विजय भिसे यांची मोलाची साथ मिळाली. संस्थेच्या माध्यमातून अनेक साहित्यिक मैफिली, उपक्रम, विचारवंतांची व्याख्याने, युवक शिबिरे आयोजित

केली. दळवळणाची फारशी साधने व आजच्यासारखी फोनची सुविधा नसताना सायकलवर फिरून संस्थेचे उपक्रम, बैठका व कार्यक्रमांसाठी आम्ही सदस्य हजेरी लावायचो. आमच्याच वर्गणीतून कवितावाचन, कथाकथन, साहित्यिक गप्पा, व्याख्यानांचे आयोजन करत होतो.

पुढील काळात या चळवळीला अनेक मान्यवरांनी प्रोत्साहन दिले व निरपेक्ष सहकार्य केले. राजकारणापासून अलिप्त अशी आमची संस्था होती. ग्रामीण भागातील शाळांमध्ये विद्यार्थ्यांची गुणवत्ता वृद्धिंगत होण्यासाठी युवा कला संवर्धन संस्थेने नामांकित विचारवंतांची व्याख्याने आयोजित केली. अक्षरसुधार, बौद्धिक स्पर्धांसोबत सांस्कृतिक व सामाजिक उपक्रमदेखील राबवले. आरोग्य तपासणी शिबिरे तसेच समाजप्रबोधन व्याख्यानांचेही आयोजन करायचो.

युवक आणि साहित्य सांस्कृतिक चळवळीत काम करताना अनेक मान्यवर साहित्यिक, विचारवंतांशी माझा जवळचा व स्नेहाचा संबंध आला. त्याच वेळी 'खंबीर' प्रकाशनाच्या माध्यमातून काही पुस्तके प्रकाशित केली."

अरुण बोऱ्हाडे बोलत होते आणि मी मंत्रमुग्ध होऊन त्यांचा जीवनप्रवास ऐकत होतो. आमचा केवळ वरवरचा स्नेहभाव नव्हता, तर आंतरिक जिव्हाळा रक्ताच्या नात्यापलीकडचा होता. माझ्या जडणघडणीसाठी योगदान देणाऱ्या महत्त्वाच्या व्यक्तींपैकी अरुण बोऱ्हाडे एक.

तरुण वयातच अरुण बोऱ्हाडे विविध साहित्यिक, सामाजिक उपक्रमांतून वाटचाल करताना दिसतात. मोशीतल्या बोऱ्हाडेवाडीवरून सायकलवरून प्रवास करत मित्रांसोबत पुण्यातल्या साहित्यिक उपक्रमांना, व्याख्यानमालांना तसेच नाटकांना विद्यार्थिदशेतील अरुण हजेरी लावत. व्याख्यानानंतर व्याख्यात्यांसोबत संवाद साधून अभिप्राय देण्यास वा नाटक संपल्यानंतर अभिनेत्याची भेट घेऊन कौतुक करण्यास अरुण बोऱ्हाडे व त्यांचे सहकारी-मित्र कधीच चुकत नसत.

हाच धागा पकडत मी विचारले, "युवा कला संवर्धन संस्थेच्या माध्यमातून युवकांच्या उत्कर्षासाठी व जडणघडणीसाठी विविध उपक्रम राबवत असताना समस्यांना सामोरे जावे लागले का?"

अरुण उत्तर देताना म्हणाले, "समस्या तर होत्याच, पण आम्ही समविचारी तरुण मित्रमंडळी ध्येयवेडाने पछाडलेले होतो. इच्छा तेथे मार्ग असतोच. सहकाऱ्यांचे, समाजातील मान्यवर प्रतिष्ठित नागरिक, पदाधिकारी, शिक्षक,

शैक्षणिक संस्था अशा अनेकांचे हात उपक्रमाच्या सहकार्यासाठी पुढे येत असत. त्यातून जनसंपर्कही वाढला.

आपण समाजासाठी व समाज घडवण्यासाठी आपल्या संस्थेच्या माध्यमातून काही तरी करत आहोत, ही जाणीवच नावीन्याचा शोध घेण्यास प्रेरित करत होती. आम्हांला आमच्या भवितव्याची चिंता होतीच पण आमच्यासारख्या तरुणाईची चिंताही तितकीच महत्त्वाची वाटायची. स्वर्गीय यशवंतराव चव्हाण म्हणायचे, 'देशाचे भवितव्य तरुणांच्या हाती आहे. देश सबल आणि संपन्न होण्यासाठी या देशातला तरुण घडला पाहिजे. ही काळाची गरज आहे.' लालबहादुर शास्त्रींनी 'जय जवान जय किसान'चा नारा दिला. तरुणाई हीच खरी भारत देशाची शक्ती आहे.

बालपणापासून आमच्या नसानसांत देशप्रेम भरले होते. स्वातंत्र्य दिन १५ ऑगस्ट व प्रजासत्ताक दिन २६ जानेवारी यांची पर्वणी आमच्या बालमनात देशप्रेमाची पेरणी करत आली. छत्रपती शिवाजी महाराज, त्यांची स्वराज्य उभारणी, भारताचा स्वातंत्र्यलढा, प्रभात फेऱ्या, स्फूर्तिगीतं या गोष्टींचा माझ्यावर विलक्षण प्रभाव पडला. माझे आत्मबळ व आत्मभान वाढवले. सेवाभावी वृतीने, तन्मयतेने शिकवणारे गुरुजन लाभले, म्हणून आमची वैचारिक जडणघडण झाली. बालवयातच सामाजिक बांधिलकीची जाणीव होऊन तीच प्रेरणा मी आयुष्यभर जोपासली. सामाजिक व सांस्कृतिक कार्याची आवड माझ्या मनात निर्माण झाली होती. त्यातच पत्रकारितेचे क्षेत्रही माझ्या मनाला भुरळ घालत होते.

खरे तर मला पत्रकार व्हायचे होते. दहावी-बारावीच्या कालखंडात परीक्षेनंतर मी बरीचशी चांगली पुस्तके वाचली होती. वाचनामुळे शब्दांशी मित्रत्वाचे नाते जुळले होते. त्याच काळात 'ज्ञानेश्वरी'ही वाचली होती. वर्तमानपत्रे, साप्ताहिके मी नियमित वाचायचो. आपणही काही तरी नवनवीन लिहावे आणि लोकांनी ते वाचावे, असे मला वाटू लागले.

'पिंपरी-चिंचवड समाचार' या १९८३मध्ये नव्याने सुरू झालेल्या वृत्तपत्रात बातमीदार म्हणून काम करण्याची मला संधी प्राप्त झाली. बातम्यांपेक्षा लेख लिहिण्याची मला विशेष आवड होती. मी बातम्यांच्या व लेखांच्या माध्यमातून अनेक समस्यांना वाचा फोडली. आठवड्यातून एक-दोन लेखही मी लिहायचो. त्या वेळी मी पुण्यातल्या 'राष्ट्रतेज' या दैनिकासाठीही काम करायचो. 'सकाळ', 'तरुण भारत', 'साप्ताहिक माणूस' या प्रथितयश वृत्तपत्रांनीही माझ्या लेखणीला वेळोवेळी संधी दिली. त्यामुळे जिल्ह्यातील ज्येष्ठ पत्रकारांशी ओळख झाली.

महापालिकांच्या विकासकामांचा तौलनिक अभ्यास करण्यासाठी शहरातील पत्रकारांचे एक शिष्टमंडळ राज्यातील नव्याने स्थापन झालेल्या विविध महानगरपालिकांमध्ये पाठवण्यात आले होते. त्या अभ्यासदौऱ्यात पत्रकार म्हणून सहभागी होण्याची संधी मला प्राप्त झाली होती.

'राष्ट्रतेज' दैनिकात काम करत असताना पुणे जिल्ह्याच्या आदिवासी भागातील समस्यांचा अभ्यासदौरा करण्यासाठी माझी निवड झाली. या अभ्यासाची व आदिवासींच्या समस्यांची सकल माहिती राज्यशासनाला सादर करावयाची होती. माझ्या दृष्टीने हा फारच महत्त्वाचा अभ्यासदौरा होता. जुन्नर तालुक्याचा परिसर, खिरेश्वर, तळेघर, डिंभे धरण परिसर इ. भागातील आदिवासी गावे-वस्त्या, पाडे, तेथील जनजीवन, राहणीमान, शिक्षण, आरोग्य, रोजगार इ.चा सखोल अभ्यास करून त्याचा अहवाल शासनाकडे पाठवला.

पत्रकार म्हणून रोज नवीन विषयाचे ज्ञान, माहिती आणि अनुभव मला मिळत होता. विविध क्षेत्रांतल्या मान्यवर, विचारवंत, पदाधिकारी यांच्या भेटीगाठी, मुलाखती आणि परिचय यामुळे समाज व व्यवस्थेबाबतच्या माझ्या जाणिवा-नेणिवांच्या कक्षा विस्तारत होत्या. त्या माझ्या उभरत्या काळात नोंद घ्याव्या अशा काही पत्रकार परिषदांना उपस्थित राहण्याचे भाग्य मला लाभले. चंद्रशेखर, अटलबिहारी वाजपेयी, प्रमोद महाजन, मनेका गांधी, मुख्यमंत्री वसंतदादा पाटील, शंकरराव चव्हाण इ. नेत्यांच्या पत्रकार परिषदांना मी उपस्थित होतो. पत्रकारितेमुळेच मला अनेक राष्ट्रीय कार्यक्रमांना उपस्थित राहणे शक्य झाले. अणुआयोगाचे अध्यक्ष डॉ. राजा रामण्णा, तसेच राष्ट्रपती ग्यानी झैलसिंग, डॉ. शंकरदयाळ शर्मा यांनाही कार्यक्रमाच्या माध्यमातून जवळून पाहता व अनुभवता आले. पुढील काळात कामगार लढे व चळवळी यांच्यावर मी लेख लिहिले. कामगारांच्या व्यथा, अन्याय, न्याय्य मागण्यांवर तसेच समस्यांवर मी अभ्यासपूर्ण भाष्य करताना कामगार संघटनांशी व कामगारनेत्यांशी जवळीक साधली, त्याची पायाभरणी याच काळात झाली.

कॉम्रेड रूपमय चटर्जी, डॉ. बाबा आढाव, राजन नायर इत्यादी कामगारनेत्यांची कामगारचळवळ पत्रकार म्हणून अगदी जवळून पाहिली. कंपनी व्यवस्थापनाला झुकावयास लावणाऱ्या कामगारांच्या वज्रमुठीची ताकद व संघर्ष अनुभवताना कष्टकऱ्यांच्या अंगातून निघणाऱ्या घामाचे मोल कळले. शहरातील राजकीय व सामाजिक क्षेत्रातल्या अनेक रोपट्यांचे वटवृक्ष होताना पाहिले. तसे काही वृक्ष उन्मळून पडतानाही मी पाहिले.

पत्रकारितेसाठी जवळजवळ दहा वर्षे मी सायकलवर फिरून शहर व परिसरात चौफेर फिरलो. पत्रकारितेने मला नावासोबतच प्रत्येक गोष्टीकडे पाहण्याची वेगळी दृष्टी, धाडसीपणा, आत्मविश्वास व समृद्ध असा अनुभव दिला. मी १९८५मध्ये रानडे इन्स्टिटयूटमधून पुणे विद्यापीठाच्या संज्ञापन व वृत्त विभागाचा पत्रकारितेचा अभ्यासक्रम पूर्ण केला. खरे तर माझी पत्रकारिता हा एक स्वतंत्र विषय आहे. माझ्या आयुष्याचे ते एक अंग आहे. माझ्यात दडलेला पत्रकार अद्यापही सजग असतो. त्या दृष्टीने मी घटना, प्रसंगांकडे पाहतो. साहित्य आणि समाज या एकाच नाण्याच्या दोन बाजू. समाजातल्या विविध समस्या मला जितक्या व्यथित करत होत्या, तितकीच साहित्याची स्पंदनेही माझ्या उरात धडधडत होती. समाजमनाच्या व्यथा, वेदना, जाणिवा, समस्या, संघर्ष, अन्याय, असहायता, हतबलता, क्रौर्य, अत्याचार यांमुळे माझे मन विव्हळ व्हायचे अन् माझ्या व्याकूळ मनाला शब्दांचे घुमारे फुटायचे. एकीकडे पत्रकारितेमुळे सामाजिक प्रश्नांना वाचा फोडत होतो, तर दुसरीकडे समाजमनाची स्पंदने साहित्य लेखनातून शब्दांकित करत होतो."

अरुण बोऱ्हाडे यांचे हे आयुष्य खरंच खूप वेगळे होते. प्रामाणिकपणा आणि झोकून देऊन निष्ठापूर्वक काम करण्याची वृत्ती मला विशेष भावली.

खरे तर माणसाचे आयुष्य एक रंगमंच असतो; आणि आपण त्यावरची प्यादी. जीवनात संघर्ष अटळ असतो. किती जगलात त्यापेक्षा कसे जगलात, हे अतिशय महत्त्वाचे असते. या जगात 'आले किती गेले किती, कुणी नाही मोजले, मागे उरले ताट तांब्या अन् मोडलेले बाजले,' अशीच सर्वसामान्यांची अवस्था. म्हणून माणसाने स्वकर्तृत्वाचा अध्याय सुवर्णाक्षरात लिहिला जाईल व लोकमानसात चिरंजीव राहील असे कर्तृत्व करावे. आपल्या जगण्याचा आणि जीवनाचा संघर्ष इतरांना प्रेरक स्फूर्तिदायक, आश्वासक होईल, याची दक्षता जरूर घ्यावी.

अरुणनी १९८४-८७ दरम्यान पिंपरी, पुणे येथील 'हिंदुस्थान ॲन्टिबायोटिक्स' या सरकारी औषधनिर्मिती कंपनीत तीन वर्षांची ॲप्रेंटिसशिप केली. त्यानंतरची काही वर्षे पत्रकारितेत, सामाजिक आणि साहित्यिक उपक्रमांत व्यतीत केली. याच कारखान्यात अरुण १९८९मध्ये नोकरीसाठी रुजू झाले.

दरम्यान १९८८मध्ये अरुणनी स्वतःची प्रकाशन संस्था सुरू करण्याचा निर्णय घेतला. त्यांच्या मामांनी पिंपरी-वाघेरे येथे ऑफिससाठी जागा उपलब्ध करून दिली. सामाजिक व सांस्कृतिक चळवळीला पूरक ठरेल असे साप्ताहिक प्रकाशित

करायचे आणि जोडीला नवोदितांची पुस्तके प्रकाशित करून त्यांना हक्काचे व्यासपीठ मिळवून द्यायचे, अशी या प्रकाशन संस्थेमागची भूमिका होती.

प्रकाशन संस्थेचे नामकरण 'खंबीर प्रकाशन' असे करण्यात आले. खंबीर याचा अर्थ कोणत्याही अडीअडचणीवर मात करून ठामपणे उभा राहणारा लढवय्या. मी प्रातिनिधिक काव्यसंग्रहाच्या निमित्ताने अरुणला पिंपरी येथील प्रकाशन संस्थेच्या कार्यालयात प्रथमतः भेटलो. आदराने बोलणारा अरुण पहिल्याच भेटीत आपलासा वाटला. माणसाला आपलेसे करून घेण्याची त्याची हातोटी वाखाणण्याजोगी होती.

'वेलीवरची फुले' हा माझा काव्यसंग्रह अरुणच्या 'खंबीर प्रकाशना'मार्फत प्रसिद्ध झाला. यथावकाश त्याला अनेक पुरस्कारांनी सन्मानित करण्यात आले.

अरुण पुढे सांगत होते,

"तशी राजकीय क्षेत्राचीही माझ्या मनात आवड निर्माण झाली. कळत नकळत राजकीय क्षेत्रात कार्यरत असणारे काही नेते माझे आदरस्थान झाले. खरे तर माझ्या आयुष्यातही अशी काही माणसे अपघाताने आली अन् माझ्या जगण्याला वा जीवनप्रवाहाला वेगळी दिशा व उंची देऊन गेली. ज्ञानामृतांचे मधुघट वेचण्याचे वय म्हणजे शालेय जीवन. तेव्हाच्या काही घटना आणि प्रसंग माझ्या मन:पटलावर कायमचे कोरले गेले आहेत.

अकरावीत मराठीच्या पाठ्यपुस्तकात 'सोनहिरा' यशवंतरावजी चव्हाण यांच्या व्यक्तिमत्त्वावर भाष्य करणारा धडा आमच्या शिक्षिका कडूरकर मॅडमनी अतिशय तन्मयतेने शिकवला. चव्हाणसाहेबांबाबत मनात कमालीचा आदर त्या वयात निर्माण झाला. मग त्यांना पत्र लिहिले. साहेबांनी मला पत्रोत्तर देताना 'यशवंतराव : इतिहासाचे एक पान' पुस्तक भेट पाठवले. ऐतिहासिक ठेवा म्हणून आजही मी ते जपून ठेवले आहे. त्यानंतर वर्षभरातच त्यांना समक्ष भेटण्याची संधी मिळाली.

यशवंतरावांनी माझ्या पत्राला दिलेला प्रतिसाद पाहून मी अत्यानंदित झालो. माझा माझ्याच डोळ्यांवर विश्वास बसेना. तुम्ही म्हणता त्याप्रमाणे हा माझ्या आयुष्यातला सर्वांत सुखद अपघात होता. एका सामान्य शाळकरी मुलाच्या पत्राची देशपातळीवरचा महान व्यक्तिमत्त्वाचा नेता दखल घेतो, यातच त्यांच्या थोरपणाची साक्ष पटते. गावातील लोक म्हणत, 'अरुणला यशवंतरावांची पत्रे येतात.' गावात माझ्या नावाचा बोलबाला झाला. लोक माझ्याकडे कौतुकाने पाहू लागले.

त्यांची पत्रे मी ऐतिहासिक ठेवा म्हणून जतन करून ठेवली आहेत!

चव्हाणसाहेबांनी पाठवलेले पुस्तक माझ्यासह माझ्या अनेक मित्रांनी वाचले. या पुस्तकानेच मला माझ्या आयुष्याचे पान लिहिण्यास प्रवृत्त केले. त्यात मन भावेल तसे रंग भरण्याचा अट्टाहास नाही, पण प्रामाणिक प्रयत्न मी करू लागलो.

त्याच सुमारास, म्हणजे साधारण १९८३-८४मध्ये, मला त्या काळातील तरुण लोकप्रिय नेते शरद पवार यांना भेटण्याचीही संधी मिळाली. राज्यातील एका तत्कालीन सामाजिक प्रश्नावर मी लिहिलेल्या लेखासंदर्भात त्यांना भेटायचा योग आला. तेव्हापासून मी पवार साहेबांच्या संपर्कात आहे.

मला एक गोष्ट जाणवते की, माणसाच्या आयुष्यात आदर्श आणि आदरस्थान असल्याशिवाय कुठल्याही माणसाचे जगणे व घडणे मिथ्या आहे. मला सामाजिक कार्य करण्याचे भान चव्हाणसाहेबांमुळे लाभले आणि माझ्यातल्या कार्यकर्त्याची जोपासना पवार साहेबांनी केली. माझ्यासाठी ही दोन्ही माणसे दैवते आहेत. सामाजिक बांधिलकीची आणि सामाजिक ऋणांची जाणीव या दोन मोठ्या नेत्यांच्या सान्निध्यात आल्यानंतर अधिक दृढ झाली. माझ्या संवेदनशील मनावर सामाजिक व राजकीय जाणिवांचे संस्कार या दोन महान नेत्यांमुळेच झाले.

माझी आणि माझ्या वडिलांची भूमिका वेगवेगळी होती. वडिलांना राजकारण अजिबात आवडत नव्हते. मला राजकारणातही रस वाटू लागला होता. तरी वडिलांनी मला रोखले नाही वा त्यांची मतेही लादली नाहीत; फक्त सबुरीचा सल्ला दिला. 'आठ तास कष्ट करून पोट भर; नंतर राजकारण, समाजकारण कर,' हे सांगताना 'चारित्र्य सांभाळ, चारित्र्याला लागलेला कलंक सहजासहजी पुसता येत नाही. माझ्या मुलाच्या चारित्र्यावर शिंतोडे कुणी उडवले तर ते मला सहन होणार नाही,' हे सांगायलाही ते विसरले नाहीत. वडिलांच्या आज्ञेचा भंग वा अवमान होईल असे मी कधीच वागलो नाही! आईवडील माझ्यासाठी सर्वस्व होते.

पवार साहेबांचा तर मी शालेय जीवनापासूनच चाहता होतो. महाविद्यालयीन काळात साहेबांसोबत झालेली भेट मी काळजात एखाद्या शिल्पासारखी कोरून ठेवली आहे. पुढील आयुष्यात वेगवेगळ्या प्रश्नांसाठी पवार साहेबांच्या प्रत्यक्ष भेटीचा योग अनेकदा आला आणि 'साहेबांचा विश्वासू कार्यकर्ता' ही माझी ओळख राजकीय वर्तुळात यथावकाश निर्माण झाली."

अरुण यांचा राजकीय मार्ग व प्रेरणा सुस्पष्ट झाल्या होत्या. सामाजिक व साहित्य क्षेत्रांत काम करण्याची तीव्र इच्छा होती; त्याच वेळी पत्रकारिता आणि प्रकाशन

क्षेत्रांतही त्यांची वाटचाल सुरू होती.

अरुण बोऱ्हाडे नावाच्या 'मनस्वी' वादळाचा आवाका व झपाटा मला जाणून घ्यायचा होता. झपाटलेपणा असल्याशिवाय वादळाची निर्मिती होऊ शकत नाही. अनेक भूमिका अरुण उत्तम पार पाडत होते. एकीकडे कौटुंबिक जबाबदारी, दुसरीकडे स्वतःची स्वप्ने, आवडीनिवडी, छंद, जनसेवा, सामाजिक बांधिलकी, असे सगळे काही! देहू गावातल्या गाथा मंदिराजवळ इंद्रायणीच्या घाटावर गप्पा मारत बसलो असताना एका निवांत क्षणी मी अरुणमधील कामगार कार्यकर्त्याविषयी त्यांना विचारले. ते सांगत होते,

"मी एका सामान्य शेतकरी कुटुंबातला. वडील शिक्षक. कुटुंबाच्या गरजा सीमित असल्या तरी दरमहा आर्थिक ओढाताण असायचीच! त्या वेळी शिक्षकांना आजच्यासारखे भरघोस पगार नव्हते. अकरावी पास झाल्यानंतर उन्हाळ्याच्या सुट्टीत घरी बसण्यापेक्षा बोऱ्हाडेवाडीपासून जवळच असणाऱ्या एमआयडीसीमधील एखाद्या कंपनीत महिनाभर काम करून चार पैसे मिळवावे; कौटुंबिक खर्चाला नाही, तर निदान शैक्षणिक खर्चाला तरी हातभार लागेल, असा विचार मनात आला. काम शोधण्यासाठी मी एमआयडीसीत गेलो.

एका लोखंड मोल्डिंग कंपनीच्या गेटवरील बोर्डावर इयत्ता दहावी नापास झालेली मुले हेल्पर म्हणून पाहिजेत असे लिहिले होते. मी तर अकरावी पास होतो. मनाशी विचार केला. एकच महिना काम करावयाचे आहे; खरं बोललो तर काम मिळणार नाही. काम मिळवण्यासाठी मी खोटं बोललो. कंपनीच्या मालकाला सांगितले की, मी नववी नापास आहे. मग मला कंपनीत हेल्परचे काम मिळाले.

लोखंडाचे जॉब भट्टीतून बाहेर काढायचे, कधी आत टाकायचे, कधी तो वितळलेला रस मोल्डमध्ये ओतायचा. मालक एका साध्या वहीत हजेरी लिहायचा. जादा वेळ केलेल्या कामाचे पैसे दुप्पट मिळत. शाळेत नापास झालेली सर्व मुले तिथे काम करत. हा माणूस शाळेत नापास झालेल्या मुलांनाच का काम देतो, हा प्रश्न माझ्या मनाला सतावत होता.

पगाराचा दिवस आला. त्या महिन्यात चारच गुरुवार असताना मालक पाच गुरुवार आहे, असे म्हणाला. गुरुवारी कंपनी बंद असे. मालकाचे बोलणे ऐकून मी थोडा पुढे सरकलो. पगार करताना मालकाने एकेकालाच जवळ बोलावले. बाकीच्या मुलांना दूर उभे राहण्यास सांगितले. मालकाच्या हातातली वही मला दूर अंतरावरून दिसेल, अशा नजरेच्या टप्प्यात मी उभा राहिलो.

मालकाने वहीत डोके खुपसले होते. हजर दिवस व जादा कामाचे तास मोजण्यात तो गडबड करतो आहे, हे माझ्या लक्षात आले. मी त्याला, परत दिवस मोजा व जादा कामाचे तास मोजा, म्हणून सांगितले.

तो रागाने लालबुंद डोळे करत माझ्याकडे पाहत मला म्हणाला, "ठीक आहे, तू मला हिसाब करायला शिकवू नकोस."

मी म्हणालो, "साहेब, या महिन्यात चारच गुरुवार होते; पाच कसे म्हणता?"

माझे बोलणे ऐकून मालक गप्प बसला. मी तक्रार केली म्हणून त्याने एका गुरुवारची रोजंदारी हिशोबात धरली. तसेच जादा केलेल्या कामाचे तास पुन्हा पुन्हा मोजून प्रत्येकाचा फेरहिशोब केला.

कामगारांच्या शोषणाची पहिली जाणीव मला तिथे झाली. मी खूपच व्यथित झालो. हे शोषण थांबलेच पाहिजे. कामगारांच्या घामावर साम्राज्य उभारणारे हे कंपनी मालक मला रक्तपिपासू राक्षस वाटले. गरिबी, अल्पशिक्षितपणा यांचा फायदा घेऊन गोरगरीब कामगारांची पिळवणूक करणाऱ्या कंपनी मालकाची मनमानी अन् बेफिकीर मुजोरगिरी माझ्या मनात सतत सलत राहिली. खरं तर तिथेच कामगारांबाबतच्या लढ्याची ठिणगी आग म्हणून माझ्या मनात भडकली होती.

दुसऱ्या दिवशी सवयीप्रमाणे मी कामावर गेलो. मालकाने मला जवळ बोलावले व परत विचारले, "तुझे शिक्षण किती झालेय रे?"

मी म्हणालो, "नववी नापास."

"नववी नापास असूनसुद्धा तुला इंग्रजी चांगले येते की!" मालक बोलला.

"का साहेब, इंग्रजी येते ही काही चूक आहे का?" मी बोललो.

त्यावर मालक म्हणाला, "चूक तुझी नाही; माझी आहे! मी तुला कामावर ठेवले ही! तुझे शिक्षण जास्त झाले आहे. जास्त शिकलेल्या मुलांना माझ्या कंपनीत काम नाही. तुला मी कंपनीतून काढून टाकले आहे. पुन्हा इथे फिरकू नकोस!"

... असे बोलून त्या कंपनी मालकाने माझी हकालपट्टी केली."

हे सांगत असताना अरुण पुन्हा एकदा त्या काळात हरवले होते!

एच.ए. कामगारलढ्याची यशोगाथा

माध्यान्ह वेळ. गाथा मंदिर घाटावर नीरव शांतता. इंद्रायणीच्या पात्रातील जलाशय शांत. जलाशयाच्या अंतरंगाला एखादा मासा आतल्या आत हालचाल करे अन् पाण्याच्या पृष्ठभागावर लाटांचे तरंग उमटत. तसे अनेक विचारांचे तरंग माझ्या मनात उमटत होते. पाण्यावरून येणाऱ्या किंचित थंड वाऱ्याची झुळूक अंगाला हळुवार बिलगत होती. तुकोबांची गाथा तारलेली अभंगशिळा जणू आमचा संवाद ऐकण्यात तल्लीन झाली होती. अधूनमधून चार-दोन भाविक येत. अभंगशिळा मंदिरात दर्शन घेत. घाटावर उभे राहून इंद्रायणीच्या पाण्याला अन् पात्राला हात जोडून नमस्कार करत. थोडा वेळ विसावा घेत.

एच.ए. कंपनीतल्या प्रवेशाबाबत अरुण सांगत होते,

“मी शास्त्रशाखेचा विद्यार्थी. फुलटर्म अॅप्रेन्टिसशिपसाठी एच.ए.त माझी १९८४मध्ये गुणवत्तेनुरूप लेखी परीक्षा व मुलाखती अन्वये निवड झाली. काही उमेदवारांचे वडील वा अन्य नातेवाईक एच.ए. कंपनीत नोकरीस असल्यामुळे त्यांची प्राधान्यक्रमाने अॅप्रेन्टिसशिपसाठी वर्णी लागली होती.

अॅप्रेन्टिस म्हणजे शिकाऊ उमेदवार; परंतु तिथे अशा अॅप्रेन्टिस म्हणून निवड केलेल्या मुलांकडून पडेल ती कामे करून घेतली जात. ‘जिथे कर्मा तिथे आम्ही’ अशीच अवस्था!

मी अॅप्रेन्टिसशिप अॅक्ट वाचला होता. त्याच्या काही प्रतीसुद्धा माझ्या संग्रही होत्या. त्या वेळी साहू नावाचे ट्रेनिंग मॅनेजर होते. एक दिवस अरविंद

पांडे नावाच्या ट्रेनिंग ऑफिसरने माझ्यासह चार-पाच ॲप्रेन्टिस मुलांना जनरल मॅनेजर लक्ष्मीनारायण यांच्या ऑफिसमध्ये पाठवले. आम्ही ऑफिसमध्ये जाताच लक्ष्मीनारायण साहेब आम्हांला म्हणाले, "बोलो क्या काम है?"

"साब, पांडेसाबने आपको मिलने के लिए कहा है।"

"अच्छा, अच्छा आप अप्रेन्टिस है ना! देखो लडके लोग, सामने की अलमारी से अंदर का सब फाईल्स बाहर निकालो और साफसुथरा करके वापस सब फाईल्स अपनी जगहपर लगाओ।"

साहेबांनी असे सांगताच आमच्यापैकी काही जण फाईलच्या कपाटाकडे वळणार, तोच मी त्यांना थांबवले व साहेबांना म्हणालो, "साहब, ये हमारा काम नहीं। ये काम हम नही करेंगे।"

"फिर ये काम कौन करेगा?"

"ये काम करने के लिए दुसरे लोग है, ये हमारा काम नहीं है।"

"फिर तुम्हारा काम क्या है?"

"हमारा काम ट्रेनिंग लेना है। कंपनी ने हमे ट्रेनिंग के लिए चुना है। हम तो उसी शिक्षा के लिए कंपनी में आते है। साफ़सफाई करना, ये ट्रेनी लोगों का काम नहीं।"

माझे बोलणे ऐकून जनरल मॅनेजर लक्ष्मीनारायण हडबडले. काहीही न बोलता, त्यांनी आम्हांला जायला सांगितले.

आम्ही परत ट्रेनिंग ऑफिसर पांडें सरांकडे गेलो. मी पांडे साहेबांना म्हणालो, "तुम्ही अप्रेंटिसशिप ॲक्ट वाचला असेलच."

साहेब काहीच बोलले नाहीत. काही वेळाने म्हणाले, "तू वाचला आहे का?"

"होय साहेब, मी वाचला आहे. हवी असेल तर मी त्याची प्रतसुद्धा देतो."

"ठीक आहे." पांडे साहेब एवढेच बोलले.

ॲप्रेन्टिसशिप ॲक्टची मॅनेजमेंटला आठवण करून देणारा एकमेव पहिला शिकाऊ उमेदवार बहुधा मीच असेन. बहुसंख्य ॲप्रेन्टिसशिप उमेदवारांची निवड ही त्याच कंपनीत कार्यरत असणाऱ्या नातेवाइकांना प्राधान्यक्रम दिल्यामुळे व्हायची. प्रशिक्षण कालावधी पूर्ण होताच अशा उमेदवारांना कंपनी सेवेत रुजू करून घ्यायची. नोकरीसाठीचे हे एक प्रवेशद्वारच होते. मी जनरल मॅनेजरने सांगितलेल्या कामाला विरोध केला. कायद्याची भाषा वापरली. मॅनेजमेंट खडबडून जागी झाली. माझ्या नावाची चर्चा कंपनीत सर्वत्र झाली. एक शिकाऊ उमेदवार बाणेदारपणे मॅनेजमेंटला विरोध करतो, याचे कुतूहल सर्व कामगारवर्गाला वाटत

होते. त्यामुळे कामगारवर्गाचा माझ्याकडे पाहण्याचा कल बदलला. त्यातून मला कंपनीत अनेक मित्र मिळाले.

या कायद्याचा उल्लेख झाल्यामुळे मॅनेजमेंटने ट्रेनिंग सेंटरमध्ये आवश्यक त्या सुविधा निर्माण करून दिल्या. कंपनीत आज काय काम केले व आज काय शिकलो, हे लिहिण्याची वर्कबुक किंवा वर्कडायरी ही रोजनिशी ॲप्रेन्टिसशिप ॲक्टचा भाग असल्याचे मी कंपनीच्या निदर्शनास आणून दिले. प्रशिक्षण घेत असलेल्या तीन वर्षांच्या कालखंडात कंपनीतल्या अनेक कामगारबांधवांसोबत माझे ऋणानुबंध जुळले. प्रशिक्षण कालावधी पूर्ण होताच बाकीच्या प्रशिक्षणार्थी सहकाऱ्यांना कंपनीत नोकरीसाठी संधी देण्यात आली. मला मात्र कंपनीने जाणीवपूर्वक प्रतीक्षा यादीत लटकून ठेवले. कंपनीत विचारणा केली असता जागा उपलब्ध झाल्यानंतर बोलावण्यात येईल, असे सांगितले जाई.

प्रशिक्षण घेऊनही तब्बल दोन वर्षे मला प्रतीक्षा यादीत लटकवून ठेवले होते. प्रशिक्षण कालावधीतल्या माझ्या बंडखोरीची किंमत मला मोजावी लागली होती. त्या दोन वर्षांच्या कालखंडात माझी पत्रकारिता, युवा कला संवर्धन असे उपक्रम चालूच होते. एच.ए.तल्या कामगारवर्गासोबत माझ्या स्नेह व ऋणानुबंध जुळला होता. कंपनीतील ज्ञानेश्वर वायकर, विश्वनाथ अवघडे, ज्ञानेश्वर कलापुरे, संभाजी मुळीक इ. मित्रमंडळी मला एच.ए.त रुजू करून घेण्यासाठी मॅनेजमेंट व युनियनकडे संपर्क साधून सातत्याने प्रयत्न करत होती. दोन वर्षांनंतर त्यांच्या प्रयत्नांना यश आले आणि मी ८ ऑक्टोबर १९८९ रोजी कंपनीच्या फाटकाच्या आत आलो!

एच.ए. ही भारत सरकारच्या अखत्यारीतील, सार्वजनिक क्षेत्रातील औषध निर्माण कंपनी. त्या वेळी कंपनीत सुमारे तीन हजार कामगार काम करत होते.

नोकरीत रुजू होताच कामगारबांधवांनी माझी कंपनीतल्या शिवस्मारक समितीवर नेमणूक केली. या समितीच्या माध्यमातून कामगार संघटन केले; शिवजयंतीस विविध उपक्रम राबवले. कामगार लोकवर्गणीतून आमची समिति विविध खेळांच्या स्पर्धा, व्याख्यानांचे आयोजन करत असे. त्यामुळे कामगारांचे संघटन व लोकाश्रय मला लाभला. त्यातूनच माझे नेतृत्व उभे राहिले. माझ्यातला कार्यकर्ता घडत गेला. संघटन, विश्वास, विचार आणि कृती यांतूनच नेतृत्व साकार होत असते. अरुण बोऱ्हाडे नावाचा सच्चा, विश्वासू, परखड, अभ्यासू माणूस अशी माझी प्रतिमा एच.ए. कामगारवर्गात निर्माण झाली. मी वेगवेगळ्या

शिफ्टमध्ये काम करायचो. तीन पाळ्यांत ड्युटी केल्यामुळे मला इतर सामाजिक, साहित्यिक व राजकीय चळवळीतली कामे करण्यासाठी वेळ मिळायचा.

माझा पत्रकारितेचा अभ्यास व अनुभव असल्याने मला एच.ए.च्या जनसंपर्क विभागात (पीआरओ)काम करण्याची संधी मिळत होती. हे काम सन्मानाचे असले तरी मी ते नाकारले, कारण कामगार, सामाजिक व राजकीय क्षेत्रात काम करण्यासाठी वेळ देणे माझ्या दृष्टीने निकडीचे होते.

कंपनीमध्ये 'एच.ए. मजदूर संघ' ही एकमेव कामगार संघटना होती. सर्व कामगार तिचे सदस्य होते. कामगार संघटना स्वतंत्र, कुठल्याही राष्ट्रीय युनियनला अथवा राजकीय पक्षाला संलग्न नव्हती. मात्र दिल्लीतील कामकाजात मदत व्हावी यासाठी, सुलभ संपर्कासाठी पुणे जिल्ह्यातील कामगार संघटनेला योग्य वाटेल अशा खासदाराची अध्यक्ष म्हणून निवड करण्याची पद्धत होती.

पूर्वी कंपनीत चार हजारांच्या जवळपास कामगार संख्या होती. आतापर्यंत सी. एन. चंद्रन, व्ही. जे. पिल्ले, व्ही. टी. देशमुखे, राज चंद्रन, व्ही. डी. कोंढविकर इत्यादींनी युनियनचे नेतृत्व केलेले होते. त्याच परंपरेतील बालाजी भरणे हेही एक तडफदार व प्रामाणिक नेतृत्व. पगारवाढीसाठी त्यांनी तडफेने काम केले; अर्थात तोपर्यंत सरकार सार्वजनिक उद्योगांसाठी मदत करण्यास अनुकूल होते.

दरम्यान भोसरी औद्योगिक क्षेत्रात नव्याने निर्माण झालेल्या इलेक्ट्रॉनिक कंपन्यांतील काही कामगार मित्र त्यांच्या प्रश्नात लक्ष घालावे, म्हणून माझ्याकडे आले. त्यांच्या आग्रहाने त्यांच्यासाठी 'पुणे इलेक्ट्रोसॉफ्ट एम्प्लॉइज फेडरेशन' तयार केले. तीन वर्षे त्यांचे अध्यक्षपद सांभाळले. त्यांचे अनेक प्रश्न मार्गी लावले.

कारखान्यामध्ये मी माझी शिफ्ट ड्युटी आणि मला नेमून दिलेले काम सांभाळून फावल्या वेळात विविध विभागांत जाऊन कामगार बंधुभगिनींशी संवाद साधायचो. काही वेळा जुन्या जाणत्या कामगार कार्यकर्त्यांशी सल्लामसलत, विचारविनिमय करायचो. कंपनीत १९९० ते १९९३ दरम्यान बरीच कामगार भरती झालेली होती. त्यामध्ये अधिकाधिक सुशिक्षित युवा कामगार होते. त्यांच्याशीही चर्चा करायचो. तत्कालीन कामगार प्रतिनिधी शिवाजी थोरात, सोपान जाधव, वसंत पिंजण, माणिक रजपूत, बाबुराव लोंढे आणि सरचिटणीस बालाजी भरणे यांच्याशीही वेळोवेळी बोलणे होत असे. सुनील पाटसकर हेही त्या कमिटीत होते. ते आणि मी एकाच विभागात म्हणजे पेनिसिलीन एक्स्ट्रॅक्शनमध्ये कार्यरत होतो.

त्यांच्याशीही माझी चर्चा होत असे. व्यवस्थापनातील काही उच्च अधिकाऱ्यांशी बोलून कंपनीत नेमके काय चालले आहे, याची माहिती घ्यायचो.

दरम्यान, एच.ए मजदूर संघाने कामगारांशी समन्वय म्हणून 'एच.ए. कामगार पत्रिका' काढण्याचे ठरवले. माझा अनुभव लक्षात घेऊन संघटनेचे सरचिटणीस बालाजी भरणे यांनी या पत्रिकेचा संपादक म्हणून माझ्यावर जबाबदारी सोपवली; मीही ती स्वीकारली. शिवस्मारक समितीचा सरचिटणीस आणि एच.ए. कामगार पत्रिकेचा संपादक म्हणूनही मला व्यवस्थापनात सर्वत्र आदर मिळत होता. कंपनीचे व्यवस्थापकीय संचालक ए. के. बसू यांच्याशीही माझा संवाद होत असे.

अशाच चर्चा आणि गाठीभेटीतून कंपनीतील पेनिसिलीन हा मुख्य विभाग एका खासगी कंपनीला भागीदारी तत्त्वावर देण्याबाबत दिल्लीतील सरकारमध्ये बोलणी सुरू झाली असल्याचे समजले. कंपनीत काही ठिकाणी याची कुजबूज होती. देशातील पेनिसिलीनच्या उत्पादन वाढीसाठी सरकार खासगी कंपनीशी करार करणार हे ठीक आहे, पण त्या विभागातील कामगारांचे काय? हा प्रश्न माझ्यासारख्याला सातत्याने सतावत होता.

एके दिवशी कंपनीत बातमी आली की मॅक्स जीस्ट ब्रोकेड (मॅक्स जीबी) या कंपनीशी एच.ए.तील पेनिसिलीन विभागाचा भागीदारी प्रकल्प होणार असून एच.एम.जी.बी. (हिंदुस्थान-मॅक्स जी.बी.) अशी नवीन कंपनी अस्तित्वात येणार आहे. त्यासाठी १० ऑक्टोबर १९९५ ही तारीखही निश्चित झाली.

कामगारांची अस्वस्थता वाढू लागली. सुमारे साडेपाचशे कामगार नवीन कंपनीकडे वर्ग करणार असे कळाले; परंतु त्यांच्या सेवाशर्तींचे काय? याविषयी कोणाकडेच उत्तर मिळेना. संघटनेच्या पदाधिकाऱ्यांना विचारले तरी समाधानकारक माहिती मिळत नव्हती. त्यामुळे जसजशी १० तारीख जवळ येऊ लागली, तसतशी गटागटाने कामगारांची चर्चा वाढू लागली. त्यात काही अफवांनाही उत्तेजन मिळू लागले. समज-गैरसमज पसरू लागले.

आपली नोकरी म्हणजे आपल्या भविष्याचे चित्र असते. ते विस्कटणार तर नाही ना, याची कष्टकरी कामगारवर्गाला काळजी असते!

कामगार संघटनेचे पदाधिकारीही त्याच विषयावर व्यवस्थापनाशी चर्चा-विचारविनिमय करत होते. वास्तव चित्र काय आहे, ते नेमके स्पष्ट होत नव्हते.

व्यवस्थापन दि.१०ऑक्टोबरला होणाऱ्या उद्‌घाटन कार्यक्रमाच्या दृष्टीने आपल्या कामात मग्न झाले होते. कामगारवर्गाच्या संभ्रमावस्थेचे मात्र कोणीच कसलेही निराकरण करत नव्हते. कामगारांच्या भवितव्याचे नेमके काय, याचे उत्तर नव्हते!

मी काम करत असणाऱ्या विभागातील बरेचसे कामगारबांधव येऊन भेटले आणि म्हणाले, "अरुण, तूच पुढाकार घेऊन या प्रश्नाला वाचा फोड."

कामगारांचा पाठिंबा मिळाल्यामुळे मी सर्व कामगारांना घेऊन, कामगार युनियनच्या पदाधिकाऱ्यांना व सरचिटणीसांना भेटून जाब विचारण्यास तयार झालो.

सकाळी सर्वसाधारण शिफ्टच्या वेळेस पंचिंग मशीनजवळच्या जागेत सर्व कामगार जमा होतात; युनियनचे पदाधिकारीही त्या वेळी उपस्थित असतात. दुसऱ्या दिवशी सदर जागेत मी युनियन सरचिटणीस व युनियनचे पदाधिकारी यांना स्पष्टपणे विचारले, "मॅक्स जीबी ही खासगी कंपनी आपल्या कंपनीत कार्यरत झाल्यानंतर एच.ए.मधून त्या खासगी कंपनीकडे वर्ग करण्यात येणाऱ्या कामगारांच्या भवितव्याचे काय? ते एच.ए.तच राहणार की खासगी कंपनीकडे हस्तांतरित करणार? याचे स्पष्टीकरण मिळावे. सर्व कामगारबांधव गेले कित्येक दिवस संभ्रमावस्थेत आहेत. युनियन नेते म्हणून वस्तुस्थिती स्पष्ट करणे ही तुमची जबाबदारी आहे,"

माझ्यासोबत त्या वेळी दीडशे ते दोनशे कामगारबांधव हजर होते. युनियनच्या पदाधिकाऱ्यांकडेही या प्रश्नाचे कुठलेच ठोस असे उतर नव्हते. कामगार संघटनेचे सरचिटणीस बालाजी भरणे काही उत्तर देणार, तोच गर्दीचा फायदा घेऊन कोणी तरी त्यांना माझ्यासमोरील कामगारांच्या घोळक्यात ढकलून दिले. एकच गोंधळ व गलका उडाला. 'हाणा, मारा, चोपा' अशा आरोळ्या उठल्या.

आम्ही सावध होतो. असा काही प्रकार घडू शकतो, हे गृहीत धरूनच काही कामगार माझ्या संरक्षणार्थ मला गराडा घालून उभे होते. बालाजी भरणेंना आम्ही माझ्याभोवतीच्या कामगारांच्या जमावात सामावून घेतले. कामगारांच्या रागाला बळी पडून मारहाण होऊ नये म्हणून त्यांना घेऊन बाजूला सरकलो. कुठलाही अनुचित प्रकार होऊ नये याची आम्ही खबरदारी घेत होतो. भरणे आमच्यावर चिडले; 'मला मारायचे असेल तर मारा,' असे म्हणू लागले. मी त्यांना परोपरीने सांगत होतो, "भरणेसाहेब, तुम्हाला मारहाण करण्याचा आमचा उद्देश नाही. उलट मारहाण होऊ नये म्हणून तुम्हाला गर्दीतून बाहेर काढले आहे. कामगारांच्या प्रक्षोभापासून तुमचे संरक्षण केले आहे."

तिकडे कामगारांत व युनियनच्या इतर पदाधिकाऱ्यांत या प्रश्नावर मोठ्या प्रमाणात बाचाबाची सुरू झाली. कंपनी सुरक्षेसाठी केंद्र सरकारच्या अखत्यारीतले सीआयएसएफचे जवान तैनात केलेले असत. मॅनेजमेंटने त्यांना पाचारण केले आणि कामगारांचा जमाव पांगवला.

भरणे आमच्यावर रागावून निघून गेले. त्यानंतर सकाळी नऊ वाजता चहापाण्यासाठी कामगार जमा झाले होते. चर्चेला उधाण आलेले असताना कंपनीत पोलिसांच्या व्हॅन आल्या. जागोजाग उभे राहून पोलीस परिस्थितीचा अंदाज घेत होते. चर्चेअंती आम्ही कामगारांनी ठरवले की या प्रश्नाचे उत्तर मिळाल्याशिवाय व्यवस्थापन व युनियनला उसंत मिळू द्यायची नाही. ही घटना ८ ऑक्टो. १९९५ची!

त्याच दिवशी, आम्ही दुपारी कंपनी कॅन्टिनमध्ये कोणीही जेवण घ्यायचे नाही, असा निर्णय घेतला. आणि सर्व विभागांतील कामगारांपर्यंत हा निर्णय पोहोचवला. जेवणाच्या वेळेत बरोबर साडेबारा वाजता सर्व कामगार कंपनीच्या कॅन्टिनबाहेर जमा झाले. माझ्यावरील दडपण सतत वाढत होते. पोलिसांच्या पिंजरा असणाऱ्या गाड्या बाजूलाच उभ्या होत्या. सकाळप्रमाणे अनुचित प्रकार घडू नये याची मनात धास्ती होती.

आमचे कामगार-कार्यकर्ते सतत मला आम्ही तुझ्यासोबत आहोत असा धीर देत होते. जागोजाग चार-चार जणांच्या गटाने उभे राहून आमचे कामगार-कार्यकर्ते परिस्थितीची दखल घेत होते. सकाळसारखा अनुचित प्रकार पुन्हा घडू शकतो, अशी जाणीव होता क्षणी, मी लगतच्या कट्ट्यावर उभा राहिलो. सर्व कामगारबांधवांना खाली बसण्याचे आवाहन केले.

कंपनीच्या कार्मिक विभागाचे जनरल मॅनेजर आर. के. सैली व इतर अधिकारी त्या ठिकाणी आले आणि कामगारांना जेवण करण्याची विनंती करू लागले. त्या अधिकाऱ्यांना पाहताच कामगारबांधव कामगार एकजुटीच्या घोषणा देऊ लागले.

आता काय होणार? वातावरण तापू लागले.

तापलेल्या कामगारबांधवांना शांत करण्याची जबाबदारी माझी होती.

शेकडो कामगारांची ही उत्स्फूर्त चळवळ आज अशी अचानकपणे उभी राहिल्याने व्यवस्थापन भांबावून गेले होते. ठिणगी पडून आग लागण्याआधी व ती आग भडकण्याआधी आटोक्यात आणण्याची सर्वांत मोठी जबाबदारी माझी आहे, वातावरण तापू लागले आहे, हे लक्षात येताच कट्ट्यावर उभा राहून मी कामगारांना शांत राहण्याचे आवाहन करताना म्हणालो,

"गेल्या कित्येक दिवसांपासून अनुत्तरित राहिलेल्या प्रश्नाचे उत्तर आम्हांला व्यवस्थापनाने द्यावे, यासाठी आमचा हा शांततामय मार्गाने चाललेला लढा आहे. खरे तर अगोदर कामगार युनियनने या प्रश्नाचे उतर देणे अपेक्षित होते; पण त्यांनी कामगारांना या प्रश्नाचे उत्तर देण्याची टाळाटाळ केली. आमचा व्यवस्थापनाला एकच प्रश्न आहे की मॅक्स जीबी या खासगी कंपनीकडे आपल्या एच.ए. कंपनीतून वर्ग करण्यात येणाऱ्या पाचशे कामगारांच्या भवितव्याचे काय?

व्यवस्थापनाने आमच्या या प्रश्नाचे उत्तर द्यावे. त्यासाठी अन्नत्याग करून आम्ही इथे बसलो आहोत. दुपारचे जेवण घ्यायचे की नाही, हा प्रत्येक कामगाराचा ज्याचा त्याचा प्रश्न आहे. त्यासाठी व्यवस्थापन आमच्यावर बळजबरी करू शकत नाही. जेवणाच्या वेळेत आम्ही काय करायचे, हा आमचा प्रश्न आहे. आमची जेवणाची वेळ संपताच आम्ही आमच्या विभागात जाऊन व्यवस्थापनाने आम्हांस नेमून दिलेले काम सुरू करू. पोलिसांनी जर यात हस्तक्षेप केला व वातावरण तापले तर ती सर्वस्वी जबाबदारी व्यवस्थापनाची असेल.

आमचा लढा शांततामय मार्गाने तसेच आमच्या रास्त प्रश्नासाठी आहे. जोपर्यंत या प्रश्नाचे उतर मिळणार नाही, तोपर्यंत हा लढा चालूच राहील. हा लढा युनियनसोबत नाही तर व्यवस्थापनासोबत आहे. युनियनच्या पदाधिकारी व प्रतिनिधींनीही आमच्यासोबत यावे."

माझ्या या उत्स्फूर्त भाषणाचे सर्व कामगारबांधवांनी टाळ्या वाजवून स्वागत केले व भरघोस पाठिंबा जाहीर केला. कामगारांचा हा पाठिंबा पाहून व्यवस्थापनाने व पोलिसांनी खूपच सावध भूमिका घेतली. दुपारी एक वाजता जेवणाच्या सुट्टीची वेळ संपली. सर्व कामगार उपाशीपोटी आपापल्या विभागात कामावर रुजू झाले.

माझ्या आयुष्यातील व कामगार चळवळीतील हा पहिला प्रसंग. दुपारनंतर व्यवस्थापन पातळीवर हालचालींना प्रचंड प्रमाणात वेग आला. माझ्या विभागातील अधिकारी मला वेळोवेळी याची कल्पना देत होते. माझे सर्व सहकारी कामगारबांधव खलबते व चर्चा करण्यात मग्न झालेले होते. प्रत्येकाच्या चेहऱ्यावर पुढे काय होणार, हा प्रश्न दिसत होता. मी मात्र ठाम होतो. जे होईल त्याला निर्धाराने सामोरे जाण्याची पक्की खूणगाठ मी मनाशी बांधली होती.

हे सारे काही होत असताना डोक्यात विचारांची चक्रे गरगर फिरत होती.

त्याच वेळी मला आईचे शब्द आठवले. आई म्हणाली होती, 'सत्यासाठी आणि लोकांच्या न्याय्य हक्कासाठी तुरुंगात जावे लागले तरी डगमगू नकोस.'

इथे मी तर कुठलाच गुन्हा केला नाही व न्याय्य हक्कांसाठीच लढत होतो.

दुपारनंतर युनियनचे अध्यक्ष तत्कालीन खासदार विदुराजी ऊर्फ नानासाहेब नवले यांचा माझ्यासाठी कंपनीच्या स्वागतकक्षात फोन आला. मला कंपनीच्या स्वागतकक्षात बोलावण्यात आले. कंपनीतले माझे दहाबारा सहकारी त्या वेळी माझ्यासोबत होते. युनियनच्या पदाधिकाऱ्यांनी नवले साहेबांना एकतर्फी दिलेल्या माहितीच्या अनुरोधाने नवले साहेब माझ्याशी फोनवर खूप रागाने बोलत होते; मला जणू दमदाटीच करत होते. मी त्यांना सांगितले की साहेब, तुम्ही चुकीच्या माहितीच्या आधारे बोलत आहात. आपण प्रत्यक्ष कंपनीच्या गेटवर या आणि कामगारांकडून सत्य परिस्थितीचे आकलन करून घ्या व वस्तुस्थिती जाणून घ्या.

त्या काळी मी युवक काँग्रेसचा कार्यकर्ता असल्यामुळे पक्षातले आमदार, खासदार व अन्य पदाधिकारी यांच्यासोबत माझा बऱ्यापैकी परिचय होता. व्यवस्थापन व युनियन पदाधिकारी यांची त्या रात्री खूप वेळ बैठक चालली होती. त्या बैठकीमध्ये अरुण बोऱ्हाडे यांच्यावर कारवाई करण्याचा निर्णय घेण्यात आला. त्या दिवशी घरी गेल्यानंतर आईला व माझ्या पत्नीला कंपनीत घडलेला सारा प्रकार सांगितला. तसेच माझी नोकरीही धोक्यात असल्याची जाणीव करून देतानाच, त्यांची उपासमार मी होऊ देणार नाही, याचीही ग्वाही दिली.

दरम्यान दि. १० ऑक्टोबर १९९५ या दिवशी एच.एम.जी.बी. या खासगी कंपनीच्या कोनशिलेचे केंद्रीय रसायनमंत्री रामलखन यादव यांच्या हस्ते पोलीस संरक्षणात व मोजक्याच लोकांच्या उपस्थितीमध्ये अनावरण करण्यात आले.

हे अनावरण करण्याच्या अगोदर कंपनीने आमच्या मागण्या विचारात घेऊन एच.ए. व मॅक्स जीबी या दोन कंपन्यांमधील कराराचा मराठी भाषेतला अनुवाद नोटीस बोर्डवर लावला होता. त्या करारान्वये एच.ए. कंपनीतून मॅक्स जीबी कंपनीकडे हस्तांतरित करण्यात येणारे कामगार हे एच.ए. कंपनीच्या नोकरीत कायमस्वरूपी राहणार असल्याचे स्पष्ट लिहिले होते.

कोनशिला अनावरण करण्यासाठी आलेले रसायनमंत्री कार्यक्रमाआधी कंपनी प्रवेशद्वारासमोरील शिवस्मारकातील छत्रपती शिवरायांच्या पुतळ्यास पुष्पहार घालण्यासाठी आले. शिवस्मारक समितीचा सरचिटणीस या नात्याने मी व माझे सहकारी शिष्टाचार म्हणून, मंत्रीमहोदयांच्या स्वागतासाठी तेथे उपस्थित होतो. आम्हांला पाहताच व्यवस्थापन व युनियन पदाधिकाऱ्यांच्या चेहऱ्यावरचे भाव बदलले. जाब विचारला म्हणून मी दोघांच्याही रोषाला पात्र झालो होतो.

यानंतर काही दिवसांतच, चिथावणीखोर भाषण देऊन कामगारांना भडकावणे, निर्धारित वेळेत जेवणासाठी कॅन्टिनमध्ये जाण्यापासून रोखणे, कंपनी आवारात शांततेचा भंग करून उत्पादनप्रक्रियेत अडथळा निर्माण करणे अशा कारणांसाठी कंपनीने मला व अन्य काही सहकाऱ्यांना कारणे दाखवा नोटिसा बजावल्या.

आमच्यासमोर फार मोठा गंभीर प्रसंग उभा राहिला. कंपनी व्यवस्थापन आणि कंपनी कामगार हक्काचे संरक्षण करणारी कामगार युनियन आमच्या विरोधात एकत्रितपणे उभे राहिल्यामुळे कंपनीने नोटिसा बजावलेल्या कामगारांच्या नोकरीवर अगदी शंभर टक्के गंडांतर येणार अशीच सर्व कामगारबांधवांची खात्री झाली होती. बहुसंख्येने माझ्या पाठीशी उभे असणारे कामगारसुद्धा दबक्या आवाजात अशी चर्चा करत होते. जवळपास पंधरा कामगारांना 'तुम्हांला कामावरून का काढून टाकू नये' अशा प्रकारची नोटीस बजावण्यात आली होती. यात अग्रभागी असणाऱ्या माझ्यावर व्यवस्थापनाची करडी नजर होती. त्यानंतर खूप विचारांती १ जानेवारी १९९६ रोजी कंपनीने आमच्यावर आरोपपत्र दाखल केले.

आरोपपत्र दाखल करण्यात आलेल्या सर्व कामगारबांधवांना तुम्ही घाबरून जाऊ नका, असा दिलासा मी देत होतो. कामगार हक्कांसाठी लढणारी कंपनीतील प्रचलित युनियन व युनियनचे काही प्रतिनिधी मी कंपनी व्यवस्थापनाला व त्यांच्या ध्येयधोरणांना विरोध करत असल्यामुळे डोईजड झालो होतो. म्हणून अरुण बोऱ्हाडेला नोकरीतून संपवण्याची वल्गना कामगारवर्गात करत होते. त्याचप्रमाणे आरोपपत्र दाखल करण्यात आलेल्या काही कामगारांना 'तुम्ही आमच्याकडे या व माफीनामा लिहून द्या, आम्ही तुमची नोकरी वाचवतो' असा निरोप काही प्रतिनिधी देत होते. मलासुद्धा तशा प्रकारचा निरोप देण्यात आला होता.

अन्यायाविरुद्ध मी उठवलेला आवाज दाबण्याचा प्रयत्न व्यवस्थापनासोबत युनियनसुद्धा करत होती. माझ्यासाठी हा प्रसंग खूपच अटीतटीचा आणि आणीबाणीचा होता. वास्तविक युनियनने आरोपपत्र दाखल झालेल्या कामगारांचा बचाव करावयाचा असतो; परंतु इथे तर युनियनच आरोपपत्र दाखल करण्यात आलेल्या कामगारांना अप्रत्यक्षपणे धमकावत होती. नोकरी जाण्याच्या भीतीने आरोपपत्र दाखल करण्यात आलेले माझे काही कामगार सहकारी घाबरले व त्यांनी माफीनामा लिहून दिला. व्यवस्थापनाने त्यांच्यावरील नोटीस रद्द केली. मी मात्र माझ्या भूमिकेवर ठाम होतो. माझे अन्य दोन सहकारी- अरुण पवार व नंदकुमार भिसे- माझ्यावर विश्वास ठेवून माझ्यासोबत कायम होते.

आमच्यावर व्यवस्थापनाने निखालस खोटे आरोपपत्र दाखल केले होते. न केलेला गुन्हा व आरोप मान्य करणे माझ्या रक्तात व स्वभावात नव्हते. कामगार कायद्याचा थोडाफार अभ्यास असल्यामुळे आणि कामगारबांधवांच्या अन्यायाविरुद्ध लढण्यासाठी मला भरभक्कम पाठिंबा असल्यामुळे व्यवस्थापनाने दाखल केलेल्या आरोपपत्राबाबत मीच आमच्या तिघांचाही चौकशीदरम्यान बचाव करणार होतो. व्यवस्थापनाला शरण जायचे नाही, माफी मागायची नाही; असे पक्के ठरवले होते. तसेच माझ्यासोबत असणाऱ्या कामगारांची नोकरी वाचवण्याची फार मोठी जबाबदारी माझ्यावर होती. आरोपपत्रांना चौकशीदरम्यान उत्तरे देण्यासाठी मी आरोपपत्रांचा सखोल अभ्यास केला, तसेच औद्योगिक परिसरातील अन्य काही कंपन्यांमधील अनुभवी कामगारनेत्यांसोबत सल्लामसलतही केली. आरोपपत्र चौकशी समितीसमोर बचाव पक्षाचा प्रतिनिधी म्हणून मी स्वतःच जबाबदारी माझ्या शिरावर घेतली. एकाअर्थी मीच माझा वकील झालो.

आरोपीची सुनावणी कार्मिक व्यवस्थापक एस. आर. देशमुख यांच्यासमोर झाली. व्यवस्थापनाने आमच्यावरील आरोपपत्रातले आरोप सिद्ध करण्यासाठी काही कामगार सहकारी व काही कंपनीतले अधिकारी व्यवस्थापनाच्या बाजूने साक्षी देण्यासाठी उभे केले. मी अभ्यास करून पूर्ण तयारीनिशी आमचा बचाव करत होतो. माझ्यासोबत काम करणारे पेनिसिलीन विभागातील अधिकारी माझ्या कामकाजावर समाधानी असल्यामुळे मी अडचणीत येणार नाही अशीच साक्ष त्यांनी नोंदवली. आमच्यावर आरोपपत्र दाखल करण्यासाठी कंपनीस अडीच महिन्यांचा कालावधी लागला होता व आरोपपत्राची सुनावणी साधारणपणे वर्षभर चालली होती. व्यवस्थापन आणि काही प्रचलित युनियन प्रतिनिधींना मी अन्यायाविरुद्ध देत असलेला लढा मोडून काढायचा होता. आरोपपत्रातल्या सर्व खोट्या आरोपांना उत्तर देताना मी मोठ्या शिताफीने आणि बुद्धिकौशल्याने आरोप मोडीत काढले. शिवाय मीच व्यवस्थापनाच्या चौकशी अधिकाऱ्याला विविध प्रश्न विचारून व्यवस्थापनाला निरुत्तर केले.

आरोपपत्रावरील सुनावणीमध्ये आमच्यावर केलेले आरोप सिद्ध होऊ शकले नाहीत. शिवाय कंपनीचे वरिष्ठ पातळीवरील व्यवस्थापन माझ्यावरील कंपनीतल्या आरोपपत्राचा गांभीर्याने विचार करत होते. कारण मी केवळ एक हाक दिली तर कंपनीतील सुमारे दोन हजार कामगारबांधवांनी माझी पाठराखण करत कंपनीच्या कॅन्टिनमध्ये जेवणास नकार दिला होता. जर खोट्या आरोपातून कंपनी

व्यवस्थापनाने माझ्यावर नोकरीतून काढून टाकण्याची कारवाई केली असती, तर त्यांचे फार गंभीर परिणाम कंपनीला भोगावे लागले असते. याची जाणीव कंपनीच्या वरिष्ठ पातळीवरील व्यवस्थापनाला होती. तशी वेळ आली असती तर कामगारांनी एखादे चुकीचे पाऊल उचलले असते, इतके कामगारांचे पाठबळ माझ्यापाठीमागे होते. वरिष्ठ पातळीवरच्या व्यवस्थापनाचा नैतिक पाठिंबा होता. तसेच कामगारांचा दृढ विश्वास, पाठबळ आणि सकारात्मक भूमिका माझ्या पाठीशी होती. मला माझ्या नोकरीची नाही परंतु ज्या कामगारांनी माझ्यावर विश्वास ठेवला त्या कामगारबांधवांच्या नोकरीची चिंता होती.

आरोपपत्र दाखल झालेल्या ज्या कामगारांनी प्रचलित युनियन पदाधिकाऱ्यांच्या धमकावण्याला व भीतीला घाबरून माफीनामा लिहून दिला, ती एक प्रकारे त्यांची हार होती. त्यांनी अन्याय करणाऱ्यांनाच साथ दिली होती. त्यामुळे अशा कामगारांबाबत कामगारवर्गात चुकीचा संदेश गेला. उलटपक्षी मी आरोपपत्राबाबत दिलेला लढा कामगारवर्गाचे नैतिक अधिष्ठान वाढवण्यास पात्र ठरला.

वर्षभराचा हा कालखंड अतिशय खडतर कसोटीचा व माझ्या कामगारजीवनाच्या अस्तित्वाच्या लढ्याचा असला, तरी या लढ्यातूनच माझ्यातल्या कामगार कार्यकर्त्याचा खऱ्या अर्थाने जन्म झाला. कंपनी व्यवस्थापनाच्या अन्यायाविरुद्ध खंबीरपणे लढा देणारा लढवय्या कामगार म्हणून कामगारबांधवांमध्ये माझी प्रतिमा तयार झाली व संपूर्ण कामगारबांधवाच्या विश्वासास त्या लढ्यामुळे मी पात्र झालो.

पुढील काळात कंपनीने आमच्यावर दाखल केलेल्या आरोपपत्रातून आमच्या विरुद्ध कुठलेही पुरावे, साक्षी न मिळाल्यामुळे आमची निर्दोष मुक्तता केली.

एच.ए. वसाहतीमधील शिवस्मारकाच्या मेघडंबरीचे भूमिपूजन करण्यासाठी शरद पवार साहेब दि. ६ सप्टेंबर १९९६ या दिवशी आले होते. त्या अगोदर काही दिवस आधी पिंपरीतील गरवारे नायलॉन कंपनी डबघाईला आली म्हणून कामगारांना कोणतीही पूर्वसूचना न देता व्यवस्थापनाने कंपनीला टाळे लावले. रात्रपाळीस आलेले कामगार विमनस्क स्थितीत घरी परतले. पिंपरी चिंचवड औद्योगिक क्षेत्रात ही मन हेलावून टाकणारी घटना घडली. रोजीरोटी हिरावली गेलेल्या कामगारकुटुंबीयांची विदारक मन:स्थिती काळीज पोखरत होती. आर्थिक डबघाईचा फटका गरीब बिचाऱ्या कामगारांना बसला होता.

शिवस्मारक समितीचा सरचिटणीस असल्यामुळे, एच.ए.त शिवस्मारकाच्या मेघडंबरीच्या कामाचा शुभारंभ करण्यासाठी पवार साहेब आल्यानंतर मला साहजिकच मनोगत व्यक्त करण्याची संधी मिळाली. मी माझ्या भाषणात आर्थिक डबघाईमुळे गरवारे नायलॉन कंपनीतल्या कामगारबांधवांवर बेकारीची कुऱ्हाड कोसळली असल्याचे निदर्शनास आणून दिले. तसेच आमच्या एच.ए.ची आर्थिक स्थितीसुद्धा खालावली असल्याचे सांगून वेळीच उपाययोजना केली नाही तर, भविष्यात एच.ए.ची अवस्थासुद्धा गरवारे नायलॉन कंपनीसारखी होण्यास वेळ लागणार नाही, असे प्रतिपादन केले. त्यामुळे व्यवस्थापनासह युनियनचे अध्यक्ष नानासाहेब नवले व इतर पदाधिकारी माझ्यावर नाराज झाले.

'एच.ए. कामगार पत्रिके'चा मी संपादक असल्यामुळे मी कंपनीची सद्य:स्थिती जाणून होतो. माझ्या भाषणामुळे सर्व जण माझ्याकडे भुवया उंचावून पाहू लागले. मी कंपनीची विस्कटलेली आर्थिक घडी साहेबांच्या निदर्शनास आणून दिली. साहेबांनी माझ्या बोलण्याची गांभीर्याने दखल घेत कंपनीचे व्यवस्थापन व युनियनचे प्रतिनिधी यांची दोन दिवसांत पुण्यात बैठक बोलावली. तसेच गरवारे नायलॉन कंपनीच्या प्रकरणाची सखोल माहिती मागवली.

पवार साहेबांनी बोलावल्याप्रमाणे व्यवस्थापन व युनियनचे प्रतिनिधी बैठकीसाठी पुण्यास गेले. साहेबांनी युनियनच्या प्रतिनिधींना विचारणा केली की, 'अरुण बोऱ्हाडे नाही आले बैठकीला?' तेव्हा युनियन प्रतिनिधींनी सांगितले, की 'बोऱ्हाडे युनियनचे प्रतिनिधी नाहीत.' 'ते युनियनचे प्रतिनिधी नसतानाही त्यांना कंपनीच्या आर्थिक परिस्थितीची जाणीव व अभ्यास आहे, पण तुम्ही त्याबाबत अजाण कसे?' असे खडे बोल सुनावून, 'अरुण बोऱ्हाडे यांना माझी भेट घेण्यासाठी पाठवून द्या,' असे युनियन प्रतिनिधींनाच सांगितले.

दोन दिवसांनी मी पुण्यात जाऊन त्यांची भेट घेतली; तेव्हा साहेब मला म्हणाले, "अरुण, तुम्हाला कामगारांबदल खूप आस्था आहे. कामगार प्रश्नांची उत्तम जाण असताना तुम्ही कामगार चळवळीत सक्रिय योगदान का देत नाही? तुमच्या कारखान्याला ऐतिहासिक महत्त्व आहे, तो दीर्घकाळ टिकायला हवा."

साहेबांनी माझ्यातील कामगार-कार्यकर्त्याचे स्फुल्लिंग जागवले. शिवस्मारक समितीच्या माध्यमातून माझी वाटचाल कामगार-कार्यकर्ता होण्याकडे सुरू झाली होती, हेही तितकेच खरे.

तदनंतर काही दिवसांत प्रचलित युनियनचा कार्यकाल संपल्यामुळे आम्ही युनियनच्या बरखास्तीची व नव्या युनियन पदाधिकाऱ्यांच्या निवडणुकीची मागणी केली. त्याचवेळी कंपनीतल्या अनेक कामगारबांधवांनी मी युनियनचे नेतृत्व करावे असा आग्रह धरला. राजकीय व साहित्यक्षेत्रामध्ये मला भरीव कार्य करावयाचे असल्यामुळे मी कामगारक्षेत्रामध्ये नेतृत्वाच्या भानगडीत पडू नये, असे माझे मन मला सांगत होते. मात्र कामगारबांधवांचा वाढता आग्रह व माझ्यावरील दृढ विश्वास, निस्सीम प्रेम, आपलेपणा या गोष्टींचा मी अनादर करू शकत नव्हतो. त्यामुळे माझी मनोमन इच्छा नसतानाही मला युनियनच्या निवडणुकीत उतरावे लागले.

आमच्या कामगार संघटनेत युनियन जनरल सेक्रेटरी (सरचिटणीस) पद महत्त्वाचे मानले जाते. केंद्र सरकारची कंपनी असल्याने केंद्राशी संपर्काच्या दृष्टिकोनातून जिल्ह्यातील खासदाराला युनियनचा अध्यक्ष म्हणून नियुक्त करण्यात येते. निवडणुकीच्या अनुषंगाने कामगारमित्रपरिवारात चर्चा सुरू झाल्या. सर्वांच्या आग्रहाखातर युनियनची निवडणूक लढवायचीच आहे तर केवळ युनियन प्रतिनिधी म्हणून नाही तर सरचिटणीसपदाची निवडणूक लढवण्याचा मी निर्णय घेतला.

कामगारबांधवांच्या भरघोस पाठिंब्याने मी ती निवडणूक दिनांक ३० नोव्हेंबर १९९६ रोजी बहुमतांनी जिंकली. त्यायोगे कामगारांचे नेतृत्व करण्याचा माझ्या आयुष्याचा अध्याय सुरू झाला. सर्वार्थाने कामगार चळवळीशी माझी नाळ जुळली. या निवडणुकीत माझ्यासोबत इतरही तरुण कामगार सहकारी मित्र युनियनच्या विविध पदांवर निवडून आले. तत्कालीन युनियन सरचिटणीस बालाजी भरणे यांचा व त्यांच्या अन्य सहकाऱ्यांचा या निवडणुकीत दारुण पराभव झाला. विशेष म्हणजे युनियनच्या अध्यक्षपदी असणारे तत्कालीन खासदार नानासाहेब नवले यांनी त्यांचा अध्यक्षपदाचा राजीनामा नवनिर्वाचित युनियन सरचिटणीस म्हणून माझ्याकडे पाठवला. माझ्यासोबत सी. एल. सिंग, कैलास नरूटे, माणिक रजपूत, विजय लोखंडे, संभाजी पुराणे आणि अनंत देशपांडे हे निवडून आले होते. माणिक रजपूत हे एकमेव जुन्या युनियनपैकी निवडून आले होते."

हा होता अरुण बोऱ्हाडे यांच्या आयुष्याचा 'टर्निंग पॉईंट.' अन्यायाला वाचा फोडणाऱ्या त्यांच्या लढवय्या वृत्तीतूनच त्यांच्यातल्या कामगार कार्यकर्त्याने जन्म घेतला. स्वतःच्या अस्तित्वाचा लढा लढतानाच त्यांच्यातल्या कार्यकर्त्यावर कामगारबांधवांनी निष्ठापूर्वक प्रेम केले, विश्वास टाकला. त्याचीच फलश्रुती म्हणून

बोऱ्हाडे यांना कामगारांचे नेतृत्व करण्याची संधी प्राप्त झाली. ते कामगारबांधवांच्या विश्वासाला व प्रेमाला पात्र ठरले. पुढील काळात एच.ए.कामगारबांधवांच्या अस्तित्वाच्या लढाईत सेनानी म्हणून लढत राहिले. वादळे येतच राहिली, मात्र अशा वादळातही ते ठामपणे लढतच होते.

मी अरुण बोऱ्हाडे यांच्या मुखातून एच.ए.ची संघर्षगाथा ऐकत होतो. या संघर्षपर्वाला शब्दात बांधण्याचा प्रयत्न करत होतो.

अरुण सांगत होते,

"कॉम्रेड रूपमय चटर्जींसारखा बंगाली माणूस माझ्या महाराष्ट्रात येऊन महाराष्ट्रातल्या कष्टकरी कामगारबांधवांच्या न्याय्य हक्कासाठी निरपेक्ष भावनेने लढा देतोय, त्यांच्या विविध प्रश्नांना वाचा फोडतोय, कामगारांप्रति असणारे पिळवणुकीचे, मालकधार्जिणे व्यवस्थापनाचे धोरण तळमळीने मोडून काढतोय, श्रमिकांच्या आतड्याचा पीळ आणि उरातला उदंड भवितव्याचा आशावाद यांची सांगड घालण्यासाठी हा माणूस आपले आयुष्य वेचतोय, तर मग मलाही माझ्या हिंदुस्थान ॲन्टिबायोटिक्स कंपनीतल्या कामगारबांधवांसाठी आयुष्य वेचलेच पाहिजे. त्यासाठी मला माझ्या कामगारबांधवांच्या हृदयात स्वतःसाठी स्थान, जागा निर्माण करायला हवीय. पेरल्याशिवाय उगवत नसते, पण उगवण्यासाठीसुद्धा जमिनीची मशागत करायला लागते. जमिनीची मशागत नसेल तर पेरणी करूनही उगवत नाही, हे सूत्र शेतकरीपुत्र असल्याने मला ज्ञात होतेच. कामगार नेते रूपमय चटर्जींच्या व्यक्तिमत्त्वाने मी खूपच प्रभावित झालो होतो. माझ्या आयुष्यातल्या कामगारजीवनाचे संघर्षपर्व आता कुठे सुरू झाले होते."

मीही त्याच प्रवाहात जणू न्हात होतो. भानावर येत विचारले, "पुढे... पुढे काय?"

अरुण म्हणाले,

"आमच्या एच.ए. कंपनी कामगार संघटनेच्या घटनेनुसार केंद्र सरकारसोबत संपर्क साधण्याच्या दृष्टिकोनातून पुणे जिल्ह्यातील संघटनेस योग्य वाटणारा खासदार अध्यक्षपदी नियुक्त करण्यात येतो, हे मी आधी सांगितलेच आहे. संघटनेच्या निवडून आलेल्या कार्यकारिणीने ठराव करून तो ठराव सर्वसाधारण सभेत मंजूर करून घ्यावा लागतो. सर्वसाधारण सभेची सदर खासदाराच्या संघटनेच्या अध्यक्षपदासाठी मान्यता घेतली जाते. असा ठराव सर्वसंमतीने झाल्यानंतर संबंधित खासदाराला संघटनेचे अध्यक्षपद स्वीकारण्याबाबतचे विनंतीपत्र दिले

जाते. त्यांच्या संमतीनंतरच त्यांची संघटनेचे अध्यक्ष म्हणून घोषणा केली जाते.

संघटनेच्या सरचिटणीसपदी निवडून आल्यानंतर मी संघटनेच्या अध्यक्षपदाबाबत खूप सखोल व सर्वांगीण विचार केला. शरदराव पवार साहेब हे बारामती मतदारसंघाचे लोकसभा खासदार होते. एच.ए. कंपनीचे कार्यक्षेत्रही याच लोकसभा मतदारसंघात येत असल्यामुळे, तसेच कंपनीच्या समस्या दिल्लीत सोडवण्यासाठी वजनदार नेता म्हणून पवार साहेबांचे नाव माझ्या डोळ्यांसमोर होते. एच.ए. कंपनी हा केंद्र सरकारच्या अखत्यारीतला प्रकल्प असल्यामुळे दिल्लीत कामगारांच्या प्रश्नांच्या सोडवणुकीसाठी कामगारांची पाठराखण करणारा मातब्बर नेता असणे ही आमच्या कामगारांची व संघटनेची गरज होती. एच.ए. कामगार संघटनेच्या अध्यक्षपदासाठी साहेबांच्या नावाचा संघटनेचा ठराव मी सर्वसाधारण सभेत मंजूर करून घेतला आणि तसे पत्र त्यांना समक्ष भेट घेऊन दिले. मात्र शरद पवार साहेबांनी या अध्यक्षपदासाठी तत्काळ संमती दिली नाही. त्यामुळे काहीसे चिंतेचे सावट माझ्या मनावर घोंगावलेही.

साहेब म्हणाले, “हे बघा बोऱ्हाडे, संघटनेच्या अध्यक्षपदाचे राहू द्या. अगोदर कंपनीतले कामगारांचे प्रश्न मार्गी लावू या.”

साहेब नेहमीच आपल्या पाठीशी आहेत, ही बाब मनाला दिलासा देणारी होती. महाराष्ट्राचे चार वेळा मुख्यमंत्रिपद भूषवणारे व देशाचे संरक्षणमंत्री म्हणून जबाबदारी पार पाडणाऱ्या पवार साहेबांवर महाराष्ट्रातील विविध संस्थांच्याही जबाबदाऱ्या होत्या. ते काँग्रेसमधील ज्येष्ठ नेते होते. त्यांना तीन हजार कामगार असणाऱ्या संघटनेच्या अध्यक्षपदासाठी गळ घालणे, तसा आग्रह धरणे माझ्या मनालाही प्रस्तुत वाटत नव्हते. पण, कंपनीच्या निर्मितीमागची पार्श्वभूमी, देशपातळीवरील एच.ए. कंपनीचे असणारे महत्त्व आणि कंपनीची ढासळत चाललेली आर्थिक परिस्थिती या साऱ्या गोष्टींचा विचार करता एखाद्या दुर्धर व्याधिग्रस्त माणसास वाचवण्यासाठी जशी एखाद्या तज्ज्ञ निष्णात डॉक्टरांची गरज लागते व त्याला पाचारण केले जाते, त्याप्रमाणे मी स्वतः एच.ए. वाचवण्यासाठी साहेबांच्या नावाचा आग्रह धरत होतो. मात्र ते म्हणायचे की, ‘अध्यक्ष म्हणून तुम्ही जिल्ह्यातल्या अन्य खासदारांची निवड करा. मी संघटनेला मदत करीन. मी तुमच्या पाठीशी आहेच.’ परंतु आम्हांला संघटनेचे अध्यक्ष म्हणून केवळ आणि केवळ पवार साहेबच पाहिजे होते. अध्यक्ष म्हणून आम्ही साहेबांच्या नावावर ठाम होतो. त्यामुळे पुढील काही महिने संघटनेचे अध्यक्षपद रिक्तच होते.

एच.ए. कंपनीचे व संघटनेचे महाराष्ट्रात व देशात इतर केंद्रीय अखत्यारीतल्या कंपन्यांपेक्षा वेगळे महत्त्व आहे. पुणे जिल्ह्यातील खासदार असणारे त्या त्या कालखंडातले आर. के. खाडिलकर, अनंतराव पाटील, विठ्ठलराव गाडगीळ, मोहन धारिया, संभाजीराव काकडे, प्रा. रामकृष्ण मोरे, नानासाहेब नवले अशा दिग्गज खासदारांनी या कंपनीच्या कामगार संघटनेचे अध्यक्षपद भूषवले होते.

आता कंपनीत निर्माण झालेली परिस्थिती खूप आव्हानात्मक होती. तीन हजार कामगार व त्यांच्या कुटुंबीयांच्या भवितव्याचा प्रश्न होता. त्यासाठी व्यवस्थापकीय पातळीवर आणि दिल्लीत रसायन मंत्रालयात शरद पवार साहेबांसारखा प्रभावशाली व दूरदृष्टीचा नेता आमच्या संघटनेच्या अध्यक्षपदी असावा हा आमचा सार्थ आग्रह होता. संघटनेच्या पत्रावर शीरस्थस्थानी अध्यक्ष म्हणून पवार साहेब यांचे नुसते नाव असले तरी दिल्लीत रसायन मंत्रालयात, शासकीय पातळीवर आमच्या संघटनेची कामे मार्गी लागतील याची माझ्यासह सर्व सहकाऱ्यांना खात्री होती, आणि संघटनेतील पदाधिकाऱ्यांनाही. जवळजवळ आठ महिने अध्यक्षांशिवाय संघटनेचे कामकाज चालूच होते.

मी सरचिटणीसपदी निवडून आल्यानंतर विरोधकांचे हितसंबंध दुखावल्याने संघटनेला उपद्रव देण्यासाठी व कंपनीच्या दैनंदिन कामकाजात सातत्याने कोणत्या ना कोणत्या स्वरूपात आडकाठी आणण्याचे त्यांचे प्रयत्न सुरू झाले. याचा प्रत्यय मला वारंवार येतच होता. तशातच मी एच.ए. मजदूर संघाचा सरचिटणीस असल्याने कामगार न्यायालयाचे एक पत्र मला कंपनीच्या पत्त्यावर आले. त्यात लिहिले होते, 'आपली कामगार संघटना लोकशाहीच्या मार्गाचे अनुकरण करत निवडणूक प्रक्रियेने निवडून आलेली असतानाही संघटनेचे अध्यक्षपद गेले कित्येक महिने रिक्त ठेवून आपली संघटना कंपनीत कार्यरत आहे. आपण सदर रिक्त अध्यक्षपदाबाबतचा खुलासा लेखी स्वरूपात करण्याबाबत कामगार न्यायालयात हजर राहावे.'

सरचिटणीस म्हणून मला कोंडीत पकडून नामोहरम करावयाचे हा विरोधकांच्या डावपेचाचा हा एक भाग होता. मी सदर पत्र पवार साहेबांना फॅक्सद्वारे पाठवले. दोन तासांच्या अवधीत त्यांनी एच.ए. कामगार संघटनेच्या अध्यक्षपदाची जबाबदारी स्वीकारल्याचे व अध्यक्षपदाला आपली मान्यता असल्याचे पत्र मला फॅक्सद्वारे पाठवले. त्या पत्राची एक झेरॉक्स प्रत मी कंपनीच्या नोटीसबोर्डवर लावली व दुसरी झेरॉक्स प्रत कामगार न्यायालयात सुपूर्द केली. खरे तर विरोधकांच्या कारवाईने माझे काम सोपे झाले.

कंपनीच्या व कामगारांच्या हिताच्या दृष्टीने मी कंपनीतील अधिकाऱ्यांप्रमाणेच दिल्लीतील रसायन मंत्रालयातल्या अधिकाऱ्यांसोबत नेहमीच संधी आणि वेळ मिळेल तेव्हा बैठक व चर्चा करत असे. त्यासाठी सातत्याने अभ्यास व चिंतन करत असे. माझ्या सरचिटणीसपदाच्या जबाबदारीचा व कार्याचा तो एक भाग असला तरी कारखाना आणि कामगार ही एका रथाची दोन चाके होती. दोघांचेही अस्तित्व अबाधित राखण्यास माझे प्राधान्य होते. 'कारखाना जगला तरच मी आणि माझा कामगार जगणार आहोत' ही जाणीव माझ्या मनात दृढ होती. त्यासाठी ज्या ज्या वेळेस मला संधी मिळेल, त्या त्या वेळेस मी साहेबांचे मार्गदर्शन घ्यायचो. कंपनी संदर्भातील तोटा कसा भरून निघेल व कंपनीचे कामकाज सुरळीत कसे चालेल व माझा कामगार सुरक्षित कसा राहील, याचेच चिंतन मी सातत्याने करत असे.

कंपनी व्यवस्थापनातील काही घटक एच.ए. आजारी उद्योग असल्याचा फायदा घेऊन कामगारहिताच्या काही योजना व सवलती कमी करण्याचा जाणीवपूर्वक प्रयत्न करत होते. त्यामुळे कंपनीतील कामगारांच्या मनात संघटनेच्या नेतृत्वाबाबत संदेह व नाराजी निर्माण होई. आजारी उद्योगातील कामगारांचे नेतृत्व करताना मी व्यवस्थापनाला विश्वासात घेऊन व्यवस्थापन व कामगारांमधील मतभेदाची दरी कमी करण्याचा सातत्याने प्रयत्न करत होतो. व्यवस्थापनाचा विविध ठिकाणी होणारा अनावश्यक खर्च कमी करण्यासंदर्भात मी नेहमीच आग्रही भूमिका घ्यायचो. मात्र, काही आर्थिक गैरव्यवहार करणाऱ्या अधिकाऱ्यांना माझी ही भूमिका रुचली नाही. असे अधिकारी माझ्याबाबत वरिष्ठ अधिकाऱ्यांना चुकीची माहिती देऊन गैरसमज पसरवत होते. माझ्या प्रामाणिक भूमिकेवर आक्षेप नोंदवत होते. त्यांच्या स्वार्थाआड माझी भूमिका अडसर म्हणून उभी राहत असल्यामुळे ते माझी प्रतिमा डागाळण्याचा जाणीवपूर्वक प्रयत्न करत होते.

माझी तळमळ, निष्ठा, प्रामाणिक व शुद्ध हेतू यांमुळे वरिष्ठ पातळीवरील व्यवस्थापनातले काही अधिकारी निश्चितच प्रभावित झाले. व्यवस्थापकीय संचालक एम. सी. अब्राहम, मुख्य सरव्यवस्थापक जे. के. दत्तगुप्ता, कार्मिक विभागाचे सरव्यवस्थापक श्रीकांत मिश्रा, उत्पादन विभागातील व्यवस्थापक एस. एल. फडके असे काही अधिकारी माझ्या प्रामाणिक प्रयत्नांना साथ देत होते. आर्थिक गैरव्यवहारात गुंतलेल्या काही अधिकाऱ्यांवर माझी करडी नजर होती. त्यामुळे असे आर्थिक हितसंबंध दुखावलेले अधिकारी माझ्या विरोधात उभे ठाकले. ते म्हणायचे, "अब्राहम एम. डी. आहे, तर अरुण बोऱ्हाडे सी. एम. डी. आहेत."

अशा असंतोषाने खदखदणाऱ्या असंतुष्ट अधिकाऱ्यांनी माझ्या विरोधात कामगारवर्गात गैरसमज पसरवण्याची मोहीम सुरू केली. तशातच निवडणुकीच्या राजकारणातील काही विरोधकांच्या हाती आयते गाजर मिळत होते. अशी मंडळीही त्या कळपात सामील होऊन विरोधाची प्रखरता तीव्र करत होती.

व्यवस्थापनाला आर्थिक शिस्त लावण्याचा माझा प्रयत्न होता, अर्थात त्या शिस्तीची कामगारवर्गाकडूनही अपेक्षा होती. व्यवस्थापन व कामगार दोन्ही बाजूंकडून खर्च कमी करण्याबाबत प्रयत्न व्हावेत अशीच माझी भूमिका होती. मात्र काही कामगार व व्यवस्थापनातले काही अधिकारी, ज्यांचे हितसंबंध दुखावले आहेत, असे लोक माझी भूमिका समजून न घेता गैरसमज पसरवत. कामगार म्हणत, अरुण बोऱ्हाडे एम.डी.साहेबांच्या मर्जीनुसार ते सांगतील तसे काम करतात; तर व्यवस्थापनातले स्वार्थी लोक म्हणत की, अरुण बोऱ्हाडे यांच्या मर्जीनुसार, एम.डी.साहेब काम करतात. एम.डी.साहेब आणि अरुण बोऱ्हाडे एकमेकांची मर्जी सांभाळतात.

खरे तर आयुष्यात खुशामतखोरी करणे मला कधीच जमले नाही. सत्याची कास धरणारा मी हयातभर अशा आरोपांनी कधीच विचलित झालो नाही. कामगार व अधिकारी अशा प्रत्येकाने आपले कर्तव्य प्रामाणिकपणे पार पाडावे हाच माझा आग्रह होता. त्यासाठी कंपनीच्या एम.डी.सह वरिष्ठ पातळीवरील अधिकाऱ्यांसोबत माझे अनेकदा शाब्दिक वादविवाद झाले आहेत. माझी ही सारी धडपड कंपनीच्या व कामगारांच्या हितासाठीच होती, याकडे हे सारे लोक सोयीस्करपणे डोळेझाक करत असत. थोडक्यात, कंपनी वाचवण्याच्या व कामगारहिताच्या संरक्षणासाठीच्या माझ्या या कामात पावलोपावली संघर्ष आणि अडथळे आणण्याचे काम हे लोक जाणीवपूर्वक करत होते. मी कितीही चांगले काम केले तरीही त्याला कौतुकाची फळे मिळणार नाहीत, याचेही भान मला होतेच.

माझे मित्र असलेले हवेली तालुक्याचे माजी आमदार अशोकराव तापकीर यांनी साखर कारखाना कामगार संघाचे नेतृत्व केलेले होते. ते म्हणत, "कामगार हा कधीही कामगारनेत्याचे कौतुक करत नाही. मात्र कामगारनेत्याने कौतुकाची अपेक्षा न करता कामगारहिताचे हाती घेतलेले कार्य तडीस न्यावयाचे असते."

'कर्मण्येवाधिकारस्ते मा फलेषु कदाचन' या भगवद्गीतेतील श्लोकाचा अर्थ तेव्हाच मला सर्वार्थाने ज्ञात झाला होता. मग आमच्या कामगार संघटनेच्या अध्यक्षांकडे माझ्याबाबतच्या तक्रारीची निनावी पत्रे कंपनीतील काही अंसतुष्ट

आत्म्यांनी पाठवली होती. त्यातील तीन-चार पत्रे साहेबांनी माझ्या हाती सुपूर्द करत मला एकच कानमंत्र दिला, "सार्वजनिक जीवनात कार्य करत असताना अशा गोष्टी घडतच असतात. नेतृत्वाने आपले काम प्रामाणिकपणे करत सर्वांना पुढे घेऊन जायचे असते. तू आपले काम निष्ठापूर्वक करत राहा. एच.ए.ला या दुर्धर आजाराच्या अरिष्टातून बाहेर काढण्याचा शक्य तेवढा प्रयत्न कर. सर्वांना बरोबर घेऊन वाटचाल कर. मी सदैव तुझ्यासोबत व तुझ्या पाठीशी आहे."

हे आश्वासक बोलणे ऐकून माझ्या अंगात जणू दहा हत्तींचे बळ संचारले.

साहेबांनी मला आणखी एक सल्ला दिला. साहेब म्हणाले, "हे बघ, तू माझ्या पक्षाचा सक्रिय कार्यकर्ता आहेस तसेच कामगारांचाही प्रतिनिधी आहेस. कामगार संघटनेचा सरचिटणीस म्हणून कामगारांसाठी काम करताना कामगारहित आणि राजकारण यांची गल्लत कधीही करू नकोस."

त्यांचा हा संदेश जणू आदेश समजून मी आयुष्यभर निष्ठेने जोपासला!

एच.ए. कंपनीत बऱ्याचशा अनुचित गोष्टी घडत होत्या; त्या मी वेळोवेळी कंपनी व्यवस्थापनाच्या निदर्शनास आणून दिल्या. कच्च्या मालाची कंपनीत गरजेपेक्षा अधिक आवक मागणी करणे आजारी कंपनीच्या हिताचे नव्हते, तसेच उत्पादित माल अधिक दिवस गोडाऊनमध्ये साठवून ठेवणेही कंपनीच्या हिताचे नव्हते. दीर्घकाळ अनेक थकित येणी वसूल न करणे हेसुद्धा शहाणपणाचे नव्हते. या साऱ्या बाबी मी वेळोवेळी कंपनी व्यवस्थापनाच्या निदर्शनास आणून दिल्या.

याचा परिणाम असा झाला की, वरिष्ठ व्यवस्थापनाने संबंधित लोकांना याचा जाब विचारला. शक्य त्या ठिकाणी दुरुस्त्या करण्यात आल्या, तर काही लोकांची संबंधित खात्यातून अन्य खात्यांत कंपनी व्यवस्थापनाने बदली केली. त्यामुळे व्यवस्थापनातील अधिकारीवर्गाची दुसरी फळी अधिक द्वेषाने खदखदू लागली. कंपनीतल्या काही कामगारांना हाताशी धरून माझ्यावर चिखलफेक करू लागली.

कंपनीतल्या एका उपसरव्यवस्थापकासोबत उत्पादनाशी निगडित विषयावरून माझा वाद एकदा फारच विकोपाला गेला. हा उपसरव्यवस्थापक त्याच्यासोबत चर्चेसाठी गेलेल्या संघटनेच्या पदाधिकाऱ्यांशी उद्धट भाषेत बोलताना, मुंबईतल्या एका बड्या राजकीय नेत्याचे नाव घेऊन भीती दाखवण्याचा प्रयत्न करू लागला. आम्ही त्याच्या दबाबतंत्राला अजिबात भीक घातली नाही. उलट त्याला तोडीस तोड उत्तर देत व्यवस्थापकीय संचालकांकरवी सदर संबंधित अधिकाऱ्यावर

कारवाई करण्यात आम्ही यशस्वी झालो.

भ्रष्ट आणि बेजबाबदार अधिकाऱ्यावर कारवाई झाल्यानंतर व त्याला त्याबाबत जाब विचारल्यानंतर त्या अधिकाऱ्याच्या प्रभावळीत असणारे पाच-दहा कामगारसुद्धा आपल्या हितासाठी लढणाऱ्या कामगार संघटनेच्या विरोधात जातात, याचाही मला अनुभव आला. अर्थात मी या गोष्टीची कधीही तमा बाळगली नाही. माझे विचार स्वच्छ व शुद्ध होते, माझी उद्दिष्टे ठरलेली व सुस्पष्ट होती, माझी दिशा निश्चित होती. 'कंपनी वाचली पाहिजे व कामगार जगला पाहिजे.'

चार-दोन संकुचित वृत्तीच्या लोकांमुळे हजारो कामगारांचे भवितव्य अंधारमय होऊ नये म्हणून मी लढत होतो. हा लढा देताना मी कधीच माझ्या कुटुंबाचा विचार केला नाही. एच.ए. कंपनीतला एक कामगार म्हणून व्यवस्थापनाकडून माझा सी.आर. म्हणजे कॅरॅक्टर (चारित्र्य) रेकॉर्ड खराब व कलंकित होईल याचीही तमा मी कधीच बाळगली नाही. मुळातच मी सारे काही निःस्वार्थ भावनेने करत होतो. मला माझ्यासाठी वा माझ्या कुटुंबीयांसाठी चार पैसे अधिक मिळावेत किंवा माझे प्रमोशन होऊन मलाही बढती मिळावी, अशी आकांक्षा माझ्या मनात कधीच उमटली नाही. कंपनी व्यवस्थापनातल्या काही लोकांनी मलाही अशा प्रकारची प्रलोभने दाखवण्याचाही प्रयत्न करून पाहिला. मात्र मी अशा गोष्टींना कधीच दाद दिली नाही, कारण तो माझा प्रांत नव्हता.

दिवसेंदिवस कंपनीची आर्थिक स्थिती आणखी खालावू लागली. कंपनी आता डबघाईला आली होती. कंपनीचा हा अवाढव्य डोलारा कोणत्याही क्षणी कोसळून पडेल अशी विदारक व भयावह परिस्थिती झालेली होती. कंपनीसंदर्भात चिंतन करत असताना माझे काळीज पोखरले जात होते. यावर एकच उपाय होता, तो म्हणजे एखाद्या बड्या मातब्बर राजकीय नेत्याचा आधार. हीच आमच्या कामगार संघटनेची गरज होती. केवळ कामगार प्रतिनिधी म्हणून मी वा अन्य कोणी काहीही करू शकणार नाही याची मला जाणीव होती. कारण या प्रश्नावर मार्ग काढण्याचा तोच एक मार्ग मला सध्यातरी दिसत होता.

त्या वेळी काँग्रेस पक्षात असणारे शरद पवार केंद्रात विरोधी पक्षनेता म्हणून कार्यरत होते. पवार साहेबांसोबत एक कार्यकर्ता म्हणून असणारे माझे राजकीय व वैयक्तिक संबंध एच.ए.साठी वापरण्याचा मी निर्णय घेतला. कामगार संघटनेचा सरचिटणीस म्हणून निवडून आल्यानंतर कंपनीची वस्तुस्थिती सांगणारी दोन पत्रे मी पवार साहेबांना दिल्लीमध्ये फॅक्सद्वारे पाठवली होती. त्याचा अत्यंत

सकारात्मक असा परिणाम झाला. पवार साहेबांनी तत्काळ रसायनमंत्री सिसराम ओला यांच्यासोबत आमची बैठक निश्चित केली. नवी दिल्लीमध्ये शास्त्रीभवन येथे असणाऱ्या रसायन मंत्रालयात दिनांक १७ डिसेंबर १९९६ रोजी झालेल्या बैठकीस शरद पवार, रसायनमंत्री सिसराम ओला, रसायन विभागाचे सचिव दीपक चटर्जी, एच.ए. कंपनीचे व्यवस्थापकीय संचालक अशोककुमार बसू आणि कामगार संघटनेचे आम्ही तीन-चार प्रतिनिधी उपस्थित होतो.

माझ्या आयुष्यातला दिल्लीस जाण्याचा तो पहिलाच प्रसंग; अविस्मरणीय पहिली दिल्लीवारी! तणावाच्या मन:स्थितीतही कुतूहलाचे असंख्य धुमारेही मनातल्या मनात फुटत होते. त्या पार्श्वभूमीवर कंपनीतल्या सर्व कामगारांसोबत विरोधकांचीही उत्कंठा शिगेला पोहोचली होती. आमच्या कानाच्या पडद्यात त्यांचे उपहासाचे शब्द घुमत होते. 'आता दिल्लीला जाऊन हे काय आणि कोणते दिवे लावणार!' अशी कामगारवाणी कानात घुमली की माझे मन अस्वस्थ व्हायचे.

दिल्लीत पोहोचल्यानंतर दुसऱ्या दिवशी साहेबांनी त्यांच्या निवासस्थानी सुमारे तासभर, रसायन मंत्रालयात होणाऱ्या आमच्या बैठकीसंदर्भात चर्चा व विचारविनिमय करून एच.ए.ची वस्तुस्थिती कशा प्रकारे सदर बैठकीमध्ये मांडायची, याच्या सूचना आम्हा कामगार संघटना प्रतिनिधींना दिल्या. कंपनीची परिस्थिती वरवर पाहता चांगली दिसत असली, तरी कंपनीत चालू असलेल्या अनेक गोष्टींची कामगारांना कल्पना नव्हती. त्या गोष्टी कामगारांना समजणार नाहीत याचीही संबंधित लोक पुरेपूर दक्षता घेत होते. एकूण कंपनीत ढिसाळपणा आला होता. दिल्लीतल्या बैठकीत मी कामगार प्रतिनिधी या नात्याने त्या मुद्द्यावर अचूक बोट ठेवले. दिल्लीत रसायन मंत्रालयातल्या त्या बैठकीतच रसायन मंत्र्यांसमोर माझे आणि व्यवस्थापकीय संचालक अशोककुमार बसू यांचे वैचारिक वाद झाले. आरोपीच्या पिंजऱ्यात मी व्यवस्थापकीय संचालकास उभे केले.

व्यवस्थापनाविरोधातला खरा संघर्ष सरकारी पातळीवर आता अधिकृतरीत्या सुरू झाला. मी रसायन मंत्र्यांस कंपनीची १९९१-९२पासूनची उलाढालीची आकडेवारी सादर करून सद्य:स्थितीत कंपनीची ढासळत चाललेली परिस्थिती निदर्शनास आणून दिली. कंपनीची आर्थिक परिस्थिती ढासळत असताना अशा बिकट परिस्थितीत नवीन प्लॅन्टची उभारणी आणि नव्याने करण्यात येणारी कामगारभरती योग्य आहे का, असा प्रश्न विचारला. या प्रश्नाचे उत्तर व्यवस्थापकीय

संचालकांकडे नव्हते. या बैठकीमध्ये व्यवस्थापनाच्या धोरणात्मक चुका लक्षात आणून देण्याचे आमचे सारे मनसुबे सफल झाले.

या बैठकीचा परिणाम म्हणून व्यवस्थापनाने कामगारांच्या लहानसहान सवलती काढून घेण्यास सुरुवात केली. कामगार संघटना व व्यवस्थापनामधील मतभेदाची दरी वाढल्याचे हे चिन्ह होते. कंपनी विविध विभागांतल्या गुणवंत कामगारांना पुरस्कार देत असते. उत्कृष्ट कार्यासाठी सातत्याने कार्यरत राहण्याची कामगारवर्गाला प्रेरणा मिळावी, या उदात्त हेतूने देण्यात येणारे हे 'गुणवंत कामगार' पुरस्कार दर वर्षी कंपनी व्यवस्थापन कामगारांना समारंभपूर्वक प्रदान करत असते. ही अनेक वर्षांची अखंड चालणारी कंपनीतली परंपरा. व्यवस्थापनाने त्या वर्षी असे पुरस्कार वितरण करण्यास असमर्थता दर्शवली.

कंपनीने ही परंपरा मोडीत काढू नये म्हणून, कामगार संघटनेचे प्रतिनिधी व संघटनेचा सरचिटणीस म्हणून मी, आम्ही व्यवस्थापनाचे मन वळवण्याचा आटोकाट प्रयत्न केला; परंतु व्यवस्थापनास आमच्या बांधिलकीचे काही एक सोयरसुतक नव्हते. कामगारांना व कामगार संघटनेला आपल्या इशाऱ्यावर राबवण्याचा व्यवस्थापनाच्या धोरणाचा म्हणण्यापेक्षा व्यवस्थापकीय संचालक बसू यांच्या अट्टाहासाचा तो भाग होता असे म्हणणेच इष्ट ठरेल. आम्ही सर्व कामगारबांधवांनी कंपनीत होणाऱ्या प्रजासत्ताकदिनाच्या कार्यक्रमावर बहिष्कार टाकला; आणि कामगार संघटनेच्या कार्यालयासमोर स्वतंत्र ध्वजारोहण करून प्रजासत्ताकदिन साजरा केला. सदर कार्यक्रमास बहुसंख्येने कंपनीतले कामगार उपस्थित राहिले. कामगार संघटनेतर्फे आम्ही कंपनीतल्या विविध विभागांतल्या गुणवंत कामगारांना 'गुणवंत कामगार' म्हणून गुलाबपुष्प देऊन सन्मानित केले.

दिल्लीत रसायन मंत्रालयातल्या बैठकीत निरुत्तर होऊन आलेल्या व्यवस्थापकीय संचालकांचा आणि कामगार संघटनेचा समन्वय होण्याची चिन्हे काही केल्या दिसत नव्हती. काही जण कंपनीतल्या विदारक परिस्थितीत आगीत तेल ओतण्याचे कार्य न चुकता करत होते. एकंदरीत आमच्या कामगार संघटनेच्या कारकिर्दीची सुरुवात संघर्षमय वाटचालीतूनच झाली. व्यवस्थापकीय संचालक ए. के. बसू यांचे एकूण वर्तन आणि असहकार्य आमच्या कामगार संघटनेच्या कामकाजात अडथळा ठरत होत्या. त्यांची सेवानिवृत्तीची तारीख जवळ येत चालली होती, तशी कंपनीची आर्थिक परिस्थितीही ढासळत चाललेली होतीच. आपल्या सेवानिवृत्तीस मुदतवाढ

मिळावी म्हणून बसू साहेबांनी शासकीय पातळीवर म्हणजे रसायन मंत्रालयात प्रयत्न सुरू केले होते. ही गोष्ट जेव्हा कामगार संघटनेच्या प्रतिनिधींना व सरचिटणीस म्हणून मला समजली, तेव्हा या मुदतवाढीस निकराचा विरोध करण्याचे आम्ही ठरवले. मी स्वत: दिल्लीत जाऊन पवार साहेबांना या मुदतवाढीच्या संदर्भातील बसू साहेबांच्या हालचाली व प्रयत्नांची माहिती दिली. त्यांनी कंपनीतल्या एकूण परिस्थितीबाबत आमचे म्हणणे शांतपणे ऐकून घेतले.

मी म्हणालो, "साहेब, या बसू साहेबांना मुदतवाढ मिळता कामा नये. त्यांची भूमिका दुटप्पी आहे. कामगार व कंपनीच्याही हिताची नाही. आर्थिकदृष्ट्या आजारी कंपनी सावरण्याच्या दृष्टीने त्यांचे प्रयत्न मला फारसे सकारात्मक वाटत नाहीत. वास्तविक कंपनीत कुठे धूर निघतो हे दिल्लीतील रसायन मंत्रालयातल्या अधिकारीवर्गास दिसत नाही. कंपनीच्या व कामगारांच्या दृष्टीने बसू साहेबांना मुदतवाढ मिळाली तर ते अन्यायकारक ठरेल."

पवार साहेबांनी तत्काळ त्या वेळी रसायनमंत्री असलेल्या एम. अरुणाचलम यांना फोन केला आणि दुसऱ्या दिवशी आपण त्यांना भेटावयास येत असल्याचे सांगितले. मात्र त्याच दिवशी संध्याकाळी महाराष्ट्रात काही तातडीचे काम निघाल्यामुळे पवार साहेब महाराष्ट्रात आले. जाताना त्यांनी मी मंत्र्यांसमवेत बैठक करावी असा निरोप दिला. सदर बैठकीला मी आणि माझा युनियन सहकारी कैलास नरुटे उपस्थित होतो. पवार साहेबांच्या अनुपस्थितीत रसायन मंत्र्यांसमवेत या महत्त्वाच्या विषयावर बैठक पार पाडणे हे खरे तर माझ्यासाठी अग्निदिव्य होते. व्यवस्थापकीय संचालकपद रसायन मंत्रालयाच्या अखत्यारीतले असल्यामुळे बसूंना मुदतवाढ देऊ नका, हे मी कंठशोष करून सांगितले, तरी संबंधित अधिकारी माझे म्हणणे किती गांभीर्याने घेतील, याबाबत मी साशंक होतो. मी आणि माझा सहकारी कैलास नरुटे रसायनमंत्री एम. अरुणाचलम यांना भेटण्यासाठी रसायन मंत्रालय, शास्त्री भवन येथे गेलो. मी अरुणाचलम यांना वस्तुस्थिती कथन केली. तेव्हा ते नाराजी व्यक्त करत मला म्हणाले, "हे पाहा बोऱ्हाडे, मला आदेश देऊ नका, आपण कंपनीचे मालक नाहीत..."

अशा शब्दांत मला उडवून लावल्यामुळे साहजिकच त्याचक्षणी मी म्हणालो, "माफ करा, मला जाणीव आहे की मी या कंपनीचा मालक नाही. मला वस्तुस्थिती चांगलीच माहिती आहे. त्या कंपनीतील दोन हजार कामगारांचा प्रतिनिधी म्हणून मी आपल्याशी बोलतोय. मी जे काही बोललो ते त्या कष्ट करणाऱ्या कामगारांची

भावना म्हणून, कामगार आणि कंपनीच्या हितासाठी.”

एवढे बोललो आणि मी उठून निघालो. बाहेर पडलो. माझी पाठ फिरताच मंत्रीमहोदयांनी मला पुन्हा आवाज दिला, “ऐका, माझ्या तरुण मित्रांनो, पुन्हा बसून चर्चा करू या.”

आम्ही बैठकीतून उठून चाललेलो, मात्र मंत्र्यांच्या आग्रहाखातर आम्ही पुन्हा माघारी फिरलो आणि परत बैठकीतल्या आमच्या खुर्च्यांवर विराजमान झालो. त्यानंतरचा आमचा संवाद खूप चांगला झाला. त्यांनी आमच्या प्रामाणिक कामाची मुक्तकंठाने प्रशंसा केली व बसू यांना मुदतवाढ न देण्याचेही त्यांनी मान्य केले.

दुसरे दिवशी मी पवार साहेबांना रसायन मंत्र्यांसोबत झालेल्या संभाषणाची माहिती सांगण्यासाठी भीतभीतच साहेबांच्या निवासस्थानी गेलो. रसायनमंत्र्यांनी अगोदरच बैठकीबाबतचा सर्व वृत्तांत पवार साहेबांना फोनवर कथन केला होता, हे सारे मला कळले होते, मात्र मंत्र्यांना दुरुत्तर केल्यामुळे साहेब मला रागावतील की काय, अशी भीती वाटत होती. मात्र ‘तुम्ही तर दिल्लीतील लोकांनासुद्धा सोडत नाही’, असे बोलून पवार साहेबांनी अप्रत्यक्षरीत्या माझे कौतुकच केले.

‘करावे तसे भरावे’ असे म्हणतात त्याचाही प्रत्यय कधी ना कधी माणसाला येतोच. बसूंच्या बाबतीतही तसेच घडले. काही दिवसांतच आर्थिक गैरव्यवहाराच्या आरोपाखाली व्यवस्थापकीय संचालक ए. के. बसू यांना सीबीआयने ताब्यात घेतले. पुढील काही महिन्यांनी कंपनीबाहेर असतानाच बसू साहेब सेवानिवृत्त झाले. त्यांचे पुन्हा कंपनीत येणे झालेच नाहीत. बसू यांच्या जागी वित्तसंचालक असणारे एम. सी. अब्राहम यांच्याकडे व्यवस्थापकीय संचालकपदाची सूत्रे आली. मार्च १९९७मध्ये झालेल्या संचालक मंडळाच्या बैठकीमध्ये कंपनीस ‘आजारी उद्योग’ म्हणून घोषित करण्यात आले. ‘आजारी उद्योग (विशेष तरतुदी) कायदा १९८५’नुसार कंपनी दिवाळखोरीत निघण्याऐवजी बीआयएफआरकडे नोंद होणे अधिक हिताचे होते.

बीआयएफआर म्हणजे वित्तीय आणि औद्योगिक पुनर्रचना मंडळ किंवा बोर्ड. या कायद्यात आजारी कंपनीसंदर्भात कंपनी कामगारांचे संरक्षण करण्याची तरतूद प्राधान्यक्रमाने आहे. या कायद्यात कामगारांना केंद्रस्थानी ठेवून कंपनीस देय असणारी इतर देणी थांबवण्यात येतात. देयकासंदर्भात कामगारांना प्राधान्यक्रम दिला जातो. हा कायदा कामगारहिताचा आहे. एच.ए. कंपनी आजारी उद्योग म्हणून बीआयएफआर कायद्यान्वये नोंदवली गेली. त्यामुळे नवीन नोकरभरती,

कामगारांची वेतनवाढ, पदोन्नती व इतर सर्वच कल्याणकारी योजनांवर नियंत्रण आले. याचाच परिणाम म्हणून मला कामगार संघटना, सरचिटणीस म्हणून कामगारवर्गात मला हवी तशी लोकप्रियता मिळत नव्हती, हेही स्पष्ट झाले होते. मात्र बीआयएफआर कायद्याच्या संरक्षण कवचात राहून सरकारच्या मदतीने तसेच व्यवस्थापन व कामगारबांधवांच्या सहकार्याने हळूहळू प्रगती करत कंपनी आणि कामगार वाचवणे हे सर्वांत मोठे आव्हान आमच्यापुढे होते. संघटनेचा सरचिटणीस म्हणून माझी जबाबदारी व भूमिका फार महत्त्वाची होती. वित्तसंचालक, कंपनीचे विविध विभागांचे विभागप्रमुख तसेच इतर वरिष्ठ अधिकाऱ्यांसोबत संवाद साधत, विचारविनिमय करत, सर्वांचा विश्वास संपादन करायचा होता. कंपनीस आर्थिक डबघाईतून बाहेर काढण्यासाठी कोणकोणते उपाय करता येतील, याचा आम्ही गांभीर्याने शोध घेत होतो.

व्यवस्थापकीय संचालक एम. सी. अब्राहम प्रामाणिकपणे त्या संदर्भात प्रयत्न करत होते, परंतु वैगुण्याचे गुलाम झालेल्या काही अधिकारीवर्गाची अब्राहम यांना हवी तशी साथ मिळत नव्हती. बीआयएफआरच्या मार्गदर्शनानुसार व रसायन मंत्रालयाच्या सूचनेनुसार कंपनीचा पुनर्वसन आराखडा तयार करण्याचे काम आम्ही हाती घेतले. त्या वेळी कंपनीमध्ये एस. के. मिश्रा, डॉ. जे. के. दत्तगुप्ता, एस. एल. फडके, ए. के. धोटे, पी. के. बरपंडा, डी. एस. यादव, डॉ. एस. आर. नाईक व डॉ.नंदा इत्यादी विविध विभागांतील वरिष्ठ विभागप्रमुख अधिकारी कार्यरत होते. या सर्वांबरोबर वेळोवेळी चर्चा व विचारविनिमय करून आणि कामगार प्रतिनिधींना विश्वासात घेऊन आम्ही पुढील भूमिका ठरवत असू. बीआयएफआरनेच एच.ए. कंपनीच्या पुनर्वसन प्रकल्पासंदर्भात 'इंडस्ट्रियल डेव्हलपमेंट बँक ऑफ इंडिया' (आय.डी.बी.आय.) या मुंबईतील बँकेला ऑपरेटिंग एजन्सी म्हणून नियुक्त केले होते. सदर बँकेचे अधिकारी वरचेवर कंपनीस भेट देऊन कंपनीसह परिस्थितीचा अभ्यास करत होते.

या सुनावणीसाठी कंपनी व्यवस्थापनाचे प्रतिनिधी, कामगारांचे प्रतिनिधी, रसायन मंत्रालयातले अधिकारी व कंपनीस कर्ज दिलेल्या विविध बँका, वित्तीय संस्था, कंपनीस मालाचा पुरवठा करणारे पुरवठादार इ. प्रतिनिधींची उपस्थिती असे. मलाही कामगार संघटना सरचिटणीस म्हणून या बैठकींसाठी जावे लागत असे. या वेळी नेहमीच बँका व पुरवठादारांचे प्रतिनिधी त्यांचे पैसे अग्रक्रमाने मिळावेत म्हणून आग्रह धरत. व्यावहारिकदृष्ट्या त्यांचा आग्रह रास्त असला

तरीही माझा कामगार जगला पाहिजे, त्याला मिळणारे मासिक वेतन वेळच्या वेळी मिळाले पाहिजे, यासाठी मी माझी भूमिका नेहमी सडेतोडपणे मांडायचो व कटाक्षाने कामगारांच्या देण्याविषयीचा आग्रह नेहमीच प्राधान्यक्रमाने प्रतिपादन करायचो.

एकदा मुंबईत आयडीबीआय बँकेने आयोजित केलेल्या बैठकीमध्ये काही बँकांच्या प्रतिनिधींनी ऑपरेटिंग एजन्सी असणाऱ्या या बँकेच्या अधिकाऱ्यांवर दबाव आणला आणि आपल्या देयकांसाठी कामगारांची थकित देणी देणे बाजूला ठेवावीत असा आग्रह धरला. बैठकीमध्ये या गोष्टीस आम्ही कडाडून विरोध करत मुद्देसूदपणे कामगारांची बाजू मांडली आणि कायद्यान्वये असे काहीही करता येणार नाही, हेही पटवून दिले. 'आजारी उद्योग (विशेष तरतुदी) कायदा १९८५' (SICA ACT 1985) अंतर्गत असणाऱ्या तरतुदींचा उल्लेख करून कामगार हक्कांचे संरक्षण केले. बँकांचा डाव उधळून लावला. बीआयएफआरच्या सुनावणीच्या वेळी आम्ही एक दिवस अगोदर दिल्लीस जायचो. पवार साहेबांना भेटायचो; त्यांच्यासोबत विचारविनिमय करायचो. रसायन मंत्रालयात जाऊन रसायन खात्याच्या सचिवांशी व संबंधित अधिकारीवर्गासोबत कंपनीच्या परिस्थितीसंदर्भात चर्चा करायचो. त्यामुळे रसायन मंत्रालयात एच.ए. कामगारांची बाजू अत्यंत सकारात्मक पद्धतीने मांडण्यात मला व माझ्या कामगार प्रतिनिधींना नेहमीच यश आले."

अरुण बोऱ्हाडे बोलत होते. एकेक प्रसंग, एकेक घटना त्यांच्या डोळ्यांसमोर जणू आत्ताच घडत असल्यासारखा होता. हा लढा होता एच.ए. कंपनीच्या व कामगारांच्या अस्तित्वाचा. परिस्थितीच्या वादळात हेलकावे खाणारी ही नाव बुडू नये, तिचे अस्तित्व मिटू नये म्हणून हे निकराचे प्रयत्न युद्धपातळीवर करताना, सेनानी म्हणून लढताना सोसलेल्या प्रत्येक घावाची जखम आता बोलत होती. वेदनांना शब्दांचे पंख फुटत होते. वरवर दिसणारा कार्यकर्ता प्रत्यक्षात किती खस्ता खातो, आतून किती फाटलेला व पेटलेला असतो, याचा प्रत्यय येत होता.

एच.ए. कंपनी व कामगारांसाठी अरुण बोऱ्हाडे समिधा होऊन हयातभर त्या यज्ञकुंडात जळत राहिले व स्वतःला जाळत राहिले. ही कंपनी व त्या कंपनीतला कामगार हेच अरुणचा श्वास आणि ध्यास! संघर्ष संपता संपत नव्हता. दिवसागणिक कारखाना मरणासन्न अवस्थेकडे झुकत होता. अशा आजारी उद्योगात काम करणाऱ्या अधिकारी व कामगारवर्गाची मानसिकता कशी असेल, याची कल्पनाही अंगावर शहारे आणत होती. विचार करून करून मेंदूचा भुगा होत होता

आणि प्रत्येकाला एकच प्रश्न पडत होता : 'उद्या ही कंपनी बंद पडली तर आपली जागा कुठे असेल! आपण कुठे असू!'

मांजर रोड झाले की उंदरांचा सुळसुळाट होतो. अगदी अशीच परिस्थिती एच.ए.ची झालेली दिसत होती. कंपनीची नाव आता नक्कीच डुबणार म्हणून, ज्यांना शक्य असेल ते त्या त्या मार्गाने कंपनीची लूट करण्याचे प्रयत्न करत होते. यात व्यवस्थापनातले काही लोक तर काही एजन्सीज अग्रेसर होत्या. कामगारांना वेळेवर पगार मिळाला पाहिजे. कायद्यान्वये कंपनीच्या विरोधात कोणताही निर्णय घेऊ नये यासाठी अरुण सतर्क राहून जागता पहारा देत होते.

मीही महिन्द्रा युजीन स्टील कंपनीत कामगार म्हणून सदतीस वर्षे निष्ठापूर्वक सेवा केली आहे. त्यामुळे कामगार संघटना, त्यांचे नेते व प्रतिनिधी, कंपनी व्यवस्थापन या सर्वांचे हितसंबंध अनुभवले आहेत. असंतुष्ट कामगारांना प्रलोभनाचे गाजर दाखवून कंपनी व्यवस्थापन सातत्याने कामगारवर्गात फूट पाडते व कामगारांच्या न्याय्य मागण्यांना पायदळी तुडवते. कामगारवर्गात आपापसात संघर्षाचे वणवे पेटवून, त्यांना आपापसात लढावयास प्रवृत्त करण्याची व्यवस्थापनाची रणनीती असते. कामगार आपापसात एकमेकांची डोकी फोडतात. कंपनीच्या आवारात कित्येकदा रक्तपात होतो. कामगार एकजूट होऊ द्यायची नाही, हाच कंपनी व्यवस्थापनाचा मुख्य अजेंडा असतो. अशीच काहीशी खदखद एच.ए.च्या संदर्भातही दिसून येते.

बोऱ्हाडे यांची भूमिका तत्त्वनिष्ठ, गांधीवादी विचारसरणीची होती; ध्येय एकच होते : 'मला माझा आजारी कारखाना वाचवायचा आहे आणि त्याच्यासोबत मला माझे कामगारबांधव जगवायचे आहेत.'

एक पक्षी आकाशात उंच उडाला. तो पक्षी नजरेत साठवत अरुण म्हणाले,

"या पक्ष्यागत आव्हानांचे आकाश मला माझ्या पंखावर पेलायचेय. माझ्या पंखांत तेवढी ताकद आहे. मनात उत्तुंग ध्येयवाद आहे. उरात अथांग आवेश आहे. शिवछत्रपतींच्या लढाऊ मावळ्याचे रक्त माझ्या अंगात सळसळते आहे, हेही मी जाणून होतो. ही माझी आणि माझ्या कामगारबांधवांसाठी आणि माझ्या कारखान्यासाठी अस्तित्वाची लढाई आहे. काही नतद्रष्ट प्रवृत्ती कंपनी मोडीत काढू पाहत होत्या. त्याला पायबंद घालून, कारखाना वाचवण्यासाठी प्राणपणाने मी अखेरच्या श्वासापर्यंत लढा देण्यास सिद्ध झालो होतो. रोज नवे प्रश्न आणि रोज नवीन आव्हाने माझ्यापुढे दत्त म्हणून उभी ठाकतच होती. एच.ए. माझा श्वास आणि ध्यास झाला होता. कंपनी आणि कामगार दोन्ही वाचलेच पाहिजेत याच निर्धाराने

मी व माझी कामगार संघटना, कंपनीचे व्यवस्थापन व कामगारबांधवांत समन्वय साधण्याचा सातत्याने प्रयत्न करत होतो. त्याच वेळी मी कंपनी व्यवस्थापन, रसायन मंत्रालय, प्रशासन, केंद्रीय रसायनमंत्री आणि आमच्या संघटनेचे अध्यक्ष पवार साहेब या सर्वांच्या नेहमीच संपर्कात राहत होतो.

आपल्या देशातील एक अत्यंत अनुभवी आणि कुशल विधिज्ञ म्हणून कामगारक्षेत्रात ज्यांच्या नावाचा दबदबा होता, असे कॉम्रेड मदन फडणीस हे आमच्या कामगार संघटनेचे गेल्या अनेक वर्षांपासूनचे कायदा सल्लागार होते. एच.ए. कामगारांबाबत त्यांच्या मनात आस्था आणि दृढविश्वास होता. मात्र ते 'आयटक' या कामगार संघटनेचे राष्ट्रीय पदाधिकारी होते. फडणीस जरी आमचे कायदे सल्लागार असले तरी, त्यांच्या आणि आमच्या कामगार संघटनेचे अध्यक्ष साहेब यांच्या विचारसरणीत मूलतः खूप मोठा फरक होता. साहेबांची विचारसरणी ही काँग्रेसप्रणित होती. ही दोन्ही माणसे वयाने आणि त्यांच्या कर्तृत्वाने श्रेष्ठ आणि ज्येष्ठ होती. आमच्या कामगार व कंपनीच्या हितासाठी व कायदेशीर बाबींसाठी आम्हांला मदन फडणीस जेवढे महत्त्वाचे होते, तेवढेच केंद्र सरकारवर दबाव टाकून एच.ए.चा प्रश्न निकाली काढण्यासाठी पवार साहेबही महत्त्वाचे होते.

या दोन्ही भिन्न विचारसरणीच्या मान्यवरांशी समन्वय साधत कामगारांचे हित साधणे हेच माझे उद्दिष्ट होते. कॉम्रेड मदन फडणीस यांची काँग्रेसविषयी वा सत्तेतील सत्ताधारी पक्षाविषयी वेगळी भूमिका असली तरी ते कामगारहितासाठी अत्यंत प्रामाणिक आणि आग्रही होते. मी एकदा फडणीस साहेबांना पवार साहेब कंपनी वाचवण्यासाठी आणि कामगारहितासाठी अत्यंत तळमळीने काम करत असल्याचे सांगितले. त्याविषयी माझेही काही दुमत नसल्याचा निर्वाळा फडणीस साहेबांनी दिला, तसेच मदन फडणीस हे आपल्या कामगारांसाठी अत्यंत आस्थापूर्वक काम करतात हे साहेबांना सांगितले. त्यावर त्यांचे मत अत्यंत सकारात्मक असल्याचे जाणवले. कायदेशीर बाबींसाठी फडणीस साहेबांनी आम्हांला त्यांच्या जीवनाखेरपर्यंत प्रामाणिकपणे सहकार्य केले. बीआयएफआर कोर्टाच्या एका महत्त्वाच्या सुनावणीच्या वेळी आजारी असतानाही फडणीस साहेब दिल्लीतील कोर्टात उपस्थित राहिले. आम्हा पदाधिकाऱ्यांत कधी एखाद्या मुद्द्यावर मतभेद झाले, तर फडणीस साहेब ते मतभेद स्वतः पुढाकार घेऊन मिटवत असत. ते एक सहृदय, प्रामाणिक, अभ्यासू व सच्च्या अंतःकरणाचा माणूस होते.

एच.ए. कंपनीचा पेनिसिलीन विभाग सुमारे साडेपाचशे हस्तांतरित कामगारांसह मॅक्स जीबी या कंपनीच्या व्यवस्थापनाकडे भाडेतत्त्वाच्या करार व अटींवर सुपूर्द करण्यात आलेला होता. पेनिसिलीन उत्पादन चांगल्या प्रमाणात मिळत होते. मॅक्स जीबी या खासगी कंपनीच्या व्यवस्थापनाच्या कठोर अटी व शर्तींमुळे कंपनी कामगार व अधिकारीवर्ग त्यांच्या आदेशाचे तत्परतेने पालन करत असत. त्याच वेळी एच.ए. व्यवस्थापनाकडे असलेले फॉर्म्युलेशन्स विभाग, सी. एल. पी., पायलट प्लॅन्ट, आय. व्ही. फ्ल्युईड आणि ॲग्रिकल्चर उत्पादनाचे विभाग कमीअधिक प्रमाणात कार्यान्वित होते. पुरेशा भांडवलाअभावी काही विभाग कधीकधी बंद ठेवावे लागत. व्यवस्थापनाची बरीचशी आर्थिक ताकद कंपनीचा महिन्याकाठी होणारा खर्च व कामगारांचे पगार यांतच खर्ची पडत होती.

आर्थिक परिस्थिती नाजूक असली तरी जबाबदारीच्या पदावर विराजमान झालेल्या कंपनीच्या अधिकारीवर्गातील काहींचा बेजबाबदारपणा आमच्या कामगार संघटनेच्या प्रतिनिधींच्या व माझ्या नजरेतून सुटत नव्हता. या आर्थिक शिस्तीसाठी कंपनी व्यवस्थापनाच्या बैठकीत ज्या ज्या वेळेस आम्ही वर्मावर बोट ठेवून भाष्य करायचो, त्या त्या वेळेस संबंधित अधिकारीवर्गात आणि आमच्यात संघर्षाची ठिणगी पडायचीच.

आमच्या भूमिकेमुळे काही अधिकाऱ्यांचा अहंकार दुखावला जात होता, आणि त्याचाच फायदा खासगी मॅक्स जीबी कंपनीचे व्यवस्थापन घेत होते. भुकेल्या अजगरासारखी मॅक्स जीबीच्या व्यवस्थापनाची वृत्ती आम्हांला ठायी ठायी प्रत्ययास येत होती. 'भटाला दिली ओसरी अन् भट हातपाय पसरी' असेच मॅक्स जीबीबाबत झाले होते.

मॅक्स जीबीअंतर्गत कंपनीचे पेनिसिलीनचे उत्पादन दिवसेंदिवस वाढत होते, त्यांचा नफाही वाढत होता. मात्र झालेला नफा कुशलतेने दडवण्यात मॅक्स जीबीचे व्यवस्थापन चतुर होते. फायदा होत नाही असे सांगत त्यांनी हळूहळू एच.ए.ला देण्यात येणारी भाडेपट्टा रक्कम थकवण्यास सुरुवात केली. तसेच आपल्या विभागात कार्यरत असणाऱ्या काही कामगारांना विनाकारण त्रास देण्याचा प्रयत्नही केला. कंपन्यांच्या मुख्य उत्पादनास साहाय्यभूत असणाऱ्या अत्यावश्यक सेवा म्हणजे युटिलिटी (वीज, पाणी, बॉयलर हाऊस इ.) आवश्यक यंत्रणा एच.ए.कडून भाडेतत्त्वावर वापरणे आम्हास परवडत नाही, अशी हाकाटी मॅक्स जीबीच्या व्यवस्थापनाने एच.ए. कंपनी व्यवस्थापनाकडे केली. खरे तर या चोरांच्या उलट्या बोंबा होत्या.

मॅक्स जीबी व्यवस्थापन एच.ए. व्यवस्थापनाकडे या युटिलिटी त्यांच्याकडे हस्तांतरित करण्याची आग्रही मागणी करू लागले. आम्ही एच.ए.ला युटिलिटीची सेवा पुरवू, मात्र एच.ए.ची युटिलिटी यंत्रणा मॅक्स जीबीच्या अधिकाराखाली यावी असा प्रस्ताव मॅक्स जीबीने व्यवस्थापनापुढे मांडला. एच.ए.च्या संचालक मंडळाने त्या प्रस्तावास आपली अनुमती दिली. कंपनीतील काही वरिष्ठ अधिकाऱ्यांना ही बाब मान्य नव्हती. त्यांनी आकडेवारीनिशी ही बाब एच.ए.ला अडचणीत आणणारी आहे, हेही संचालक मंडळाच्या निदर्शनास आणून दिले.

कामगार संघटना म्हणून आमचे या गोष्टीवर बारकाईने लक्ष होतेच. युटिलिटी मॅक्स जीबी कंपनीकडे हस्तांतरित होताना एच.ए.तील काही कामगार तिकडे हस्तांतरित करण्यात येणार होते. त्यामुळे बीआयएफआरच्या मार्गदर्शक तत्त्वानुसार कामगार संघटना म्हणून व्यवस्थापनाने आम्हांलाही या युटिलिटी संदर्भात विश्वासात घेणे क्रमप्राप्त होते. या मुद्द्यावर कामगार संघटना म्हणून आम्ही या प्रस्तावास आक्षेप नोंदवला. या प्रश्नाच्या सोडवणुकीसाठी आयोजित केलेल्या बैठकीस दिल्लीवरून रसायन मंत्रालयाचे एक संयुक्त सचिव पुण्यास आले. ते आय.ए.एस. दर्जाचे अधिकारी होते. रसायन मंत्रालयात त्यांच्या नावाचा खूप मोठा दबदबा होता.

एच.ए. व्यवस्थापन, मॅक्स जीबी व्यवस्थापन, अधिकारीवर्ग व कामगार संघटना प्रतिनिधी यांच्या संयुक्त बैठकीत एच.ए. कंपनीची युटिलिटी मॅक्स जीबीकडे हस्तांतरित करणे किती निकडीचे आहे, त्याबाबतचे ठाम प्रतिपादन या सचिवांनी केले. मात्र एच.ए. कंपनी व्यवस्थापन व अधिकारीवर्गापैकी कुणीही याबाबत कुठलेच मत प्रदर्शित केले नाही. कंपनीलगतच कंपनी कामगारांची एक हजार सदनिकांची वसाहत आहे. त्यांना माफक दरात वीज व पाण्याचा पुरवठा होतो. जी सवलत युटिलिटी मॅक्स जीबीला परवडत नाही, ती युटिलिटी मॅक्स जीबीकडे हस्तांतरित झाल्यानंतर कशी देणार, यावर कोणीही स्पष्टीकरण दिले नाही. विशेष म्हणजे सचिवांनीही युटिलिटी मॅक्स जीबीकडे हस्तांतरित करण्याचा निर्णय झाला असल्याचेही ठामपणे सांगितले आणि हा निर्णय सर्वांनाच बंधनकारक राहील हे सांगण्यासही ते विसरले नाहीत.

मी कामगार संघटनेच्या वतीने निषेध नोंदवला. बैठकीमध्ये संयुक्त सचिवांची व माझी शाब्दिक वादावादी झाली. "युटिलिटी मॅक्स जीबीकडे हस्तांतरित करण्याचा एकतर्फी निर्णय तुम्ही घेऊ शकत नाही. एच.ए. कंपनी विरोधातला हा कट आहे आणि या कटात तुम्ही सहभागी व्हावे ही त्यापेक्षा शरमेची बाब आहे. आपण मॅक्स जीबीची पाठराखण करता हेच यातून सिद्ध होते," असे माझे ठाम मत होते.

लढा तत्त्वाचा असल्यामुळे वादंगातच ती बैठक संपली. रसायन मंत्रालयातल्या संयुक्त सचिवांना विरोध करताना मी अजिबात डगमगलो नाही.

बैठकीनंतर दुसऱ्याच दिवशी कंपनीच्या गेस्ट हाउसमधून, कोणी तरी लोक भेटण्यासाठी आले आहेत, म्हणून मला फोन आला. कधी कधी सिक्युरिटी गेटवरून फक्त, तुमचे गेस्ट आले आहेत, गेस्ट हाउसला भेटीसाठी यावे असा, निरोप यायचा. हे नित्याचेच होते. असेल कोणी तरी परिचयाचे, असे गृहीत धरून मी गेस्ट हाऊसमध्ये प्रवेश केला. दोन अनोळखी माणसे माझी प्रतीक्षा करत होती.

मी प्रवेश करताच त्या दोघांनीही उभे राहून मला अभिवादन केले व म्हणाले, "हॅलो बोऱ्हाडेजी, आप को मिल के बहुत खुशी हुई।"

मीही हस्तांदोलन करत त्यांचे स्वागत केले. आम्ही आसनस्थ झालो. त्यांचे चेहरे न्याहाळत मी विचारलं, "आप का परिचय, सर? मैंने पहचाना नहीं।"

"परिचय तो यूँ ही हो जायेगा साहब, अभी तो शुरुवात हुई है। हम तो दिल्ली से आये है, आप का प्यार पाने के लिए। आप के खुशी में ही हमारी खुशी है साब। जुग जुग जियो यार।"

एक जण मिठास भाषेत, चेहऱ्यावर औपचारिक प्रसन्नता दाखवत म्हणाला.

मी क्षणभर काहीसा चक्रावलो. माझ्या खुशीसाठी व प्रेमासाठी माझी भेट घेण्यास हे दोघे चक्क दिल्लीहून पुण्यास आले! दिल्लीतल्या लोकांना माझ्या भल्याची चिंता वाटावी, हे अजब कोडे उलगडण्यास कोणा विद्वानाची गरज मला भासली नाही. मी त्यांना म्हणालो, "साहब, आप बहोत भली खुशी की सोच लेकर मुझे मिलने यहाँ आये है, धन्यवाद और शुक्रिया! अब मतलब की बात बोलो। मतलब के बिना कोई किसीसे प्यार करता नहीं। बोलो, क्या काम है आप का? किस काम के लिए आप इतनी दूर से मुझे मिलने को आये हो?"

माझे बोलणे ऐकून दोघेही एकमेकांकडे पाहू लागले. काही वेळ शांततेत गेला. मग एक जण आवंढा गिळून म्हणाला, "देखो साब, कल कंपनी में युटिलिटी के बारे में बैठक हो गयी। आप सिर्फ अपने बारे में सोचो साब। हम आपके बारे में सोचेंगे, आपके परिवार के खुशी के बारे में सोचो। हम है ना, आपको सबकुछ देगा, आपको जो मंगता है वो देगा, आप सिर्फ बोलो साब, लेकिन ये युटिलिटी के बीच में मत पडो। वैसा तो ये कंपनी आज नहीं तो कल डुबनेवाली ही है। आप अपने को और आपके परिवार को बचाओ। तैरती हुयी नैया डुबती है ना साब, तब नैया में बैठे हुये लोग कोई किसी का खयाल करता नहीं। हर एक को अपनी जिंदगानी प्यारी रहती है

साब। ये कलियुग है, हर एक को अपनी अपनी पडी है। यह सही वक्त है अपने और अपने परिवार की परवरिश करने का।"

त्या इसमाचे बोलणे ऐकून माझ्या मनात संतापाची लाट उसळली. मनातला राग चेहऱ्यावर दिसू न देता मी त्यांना म्हणालो, "आपको मालूम है, मेरा परिवार कितना बडा है? उन सबकी परवरिश आप कर सकते है?"

"कितने लोग है साब आपके परिवार में?" कुतूहलाने एकाने विचारले.

"कम से कम तीन हजार और जादा से जादा छः हजार!" मी शांतपणे उत्तरलो.

"क्या मजाक करते हो, साहब? ऐसा कोई परिवार होता है क्या?" छद्मी हसत तो म्हणाला.

"हाँ, ये कंपनी और यहाँ काम करनेवाले सब लोग मेराही परिवार है। इनकी परवरीश करने की तुम्हारी औकात नहीं। मुझे खरीदने आये हो? किसने भेजा आपको इधर? किसने बताया तुम्हें मेरा नाम? अगर ये बात मेरे कामगार भाइयों को मैंने बताई तो आपका दिल्ली वापस जाना मुश्कील होगा। भागो यहाँ से और वापस ये कंपनी के इलाखे में मत आओ, वर्ना...।"

असे बोलून मी गेस्ट हाउसच्या बाहेर पडलो व तडक कंपनीतल्या माझ्या विभागात माझ्या कामावर मी मला जुंपून घेतले. मनात संतापाची आग धुमसत होती. मी माझ्या कामगार संघटनेतल्या काही प्रतिनिधींना ही घटना सांगितली तेव्हा ते म्हणाले, "ही घटना गंभीर आहे. तिचा गांभीर्याने विचार कर. यामागे खूप मोठे षड्यंत्र आहे. कुणाचीही पर्वा न करता हे लोक दिल्लीवरून तुझी भेट घेण्यासाठी पुण्यास आले. यांना कुणातरी बड्या हस्तीचे पाठबळ असू शकते. तुझ्या जिवालाही या लोकांकडून धोका होऊ शकतो. त्यामुळे या प्रश्नाचा तातडीने दिल्लीस जाऊन निकाल लावला पाहिजे."

स्वार्थी माणसे मार्गातल्या अडथळ्यांना हटवण्यासाठी कोणत्याही थराला जाऊ शकतात. संवाद साधण्यासाठी फक्त दोघे जणच समोर आले; पण त्यांच्या पाठीशी कोणकोणत्या शक्ती उभ्या आहेत, हे आकलनाबाहेरचे होते. व्यवस्थापनातले हितसंबंध दुखावलेले लोक, राजकारणातील काही असंतुष्ट आत्मे, मॅक्स जीबीचे व्यवस्थापन यांशिवाय रसायन मंत्रालयातले काही वरिष्ठ अधिकारी हे सारे या षड्यंत्राचा भाग असू शकतात. कामगार संघटनेचे दोन-तीन प्रतिनिधी सोबत घेऊन मी दुसऱ्याच दिवशी दिल्ली गाठली.

सत्याच्या व तत्त्वाच्या मार्गाने जाताना पदोपदी अडचणी येतातच. प्रलोभने टाळताना समोर आपल्या जिवाचा धोका उभा असतो, पण आपण तत्त्वाशी तडजोड केली तर सामुदायिक नुकसानीस जबाबदार ठरणार असतो. कामगारहिताचा विचार करताना मला अनेकदा पेटत्या निखाऱ्यावरून वाटचाल करावी लागली. मला जो काही मार्क्सवाद, आंबेडकरवाद समजला होता, त्यात कुठेही कष्टकरी कामगारांची फसवणूक करा वा शोषण करा असे सांगितले नाही. उलट कामगारांच्या हिताच्या रक्षणाचीच ग्वाही या साऱ्यांत दिली आहे.मी माझ्या डोळ्यांसमोर माझ्या कामगारबांधवांचे शोषण व त्यांच्या कुटुंबीयांची परवड पाहूच शकत नव्हतो. शोषणाची कल्पनाच मला भोवळ आणत होती. त्यासाठीच एच.ए. कंपनीतल्या या शोषणास साहाय्यभूत होणाऱ्या प्रत्येक बाबीस मी कडाडून विरोध करत होतो. एखाद्या बहरलेल्या वेलीस कीड लागावी तशी एच.ए.ची अवस्था झाली होती. या किडीचे निर्दालन करण्यासाठी मी एकाच वेळी कंपनीतील विरोधक, दिल्लीतील प्रशासकीय यंत्रणा, रसायन मंत्रालयातील काहीजण व मॅक्स जीबीसारखे भांडवलदार यांच्यासोबत चौफेर लढा देत होतो. सुदैवाने कामगार संघटनेतील पदाधिकारी माझ्यासोबत होते.

दिल्लीस जाण्याअगोदर सचिवांसोबतचा व व्यवस्थापन आणि मॅक्स जीबी व्यवस्थापनासंदर्भातल्या बैठकीचा सर्व वृत्तांत मी पवार साहेबांना फॅक्सवर पाठवून कळवला होता. दिल्लीस जाऊन आम्ही साहेबांना वस्तुस्थितीची कल्पना दिली. त्यांनी आमच्यासमवेत दुसऱ्या दिवशी रसायनखात्याच्या सचिवांची भेट घेतली. तातडीने एच.ए. कंपनीतली युटिलिटी मॅक्स जीबीकडे हस्तांतरित करण्याचा निर्णय रोखण्यास सांगितला. सदर भेटीच्या वेळी रसायन खात्याचे संयुक्त सचिवदेखील उपस्थित होते; आणि त्याही बैठकीत ते एच.ए. कंपनीतली युटिलिटी मॅक्स जीबीकडे हस्तांतरित करण्याबाबत फारच आग्रही होते. मात्र सचिवांनी त्यांचा निर्णय ताबडतोब रद्द केला. पुढील काही दिवसांतच त्यांची रसायन मंत्रालयातून अन्य ठिकाणी बदली झाली.

युटिलिटीसंदर्भातली कंपनीतली लढाई जिंकल्यानंतर अर्थात कंपनीतले माझे शत्रू खूपच वाढले. या खासगी कंपनी व्यवस्थापनाच्या हव्यासाविरुद्ध मी दंड थोपटून ठामपणे उभा राहिलो होतो, आता ते कंपनी व्यवस्थापन माझ्याविरुद्ध माझ्या कंपनीतल्या असंतुष्ट कामगारांना हाताशी धरत होते. अशा अतृप्त आत्म्यांना माझ्यावर छुपे वार करण्यासाठी प्रेरित करत होते. तोपर्यंत पेनिसिलीनची उत्पादन

उद्दिष्टपूर्तीही झाली होती. त्या आनंदाप्रीत्यर्थ मॅक्स जीबीकडे हस्तांतरित करण्यात आलेल्या एच.ए.तल्या साडेपाचशे कामगारांना या व्यवस्थापनाने मिठाईचे वाटप केले. ही गोष्ट माझ्या सदसद्विवेकबुद्धीला अजिबात पटली नाही. मी स्वतःही त्याच पेनिसिलीन विभागात कार्यरत होतो. बहुसंख्य कामगारांच्या आग्रहास्तव या मिठाई वाटपासंदर्भात मी कोणतीही विरोधाची भूमिका घेतली नाही. ही गोष्ट अनुचित व मनाला पटणारी नसली तरी काही काळासाठी मी शांत बसण्याची भूमिका घेतली.

काळाच्या पोटातच बऱ्याच अनुत्तरित प्रश्नांची उत्तरे दडलेली असतात, म्हणतात! त्यामुळे तोपर्यंत वाट बघण्याशिवाय दुसरा पर्याय नसतो. मॅक्स जीबीच्या बाबतीत असेच घडले. त्यांचे हेतू मुळीच शुद्ध नव्हते. काही दिवसांनी पेनिसिलीनच्या उत्पादनात वाढ झाली म्हणून मॅक्स जीबी व्यवस्थापनाने त्या विभागात काम करणाऱ्या कामगारांना चांदीची नाणी वाटली.

एकाच कंपनी प्रवेशद्वारातून कंपनीत येणारे सर्व कामगार एकाच ठिकाणी आपल्या हजेरीची पंचिंग मशीनद्वारे इन-आउटची नोंद करतात. कामावरून घरी परतताना काही कामगारांच्या हातात चांदीचे नाणे आणि मिठाईचा पुडा व बाकी कामगारांचा हात रिता ही कल्पनाच मला सहन होत नव्हती! या घटनेने मी खूप अस्वस्थ होतो! 'कामगार एकजुटीचा विजय असो' अशा घोषणा देत कामगार संघटनेची एकी टिकवण्यासाठी प्रयत्नांची पराकाष्ठा करणारे आम्ही कामगार प्रतिनिधी! आमच्या डोळ्यांसमोर कामगारांत नकळत होणारी दुफळी पाहू शकत नव्हतो. मनाला लाख इंगळ्या डसत होत्या. हे सहनशक्तीपलीकडचे होते. विचारांनी मेंदूच्या ठिकऱ्या होत होत्या. 'चांदीची नाणी वाटून कामगारांत फूट पाडू नका,' असे मी मॅक्स जीबीच्या व्यवस्थापनास सांगू शकत नव्हतो आणि 'चांदीची नाणी घेऊ नका' असे सांगून कामगारबांधवांचा रोषही पत्करू शकत नव्हतो.

या प्रकरणाकडे दुर्लक्ष करावे तर मॅक्स जीबीकडे काम करत नसणाऱ्या कामगारांना मी काय उत्तर देणार, हाही प्रश्न होताच. कंपनीत माझे कामगारवर्गातले नेतृत्व प्रबळ होत असताना मॅक्स जीबी व्यवस्थापन माझ्या मनसुब्यांनाच अशा प्रकारे सुरुंग लावत होते. युटिलिटी प्रकरणात त्यांचा झालेला दारुण पराभव त्यांच्या जिव्हारी लागला होता. त्याचाच बदला म्हणून चांदीची नाणी कामगारांत वाटून, फूट पाडण्याचा जाणीवपूर्वक केलेला प्रयत्न त्यांच्या डावपेचाचाच भाग होता. उत्पादनाचे उद्दिष्ट गाठले म्हणून चांदीची नाणी वाटणारे मॅक्स जीबी कंपनी व्यवस्थापन दुसरीकडे पैसे नाहीत, म्हणून कंपनी व्यवस्थापनास देय असणारी

देणी थकवत होते. ही माझ्या आकलनाबाहेरची गोष्ट असली तरी यात काही तरी काळेबेरे आहे, याचा मला दाट संशय येत होता.

मॅक्स जीबी व्यवस्थापन व माझ्या संघर्षाचा वणवा पेटला होता. वेगवेगळ्या विभागांत जाऊन मी कामगारबांधवांसोबत संवाद साधत होतो. कंपनी वाचवायची असेल तर सर्व कामगारांची एकजूट अभेद्य राहणे अत्यंत निकडीचे आहे, हेच समग्र कामगारबांधवांच्या मनावर बिंबवण्याचा निकराचा प्रयत्न मी करत होतो.

त्याच वेळी व्यवस्थापन माझ्या अस्तित्वालाच सुरुंग लावण्याचा आटोकाट प्रयत्न करत होते. माझ्याच कामगार संघटनेतील दोन कामगार प्रतिनिधींना फूस लावून संघटनेला खिंडार पाडण्याचा डावपेच हा त्याचाच एक भाग होता. या दोघांना हाताशी धरून कंपनीत वेगळी कामगार संघटना स्थापन करण्यासाठी व्यवस्थापनातल्या काही असंतुष्टांनी व मॅक्स जीबी व्यवस्थापनाने पडद्याआडून कार्यवाहीस सुरुवात केली.

मॅक्स जीबी अंतर्गत पेनिसिलीन विभागातल्या काही कामगारांच्या सह्या घेतल्या, त्याचबरोबर कंपनीतल्या इतर विभागांतल्या कामगारांच्या खोट्या सह्याही नवीन कामगार संघटनेच्या स्थापनेसाठी गोळा केल्या. त्या सह्यांचे एक पत्रक नवीन कामगार संघटना स्थापनेसाठी कंपनी व्यवस्थापन, तसेच दिल्लीतल्या रसायन मंत्रालयाकडेही पाठवले. हे प्रकरण तडीस नेण्यासाठी सदर कामगार प्रतिनिधींनी दिल्लीस जाऊन तत्कालीन दोन खासदारांना प्रचलित युनियनबाबत खोटेनाटे सांगून त्यांचा पाठिंबा मिळवण्याचाही प्रयत्न केला.

या कारवायांची माहिती मिळताच मी काही कामगार सहकाऱ्यांना घेऊन ह्या फुटीरवादी कारस्थानाचा बंदोबस्त करण्याचा निर्धार केला. या प्रतिनिधींनी प्रशासनाकडे व कंपनी व्यवस्थापनास पाठवलेल्या अर्जांसह कामगारांच्या सह्या असणारे पत्र मी मिळवले. त्या पत्रास जोडलेल्या सह्यांच्या कागदाची पडताळणी करता बहुसंख्य कामगारांच्या सह्या खोट्या असल्याचे निदर्शनास आले.

दरम्यान मुंबईतील तत्कालीन खासदार मधुकर सरपोतदार हे केंद्रीय समितीचे अध्यक्ष म्हणून काही दिवसांपूर्वीच एच.ए. कंपनीची 'आजारी उद्योग' म्हणून पाहणी करून गेलेले होते. याच बैठकीत माझी त्यांच्याशी ओळख व परिचय झालेलाच होता. खोट्या सह्या करणाऱ्या त्या कामगार प्रतिनिधींनी सरपोतदारांनाच कामगार संघटना बदलण्याबाबत गळ घातली होती. मी दिल्लीस जाऊन त्यांची भेट घेतली. कंपनीच्या व कामगारांच्या हितासाठी एच.ए. कंपनीत दुसरी कामगार संघटना

स्थापन करणे चुकीचे ठरेल, हे त्यांना मुद्देसूदपणे पटवून दिले. खासदारसाहेबांनीही माझ्या म्हणण्याला सहमती दर्शवली. ते म्हणाले की, मला पुण्यातल्या खासदारांनी (अण्णा जोशी) फोन करून याबाबत लक्ष घालण्यास सांगितले होते.

नंतर मी पुण्यात त्याही खासदारांना भेटलो. त्यांनाही कंपनीतली वस्तुस्थिती समजावून सांगितली. खासदार अण्णा जोशी यांचे बंधू गोविंद जोशी हे आमच्या कंपनीत कार्मिक अधिकारी म्हणून कार्यरत होते, त्यांनीही खासदार जोशींना कंपनीतली वस्तुस्थिती कथन केली. दोघेही खासदार नवीन संघटनेसाठी अनुकूल नसल्याने या प्रतिनिधींचे दुसरी संघटना काढण्याचे मनसुबे उधळले गेले.

मॅक्स जीबी कंपनी व्यवस्थापनाचे माझ्या विरोधातले षड्यंत्र मी मोडीत काढत असलो तरी मला खिंडीत गाठून कोंडीत पकडण्याचे त्यांचे प्रयत्न चालूच होते.

दीपावलीच्या पार्श्वभूमीवर एच.ए.व्यवस्थापन कंपनीतल्या सर्व कामगारांना प्रतिवर्षी उत्पादनाशी निगडित बोनस (पी.एल.बी.) म्हणजेच इन्सेन्टिव्ह देण्याची रूढ परंपरा होती. हा इन्सेन्टिव्ह देण्याचे एक ठरावीक सूत्र होते.

कंपनीतले उत्पादन अलीकडे घटले असले तरी दिवाळी सणाच्या निमित्ताने कामगारांना व कामगार कुटुंबीयांना मिळणारा इन्सेन्टिव्ह ही दिलासादायक बाब होती. ही रक्कम नाममात्र असली तरी तो कामगारांच्या जिव्हाळ्याचा प्रश्न होता. व्यवस्थापनासोबत बोलणी करून ही रक्कम कामगारांना दिवाळी सणाच्या अगोदर मिळण्यासाठी आम्ही प्रयत्नशील असायचो. एच.ए. कंपनीतल्या उत्पादनाची आकडेवारी तसेच मॅक्स जीबीतल्या पेनिसिलीन विभागाची उत्पादन आकडेवारी हिशोबात धरून कामगारांच्या इन्सेन्टिव्हची रक्कम ठरवणे अपेक्षित व अनिवार्य होते; परंतु अनपेक्षितपणे मॅक्स जीबी व्यवस्थापनाने आपल्याकडील हस्तांतरित कामगारांना आपण स्वतंत्ररीत्या इन्सेन्टिव्हच्या रकमेचे वितरण करू, अशी भूमिका घेतली आणि तशा आशयाचे पत्र त्यांनी एच.ए. व्यवस्थापनास दिले.

वास्तविक एच.ए. व मॅक्स जीबी पेनिसिलीनच्या उत्पादनापुरती 'एच. एम.जीबी' अशी कंपनी स्थापन करण्यात आली होती. एच.ए.चे पेनिसिलिन उत्पादन प्लँट व कामगार मॅक्स जीबीकडे भाडेतत्त्वावर दिलेले होते. असे असताना मॅक्स जीबीतल्या हस्तांतरित कामगारांना वेगळा इन्सेन्टिव्ह देणे कुठल्याही तत्त्वात न बसणारे व अनाकलनीय होते.

या साऱ्या पातळ्यांवर काम करताना माझी पदोपदी कसोटी लागत होती. सवंग लोकप्रियतेसाठी नेतृत्व करायचे की संघटनेच्या एकीसाठी मूल्याधिष्ठित नेतृत्व करायचे, या द्वंद्वात मी सापडलो होतो. कामगार संघटनेला जेरीस आणण्यासाठी मॅक्स जीबीचे एकापाठोपाठ एक असे डावपेच चालूच होते. मॅक्स जीबी व्यवस्थापन हेच एच.ए. कंपनी वाचवण्याच्या प्रयत्नांमध्ये सर्वांत मोठी बाधा होती. मॅक्स जीबीने पेनिसिलीन विभागात काम करणाऱ्या कामगारांना वेगळा इन्सेन्टिव्ह देण्याचे पत्र व्यवस्थापनाला दिल्यामुळे आम्ही कामगार प्रतिनिधींनी कडाडून विरोध केला. ही दादागिरी आम्ही अजिबात खपवून घेणार नाही, ही भूमिका आम्ही घेतली.

मॅक्स जीबीच्या व्यवस्थापनाचा मुजोरपणा दिवसेंदिवस वाढतच होता. आम्ही कामगार संघटनेच्या पदाधिकाऱ्यांची व प्रतिनिधींची तातडीची बैठक बोलावली. विचारविनिमय करून जोपर्यंत मॅक्स जीबीचे व्यवस्थापन ऐकत नाही आणि कामगार एकजुटीचा आदर करत नाही, तोपर्यंत मॅक्स जीबीच्या व्यवस्थापनाला कंपनीच्या प्रवेशद्वारातून आम्ही कंपनीत प्रवेश करू देणार नाही, अशा आशयाचे पत्र आम्ही एच.ए.व्यवस्थापनास दिले. आता संघर्ष अटळ होता. माती मऊ लागली की माणूस ती कोपरानेही खणू लागतो, तसे मॅक्स जीबी व्यवस्थापनाचे धोरण होते.

दुसऱ्या दिवशी आम्ही कामगार संघटनेचे सात पदाधिकारी कंपनीच्या प्रवेशद्वाराजवळ थांबलो. मॅक्स जीबीचे व्यवस्थापन प्रतिनिधी प्रवेशद्वारात येताच त्यांना कंपनीत प्रवेश करण्याविषयी आम्ही प्रतिबंध केला. त्यांना हे सारे अकल्पित होते. वेळ जाऊ लागला, तसतसे कंपनी प्रवेशद्वाराजवळील वातावरण तापू लागले. मॅक्स जीबीचे अधिकारी जळजळीत नजरेने आमच्याकडे पाहत होते, तर आमच्या डोळ्यांतला अंगार जणू रक्त ओकत होता. मॅक्स जीबीच्या अधिकाऱ्यांच्या सुरक्षेसाठी एच.ए.चे सुरक्षापथक धावले. काही वेळात पोलिसांनाही पाचारण करण्यात आले. जाळीचा पिंजरा असणाऱ्या पोलीस व्हॅन कंपनीच्या गेटवर अवतरल्या. आमच्याकडून काही शाब्दिक आगळीक होईल व अपशब्द उच्चारले जातील याचीच ते वाट पाहत होते. एच.ए. व्यवस्थापनातले काही अधिकारी आमची समजूत घालण्यासाठी आले. ते त्यांचे कर्तव्य बजावत होते, परंतु आम्हांला मॅक्स जीबीची ताठर भूमिका अमान्य होती.

पोलीस अधिकाऱ्यांना मी आमची रास्त बाजू व भूमिका पटवून दिली. स्वतंत्र इन्सेन्टिव्ह देण्याचे मॅक्स जीबीचे पत्र त्यांनी मागे घेतले तरच त्यांना कंपनीत पाय ठेवून देऊ. अन्यथा शेकडो कामगार त्यांच्यावर तुटून पडतील व खूप मोठा

अनर्थ घडेल. तसे होऊ नये म्हणून आम्ही त्यांना प्रवेशद्वारातच रोखून धरले आहे, असे मी पोलीस अधिकाऱ्यांस सांगितले. यावर पोलीस अधिकाऱ्यांनीही मॅक्स जीबीच्या अधिकाऱ्यांना 'कामगारवर्ग भडकलेला आहे. कंपनीत जाऊन उगाच विषाची परीक्षा घेऊ नका', असा सल्ला दिला.

आता खरी कसोटी एच.ए.च्या व्यवस्थापनाची होती. त्यांच्या प्रयत्नांना कामगार संघटना दाद देत नव्हती व मॅक्स जीबीच्या व्यवस्थापनालाही जुमानत नव्हती. कारखान्यातील कामगारांच्या चहापाण्याची वेळ झाल्यामुळे त्यांची पावले कंपनीच्या प्रवेशद्वाराजवळ असणाऱ्या कॅन्टिनकडे वळली. सर्व विभागातले शेकडो कामगार प्रवेशद्वाराच्या आतील बाजूस जमा झाले व 'कामगार एकजुटीचा विजय असो' अशा घोषणा देऊ लागले. प्रवेशद्वाराजवळचे वातावरण अधिक तापले. कोणताही अनुचित प्रकार होणार नाही याची दक्षता कामगार प्रतिनिधी म्हणून आम्ही घेतच होतो.

कामगारांच्या शक्तीची व एकजुटीची मॅक्स जीबी व एच.ए. व्यवस्थापनास जाणीव झाली. चहापाण्याची वेळ संपताच सर्व कामगार आपापल्या कामांवर रुजू झाले. हा तिढा कसा सोडवावा, हाच पेच कंपनी व्यवस्थापनास पडला होता. त्यांनी कामगार आयुक्तांना फोनवर संबंधित घटनेची कल्पना देऊन कंपनीच्या प्रवेशद्वारावर पाचारण केले. कामगार संघटनेच्या प्रतिनिधींनी उभारलेले हे वेगळे व अभूतपूर्व आंदोलन होते. कंपनीच्या उत्पादनप्रक्रियेत कुठलाही खंड न पाडता व व्यत्यय न आणता कामगारांच्या हितासाठी व एकजुटीसाठी आम्ही आंदोलनाची खिंड लढवत होतो. एच.ए. व्यवस्थापनाच्या विनंतीनुसार कामगार आयुक्त कंपनीच्या प्रवेशद्वारावर आले. या प्रश्नावर संवादातून तोडगा काढण्यात यावा, असे त्यांनी आम्हांला सुचवले. आम्ही कामगार आयुक्तांच्या शब्दांना मान दिला.

संवाद बैठक कंपनीच्या ऑफिसमध्ये न घेता कंपनीच्या गेस्ट हाउसमध्ये घेण्यात यावी, अशी मागणी आम्ही कामगार आयुक्त तसेच दोन्ही व्यवस्थापनांना सांगितली. त्यानुसार, एच.ए. व्यवस्थापन, मॅक्स जीबी व्यवस्थापन व कामगार संघटनेची बैठक कंपनीच्या गेस्ट हाउसमध्ये पार पडली.

मी कामगार संघटनेची व कामगारांची भूमिका अगदी सडेतोड मांडली.

'चुकीचा प्रघात पाडून मॅक्स जीबी आमच्या कामगारांत संदेहाचे व संशयाचे वातावरण निर्माण करते आहे. आम्ही एच.ए.चे सर्व कामगार एक आहोत. सर्व फायदेतोटे, सुखदुःखाचे एकसमान भागीदार आहोत. आमच्यात फूट पाडण्याचा

व भेदभाव करण्याचा कोणीही प्रयत्न करू नये. तशा प्रयत्नांना आम्ही दाद देणार नाही. आर्थिकदृष्ट्या आजारी अवस्थेतल्या कंपनीस ऊर्जितावस्था प्राप्त करण्यासाठी आम्ही कठोर परिश्रमास तयार आहोत. आम्हांलाही कंपनी जगवायचीय. कंपनी जगली तरली, तरच आम्ही जगू, पण जे कोणी कंपनी डुबवू पाहत आहेत, त्यांना आम्ही डुबवल्याशिवाय राहणार नाही.'

माझे शब्द व्यवस्थापनातल्या अनेकांच्या काळजात काट्यासारखे बोचत होते. कामगार संघटनेच्या आग्रही दबावामुळे मॅक्स जीबीचे व्यवस्थापन नमले. त्यांनी पेनिसिलिन विभागातल्या उत्पादनाप्रमाणे येणारा इन्सेन्टिव्ह व्यवस्थापनाकडे वर्ग केला. सर्व कामगारांना उत्पादनाशी निगडित असणाऱ्या इन्सेन्टिव्हचे एकसमान वाटप एच.ए. व्यवस्थापनाने केले. यामुळे बहुसंख्य कामगारांनी आनंद व्यक्त केला.

बहुसंख्य कामगारबांधव सुखावले; तरी त्याच वेळी मॅक्स जीबीकडून संघर्षाचे नवीन प्रकरण माझ्यासाठी उभेच होते. मॅक्स जीबीकडे हस्तांतरित करण्यात आलेल्या कामगारांपैकी काही कामगार हातातोंडाशी आलेला घास गेल्यामुळे माझ्यावर नाराज झाले. त्यांच्या भावना माझ्या लक्षात येत होत्या; परंतु भविष्याचा विचार करता हा रोष पत्करणे मला क्रमप्राप्त होते. काही घटक मला अधूनमधून डिवचण्याचे काम करतच होते, सर्व जण माझ्यासोबत होते असेही नाही.

एच.ए.मध्ये उत्पादनप्रक्रियेतले काम तीन-तीन पाळ्यांत (शिफ्टमध्ये) चालायचे. एखाद्या विभागातला दुसऱ्या पाळीतला कामगार काही कारणास्तव कामावर आला नाही, तर त्या ठिकाणी काम करणाऱ्या पहिल्या पाळीतला कामगार पुन्हा त्याच ठिकाणी दुसरी पाळी संपेपर्यंत काम करत असे. कारण उत्पादनप्रक्रियेत कोणतीही बाधा येऊ नये म्हणून त्या कामगारास कंपनी नियमाप्रमाणे अतिरिक्त लाभ मिळत असे. त्यास 'ओव्हर टाईम' असे संबोधले जाते.

एच.ए. कंपनीत एक 'फायर अँड सेफ्टी' विभाग कार्यरत होता. त्या विभागात मात्र अशा ओव्हर टाईमची सुविधा उपलब्ध नव्हती. औषधनिर्माण कंपनीत अनेकविध रसायनांचा साठा असायचा. कधी कोणता अनुचित प्रकार व दुर्घटना घडेल याचा काही कोणी भरवसा देऊ शकत नव्हते. त्या विभागात ड्युटीवर असताना एखादा कर्मचारी अनुपस्थित राहिला तर संबंधित ड्युटीवर असणाऱ्या कर्मचाऱ्यास ओव्हर टाईम करता येत नसे. फायर अँड सेफ्टीच्या दृष्टीने ही बाब फारच गंभीर होती.

संबंधित विभागाला ओव्हर टाईम न देण्याची ही बाब जेव्हा माझ्या निदर्शनास आली, तेव्हा मी स्वतः त्या विभागाच्या प्रमुखाकडे तत्संदर्भात विचारणा केली. ते म्हणाले, "फायर अँड सेफ्टी विभागात ओव्हर टाईमची प्रथा पहिल्यापासूनच नाही. त्याच प्रथेचे आम्ही अनुकरण करतोय."

"जर काही अनुचित घटना घडली; आणि कर्मचाऱ्याअभावी कंपनीचे व कंपनीच्या मालमत्तेचे नुकसान झाले तर याची जबाबदारी विभागप्रमुख म्हणून आपली नाही का?"

माझ्या प्रश्नावर विभागप्रमुख काही वेळ निःशब्द झाले व नंतर म्हणाले, "ही गोष्ट व्यवस्थापकीय संचालकास माहिती आहे. कर्मचाऱ्याअभावी नुकसान झाले तर व्यवस्थापनही तेवढेच जबाबदार राहील. मी माझे ठरवून दिलेले काम व्यवस्थापनाच्या आज्ञेत राहूनच करतोय."

फायर अँड सेफ्टीच्या विभागप्रमुखांनी आपला चेंडू व्यवस्थापनाच्या कोर्टात भिरकावून दिला. या महत्त्वाच्या बाबीवर मी फॅक्टरी मॅनेजरला विचारणा केली. त्यांनीही मला तसेच उत्तर दिले, त्या विभागात पूर्वीपासूनच ओव्हर टाईमची प्रथा नाही. मी अचंबित होऊन पुन्हा विचारले, "साहेब, ही प्रथा का नाही? हा अत्यंत महत्त्वाचा विभाग आहे. कंपनीची सेफ्टी महत्त्वाची नाही का? कंपनीच्या सुरक्षेचा प्रश्न गांभीर्याने नको का घ्यायला?"

त्यावर फॅक्टरी मॅनेजरनेही हास्यास्पद उत्तर दिले. ते म्हणाले, "सुरुवातीपासून ती प्रथा त्या विभागात नाही ना! मग आता त्याचा अट्टाहास तुम्ही कशासाठी करताय? कंपनीसमोर खूप सारे अन्य प्रश्न आहेत, त्यांचा गांभीर्याने विचार करा."

फॅक्टरी मॅनेजरच्या या उत्तराने माझ्या अंगाचा तिळपापड झाला. एवढा मोठा अधिकारी, त्याला कंपनीच्या सुरक्षेची काळजी नसावी! कंपनीची हानी होऊ नये, एखादी दुर्घटना घडल्यास त्यातून वाचवण्यासाठी फायर अँड सेफ्टी विभागात कार्यरत असणारे मनुष्यबळ तत्काळ उपलब्ध व सजग राहावे यासाठी शासनाच्या फॅक्टरी इन्स्पेक्टरकडे कंपनीच्या फायर अँड सेफ्टी विभागाची आम्ही तक्रार केली. इन्स्पेक्टरने या तक्रारीची गांभीर्याने दखल घेत कंपनीच्या फॅक्टरी मॅनेजरची कडक शब्दात कानउघाडणी केली. त्यांच्या सूचनेनुसार सुरक्षा व फायर विभागातले ओव्हर टाईम सुरू झाले; मात्र त्यानंतर या अपमानाने दुखावलेल्या फॅक्टरी मॅनेजरने माझ्यावर अनेकदा अप्रत्यक्षपणे सूड उगवण्याचा प्रयत्न केला.

उगवणाऱ्या प्रत्येक दिवसाची सुरुवात कंपनीतल्या नव्या प्रश्नांनीच व्हायची. हे प्रश्नांचे चक्रव्यूह होते. माझी अवस्था चक्रव्यूहात अडकलेल्या महाभारतातल्या अभिमन्यूसारखी झाली होती. कंपनीच्या कामगार कल्याणकारी योजनांपैकी एच.ए. कामगार वसाहतीमध्ये ॲन्टिबायोटिक्स रिक्रिएशन क्लबच्यामार्फत कामगारांतील व कामगारांच्या परिवारातील सुप्त कलागुणांना वाव मिळावा, सांस्कृतिक कार्यक्रमासोबत विचारांचे आदानप्रदान व्हावे, यासाठी या क्लबची स्थापना करण्यात आलेली होती. वसाहतीत राहणारे कामगार प्रतिनिधी या क्लबचे सदस्य म्हणून निवडून जात असत. कंपनीचे व्यवस्थापकीय संचालक (एम.डी.) या ए.आर.सी. क्लबचे पदसिद्ध अध्यक्ष म्हणून नियुक्त केलेले असत. अध्यक्षांच्या वतीने कार्मिक विभागाचे व्यवस्थापक या क्लबच्या कामकाजाची जबाबदारी पार पाडत.

त्या काळी घरोघरी टी.व्ही. असले तरी विविध चित्रवाहिन्यांचे प्रसारण केबल टी.व्ही. मार्फत व्हायचे. कंपनीच्या ए.आर.सी. क्लबमार्फत ही केबल टी.व्ही. योजना कामगार वसाहतीमध्ये राबवली तर क्लबलाही उत्पन्नाचे काही साधन मिळेल; त्याचबरोबर कामगार वसाहतीलाही अल्प दरात सुविधा मिळू शकेल, या हेतूने मी कार्मिक व्यवस्थापकाकडे ए.आर.सी. क्लब प्रतिनिधींची मागणी घेऊन गेलो. एच.ए. कंपनीच्या संबंधित कार्मिक व्यवस्थापकाने हे ए.आर. सी. क्लबचे काम नाही, म्हणून माझे मागणे धुडकावून लावले.

कंपनीचे अधिकारी, व्यवस्थापक आमच्या मागण्यांकडे सकारात्मक दृष्टीने का पाहत नाहीत, या प्रश्नाचे उत्तर मला नेहमीच व्यथित करते. हे लोक आपल्या हितसंबंधासाठी रास्त प्रश्नांकडेही जाणीवपूर्वक डोळेझाक करतात. अधिकाराच्या वरवंट्यासाठी साध्य आणि साधन दोन्हींनाही ठेचून काढण्याचा अट्टाहास करतात. परिणामी मतभेदाची दरी मात्र रुंदावत जाते.

कामगार वसाहतीमध्ये केबल टी.व्ही.च्या जोडणीची परवानगी संबंधित कार्मिक व्यवस्थापकाने एका खासगी वितरकास दिली. कामगार संघटनेचा सरचिटणीस म्हणून मी या केबल जोडणीसाठी ठामपणे विरोध केला. संबंधित कार्मिक व्यवस्थापकास मी याबाबतचा जाब विचारला. माझ्या आक्रमकतेमुळे अहंकार दुखावलेल्या कार्मिक व्यवस्थापकाने माझी खोटी तक्रार व्यवस्थापकीय संचालकांकडे केली. एवढ्यावरच न थांबता गुंडगिरीची पार्श्वभूमी असणाऱ्या त्या खासगी वितरकासही मी केबल जोडणीस आक्षेप घेतोय, हेही सांगितले. त्याने कंपनीच्या गेटवर येऊन मला दमदाटी व धाकदपटशा दाखवण्याचा प्रयत्न केला.

वितरकाच्या या दमदाटीस भीक न घालता मी जशास तसे उत्तर दिले.

आता मात्र या कार्मिक व्यवस्थापकास धडा शिकवण्यासाठी मी इरेस पेटलो.

आपल्या अधिकाराचा केवळ स्वार्थासाठी गैरवापर करणारे अधिकारी कंपनीच्या व कामगारांच्या हितास नेहमीच बाधा आणतात, या बाबीचा मला अनेकदा प्रत्यय आला होता. त्याकडे मी सोयीस्करपणे डोळेझाक करू शकत नव्हतो. ते माझ्या रक्तात नव्हते, सदसद्विवेकबुद्धीला पटणारे नव्हते. त्वेषाने नकळत माझ्या मुठी आवळल्या जात; परंतु महात्मा गांधींची सत्यवादी भूमिका मला संयम ठेवण्यास भाग पाडत होती. काहीही झाले तरी हा डाव हाणून पाडायचा व त्याला जेरीस आणावयाचे असा चंग मी मनोमन बांधला.

त्या केबल टी.व्ही. खासगी वितरकाने कार्मिक व्यवस्थापकाच्या भेटीसाठी आपला एक माणूस कंपनीत पाठवला. कर्मधर्मसंयोगाने त्या माणसाची व माझी भेट कंपनीच्या प्रवेशद्वारावर झाली. त्याच्या भेटीचे प्रयोजन समजले. 'आमच्या साहेबांनी दिलेले पाकीट त्यांना द्यायचे आहे,' असे तो म्हणताच माझ्या डोक्यात लख्ख प्रकाश पडला. मी लगेच त्याला सरव्यवस्थापकापुढे हजर केले. त्याने आणलेले पैशाचे पाकीट कोणास द्यावयाचे आहे, हे त्या इसमाकडून वदवून घेतले. वितरकाने पाठवलेल्या त्या माणसाला ज्याला पाकीट द्यायचे तो नेमका माणूस कोण, हेच माहिती नव्हते. मात्र कार्मिक व्यवस्थापकाच्या लाचखोरीची भांडेफोड झाल्यामुळे त्याची पुरती नाचक्की झाली. सबळ पुराव्यामुळे मी ही लाचखोरी उघड करण्यात यशस्वी झालो. काही दिवसांतच त्या खासगी वितरकाचा केबल जोडणी करार रद्द करून ते काम ए.आर.सी. क्लबला देण्यात आले.

कामगार संघटनेत काम करताना सरचिटणीस म्हणून मला रोज नव्या आव्हानांना सामोरे जावे लागत होते. अंगावर येणाऱ्या प्रत्येक गोष्टीसाठी, घटनेसाठी पुढाकार घ्यावा लागायचा. एकीकडे बीआयएफआर कोर्टातल्या सुनावणीसाठी प्रत्येक वेळी कागदपत्रांची जुळवाजुळव करणे, कायदा सल्लागारांच्या भेटी घेऊन पेपर तयार करणे, व्यवस्थापन व कामगारांची भूमिका एकसमान राहावी म्हणून व्यवस्थापनाशी संवाद साधणे, बीआयएफआर आणि रसायन मंत्रालय यांच्या पुढ्यात कामगार संघटना व कंपनी व्यवस्थापनाचे एकच उद्दिष्ट असल्याचे चित्र उभे करणे; तर दुसऱ्या बाजूस कामगारांमधील काही घटकांचा असंतोष व व्यवस्थापनातील हितसंबंध दुखावलेले अधिकारी, कामगार संघटनेतल्या निवडणुकीत पराभव

वर्मी लागलेले काही पराभूत प्रतिनिधी कामगार, तसेच कामगार संघटनेत निवडून येऊनही व्यक्तिगत कामाची आस बाळगणारे कामगार, ती कामे न झाल्यामुळे त्यांच्या मनात खदखदणारा द्वेष असा चहूबाजूंनी वणवा पेटलेला!

या वणव्यामधून कधीकधी मी एकांड्या शिलेदारासारखा वाटचाल करत होतो. सोबतीचे सारे सहकारी माझ्या 'हो'ला 'हो' म्हणणारे, त्यातील काही जण आपापले हितसंबंध कसे अबाधित राहतील याची दक्षता घेणारे. खरे तर बाहेरचे दहा शत्रू परवडतात, पण घरातला एक शत्रू परवडत नाही. जुन्याजाणत्या लोकांत एक म्हण प्रचलित आहे, 'घरचा भेदी लंका दहन' हा संदर्भ पौराणिक कालखंडातला असला तरी त्याची सत्यता कलियुगातल्या वास्तवात अनुभूतीस येते. इथे तर माझ्याच कंपनीत खांद्याला खांदा लावून काम करणारे माझे काही कामगारबांधव, असंतुष्ट अधिकारीवर्ग माझ्या विरोधात उभे ठाकले होते. माझी आजारी एच.ए. कंपनी व माझा कामगार वाचवणे केवळ आणि केवळ या एकाच ध्येयाने मी झपाटलो होतो व झपाटल्यागत काम करत होतो.

कामगार संघटनेचा सरचिटणीस म्हणून मी दोन वर्षांच्या कालखंडात कामगार संघटनेची सर्वसाधारण सभा घेतली नाही, म्हणून कामगारवर्गातल्या एका गटाने माझ्या विरोधात अपप्रचाराचे व नियमावलीची पायमल्ली केली म्हणून रान उठवले. मात्र दोन वर्षांच्या या कालखंडात मी पायाला भिंगरी बांधल्यागत केलेली वणवण, मी रात्रंदिवस कंपनी व कामगारांसाठी दिलेले योगदान या लोकांच्या लक्षात कसे येत नव्हते? खरे तर कठीण व आणीबाणीच्या काळात साऱ्या मतभेदांना मूठमाती देऊन एक विचाराने, एक दिलाने, एकीच्या वज्रमुठीने प्राप्त परिस्थितीचा सामना करणे, लढा देणे हे त्या वेळी कामगार व कंपनीच्या हितासाठी महत्त्वाचे होते. इथे तर मी दोन वर्षांत कामगार संघटनेची सर्वसाधारण सभा घेतली नाही म्हणून मला आरोपीच्या पिंजऱ्यात उभे केले व तशी तक्रार कामगार आयुक्तांकडे नोंदवली.

माझी लढाई सत्य आणि तत्त्वासाठी होती. एकूण परिस्थितीचा सारासार विचार करून व कामगार संघटनेत नव्या दमाच्या सहकाऱ्यांना सोबत घेऊन एच.ए. कंपनीतल्या कामगारबांधवांच्या लोकमताचा कौल संघटनेच्या निवडणुकीत घेण्याचे ठरवले. निवडणूक जाहीर होताच माझ्या विरोधात व्यवस्थापनातले हितसंबंध दुखावलेले अधिकारी, कंपनीतले विरोधक कामगार, मॅक्स जीबीचे व्यवस्थापन तसेच एच.ए.तल्या व्यवस्थापनाचे छुपे पाठबळ अशा सर्व शक्ती माझा व माझ्या सहकाऱ्यांचा पराभव करण्यासाठी एकवटल्या. अतिशय ईर्षेने व

चुरशीने ही निवडणूक झाली. पिंपरी-पुणे ते दिल्ली अशा सततच्या वाऱ्या करून मी चेतवलेल्या अस्तित्वाच्या व न्याय्य हक्काच्या यज्ञकुंडात समिधा टाकण्यासाठी कामगारांच्या मतदानाच्या एका बोटाने मला रोखण्यात आले. केवळ दोन मतांमुळे माझ्यासारख्या तत्त्वनिष्ठ कार्यकर्त्याला या कामगार संघटनेच्या निवडणुकीत पराभव स्वीकारावा लागला.

सत्य कटू असते, सत्याची वाट बिकट असते, मात्र सत्य कधीही पराभूत होत नसते. गेल्या दोन वर्षांत मी केलेल्या कामांची माझे अंतर्मन मला ग्वाही देत होते. मी माझ्या कंपनीसाठी व कामगारांसाठी केलेल्या कामकाजावर, दिलेल्या योगदानावर पूर्णतः समाधानी होतो; पण मी नेटाने चालवलेला लढा तितक्याच निष्ठेने व आत्मीयतेने लढला जाईल की नाही, याबाबतची चिंता ग्रहणासारखी माझ्या मनाला सतत ग्रासत होती.

स्वार्थाच्या बजबजपुरीत व भ्रष्टाचाराच्या वणव्यात कंपनीची व कामगारांची वाताहत होऊ नये, अशीच मी मनोमन देवाकडे प्रार्थनाही करत होतो.

कामगार संघटनेच्या निवडणुकीत माझा व माझ्या सहकाऱ्यांचा पराभव करण्यासाठी विरोधकांना प्रयत्नांची पराकाष्ठा करावी लागली होती. कामगार संघटनेच्या सरचिटणीस पदाच्या निवडणुकीत केवळ दोन मतांनी माझी हार झाली. याचा अर्थ कंपनीतल्या अर्ध्या कामगारांची संख्या माझ्या पाठीशी ठामपणे उभी होती.

निवडणूक जिंकली नसली तरी माझे ते विरोधकही माझेच कामगारबांधव होते. कंपनीत कार्यरत असणाऱ्या कोणत्याही कामगारबांधवांच्या हितास बाधा येणार नाही, यासाठी पराभूत झालो तरी मी कार्यरत होतो. सच्चा कार्यकर्ता कधीही पराभवाने खचून जात नाही. पुन्हा नव्या उमेदीने आपल्या कामाचा झपाटा वाढवतो. ही माझ्या राजकीय गुरूंची शिकवण मी अंगीकारली होती. त्यामुळे कंपनीत कामगार म्हणून असणारे माझे, माझ्या विभागातले कामकाज आटोपताच मी कंपनीतल्या विविध विभागांतील माझ्या सहकारी कामगारमित्रांच्या गाठीभेटी घेत, त्यांच्यासोबत हितगुज करत असे.

संघटनेतील पराभवाने मला खूप काही शिकायला मिळाले. कंपनी व कामगारांविषयीची माझी तळमळ, आस्था, काम करण्याची पद्धती पाहून अनेक तरुण कामगार सहकारी मला नव्याने मित्र म्हणून लाभले. कंपनीतल्या अधिकारीवर्गानेही माझ्याशी जवळीक साधत मित्रत्वाचा हात पुढे केला. माझ्यातला

माणूस जाणून घेण्याचा प्रयत्न केला. मित्रत्वाच्या नात्यात मी कधी जात-पात, शिक्षित-अशिक्षित, उच्च-नीच, अधिकारी-मजदूर असा भेदभाव केला नाही. सर्व जण माझ्यासाठी एकसमान होते. अधिकारीवर्गासोबत हस्तांदोलन करत वार्तालाप करणारा मी मजदूराच्या गळ्यात हात घालून फिरताना कधीच संकोचलो नाही.

कामगार संघटनेचा सरचिटणीस म्हणून कंपनीत कार्यरत असताना संघटनेच्या कामाच्या रेटा प्रचंड असे. कंपनतील माझ्या कामगारबांधव-मित्रांसोबत त्यांच्या विभागात जाऊन सुखदु:खाचे हितगुज करायला, गप्पागोष्टी करायला व त्यांच्याशी संवाद साधायला मला पुरेसा वेळ मिळायचा नाही. माझी तीव्र इच्छा असूनही तशी उसंत कामकाजाच्या रेट्यामुळे मला मिळायची नाही. कदाचित नियतीने कामगार संघटनेच्या निवडणुकीत माझ्या पदरात पराभव टाकून ती संधी मला प्राप्त करून दिली असावी असे मला वाटते. कामगारबांधवांशी व कंपनीतल्या सर्व विभागांशी माझी नाळ व ऋणानुबंध अधिक दृढ व्हावेत, असेही नियतीचे संकेत असावेत. त्यामुळेच मी विविध विभागांची सखोल माहिती घेण्याचे ठरवले.

संशोधन व विकास (आर ॲण्ड डी)

या विभागात कार्यरत असणारे अनेक वैज्ञानिक-शास्त्रज्ञ यांच्यामुळे माझी विज्ञानाशी मैत्री तर झालीच, परंतु अशा संशोधकांचा स्नेह प्राप्त करण्याचे भाग्यही लाभले. या विभागाची काळ्या पाषाणांनी बांधलेली, 'एल' आकाराची आकर्षक इमारत एच.ए.च्या वैभवात भर घालते आहे. या इमारतीचा प्रत्येक चिरा कंपनीचे भूषण होता. इमारतीच्या आत सागाचे लाकूड वापरून अंतर्गत आकर्षक रचना केली होती. इमारतीच्या दर्शनी भागात पेनिसिलिनच्या संयुगाची (छायाचित्र पाहा) प्रतिकृती साकारलेली आहे. तसेच पेनिसिलिनचे जनक सर अलेक्झांडर फ्लेमिंग यांची प्रतिमा लावण्यात आलेली आहे. स्कॉटीश शास्त्रज्ञ फ्लेमिंग यांनी १९२८मध्ये लावलेल्या पेनिसिलिनच्या शोधामुळे प्रतिजैविक युगाची सुरुवात झाली. या शोधाने जगभरातील असंख्य जीवांचे प्राण वाचले.

याच इमारतीमध्ये औषधनिर्माण शास्त्रातील अनेक गोष्टी मला ज्ञात झाल्या. केवळ आपल्याच देशातील नाही, तर जगातील विविध देशांतील अनेक शास्त्रज्ञ, संशोधक, अभ्यासक इथे येऊन आपापले संशोधन प्रकल्प पूर्ण करून गेले. कोणाही भारतीयास अभिमान वाटावा असाच या विभागाचा नावलौकिक आहे.

या संशोधन विभागात डॉ. एम. जे. तिरुमलाचार या जगप्रसिद्ध शास्त्रज्ञाच्या मार्गदर्शनाखाली १९६१मध्ये मानवी त्वचेच्या रोगांवर हॅमायसिन (Hamycin) या गुणकारी औषधाचा शोध लागला. भारतीय कृषीक्षेत्रात उपयुक्त ठरलेल्या ऑरियोफंगीन (Aureofungin) या प्रभावी औषधाचा शोधही याच संशोधन आणि विकास विभागात लागला. या आणि अशा अनेक संशोधन कार्यासाठी कंपनीला राष्ट्रीय, आंतरराष्ट्रीय पातळीवरील पुरस्कार मिळाले आहेत.

भारतीय सीमेवर कार्यरत सुरक्षा दलाकरिता अमली पदार्थांच्या चाचणीसाठी नार्कोटिक ड्रग डिटेक्शन किटची निर्मिती याच विभागाने केली आहे.

या विभागातील सुसज्ज फार्मास्युटिकल ग्रंथालय एच.ए. कंपनीच्या वैभवात मोलाची भर घालते. औषधनिर्माण, तसेच जीव व रसायनशास्त्रातील जागतिक पातळीवरील जुने-नवे अनेक संदर्भग्रंथ, विविध शास्त्रीय माहिती, तंत्रज्ञानाचे ज्ञानकोश या ग्रंथालयात उपलब्ध आहेत. या ग्रंथालयात उपलब्ध असणारे काही संदर्भग्रंथ जगात फारच मोजक्या ठिकाणी उपलब्ध असल्याचेही सांगितले जाते.

एच.ए. कंपनीच्या विविध विभागांत काम करणारे अधिकारी, प्रयोगशाळेतील तंत्रज्ञ यांना या ग्रंथालयात येऊन अभ्यास करता यावा म्हणून या ग्रंथालयाची उभारणी केली होती. अशा लोकांना अभ्यास करण्यासाठी कंपनीत महिन्यातल्या एका शनिवारी आपल्या नियमित कामातून सवलत दिली जात असे. काळाच्या ओघात या सवलतीचे कंपनीतल्या अशा अभ्यासकांनी सुट्टीत रूपांतर केले. मी वेळ मिळेल तसा व माझ्या बुद्धिमत्तेला पेलवेल इतपत या ग्रंथालयाचा माझ्या ज्ञानवृद्धीसाठी उपयोग करून घेतला.

प्रशिक्षण विभाग

आमच्या एच.ए. कंपनीतील प्रशिक्षण विभाग हादेखील आखीवरेखीव, सुसज्ज व कौतुकास्पद. त्यातील सेमिनार हॉल, प्रशिक्षणार्थींची प्रयोगशाळा, प्रशिक्षण हॉल या साऱ्यांचे वैभव नजरेत भरणारे. ए. एस. पांडे, एस. जी. सुलाखे हे माझ्या अ‍ॅप्रेंटिसशिप कालावधीपासूनचे प्रशिक्षणाधिकारी. माझ्यासारख्या असंख्य कामगारांचे शिक्षक असल्यामुळे त्यांच्याबद्दल मनात नेहमी वेगळा आदरभाव असायचा. मी अनेकदा पांडे सरांकडे जायचो. त्यांच्याशी वार्तालाप करताना नव्याने चार गोष्टी शिकायला मिळायच्या.

दर्जा व नियंत्रण विभाग (क्वालिटी कंट्रोल)

हा विभाग कोणत्याही उत्पादनक्षेत्रातील महत्त्वाचा केंद्रबिंदू असतो. एच.ए. कंपनीतील औषधांचा दर्जा व गुणवत्ता जागतिक पातळीवर श्रेष्ठ राखण्यासाठी या विभागातला प्रत्येक जण कार्यतत्पर असायचा. या विभागातही मला मोठा मित्रपरिवार लाभला होता. या मित्रपरिवारामुळेच या विभागातील कार्यपद्धतीचे मला आकलन झाले. माझ्या चौकस बुद्धीमुळे माझ्या ज्ञानात सतत भर पडायची. त्यातूनच माझ्यातल्या अंगभूत नेतृत्वगुणांचा एकेक पैलू प्रकाशमान होत होता. सातत्याने मी कंपनीतल्या सर्व विभागांत, कामगारबांधवांत मिळून मिसळून त्यांच्या सुखदुःखात सहभागी होत असल्यामुळे कामगारबांधवांच्या मनात माझ्याबाबत स्नेह व आपुलकी वृद्धिंगत झाली. सहज होणाऱ्या आमच्या भेटीगाठीतून एखाद्या विभागातले न सुटणारे प्रश्न मला ज्ञात होत व ते प्रश्न सोडवण्यासाठी कंपनीच्या वरिष्ठ अधिकाऱ्यांकडे पाठपुरावा करून तो प्रश्न मार्गी लावत असे. अर्थात ही गोष्ट कामगार संघटनेच्या काही पदाधिकाऱ्यांना अजिबात रुचायची नाही. हे पदाधिकारी त्या प्रश्नावर माझ्यासोबत हुज्जत घालायचे. प्रश्नांची सोडवणूक होते हीच महत्त्वाची बाब त्यांच्यासाठी वादाचा मुद्दा व्हायचा.

आयव्हीएफ विभाग

हा विभाग एका अर्थी अनेक वर्षे माझा बालेकिल्लाच होता. या विभागातील कामगार भरती १९९१ ते १९९३ दरम्यान झालेली. तरुण कामगारवर्ग तेथे मोठ्या प्रमाणात कार्यरत होता. त्यात निम्मी संख्या महिला कामगारांची होती. त्या सर्व कामगारांपेक्षा मी वयाने थोडा मोठा असल्याने, त्या सर्वांची आणि माझी वैचारिक नाळ जुळली. त्यांच्यापैकी काही जणांचे आई-वडील कंपनीतल्या अन्य विभागांत काम करत असत. त्या विभागातल्या या अडीअडचणी मला आय.व्ही. फ्ल्युईड विभागातल्या माझ्या सहकारी मित्र, कामगारबांधवांकडून ज्ञात होत्या. आपला माणूस म्हणून मला हक्काने अडीअडचणी सांगत; त्या प्रश्नांच्या सोडवणुकीचा मी प्राधान्याने प्रयत्न करत असे.

माझ्या या सहज यात्रेचा मला वेळोवेळी फायदा झाला. कामगारबांधवांसोबतचे मैत्रीचे नाते अधिकाधिक दृढ झाले. माझ्यातल्या साहित्य, गिरिभ्रमंती, पत्रकारिता, समाजकारण, सामाजिक बांधिलकी इत्यादी गुणांची कामगारवर्गात माहिती

झाल्याने अनेक जण माझे चाहते व मित्र झाले.

कोणत्याही कंपनी आस्थापन यंत्रणेत प्रशासन, कार्मिक व लेखा विभाग महत्त्वाचा असतो. मी त्याही विभागात माझा भेटीचा राबता सुरू ठेवला व त्या विभागाचीही कार्यपद्धती जाणून घेतली. एवढेच नाही, तर कंपनीच्या वाहतूक (ट्रान्सपोर्ट) विभागात गेल्यानंतर तेथील बसचालकांच्या अडीअडचणी समजून घेऊन त्यांचे प्रश्न मार्गी लावले.

कंपनीचा टाईम ऑफिस विभाग हा तर माझा जिव्हाळ्याचा व कार्यकर्ता म्हणून मी करत असलेल्या कामाचा केंद्रबिंदू होता. त्या विभागात काम करणाऱ्या अनेक सहकारी कामगारबांधवांशी माझे मित्रत्वाचे नाते दृढ झालेले होते. टाईम ऑफिसमध्ये काम करणाऱ्या कामगारांचा, कंपनीतल्या सर्व विभागांतल्या सर्व कामगार-अधिकारीवर्गाशी संपर्क येत असल्यामुळे कंपनीतील अनेक कामगारबांधवांच्या अडीअडचणी व प्रश्न ज्ञात होते.

कंपनीचे कामकाज तीन पाळ्यांत चालत असल्यामुळे बरेचसे कामगार माझ्यासाठी असणारा त्यांचा निरोप टाईम ऑफिसच्या कर्मचाऱ्यांतर्फे मला कळवत असत. थोडक्यात टाईम ऑफिस हा माझा व कामगारबांधवांमधील संवादाचा व संपर्काचा दुवा होता. देवाणघेवाणीचे केंद्र होते.

याशिवाय स्टोअर्स, वॉटर प्लँट, विद्युत विभाग, यांत्रिकी विभाग अशा प्रत्येक ठिकाणी मी भेटीगाठी घेत होतो. त्या त्या विभागातल्या अडचणी व प्रश्न समजून घेऊन त्यांचे निराकरण करण्याचा प्रयत्न करत होतो. स्टोअर्स विभागात माझा मोठा मित्रपरिवार जोडला गेला होता. त्यापैकी सोमनाथ साठे व शहाजी घाडगे हे गडकिल्ले व गिरिभ्रमंतीची आवड असणारे माझे मित्र होते. त्यांच्यामुळेच माझी गिरिभ्रमंतीची आवड अधिक दृढ झाली.

उत्पादनाशी निगडित असणाऱ्या कामगारांचा सर्व विभागातला मला व माझ्या नेतृत्वाला मानणारा मोठा वर्ग होता. मी त्या त्या विभागात जाऊन तेथील कार्यपद्धती आत्मसात करत होतो. अर्थात हे सारे काही करताना प्रत्यक्ष गाठीभेटी घेऊन संवाद साधताना कंपनीत मी काम करत असलेल्या पेनिसिलिन विभागातले माझे नियमित नेमणुकीचे काम पूर्ण करूनच मी इतर विभागांत भेटीगाठीसाठी जात असे. कधीकधी मला माझ्या युनिटमधील कामावर जाण्यास विलंब होत असे. अशा वेळी युनिटमधील माझे सहकारी कामगारमित्र माझी वाट न पाहता माझे काम माझ्या प्रेमापोटी निपटून टाकत. या कालावधीमध्ये मला माझ्या पेनिसिलिन

विभागातल्या अनेकांचे फार मोलाचे सहकार्य लाभले. त्यातही विशेषतः आर. जे. नायर या कामगारमित्राचे ऋणानुबंध व स्नेह मी काळीज कुपीत कोरून ठेवला आहे. ट्रेड युनियनच्या संकल्पनेवर नायर माझ्यासोबत भरभरून बोलायचे.

एच.ए. कंपनीतील काही कामगार प्रतिनिधींबाबत नायरच्या मनात प्रचंड चीड आणि द्वेष होता. त्याने चक्क युनियनच्या सदस्यत्वाचा राजीनामा देऊन टाकला होता. मात्र नायरची माझ्यासोबतची वैचारिक व मैत्रीची नाळ जुळल्यामुळे त्याने पुन्हा युनियनचे सदस्यत्व स्वीकारले होते. नायरप्रमाणे आमच्या पेनिसिलीन विभागातले दुसरे एक म्हणजे पी. एस. पी. राव. ही व्यक्ती माझ्या कायमची स्मरणात आहे. हे माझ्या विभागाचे सुपरवायझर.

मी ड्युटीवर रुजू होताना पंचिंग करून पेनिसिलीन विभागापर्यंत पोहोचण्यास हमखास विलंब व्हायचा. वाटेत अनेक कामगार सहकारी भेटत. त्यांच्याशी हितगुज करावेच लागे. त्यामुळे कितीही ठरवले तरी पेनिसिलीन विभागात वेळेवर पोहोचणे मला शक्य होत नसे. कधीकधी मी माझ्या युनिटमध्ये पोहोचेपर्यंत माझे काम उरकलेले असायचे. पी. एस. पी. राव म्हणायचे, "अरे बोऱ्हाडे तो लीडर है। सौ-पचास लोगों को मिलकर ही युनिट में आते आते उनको वक्त तो होई जायेगा।" असे म्हणत स्वतःच माझे काम करून मोकळे होत. तसेच ज्या ज्या वेळेस मी कंपनीतल्या इतर विभांगात कामगारबांधवांच्या गाठीभेटी घेण्यासाठी जात असे, त्या वेळी एखादा दुखावलेला कामगार कार्मिक विभागात किंवा थेट व्यवस्थापकीय संचालकांच्या कार्यालयात फोन करून माझी तक्रार करत असे; परंतु व्यवस्थापनाने कधीही या कारणावरून मला विचारणा केली नाही.

एच.ए. कंपनीत कामगारांच्या भविष्यनिर्वाह निधीचा स्वतंत्र ट्रस्ट होता. या ट्रस्टवर कामगार संघटनेचे तीन प्रतिनिधी व कंपनी व्यवस्थापनाचे तीन प्रतिनिधी नियुक्त केलेले असत. कामगारांना त्यांच्या हक्काच्या पीएफ फंडातून पैसे काढताना कधी कधी काही गैरप्रकार होत असल्याचे माझ्या लक्षात आले. त्याबाबत मी ट्रस्टवर नियुक्त असणाऱ्या व्यवस्थापनाच्या संबंधित अधिकारी प्रतिनिधीस समज दिली. तरीही त्याच्या वर्तनात सुधारणा न झाल्यामुळे मी दहा-बारा कामगारांचा गट घेऊन कंपनीचे कार्मिक सरव्यवस्थापक मिश्रा यांच्याकडे रीतसर तक्रार नोंदवली; त्या अधिकाऱ्याची भविष्यनिर्वाह निधी ट्रस्टवरून बदली करण्याचा आग्रह धरला. मात्र, तत्कालीन कामगार संघटनेच्या प्रतिनिधींनी माझ्या मागणीचा गांभीर्याने विचार केला नाही. त्यानंतर मी थेट व्यवस्थापकीय संचालकांची भेट

घेऊन त्या अधिकाऱ्याची ट्रस्टवरून बदली करून घेतली.

कामगार संघटनेचा पदाधिकारी नसतानाही कंपनीतल्या कामगारबांधवांच्या अनेक अडीअडचणी व प्रश्न मी सोडवत होतो. मात्र व्यवस्थापनातले काही अधिकारी व काही प्रतिनिधी यांना ही गोष्ट रुचत नव्हती. मात्र माझ्या पाठीमागे कंपनीत असणारे कामगारांचे पाठबळ लक्षात घेऊन हे लोक शांत बसत होते.

दरम्यानच्या कालखंडात एच.ए. कंपनीची बीआयएफआर कोर्टात अधूनमधून सुनावणी चालूच होती. मी एक-दोन वेळा त्या संदर्भात कामगार संघटनेच्या सरचिटणीसांकडे चौकशीही केली. त्यांच्याकडून मला समाधानकारक उत्तरे मिळाली नाहीत. बीआयएफआर कोर्टापुढे योग्य रीतीने सादरीकरण न झाल्यामुळे मार्च २००२मध्ये त्या कोर्टाने 'कंपनीची आर्थिक सुधारणा होत नसेल तर कंपनीच्या खासगीकरणाशिवाय पर्याय नाही,' असे मत नोंदवले.

मी सरचिटणीस असताना कोर्टाच्या सुनावणीची चांगली पूर्वतयारी करून जात असे. कंपनी व्यवस्थापनाची भूमिका, कामगार संघटनेची भूमिका यामध्ये समन्वय साधण्याचा मी नेहमीच प्रयत्न करायचो. प्रत्यक्ष कोर्टाच्या सुनावणीच्या अगोदर आठ दिवस मी संघटनेचे कायदा सल्लागार ॲडव्होकेट मदन फडणीस साहेब यांची मुंबईत जाऊन भेट घेत असे. त्यानंतर कंपनीच्या व्यवस्थापकीय संचालकांसोबतही चर्चा करत असे. तसेच बीआयएफआर कोर्टाच्या सुनावणीच्या अगोदर एक-दोन दिवस दिल्लीत जाऊन संघटनेचे अध्यक्ष शरदरावजी पवार साहेब यांची भेट घेऊन विचारविनिमय करत असे. हा समन्वय दरम्यानच्या काळात राहिला नाही, असे माझ्या निदर्शनास आले. परिणामी बीआयएफआर कोर्टात एच.ए. कंपनीची बाजू दुबळी पडू लागली.

दिनांक ३ एप्रिल २००२ रोजी बीआयएफआर कोर्टाने सरकारला 'खासगीकरणाचा निर्णय घेण्यास सांगितले' (Go to the Privatization). कामगार संघटनेचे तत्कालीन सरचिटणीस आर. एम. जगताप कंपनीच्या आवारात कामगारांशी बोलताना एकदा म्हणाले, "पुढील दिवस एच.ए.साठी अतिशय खराब आहेत. गडद काळे ढग जमा होऊ लागले आहेत. आता कामगार संघटनेचे काम करणे आणि जबाबदारी निभावणेही कठीण झाले आहे."

त्यांचे वक्तव्य ऐकल्यानंतर सर्व कामगार भयभीत झाले. प्रत्येकाला आपल्या भवितव्याची व कुटुंबीयांची चिंता वाटू लागली. पुढे काय होणार, याची ठाम माहिती कोणीच देत नव्हते. आपल्या डोईवर आलेले अनिश्चिततेचे व अस्थैर्याचे सावट

दूर करण्यासाठी अनेक कामगारांनी मी कामगार संघटनेची धुरा पुन्हा आपल्या खांद्यावर घ्यावी म्हणून मला आवाहन केले.

अखेर २००२ च्या जून महिन्यात कामगार संघटनेच्या निवडणुका पुन्हा जाहीर झाल्या. कंपनीच्या अस्तित्वावर निर्माण झालेल्या प्रश्नचिन्हाचे सावट प्रत्येक कामगाराच्या मनावर पिंगा घालत होते. त्यामुळे निवडणूक बिनविरोध व्हावी, अशी बहुसंख्य कामगारबांधवांची धारणा होती. माझ्या कार्याचा व धडपडीचा मागील अनुभव ज्ञात असल्यामुळे अरुण बोऱ्हाडे यांना बिनविरोध संघटनेचे सरचिटणीस म्हणून निवडून द्यावे, अशी चर्चा कामगारवर्गात जोर धरू लागली.

एरवी शांत असणारा मराठी माणूस युद्ध आणि निवडणुकांच्या रिंगणात उतरताच त्याचे रक्त सळसळू लागते. ईर्षा आणि वर्चस्व सिद्ध करायला मराठी माणसांना निवडणुकीचा आखाडा आकर्षित करतो. आर्थिकदृष्ट्या डबघाईला आलेली आजारी कंपनी आणि अशा कंपनीतली नोकरीची अनिश्चितता हे सारे काही विसरून कामगार संघटनेच्या निवडणुकीसाठी लोकशाही जागृत झाली!

अरुण बोऱ्हाडे यांनी कंपनी वाचवण्यासाठी आजतागायत दिलेला लढा हे कामगार सोयीस्करपणे विसरले. मी यापूर्वी सरचिटणीस असताना, कंपनीत एखाद्याचे वैयक्तिक काम केले नाही, म्हणून दुखावलेले काही कामगार केवळ सूड घेण्याच्या भावनेने विरोधात उभे ठाकले. निवडणुकांच्या माध्यमातून मला धडा शिकवण्यासाठी कंपनी व नोकरीच्या अस्तित्वाचा त्यांना सोयीस्करपणे विसर पडला होता. चार-दोन मतांच्या झालेल्या पराभवाने माझे योगदान, कंपनी वाचवण्यासाठी केलेली धडपड सारे काही मागील निवडणुकीत धुळीला मिळाले होते. ती खंत माझ्या मनात होतीच, तरीही अर्ध्याअधिक कामगारबांधवांचे पाठबळ व सदिच्छा-अपेक्षा यांना मी नाकारू शकत नव्हतो.

निवडणूक हे मतदारांना लोकशाहीने दिलेले हत्यार आहे. नगरपालिका-महानगरपालिका अथवा विधानसभा-लोकसभा निवडणुका ज्या ईर्षेने होतात, त्याच ईर्षेने एच.ए. कामगार संघटनेची निवडणूक झाली.

कालपर्यंत अरुण बोऱ्हाडे यांच्याशिवाय एच.ए.कामगार संघटनेस व कंपनीस पर्याय नाही असे म्हणणारे कामगार गटातटाच्या भिंतीत वाटले गेले. आपापले सवतेसुभे निर्माण करू लागले. कळत नकळत माझ्याकडून झालेल्या चुकांचे हिशोब मागत आरोपीच्या पिंजऱ्यात उभे केल्यागत मला जाब विचारू लागले. आठ-दहा वर्षे एका ताटात जेवणारे व घासातला घास वाटून खाणारे माझे सहकारी

कामगार माझ्या विरोधात उभे ठाकले.

खरे तर त्यांच्याकडे संघटनेची निवडणूक लढवण्यासाठी सक्षम उमेदवारही नव्हता. मात्र निवडणुकीत माझा पराभव करण्यासाठी सर्व कामगार प्रतिनिधी एकत्र बसून खलबते करू लागले. त्यांना कंपनीबाहेरील काही राजकीय पुढाऱ्यांचेही पाठबळ मिळत असावे, परंतु मला त्याची तमा नव्हती.

हिंदुस्थान अँटिबायोटिक्स हा कारखाना पिंपरीत सुरू झाला त्यालाही ऐतिहासिक पार्श्वभूमी आहे. जगाच्या नकाशावर पिंपरी-चिंचवड ह्या औद्योगिक नगरीची पायाभरणी १९५२ मध्ये पेनिसिलिन फॅक्टरीच्या रूपाने झाली. गोरगरीब, सामान्य जनतेच्या आरोग्याची जननी आणि महाराष्ट्राला भूषण असणारी ही ऐतिहासिक औषध कंपनी आहे. ही कंपनी बंद होऊ नये हेच आणि केवळ हेच माझे ध्येय होते. त्यासाठी मार्गातले अडथळे, अडसर यांवर मात करण्याचा माझा दृढ निर्धार होता. देशाचे माजी संरक्षण मंत्री व चार वेळा महाराष्ट्राचे मुख्यमंत्रिपद भूषवलेले आणि लोकसभेत विरोधी पक्षनेता म्हणून कार्यरत असणाऱ्या शरदराव पवार साहेबांना फार विचारपूर्वक एच.ए.च्या कामगार संघटनेचे अध्यक्षपद स्वीकारण्यास भाग पाडले होते. असे असताना लोकशाहीला अनुसरून होणाऱ्या निवडणुकांना घाबरण्याचे मला मुळीच कारण नव्हते. अर्थात पवार साहेब आमच्या अंतर्गत निवडणुकीत कधीच लक्ष घालत नव्हते.

कामगारांचा मला असणारा पाठिंबा मला ज्ञात होता. मी लोकमताचा आदर करत होतो. नव्या दमाचे व नव्या विचारांचे तरुण सहकारी कामगार-कार्यकर्ते घेऊन मी निवडणुकीच्या रिंगणात उतरलो. कंपनीच्या हितापेक्षा केवळ अरुण बोऱ्हाडे यांचा पराभव करण्यासाठी एकवटलेल्या काही कामगारबांधवांनी माझ्यावर वारेमाप बेछूट आरोप करत प्रचाराची रणधुमाळी माजवली. मी कधी शांतपणे तर कधी आक्रमकपणे त्यांच्या आरोपांना उत्तरे दिली; पण हे सारे करत असताना कधीही सत्याची कास सोडली नाही.

आरपीजीएलएस गॅस दुर्घटना

एच.ए. कंपनीचा एक विभाग (स्ट्रेप्टोमायसीन प्लांट) औषधनिर्मिती करणाऱ्या आरपीजीएलएस या खासगी कंपनीला भाडेतत्त्वाने दिला होता. आरपीजीएलएस ही गोएंका ग्रुपची कंपनी. त्यांची उत्पादनप्रक्रिया चालू असताना दिनांक ३० जुलै २००२ या दिवशी सकाळी अचानक त्या विभागात गॅसचा स्फोट झाला. प्रचंड आवाज

आणि वायुगळती झाल्याने कामगारांची घाबरून पळापळ झाली. आरपीजी विभागात कार्यरत अभियंता संतोष सदावर्ते जागीच मृत्युमुखी पडले; तर इतर पंधरा-वीस कामगारांना त्रास होऊ लागल्याने त्यांना तातडीने रुग्णालयात हलवण्यात आले.

वायुगळती आणि स्फोट नेमका कशाने झाला, याचा उलगडा तेव्हा होऊ शकला नाही. प्राथमिक अंदाजानुसार हायड्रोजन सल्फाईड या विषारी वायूने कामगारांना त्रास झाल्याचे सांगण्यात आले. स्फोटाच्या त्या घटनेमुळे सुमारे पंचवीस वर्षांपूर्वी भोपाळमध्ये झालेल्या युनियन कार्बाइड कंपनीतील वायुगळतीची आठवण सर्वांना झाली. त्यामुळेही अनेक जण घाबरून गेले होते.

बाधित कामगारांना तातडीने चिंचवड येथील निरामय हॉस्पिटलमध्ये दाखल करण्यात आले. कारखान्यातील शेकडो कामगार, तसेच वायुगळतीमुळे विषबाधा झालेल्या कामगारांचे नातेवाईक यांनी हॉस्पिटल परिसरात गर्दी केली होती. आम्ही डॉक्टरांशी बोलून तातडीने काय उपचार करता येतील, याचा आढावा घेत होतो. कामगार संघटनेचे सरचिटणीस आर. एम. जगताप यांनीही व्यवस्थापनाच्या बरोबरीने आवश्यक धावपळ केली. कंपनीचे सुरक्षा अधिकारी आय. जी. दुधानी यांनीही दुर्घटनाग्रस्त विभागातील आवश्यक तांत्रिक कारवाई ताबडतोब केली.

ही सर्वांना हादरवून टाकणारी दुर्घटना होती. त्या वेळी दिल्लीत असलेल्या शरद पवार साहेबांना घडलेल्या घटनेची मी तातडीने फोनवरून माहिती दिली. त्यांनीही कंपनीचे व्यवस्थापकीय संचालक एम. सी. अब्राहम यांच्याशी बोलून घडलेली दुर्घटना आणि बाधित कामगारांच्या आरोग्याची माहिती घेतली. तसेच निरामय हॉस्पिटलचे प्रमुख डॉ. यादव यांच्याशी संपर्क साधून उपचाराबाबतची माहिती घेऊन, आवश्यक ते सहकार्य करण्याचा त्यांनी विश्वास दिला.

व्यवस्थापन आणि कामगार संघटनेच्या पदाधिकाऱ्यांच्या बरोबरीने मीदेखील हॉस्पिटलमध्ये उपचार करणाऱ्या डॉक्टरांशी समन्वय ठेवून होतो. कामगार सहकारी विश्वनाथ अवघडे अत्यंत गंभीर असल्याचे सांगण्यात आले. उपचारासाठी आवश्यक असणारे एमाईल नायट्रेट (Amyl Nitrate) इंजेक्शन त्या हॉस्पिटलमध्ये अथवा परिसरातील औषध दुकानांत उपलब्ध नव्हते. चौकशी करता टाटा मोटर्स कारखान्यातील सुरक्षा विभागाकडे ते उपलब्ध असल्याचे समजले. त्यासाठी प्रयत्न करून, एच.ए.च्या सुरक्षा अधिकाऱ्यांकरवी ते इंजेक्शन आणण्यात आले. त्यानंतर तीन-चार दिवसांनी त्या सहकाऱ्याचा जीव वाचवण्यात डॉक्टरांना यश आले. अन्य बाधित सहकारी उपचारानंतर सुखरूप घरी जाऊ शकले.

दरम्यान आरपीजीएलएस व्यवस्थापनावर दबाव टाकून आम्ही, कामगारांना योग्य भरपाई देण्याची मागणी केली. आजारी कामगारांना पंचवीस हजार रुपये आणि मृत कामगाराच्या कुटुंबीयांना दोन लाख रुपये तातडीची मदत म्हणून दिले. कामगार संघटनेच्या माध्यमातून शासनाच्या संबंधित विभागाकडे (फॅक्टरी इन्स्पेक्टर) घडलेल्या दुर्घटनेची चौकशी करण्याची मागणी केली. त्यानंतर विविध शासकीय विभागांतून दुर्घटनेसंदर्भात चौकशी आणि त्याविषयीच्या बातम्या वृत्तपत्रातून येत होत्या. पुढे अनेक दिवस त्या विभागातील उत्पादनप्रक्रिया बंद होती.

त्यापुढील काही दिवसांतच, ऑगस्ट २००२मध्ये झालेल्या कामगार संघटनेच्या निवडणुकीत सरचिटणीस म्हणून मी पुन्हा निवडून आलो. माझ्या नेतृत्वाखाली निवडून आलेल्या कार्यकारिणीने आरपीजीएलएस व्यवस्थापनाला हलगर्जीपणाबाबत धारेवर धरले. मीही खूप कडक भूमिका घेतली. त्या विभागात चालू असलेल्या उत्पादनप्रक्रिया पूर्ववत सुरू करण्यापूर्वी सर्व कामगारांना आवश्यक ते प्रशिक्षण देण्यास आणि सुरक्षाविषयक उपाययोजना करण्यास व्यवस्थापनाला आम्ही भाग पाडले. फॅक्टरी कायद्यानुसार असलेल्या तरतुदींच्या आधारे सुरक्षाविषयक कमिटी नेमण्यात आली. तसेच त्या विभागात कार्यरत कामगारांचा विमा उतरवण्यात आला. कामगारांचे मनोबल पूर्ववत झाल्यानंतर हा विभाग पुन्हा चालू झाला.

अनेक प्रकारे चौकश्या झाल्या. शासकीय यंत्रणांचा चौकशी अहवाल कित्येक महिने आम्हांला समजला नाही. दुर्घटनेमागील सत्य मात्र कधीच समोर आले नाही.

ऑगस्ट, २००२मध्ये झालेल्या कामगार संघटनेच्या निवडणुकीत मी प्रचंड बहुमताने 'सरचिटणीस' या पदावर पुन्हा निवडून आलो. पुन्हा एकदा जबाबदारी स्वीकारली. या वेळी माझ्याबरोबर आय. पी. आत्तार, बाबुराव लोंढे हे जुने अनुभवी सहकारी, तसेच यशवंत गायकवाड, ज्ञानेश्वर भुमकर, शिवाजी निंबाळकर आणि चंद्रशेखर भैलुमे हे नवीन सहकारी निवडून आले. निवडून आलेल्या व पराभूत झालेल्या सर्वांना सोबत घेऊन कंपनीच्या व कामगारांच्या हितासाठी आपण एकत्रितपणे लढा द्यावयाचा आहे, असे आवाहन मी समग्र कामगारबांधवांना केले. एच.ए. व्यवस्थापन, दिल्लीतील रसायन मंत्रालय संघटनेचे अध्यक्ष शरद पवार साहेब आणि बीआयएफआर असे भेटीगाठीचे चक्र पुन्हा नव्याने सुरू झाले.

बीआयएफआरची कंपनी बंदची कारणे दाखवा नोटीस

१४ सप्टेंबर २००३ हा दिवस एच.ए. कंपनीच्या इतिहासातला आणि कामगार संघटनेचा सरचिटणीस म्हणून माझ्या आयुष्यातला अविस्मरणीय दिवस म्हणून गणला जाईल. त्या दिवशी एका इंग्रजी वर्तमानपत्रामध्ये बीआयएफआर कोर्टाच्या वतीने एच.ए. कंपनीची 'क्लोजअप' अर्थात 'कंपनी बंद का करू नये?' ही नोटीस प्रकाशित करण्यात आली होती. कंपनीच्या गुणवता नियंत्रण विभागातील एक वरिष्ठ अधिकारी डॉ. के. पी. जाधव यांनी मला फोन करून ताबडतोब त्यांच्या निवासस्थानी या, म्हणून सांगितले. त्या वेळी मी एच.ए.च्या कामगार वसाहतीमध्येच राहत होतो. जाधव साहेबांचा तातडीचा निरोप ऐकून मी त्यांच्या घरी गेलो. साहेबांनी ती वर्तमानपत्रातली नोटीस मला दाखवली. नोटीस वाचताच माझ्या काळजाचा ठोका चुकला. छातीत धस्स झाले. क्षणार्धात डोळ्यांत पाणी आले. 'आता पुढे काय?' या प्रश्नाने माझ्या डोक्यात काहूर माजवले.

काही वेळातच मी स्वतःला सावरले. सेनापतीने कधीही कच खाता कामा नये. त्याने खंबीर राहिले पाहिजे. पुढची रणनीती माझ्या डोळ्यांसमोर तरळली. एच.ए.च्या दोन हजार कामगारांचा व त्यांच्या कुटुंबीयांच्या भवितव्याचा सारा भार माझ्या खांद्यांवर होता. पुढील प्रत्येक पाऊल काळजीपूर्वक टाकावे लागणार होते आणि निर्णयसुद्धा विचारपूर्वक आणि बिनचूक घ्यावे लागणार होते, याची जाणीव माझ्या मनाला प्रकर्षाने झाली.

कंपनीतल्या ज्या ज्या लोकांच्या वाचनात ती नोटीस आली, त्या त्या लोकांचे मला फोन येऊ लागले. मी जाधव साहेबांच्या घरी बसलो आहे, हे समजताच कामगार व अधिकारीवर्गाची पावले जाधव साहेबांच्या निवासस्थानाकडे वळाली. त्यांच्या घरासमोर लोकांची गर्दी वाढू लागली. रविवार कंपनीचा व कामगारांच्या सुट्टीचा दिवस. मात्र सुट्टीचा आनंद घेण्याऐवजी सर्वच सुतकी चेहऱ्याने एकमेकांकडे पाहू लागले. प्रत्येकाच्या मनात कंपनी बंद झाली तर आपली अवस्था काय होईल, उदरनिर्वाहाचे काय होईल, मुलांच्या शिक्षणाचे काय होईल, गावी असणारे आई-वडील, भाऊ, बहीण याचे काय, अशी नाना प्रकारची प्रश्नचिन्हे प्रत्येकाच्या चिंताग्रस्त चेहऱ्यावर उमटली होती. प्रत्येक जण मला विविध प्रश्न विचारत होता. मी मात्र कुठलीही प्रतिक्रिया न देता निश्चल उभा होतो.

त्याच वेळी माझ्या मनात या संघर्षाचा कृती-आराखडा आकारास येत होता. कुटुंबात काही वेगळी घटना घडली तर आपण प्रथम त्याची कल्पना घरातल्या

कुटुंबप्रमुखाला देतो, त्याप्रमाणे मी प्रथम कंपनीचे व्यवस्थापकीय संचालक एम. सी. अब्राहम यांना फोन केला; आणि आपण नोटीस वाचली का, म्हणून विचारणा केली. त्यांनी अत्यंत निराश होत भाष्य केले; म्हणाले, "हाँऽऽ, मैंने नोटीस पढा। मुझे समझता नहीं ये क्या हुआ है? दो-तीन साल से हमने बीआयएफआर के साथ लढाई की। हमारी प्रॉडक्शन ॲक्टिव्हिटी आज भी चालू है। मुझे समझता नहीं है कि बीआयएफआर ऐसा निर्णय कैसा ले सकती है?"

काही क्षण शांततेत गेल्यानंतर पुढे म्हणाले, "बोऱ्हाडेजी, कुछ तो गडबड है, हमें जल्दही कुछ कोशिश करनी पडेगी।"

एम.डी.साहेबांनी फोन ठेवला; पण त्यांनी उच्चारलेली शेवटची दोन वाक्ये माझ्या मनात घुमत राहिली.

'कुछ तो गडबड है।' गेल्या तीन-चार वर्षांपासून दिल्ली सरकार कंपनी बंद करण्यासाठी वेगवेगळ्या पद्धतीने प्रयत्नशील होते; परंतु आमच्या प्रयत्नांमुळे व आमच्या पाठीशी असणाऱ्या खंबीर नेतृत्वामुळे सरकारला कुठलीही काहीही कारवाई करता येत नव्हती, हेही तेवढेच खरे. म्हणून कदाचित केंद्रातील सरकार हे शस्त्र वापरते आहे की काय, अशी दाट शंका माझ्या मनात निर्माण झाली.

एम.डी.साहेबांचे शेवटचे वाक्य होते, 'जल्दही हमें कुछ कोशिश करनी पडेगी।' या दुसऱ्या वाक्याने माझ्या मनात आशावादाची ज्योत प्रज्वलित झाली. 'कोशिश करनेवालों की कभी हार नहीं होती' हे वाक्य माझ्या मनात तरंग उमटवू लागले. उत्तराच्या शोधात माझ्या मनातल्या विचारांच्या भात्यातून पहिला बाण आला. त्या बाणाची दिशा होती, कामगार संघटनेचे अध्यक्ष शरद पवार साहेब. मी साहेबांना फोन लावला. एका महत्त्वाच्या बैठकीसाठी ते जयपूरला गेलेले होते, त्यामुळे त्यांच्याशी संपर्क होऊ शकत नव्हता. साहेबांसोबत संपर्क साधण्यासाठी त्यांच्या सगळ्या कार्यालयातही प्रयत्न करून पाहिला, परंतु साहेबांचा खासगी नंबर न मिळाल्यामुळे संपर्क होईना. साहेबांना वर्तमानपत्रातल्या या नोटिशीबाबत सांगणे तर निकडीचे होते. माझी अवस्था ताणलेल्या गलोलीतल्या दगडासारखी झाली. काय करावे काही सुचत नव्हते.

डॉ. के. पी. जाधव साहेब यांनी माजी शिक्षणमंत्री डॉ. कमलकिशोर कदम यांना फोन केला. त्यांचा व माझा परिचय आणि संपर्क यापूर्वी होताच. मी डॉ. कदम यांना वर्तमानपत्रातील एच.ए.संदर्भातल्या नोटिशीबाबत सांगितले; याची पवार साहेबांना कल्पना देणे महत्त्वाचे असल्याचेही म्हणालो. त्यानंतर काही

वेळातच डॉ. कदम यांनी फोन करून पवार साहेबांसोबत संभाषण करण्यासाठी एक मोबाईल नंबर कळवला. मी तातडीने पवार साहेबांना वर्तमानपत्रातल्या त्या नोटिशीची कल्पना दिली.

माझे म्हणणे शांतपणे ऐकून घेतल्यावर ते म्हणाले, "घाबरून जाऊ नका. आपण यावर काही तरी मार्ग काढू. तुम्ही दोन दिवसांनी दिल्लीस या."

फोन बंद झाला, तरी माझ्या डोक्यातली विचारांची चक्रे गरगर फिरत होती. थोड्याच वेळात विचार विनिमयासाठी कामगार संघटनेच्या कार्यालयात आम्ही सर्व जण गेलो. संघटनेचे पदाधिकारी, कार्यकारिणी सदस्य तसेच बरेचसे कामगारबांधव व काही अधिकारीही त्या ठिकाणी जमा झाले होते. बीआयएफआरच्या नोटिसीमुळे हवालदिल झालेले सर्व जण आता काय करायचे, कोणते प्रयत्न करायचे, कुठल्या मार्गाने जावयाचे याची साधकबाधक चर्चा करत होते. सर्वांचे विचार व मते मी शांतपणे ऐकून घेत होतो. त्याच वेळी एच.ए.वसाहतीजवळ कामगारांचा एक गट, 'आता अरुण काय करणार? कशी कंपनी वाचवणार!' अशी कुचेष्टा करत होता; काही कामगारबांधवांनी मला हे सांगितल्यावर काहीही न बोलता मी शांत राहिलो.

कंपनी वाचवण्याचे शिवधनुष्य मी माझ्या खांद्यावर घेतले होते. आणि ती जबाबदारी सार्थ करून दाखवण्याची वेळ आता आलेली होती. माझ्या मनात पुढील योजनेचा कृती-आराखडा तयार होत होता. पुढील सहा-सात महिने संघर्षाच्या तीव्र व टोकदार काटेरी वाटेवरून चालावे लागणार, हे मला आता ज्ञात झाले होते. त्याच दिवशी मी कामगार संघटनेचे कायदेशीर सल्लागार ॲड. मदन फडणीस यांनाही वर्तमानपत्रातल्या बीआयएफआर कोर्टाच्या नोटिसीसंदर्भात सांगितले. काही कामगार आंदोलन करण्याच्या पवित्र्यात होते, तर काही जण आता तुमचे कोण ऐकणार, असेही म्हणत होते. काही जण आताच शस्त्रे परजवत म्हणून आग्रही भूमिका मांडत होते; तर काही जण हार मानून गप्प बसा असाही सल्ला देत होते. अनेकांनी आपापली मते व्यक्त केली.

सकारात्मक व नकारात्मक दोन्ही बाजू ऐकून घेत मी मनातल्या मनात माझी लढ्याची दिशा अधोरेखित करत होतो. आंदोलनाचा आतताईपणा करणे आणि शस्त्रे परजणे हे मला मान्य नव्हते. अनेकांचे अनेक सल्ले व मशवरे ऐकतानाही माझ्या नजरेसमोर फक्त एच.ए.वाचवणे हेच एकमेव लक्ष्य दिसत होते. अर्जुनाला लक्ष्याचा एकच डोळा कसा दिसत असावा, हे मला त्या क्षणी लख्खपणे जाणवून गेले. मी माझ्या सहकाऱ्यांना कामगारबांधवांना, कार्यकारिणीच्या सर्व सदस्यांना

सांगितले, 'धीर धरा, आपण योग्य मार्गाने प्रयत्न करू. साहेब सांगतील त्या मार्गाने आपण जाऊ. अजिबात गोंधळून व घाबरून जाऊ नका. आपली ही लढाई दोन हजार कामगार कुटुंबीयांच्या अस्तित्वाची व भवितव्याची आहे. ही लढाई एकजुटीने व निर्धाराने जिंकावयाची आहे.'

असा मनोमन निर्धार व्यक्त करून आम्ही आपापल्या घरी परतलो.

कार्यकर्ता, कामगार संघटनेचा सरचिटणीस म्हणून संघर्ष अधिक तीव्र झाला होता. अस्तित्वाच्या लढाईसाठी देत असलेला लढा बीआयएफआर कोर्टाच्या नोटिशीमुळे कोणती फलश्रुती होणार याचे संकेत देण्यास पुरेसा होता.
अरुण बोऱ्हाडे आणखी गंभीर आणि शांत झाले. इंद्रायणीच्या अथांग डोहासारखे. पोटात खूप काही साचलेले ओठावर कसे आणायचे, याच्या विचारात ते खोल खोल बुडाले. खरे तर या लढ्याविषयी त्यांच्या मनात विचारांचे तरंग जोरजोरात उमटत होते. आता मला उत्सुकता होती या एच.ए.च्या लढ्यात बोऱ्हाडेंच्या पोतडीतून अजून काय बाहेर पडेल याची. झुळझुळ वाहणारी इंद्रायणी आणि तुकोबांना साक्षी ठेवून अरुण कलियुगातल्या नाठाळांचा हिशोब मांडत होते; एच.ए.तल्या दोन हजार कामगार कुटुंबीयांच्या रोजीरोटीसाठी संत दामाजीची भूमिका पार पाडत होते. सत्तेच्या वरवंट्याखाली भरडून निघणारी आपली कंपनी व कामगार वाचवण्याचा आटोकाट प्रयत्न करत होते. जीव घेणारी आणि जिवावर बेतणारी अस्तित्वाची लढाई असते. म्हणून अरुण बोऱ्हाडेंचा हा लढा एक संघर्षपर्व होते.

इंद्रायणीच्या पैलतीराजवळ पाण्यात काही बगळे ध्यानस्थ साधूसारखे जागोजाग उभे होते. त्यांच्याकडे पाहत अरुण बोऱ्हाडे म्हणाले,

"ते बगळे पाहिलेत का तुम्ही? कसे स्थितप्रज्ञ साधूसारखे बसलेत! वरवर पाहता ते तपस्वी असल्याचे भासतात; पण नदीपात्रातला एखादा मासा पायाजवळ येताच ते त्याला अलगद चोचीने टिपतात व गिळून टाकतात. तसे अनेक बगळे आमच्या कंपनीस गिळंकृत करण्यासाठी सत्तेत, प्रशासनात बसलेले होते. जसे माझे लक्ष्य होते, कंपनी व कामगार वाचवायचे; तसे त्यांचे लक्ष्य होते कंपनी व कामगार देशोधडीला लावणे. माझे हित कंपनी व कामगारांत होते; त्यांचे हित केवळ त्यांच्या वैयक्तिक स्वार्थात होते. त्या अनुषंगाने त्या सर्वांना आपापल्या वैयक्तिक हितसंबंधांसाठी कंपनीचा व कामगारांचा बळी घ्यायचा होता. या साऱ्या पडद्यामागच्या खलनायकी खेळी होत्या. त्यांचे पडसाद अशा नोटिसीमधून उमटत होते. म्हणतात ना- 'ज्याच्या हाती ससा तो पारधी'. प्रशासनाच्या हातात सत्ता व

अधिकार होते; ते आम्हांला नेस्तनाबूत करण्याचा निकराचा प्रयत्न करत होते.

दोन दिवसांनी पवार साहेबांनी सांगितल्याप्रमाणे मी माझ्या कामगार संघटनेतील काही पदाधिकाऱ्यांना सोबत घेऊन दिल्लीस त्यांना भेटण्यास गेलो. त्या वेळी केंद्रात रसायनमंत्री होते सुखदेवसिंग धिंडसा. साहेबांनी आम्हांला सोबत घेऊन रसायनमंत्र्यांसोबत एक बैठक घेतली व एच.ए. कंपनीसंदर्भात चर्चा केली. अध्यक्ष म्हणून पवार साहेबांनी कामगार संघटनेची बाजू ठामपणे मांडली.

"कंपनीतील कामगार कंपनीसाठी एकदिलाने काम करत आहेत. कंपनीची परिस्थिती बिघडण्यास कामगार जबाबदार नाहीत. प्रशासकीय व व्यवस्थापकीय पातळीवर काही उणिवा असतील तर त्या उणिवा आपण दूर कराव्यात. कंपनीत काही बदल आवश्यक वाटत असतील तर ते बदल आपण जरूर करावेत. कामगार संघटना म्हणून आम्ही योग्य ते सहकार्य करत आहोत व करत राहूच. मात्र कंपनी बंद करण्याची सरकारची ही प्रक्रिया थांबली पाहिजे. बीआयएफआर कोर्टास आपल्या रसायन विभागाकडून या केससंदर्भात सकारात्मक सादरीकरण झाले पाहिजे. यावरूनच कोर्ट पुढील निर्णय घेणार आहे. त्यावर कंपनीचे व कामगारांचे भवितव्य अवलंबून आहे." अशी कळकळीची विनंती मंत्रीमहोदयांना केली.

मंत्रीमहोदयांसमवेत या बैठकीसाठी आलेले रसायन खात्याचे सचिव, सहसचिव व प्रशासकीय अधिकारी आमचे म्हणणे फारसे गांभीर्याने ऐकून घेत नव्हते. त्यांची तीच ती भूमिका असायची, "ये कंपनी चलनेवाली नहीं है। सरकार कितना पैसा देगी? आप लोग काम करते नहीं। हर साल कंपनी घाटे में ही जा रही है और कंपनी का घाटा बढता ही जा रहा है।"

प्रत्येक बैठकीप्रमाणे त्या अधिकारीवर्गाचा सूर रेकॉर्डिंग केलेल्या कॅसेटप्रमाणे या वेळीही ऐकू आलाच. त्यावर पवार साहेब म्हणाले, "एच.ए.च्या कामगारांची मी हमी देतो. ते एकदिलाने व एकजुटीने काम करतील याची मला खात्री आहे. स्थानिक पातळीवर जे जे सहकार्य लागेल ते ते सहकार्य आम्ही देऊच; परंतु येथील प्रशासकीय अधिकाऱ्यांनीही कंपनीत जाऊन वस्तुस्थितीचा अभ्यास करायला हवा. केवळ कागदावरील आकडेवारीवरून कंपनी बंद करण्याच्या निष्कर्षावर येऊ नये. कंपनी कोणत्या कारणासाठी उभी करण्यात आली आहे याचा गांभीर्याने विचार करण्यात यायला पाहिजे. एच.ए. कंपनी स्थापन करताना नफा मिळवणे व फायदा पाहणे हा सरकारचा हेतू कधीही नव्हता, तर देशातील सामान्य गोरगरीब जनतेला परवडणाऱ्या किमतीत चांगल्या दर्जाची औषधे उपलब्ध करून देणे

हेच कंपनीचे एकमेव उद्दिष्ट होते. कंपनी आजतागायत त्या उद्दिष्टांची पूर्तता करत आलेली आहे. म्हणून कंपनीसंदर्भात नफ्यातोट्याची चर्चा करण्याऐवजी कंपनीची उद्दिष्टे आणि हजारो कामगारांच्या रोजगाराचे संरक्षण हेच हेतू लक्षात घेऊन आपण सर्वांनी काम करण्याची गरज आहे.”

पवार साहेबांच्या या स्पष्टीकरणाने दीर्घ काळ चाललेल्या या बैठकीत रसायनमंत्र्यांनी बीआयएफआर कोर्टाच्या सुनावणीस रसायन मंत्रालयाच्या आय.ए.एस. दर्जाच्या अधिकाऱ्याने वा सहसचिवाने जावे आणि सरकार कंपनीच्या पाठीशी ठामपणे उभे आहे, सरकारला ही कंपनी चालवण्याची इच्छा आहे, असे सादरीकरण सदर कोर्टासमोर करण्यात यावे, असा आदेश दिला. बैठक उरकल्यानंतर आम्ही साहेबांच्या निवासस्थानी चर्चेसाठी आलो. कंपनीतल्या कामगारांची या प्रश्नासंदर्भात आंदोलनाची तयारी असल्याचे मी पवार साहेबांना सांगितले. त्यावर आपण चर्चेतून व संवादातून शक्य तेवढे प्रयत्न करू व मार्ग काढू; पण जर सरकारने आपले ऐकलेच नाही तर मग आपण आंदोलनाचा विचार करू. चर्चा आणि संवाद महत्त्वाचा असतो, असा पवार साहेबांनी सल्ला दिला.

आम्ही दिल्लीवरून परत पुण्यास प्रयाण केले. रसायनमंत्री सुखदेवसिंग धिंडसा यांच्या कार्यालयातून पुन्हा १७ सप्टेंबर २००३ रोजी रसायन मंत्रालय दिल्ली येथे बैठकीस येण्यासंदर्भातले पत्र कामगार संघटनेचा सरचिटणीस म्हणून मला प्राप्त झाले. या बैठकीस जाण्यापूर्वी कंपनीचे व्यवस्थापकीय संचालक एम. सी. अब्राहम यांनी कंपनीचे सर्व वरिष्ठ अधिकारी व कामगार संघटनेचे पदाधिकारी यांच्यासमवेत एक बैठक घेतली. त्या बैठकीत सर्वांनी एकजुटीने व एकविचाराने बीआयएफआर कोर्टाचा कंपनी बंद करण्याचा इरादा उधळून लावण्याचा निर्णय स्पष्ट केला. कंपनी व्यवस्थापन, कामगार संघटना आणि कंपनीची अधिकारी संघटना या तिन्ही घटकांना स्वतंत्रपणे आपले म्हणणे मांडण्याची संधी त्या बैठकीत देण्यात आली. या तिन्ही घटकांनी एका समान पातळीवर कंपनी वाचवण्यासाठी त्या दृष्टीने सादरीकरण करावे, तसेच कंपनी चालवण्यास आम्ही सक्षम आहोत, हे बीआयएफआर कोर्टाला पटवून द्यावे असे विचारविनिमयांती एकमताने निश्चित केले. व्यवस्थापकीय संचालक एम. सी. अब्राहम यांनी कंपनीतल्या सर्व विभागप्रमुखांना सांगितले की, सरकारने कोणतीही मदत केली नाही तरी आपण ही कंपनी चालवू शकतो. बीआयएफआर कोर्टाने ही नोटीस मागे घ्यावी, ही व्यवस्थापनाची भूमिकाही स्पष्ट केली.

अशी सगळी पूर्वतयारी करून आम्ही दिनांक १७ सप्टेंबर २००३ रोजी आयोजित करण्यात आलेल्या रसायन मंत्र्यांसमवेत त्या बैठकीसाठी दिल्लीस गेलो. आमची तयारी पाहून मंत्रीमहोदयांनी आमचे कौतुक केले. या पार्श्वभूमीवर मला मागील काही दिवसांची प्रकर्षाने आठवण झाली. मी कामगार संघटनेच्या सरचिटणीस पदावर १९९६मध्ये पहिल्यांदाच निवडून आलो, तेव्हापासूनच व्यवस्थापनाला विश्वासात घेऊन काम करण्याची माझी पद्धत आजही तीच होती. मतभेद, संघर्ष असला तरी समन्वय आणि एकमेकांवरील विश्वास यामुळेच सर्व अनुत्तरित प्रश्नांची उकल होण्यास मदत होते.

मला आठवते, दि. ३० नोव्हें. १९९६ रोजी सरचिटणीस म्हणून कामगार संघटनेत मी निवडून आलो होतो. दि. ५ डिसेंबर १९९६ रोजी मी संघटनेचा सरचिटणीस म्हणून सूत्रे हाती घेतली. तातडीने हालचाली करून १७ डिसेंबर १९९६ रोजी पवार साहेबांसोबत तत्कालीन रसायनमंत्री सिसराम ओला यांच्यासमवेत पहिली बैठक घेतली होती. मुळातच कंपनीचा संचयित तोटा वाढत गेला होता.

तेव्हाच्या संचालक मंडळाने दि. ३१ ऑक्टोबर १९९६ रोजीच एच.ए. कंपनी 'आजारी उद्योग' घोषित करून बीआयएफआर कोर्टाकडे नोंदवण्याची शिफारस केली आणि दि. ३१ मार्च १९९७ रोजी तशी घोषणाही झाली होती.

तेव्हापासून कामगार संघटनेच्या सरचिटणीसपदाची जबाबदारी पार पाडताना मी प्रत्येक पाऊल सावधपणे, गांभीर्याने आणि जबाबदारीचे भान ठेवूनच उचलत असे. तत्कालीन रसायनमंत्री सिसराम ओला, त्यानंतरचे एम. अरुणाचलम तसेच त्या त्या वेळचे रसायन खात्याचे सचिव व आमच्या संघटनेच्या अध्यक्षांबरोबर वेळोवेळी चर्चा केलेल्या होत्या. याचाच प्रत्यय दिल्लीत रसायनमंत्री सुखदेवसिंग धिंडसा यांच्यासोबत झालेल्या बैठकीमध्ये आला. माझी भूमिका योग्य असल्याचे सर्वांचे एकमत झाले. त्यानुसार बीआयएफआर कोर्टाच्या पुढील सुनावणीच्या वेळी सरकारकडून एच.ए. कंपनीबाबत सकारात्मक सादरीकरण करण्याचा निर्णय झाला.

दिल्लीहून आल्यानंतर संघटनेच्या कार्यकारिणीची बैठक तत्संदर्भात घेऊन त्यांना सदर बैठकीबाबत सर्व माहिती देण्यात आली. सर्वांचे सहकार्य अपेक्षित धरून कंपनीतल्या सर्व विभागांत जाऊन त्या त्या विभागातल्या कामगारबांधवांना परिस्थितीचे गांभीर्य, संघटनेचा लढा व वाटचालीची दिशा यांच्याशी अवगत केले. भविष्यात कोणताही कठीण प्रसंग अथवा परिस्थितीला सामोरे जावे लागले, तर त्या अनुषंगाने रस्त्यावर उतरून लढा देण्यासाठी माझ्या कामगारबांधवांची मानसिकता

तयार करण्याचा माझा तो प्रयत्न होता. भवितव्यात काळाच्या पोटात काय दडले आहे, हे कुणीच सांगू शकत नाही; परंतु परिणामास तोंड देण्याची तयारी असेल तर त्या संकटातून व आपत्तीतून सहज तरून जाणे शक्य होते.

एच.ए. कंपनी हा केंद्रशासनाचा उद्योग असल्यामुळे आम्हांला एक प्रकारचे संरक्षण कवच होते. पगारवाढीसाठी १९८० मध्ये झालेला संप वगळता, एच.ए.च्या कामगारांना आपल्या हक्कासाठी व न्याय्य मागण्यांसाठी रस्त्यावर उतरून लढा देण्याची वा आंदोलन करण्याची वेळ आलेली नव्हती. म्हणून भविष्यात तशी वेळ आली तर तशी मानसिकता तयार करणे गरजेचे बनले होते.

मी दररोज दिल्लीतल्या रसायन मंत्रालयात फोन करून रसायनमंत्र्यांनी सांगितलेल्या कागदपत्रांची तयारी झाली की नाही, याचा संबंधित अधिकाऱ्यांकडे पाठपुरावा करत होतो. मात्र तेथूनही फारसा लवकर प्रतिसाद मिळत नव्हता. त्या मंत्रालयातले सचिव, सहसचिव, उपसचिव, संचालक इ. अधिकाऱ्यांच्या फौजा दिमतीला असतानाही मंत्रालयातल्या एच.ए.कंपनीच्या कामकाजासंदर्भातली अनास्था व टोलवाटोलवीची उत्तरे माझ्या प्रत्ययास येत होती. या केससंदर्भातल्या कामकाजाची प्रगती न कळल्यामुळे मी बेचैन व्हायचो.

कंपनीचे दिल्लीतील संपर्क अधिकारी बालकृष्णन हे एक प्रामाणिक आणि कष्टाळू गृहस्थ होते. तेही सातत्याने रसायन मंत्रालयात एच.ए.संदर्भातील कामकाजाचा पाठपुरावा करत असत. इकडे कंपनीच्या उत्पादनात कुठल्याही प्रकारचा खंड पडणार नाही वा व्यत्यय येणार नाही याची काळजी व्यवस्थापकीय संचालक, विविध विभागप्रमुख, मी व माझी कामगार संघटना घेत होतो. तत्संदर्भात वारंवार कामगारांना आवाहन करत होतो, सूचना देत होतो. आमच्या सर्व घटकांत एकवाक्यता व एकसूत्रता आणण्याचा प्रयत्न करत होतो. कामगार संघटनेच्या पदाधिकाऱ्यांसोबत बैठक घेऊन दररोजच्या कामकाजाचा आढावाही घेत होतो.

ड्यू डिलिजन्स (KPL)

ड्यु डिलिजन्स म्हणजे जी मालमत्ता खरेदी करावयाची आहे, तिच्या सांपत्तिक स्थितीचे मूल्यांकन, लेखापरीक्षण इत्यादी सर्वेक्षण पडताळणी करणे. बीआयएफआरच्या एका आदेशानुसार एच.ए. कंपनीच्या खासगीकरणासाठी दिनांक ३ फेब्रुवारी २००३ रोजी वर्तमानपत्रामध्ये एक जाहिरात प्रकाशित करण्यात आली होती. त्या जाहिरातीस फारसा प्रतिसाद मिळाला नाही. मात्र के. पी.

फार्मास्युटिकल्स या कंपनीने सदर जाहिरातीस प्रतिसाद दिला होता. अर्थात हजारो कोटी रुपयांची मालमत्ता असणारी एच.ए. कंपनी केवळ पाच कोटी रुपयांस के. पी. फार्मा विकत घेऊ इच्छित होती. यापेक्षा जगात अन्य मोठा दुसरा विनोद नसावा! सरकारमधील कुचकामी यंत्रणांनी के.पी.फार्माची निविदा पात्र ठरवली. के.पी.फार्माच्या मागणीनुसार व ११ सप्टेंबर २००३ च्या निर्णयानुसार कंपनीतील सर्व कागदपत्रे, कंपनीत कार्यरत असणाऱ्या सर्व कामगारांची अधिकृत माहिती प्राप्त करण्यासाठी त्यांच्या प्रतिनिधींना परवानगी देण्यात आली.

एके दिवशी सदर कंपनीचे प्रतिनिधी एच.ए. कंपनीच्या कार्मिक विभागामध्ये कामगारांच्या वैयक्तिक माहितीची कागदपत्रे तपासत असल्याची माहिती मला मिळाली. त्याचा जाब विचारण्यासाठी मी व्यवस्थापकांशी संपर्क साधला. व्यवस्थापनाने बीआयएफआर ऑर्डरनुसार के.पी.एल.कंपनीला 'ड्यू डिलिजन्स' करण्याची परवानगी दिली आहे, असे उत्तर मला दिले. व्यवस्थापनाचे हे उत्तर मला आणि कामगार संघटनेच्या इतर पदाधिकाऱ्यांनाही पटले नाही. एच.ए. कंपनी ही सरकारी मालमत्ता आहे. तिची व माझ्या कामगारबांधवांची, सहकाऱ्यांची माहिती गोपनीय ठेवणे ही व्यवस्थापनाची जबाबदारी आहे. केवळ पाच कोटी रुपयांना एच.ए. कंपनी विकत घेण्यास निघालेल्या कोणत्याही संस्थेला सरकारी अधिकारी भुलले असले तरी कामगारांचा प्रतिनिधी म्हणून आम्ही भुलणार नाही. आमच्या कामगारांच्या हक्कांचे रक्षण करणे ही आमची जबाबदारी आहे. अशा 'ड्यू डिलिजन्स'ला आम्ही भीक घालणार नाही, असे पत्र आम्ही तातडीने व्यवस्थापनास दिले. ड्यू डिलिजन्ससाठी आलेल्या संबंधित प्रतिनिधींना हाताला धरून आम्ही कंपनी प्रवेशद्वाराबाहेर हाकलून दिले.

दिल्लीतल्या रसायन मंत्रालयाच्या आदेशाच्या दबावाखाली झुकलेले एच.ए. कंपनीतले व्यवस्थापन के.पी. फार्माने पाठवलेल्या प्रतिनिधींना कंपनीबाहेर काढू शकत नव्हते. तसेच आमच्या कामगार संघटनेच्या दबावामुळे कंपनी व्यवस्थापनाने या संदर्भात माझ्या विरोधात केंद्र सरकारच्या रसायन मंत्रालयाकडे माझी तक्रार करून या प्रकरणातून आपली सुटका करून घेतली.

कामगार हितासाठी संघर्ष करताना अशा अनेक खऱ्याखोट्या तक्रारी माझ्या विरोधात नेहमीच करण्यात आल्या होत्या. कधी पोलीस स्टेशनला, कधी कामगार आयुक्तांकडे, तर कधी रसायन मंत्रालयाकडे माझ्या विरोधात तक्रारींचे पाढे वाचणे चालूच होते, अर्थात मला त्याची कधीच तमा नव्हती. व्यवस्थापनातील

काही अधिकारी दैनंदिन कामकाजामध्ये येणाऱ्या समस्या सोडवण्याऐवजी त्या समस्यांतील गुंता वाढवण्यात पारंगत होते.

गो बॅक एस. पी. रॉय

ढासळलेल्या आर्थिक बिकट परिस्थितीतून आणि केंद्र सरकारच्या अनिश्चित धोरणातून एच.ए. कंपनीस सावरण्यासाठी गेली कित्येक वर्षे आम्ही सातत्याने प्रयत्न करत असताना कंपनीतले काही घटक जाणीवपूर्वक कंपनीच्या विरोधात कार्यरत होते. कंपनीच्या हितसंबंधांना बाधा येईल अशा कारवाया करण्यात मग्न झालेले होते. एस. पी. रॉय नावाचे कंपनीतले वित्त संचालक पदावर असलेले एक अधिकारी त्यातलेच एक. त्यांची भूमिका नेहमीच कंपनीबाबत संशयास्पद होती. ज्या खासगी कंपन्या एच.ए.सारख्या सरकारी कंपनीस गिळंकृत करू पाहत होत्या, त्यांना साहाय्यभूत ठरेल असेच एस. पी. रॉय यांचे कंपनीतले व कंपनीबाहेरचे वर्तन होते. रॉय यांच्याबाबत कामगार संघटनेने व्यवस्थापकीय संचालक व रसायन मंत्रालयाकडे लेखी तक्रारी केलेल्या होत्या. विशेष म्हणजे महाशय कंपनीतल्या आपल्या कार्यालयात येण्याऐवजी दिल्ली आणि कोलकाता शहरात दोन दोन आठवडे ये-जा करत असत.

एका बाजूस कंपनीची आर्थिक परिस्थिती इतकी डबघाईला आलेली होती की कंपनीतील कामगारांच्या जेवणामध्ये देण्यात येत असलेले पापड, लोणचे, फळे कमी करण्यात येऊन कंपनीच्या खर्चात बचत करण्यात येत होती. याउलट एस.पी.रॉय यांनी कंपनीचे कामगार अवघ्या एक रुपयात कॅन्टिनला जेवतात, असे पत्र सरकारला लिहून कामगारांना डिवचले होते. त्या पार्श्वभूमीवर रॉय यांच्या प्रवासखर्चावर होणारी उधळपट्टी वेदनादायक तसेच मनात चीड निर्माण करणारी होती. कंपनी कायद्यानुसार पूर्वकल्पना न देता कोणीही कामगार एका आठवड्यापेक्षा अधिक काळ रजा घेऊ शकत नव्हता आणि जर अशी एखादी घटना घडलीच तर कंपनी संबंधिताला या बाबीचा जाब विचारायची. मात्र, रॉय साहेबांसारखे वित्त संचालक दोन दोन महिने कुठे असायचे, याची कुणालाच कल्पना नसायची. व्यवस्थापनाकडेही रॉय यांच्याबाबत उत्तर नसायचे. तसेच रसायन मंत्रालयातल्या प्रशासनाकडेही उत्तर नसायचे. म्हणून रॉय यांना जाब विचारण्याची ठाम भूमिका आमच्या कामगार संघटनेने घेतली. कामगार संघटनेने रॉय यांची रसायन मंत्रालय प्रशासनाकडे तक्रार दाखल केल्यानंतर ते आपल्या ऑफिसमध्ये दाखल होण्यासाठी

येणार असल्याची वार्ता आम्हांला कळाली.

त्यांच्या विरोधात निदर्शने करण्यात यावीत, असा ठराव कामगार संघटनेच्या कार्यकारिणीमध्ये संमत करण्यात आला होता. ही बातमी रॉय यांना मिळताच, त्यांनी त्यांच्या असणाऱ्या राजकीय संपर्कातून एच.ए. कंपनी कामगार संघटनेच्या अध्यक्षांकडे- पवार साहेबांकडे तक्रार केली. पवार साहेबांनी मला युनियनचा सरचिटणीस म्हणून फोन केला. "कंपनीत शांतता राखा, कायदा हातात घेऊ नका व कोणत्याही अधिकाऱ्याला धक्काबुक्की करू नका व इजा होईल असे वर्तन करू नका," असे सांगितले.

मी म्हणालो, "एस. पी. रॉय यांच्या कामगार व कंपनी विरोधी भूमिकेमुळे कामगार संतापले आहेत; समस्त कामगारवर्ग रॉय यांना या गोष्टीचा जाब विचारण्यासाठी निदर्शने करू इच्छित आहे." त्यावर साहेबांनी लोकशाही मार्गाने व शांततेने निदर्शने करण्याचा सल्ला आम्हांला दिला.

काही वेळातच एस. पी. रॉय यांनी ३० ते ४० पोलिसांच्या संरक्षणात कंपनीत प्रवेश केला. कामगार संघटनेने नियोजन केल्याप्रमाणे कंपनीच्या प्रवेशद्वारापासून तर प्रशासकीय इमारतीपर्यंत एच.ए.तील माझे कामगारबांधव निषेधाच्या काळ्या फिती लावून व हातात काळे झेंडे घेऊन उभे होते. रॉय यांच्या गैरवर्तनाचा तीव्र निषेध कामगारवर्गाने नोंदवला. काही कामगार रॉय यांच्या ऑफिसबाहेर बसून राहिले. 'एस. पी. रॉय गो बॅक' अशा घोषणा कामगार देत होते.

परिस्थिती शांत करण्याचा प्रयत्न मी व माझ्या कामगार संघटनेचे पदाधिकारी, प्रतिनिधी तसेच उपस्थित असणारे पोलीस अधिकारी करत होतो. काही वेळाने संतप्त कामगार शांत झाले; आपापल्या विभागात कामाच्या ठिकाणी निघून गेले.

अपेक्षेप्रमाणे रॉय यांनी माझ्या विरोधात केंद्रीय रसायन मंत्रालय प्रशासनाकडे तक्रार केली. त्या तक्रारीनंतर एक वरिष्ठ अधिकारी (उपसचिव) एच.ए.मध्ये येऊन, माझी चौकशी करून गेले. तेव्हा मी रॉय यांनी केलेल्या कामगारांविरोधी कृत्यांचा पाढा वाचला. कंपनी व कामगारांच्या हिताचे संरक्षण करताना तात्त्विक मुद्द्यावर चाललेल्या संघर्षाचे परिणाम व पडसाद दिल्लीमध्येही उमटत होते. या निदर्शनानंतर दिल्लीला निघून गेलेले एस. पी. रॉय पुन्हा एच.ए. कंपनीत दिसले नाहीत.

अर्थात, कामगार संघटनेने या वित्त संचालकाविरोधात मंत्रालयात पुराव्यांसह रीतसर तक्रार सादर केली आणि त्यांच्यावर कारवाईची मागणी केली. त्यानंतर व्यवस्थापनाने दि. ६ एप्रिल २००४ रोजी त्यांना निलंबित केले. त्या निलंबनातच ते

कायमचे बाहेर गेले. (संदर्भ बातमी : *टाईम्स ऑफ इंडिया*, पुणे दि. ८ मार्च २००४ आणि ९ एप्रिल २००४)

डॉ. सुलभा ब्रह्मे

खरे तर एच.ए. कंपनीमुळे पुणे शहराला नवा आयाम, नवी ओळख प्राप्त झाली होती. पिंपरी-चिंचवड शहराच्या औद्योगिकीकरणाचा पाया याच कंपनीने घातला आहे. ती आता आर्थिकदृष्ट्या दुर्बल झाल्यानंतर कंपनीच्या आणि कामगारांच्या अस्तित्वाचा संघर्ष कामगार संघटना व कामगारबांधव गेले कित्येक वर्षे अव्याहतपणे लढत होते. पुणे जिल्ह्यातील खासदार या नात्याने १९९७ सालापासून पवार साहेबांकडे एच.ए. कामगार संघटनेची जबाबदारी होती. संघटनेचे अध्यक्ष या नात्याने ते केंद्र सरकारसोबत वारंवार बोलणी करून सातत्याने कंपनीसंदर्भात विविध उपाययोजना व मदत करत असत, तसेच कामगार संघटनेसोबतही साहेबांचा सातत्याने संपर्क असायचा.

मात्र, कंपनी चालवण्यासंदर्भात केंद्र सरकारची ठोस भूमिका नसल्यामुळे कंपनीस केंद्र सरकारचे आर्थिक पाठबळ मिळत नव्हते. अर्थातच अपुऱ्या भांडवलामुळे कंपनी अडचणीत आली होती. एच.ए. कंपनीची 'आजारी उद्योग' म्हणून बीआयएफआरकडे मार्च १९९७मध्ये नोंद झाली. कायद्यातल्या तरतुदीनुसार व त्यांच्या अधिकारांतर्गत वेळोवेळी सुनावणी होऊन सप्टेंबर २००३मध्ये ही कंपनी चालवणे योग्य नसल्यामुळे 'बंद का करण्यात येऊ नये' अशी नोटीस बीआयएफआर कोर्टाने वर्तमानपत्रात प्रसिद्ध केली. त्याची योग्य ती कायदेशीर दखल एच.ए. कामगार संघटना व व्यवस्थापनाने घेतली; त्यानुसार आवश्यक त्या उपाययोजना आखल्या जात होत्या. संबंधित सर्व घटकांमध्ये योग्य तो संवाद, समन्वय आणि संपर्क होता. योग्य वेळी आंदोलन करण्याची भूमिकाही कामगार संघटनेने घेतलेली होती. या गोष्टीची पवार साहेबांनाही कल्पना होती.

कंपनीची परिस्थिती हलाखीची झाल्यानंतर कंपनीच्या एकूण परिस्थितीबाबत काहीही ज्ञान, माहिती वा परिस्थितीचे आकलन नसताना अनेक लोक आपल्या अकलेचे दिवे पाजळून आपल्या बुद्धीचे हसे करून घेत होते.

असाच एक प्रकार पुण्यात घडला. काही बुद्धिवंत, विचारवंत अशा मान्यवरांनी एच.ए. कंपनी संदर्भात अधिकृतरीत्या कुठलीही माहिती नसताना सह्यांचे पत्रक काढले आणि थेट आमच्या संघटनेचे अध्यक्ष शरद पवार यांनाच

आरोपीच्या पिंजऱ्यात उभे केले. कंपनीच्या हलाखीच्या परिस्थितीस संघटनेचे अध्यक्ष खासदार शरद पवार हेच जबाबदार आहेत, असा बिनबुडाचा आरोप केलेले सह्यांचे पत्रक साहेबांना फॅक्सने पाठवून दिले.

या पत्राला व आरोपाला प्रतिसाद म्हणून, 'जर माझ्यामुळे एच.ए.कंपनी आणि कामगार अडचणीत आले असतील आणि कंपनीच्या प्रगतीला माझा अडसर होत असेल तर मी कामगार संघटनेच्या अध्यक्षपदाच्या जबाबदारीतून मुक्त होत आहे,' असे पत्र पवार साहेबांनी तातडीने कामगार संघटनेकडे फॅक्सद्वारे पाठवून दिले.

योगायोगाने त्याच वेळी कामगार संघटनेच्या कार्यकारिणीची एच.ए. कंपनीत बैठक चालू होती. हे राजीनाम्याचे पत्र हाती पडताच कार्यकारिणी बैठकीमध्ये तीव्र पडसाद उमटले. या आरोपांमागचे विचारवंत कोण, याचा आम्ही शोध घेतला, तेव्हा सुलभा ब्रह्मे या थोर विचारवंत आणि समाजसेविकेचे नाव समोर आले. हा हा म्हणता ही बातमी कंपनीतल्या कामगारवर्गात वाऱ्यासारखी पसरली.

'एकीकडे सरकार भांडवल देत नाही, दुसरीकडे बीआयएफआर कोर्ट खासगीकरणासाठी व कंपनी बंद करण्यासाठी हात धुऊन पाठीमागे लागलेले. या सर्व कठीण प्रसंगात आधारस्तंभ म्हणून पाठराखण करणारे कामगार संघटनेचे अध्यक्ष शरद पवार साहेब काही विचारवंतांच्या तथाकथित आरोपामुळे संघटनेच्या अध्यक्षपदाच्या जबाबदारीतून मुक्त होताहेत,' या बातमीमुळे कामगारवर्गात आरोप करणाऱ्यांविरुद्ध संतापाची लाट उसळली. या विचारवंतांच्या घरी मोर्चा घेऊन चला, अशी मागणी कामगार करू लागले. सरकारशी भांडून कंपनीसाठी भांडवल आणण्याची क्षमता या विचारवंतांमध्ये असेल तर त्यांना संघटनेचे अध्यक्ष म्हणून नेमा, असे कामगार चिडून बोलू लागले.

आधीच भयभीत झालेल्या कामगारांच्या डोळ्यांसमोर उद्याच्या भवितव्याचा काळाकुट्ट अंधार दिसत असताना, या आरोपामुळे कामगारवर्ग सैरभैर झाला होता. कामगारांच्या संतापाला आवर घालणे जिकरीचे झाले होते. संतप्त कामगारांची कशीबशी समजूत घालून आम्ही कामगार संघटनेचे प्रतिनिधी या प्रकरणावर चर्चा करण्यासाठी बसलो. अशा कठीण प्रसंगी पवार साहेबांचे नेतृत्व नसणे म्हणजे डोईवरचे छत्र हरवणे व अचानकपणे आभाळ कोसळल्यासारखे होते.

पत्रावर सही केलेल्या डॉ. सुलभा ब्रह्मे यांचा फोन नंबर शोधला. फोन करून, भेटीची वेळ मागितली. त्यांनी आम्हांला भेट देण्याचे टाळले.तेव्हा त्यांना आम्ही सांगितले की, 'आमचे कामगार खूपच संतप्त आहेत. आपण काढलेल्या पत्रकाचा

जाब विचारण्यासाठी ते आपल्या घरी मोर्चा घेऊन येणार आहेत.' हे ऐकताच सुलभा ब्रह्मे हडबडल्या. म्हणाल्या, 'तुमच्या कंपनीतल्या कोणीतरी कंपनीच्या वाताहतीची माहिती दिली; आम्ही त्यावर विश्वास ठेवून हे पत्रक काढले आहे.'

'आपणांस एच.ए.कंपनी व कामगारांच्या परिस्थितीबाबत एवढा कळवळा होता तर तुम्ही प्रत्यक्ष येऊन कामगार संघटनेच्या प्रतिनिधींसोबत संवाद का साधला नाही? अथवा व्यवस्थापनासोबत संपर्क का साधला नाही? पत्रक काढून तुम्ही आमच्या कामगार संघटनेच्या अध्यक्षांना दूषण देण्याचा प्रयत्न केलात. तर मग आता आपण आमच्या कामगार संघटनेचे अध्यक्षपद घ्यावे आणि आम्हांला न्याय मिळवून द्यावा. कंपनीला आणि कामगारांना वाचवावे. आम्ही मोर्चा घेऊन आपल्या घरी येत आहोत व तसे पत्र आपणांस देतो.' आमचे बोलणे ऐकल्यानंतर सुलभा ब्रह्मे यांचे बोलणेच खुंटले. त्या त... त... प... प... करू लागल्या!

कामगारांची अस्वस्थ मन:स्थिती लक्षात घेऊन आम्ही त्याच दिवशी संध्याकाळी तातडीने द्वारसभा घेण्याचे ठरवले. या सभेमध्ये काहीही घडले तरी एच.ए. कामगार संघटनेच्या अध्यक्षपदातून साहेबांनी मुक्त न होता ही जबाबदारी त्यांनीच कायम ठेवावी. त्यांच्या नेतृत्वावर सर्व कामगारबांधवांचा ठाम विश्वास आहे, असा ठराव एकमताने मंजूर करण्यात आला. त्या वेळी उपस्थित असलेल्या सुमारे ८००पेक्षा जास्त कामगारांनी सह्या करून या ठरावात संमत झालेल्या भूमिकेस एकमुखी पाठिंबा दर्शवला.

खरे तर हा विषय गंभीर व आणीबाणीची परिस्थिती निर्माण करणारा, कंपनी आणि कामगार दोन्हीही संकटात टाकणारा असा होता. या सर्व गोष्टींचा विचार करून कामगारांनी द्वारसभेत सुचवल्याप्रमाणे मी आणि संघटनेचे उपाध्यक्ष इस्माईल आत्तार तातडीने दिल्लीस त्याच रात्री विमानाने पोहोचलो. दुसऱ्या दिवशी सकाळी साहेबांना भेटलो. 'आम्ही एच.ए.चे सर्व कामगार तुमच्यासोबत आहोत. आपण कामगार संघटनेच्या अध्यक्षपदाच्या जबाबदारीतून मुक्त होऊ नये,' अशी विनंती केली.

साहेबांनी शांतपणे कामगारांच्या भावनांचा व त्यांच्या भवितव्याचा विचार करून आपला अध्यक्षपदातून मुक्त होण्याचा निर्णय मागे घेतला. त्याच वेळी पवार साहेबांनी केंद्रीय रसायन मंत्र्यांसोबत एक बैठक आयोजित केली. त्या वेळी साहेब रसायन मंत्र्यांना म्हणाले की, 'एच.ए.चा प्रश्न आता फक्त कामगारांपुरताच मर्यादित राहिला नाही, तर शहरातील बुद्धिवादी विचारवंत, समाजसेवक सर्व जण या प्रश्नात सहभागी होत आहेत.'

एच.ए. वाचवण्यासाठी प्रामाणिक संघर्ष करण्याच्या मार्गातील एक अडथळा आम्ही दूर केला. सुलभा ब्रह्मेंविषयीचा संताप मात्र कामगारांच्या मनात कायम राहिला.

*****

एक एक दिवस मागे मागे पडत होता. डोक्यातल्या विचारांचे वादळ काही केल्या शमत नव्हते. येऊ घातलेल्या संकटाचा राक्षस जबडा वासून आम्हांला गिळण्यासाठी समोर उभा ठाकला होता.

बीआयएफआरच्या दुष्टचक्रातून कंपनीची कशी सुटका करायची, या विवंचनेत असताना कंपनीतल्या माझ्या विरोधकांच्या कारवाया काही केल्या थांबत नव्हत्या. अशा लोकांना कंपनी व्यवस्थापनातल्या काही लोकांकडून पाठबळ मिळत होते. काही ना काही कारणावरून हे लोक कामगारवर्गात वादंग निर्माण करत. कधीकधी कामगार संघटनेच्या सूचना फलकावर कामगारवर्गात संभ्रम निर्माण करणाऱ्या चिटोऱ्या चिकटवल्या जात. कामगारांना भडकवण्याचे अशा घटकांचे उपद्व्याप अधूनमधून चालूच असायचे.

अशा वेळी कामगारवर्गात निर्माण होणारे संभ्रमाचे वातावरण शांत करण्यासाठी मला व माझ्या सहकाऱ्यांना आपली शक्ती खर्च करावी लागत असे. कामगारांच्या आमच्यावर असणाऱ्या विश्वासाला कुठेही गालबोट लागू नये म्हणून आम्हांला तारेवरची कसरत करावी लागायची. कधीकधी वर्तमानपत्रात एच.ए.बाबतच्या संभ्रम निर्माण करणाऱ्या बातम्या यायच्या. अशा वेळी सदर वर्तमानपत्राच्या संपादकास भेटून आमची व कंपनीची न्याय्य बाजू मांडण्यासाठी सरचिटणीस या नात्याने मला धावपळ करावी लागायची. मला किंवा माझ्या उद्दिष्टांना विरोध करणारी शक्ती फक्त कंपनीतच होती असे नव्हे, तर त्यात शहरामधील इतर काही घटकसुद्धा कार्यरत होते. यामध्ये राजकीय, गुंडगिरी क्षेत्रातील आणि तथाकथित कामगार संघटनेतील काही नेतेही होते. माझा माझ्या कंपनीतील कामगारबांधवांशी व कंपनी व्यवस्थापनाशी सातत्याने संवाद व संपर्क होता.

मी व माझे कुटुंब एच.ए. वसाहतीमधील सदनिकेमध्ये राहत होतो. एका संध्याकाळी मी आणि माझी पत्नी वसाहतीपासून जवळच्या अंतरावर असणाऱ्या पिंपरी गावात काही खरेदी करण्यासाठी गेलो होतो. मुले घरीच अभ्यास करत बसली होती. पिंपरी गावातून खरेदी करून आम्ही उभयता घरी आलो, तेव्हा माझ्या

घरासमोर चार-सहा लोक उभे असलेले मला दिसले. हे चित्र माझ्यासाठी नवीन नव्हते. नेहमीच माझ्या घरी माझ्यासोबत चर्चेसाठी वा अन्य कामासाठी लोकांचा राबता असायचा. त्यामुळे मला माझ्या घरासमोर उभ्या असणाऱ्या लोकांबाबत विशेष काही वाटले नाही. मी मोटारसायकल घराजवळ उभी केली. माझी पत्नी सामानाच्या पिशव्या घेऊन घराच्या दरवाजाकडे वळाली. मी घरासमोर उभ्या असलेल्या लोकांकडे नजर टाकली. ते सारे जण भयभीत नजरेने पाहत असल्याचे दिसल्यामुळे शंकित होऊन त्यांना विचारले, "काय झालंय?"

तोपर्यंत माझी पत्नी सामानाच्या पिशव्या घरात घेऊन जाताच माझी दोन्ही मुले भयभीत होऊन तिला घट्ट बिलगली. त्याच वेळी घरासमोर उभे असलेले लोक माझ्याभोवती जमा झाले व मला म्हणाले, "भाऊ, तुम्ही काळजी घ्या. तुमच्या जिवाला धोका आहे. एक जण आला होता तुमच्या घरी. त्याने इथे येऊन तुमच्या नावाने खूप शिवीगाळ केली. घरात घुसून त्याने तुमच्या लहान लहान मुलांवर पिस्तुल रोखले व मुलांना धमकावले."

त्यांचे बोलणे ऐकून माझ्या मनात अनेक शंका-कुशंका आल्या. माझी कुणाशीही दुश्मनी नव्हती. मला कुणीही हितशत्रू नव्हते. माझे कुणासोबत वैरही नव्हते, कोणासोबत माझे आर्थिक देवाणघेवाणीचे व्यवहारही नव्हते. लोकशाही मार्गाने कंपनीतल्या कामगारांनी कामगार संघटनेचे काम करण्यासाठी निवडून दिले होते. मी वारकरी संप्रदायाच्या संस्कारात वाढलेला असल्यामुळे कधी कुणाला शिवी देणे वा अपशब्द वापरण्यास माझी जीभ धजावली नव्हती. असे असताना मला व माझ्या मुलांना धमकावण्यासाठी पिस्तुल घेऊन कोण आला असावा?

याच विचारांच्या तंद्रीत मी माझ्या घरात प्रवेश केला. दोन्ही मुलांना पोटाशी कवटाळत त्यांना धीर दिला. 'घाबरू नका' म्हणत मी मुलांची समजूत काढत असतानाच पुढील पाच मिनिटांत ती व्यक्ती गाडीचा करकचून ब्रेक दाबत माझ्या घरासमोर उतरली आणि घराच्या दरवाजात आली. त्याचा आवाज ऐकून मी दरवाजात येऊन उभा राहिलो होतो. त्याने आपल्याजवळचे पिस्तुल माझ्या अंगावर रोखले. तो दरवाजाबाहेर उभा व मी दरवाजाच्या आत उभा. अगदी समोरासमोर. माझ्या छातीला पिस्तुल लावून तो म्हणाला, "तू एच.ए.च्या कामगारांचे वाटोळे केले आहेस. कामगारांची फसवणूक केली आहेस. तुला इथे या वसाहतीत राहण्याचा काही एक हक्क नाही. इथून तू तुझे तोंड काळे कर अन्यथा तुला मी खलास करेन. आत्ताच्या आत्ता निघ इथून. चल ऽऽ नाहीतर गोळी घालून मुडदा पाडतो तुझा."

मोठमोठ्या आवाजात ओरडून मला धमकावत होता. गोळी झाडण्याची वल्गना वारंवार करत होता. मी शांतपणे पण धिटाईने त्याच्या पुढ्यात धैर्य एकवटून उभा होतो. कुठल्याही लेच्यापेच्या मनोवृत्तीचा माणूस छातीवर रोखलेले पिस्तुल पाहून गर्भगळीत झाला असता.

प्रसंग आणीबाणीचा आणि बाका होता. त्याची असंबद्ध बडबड आणि शिवीगाळ चालूच होती. माझ्या अंगात हे धाडस कुठून आणि कसे आले, हे माझे मलाच कळत नव्हते. मी त्याच्या नजरेत नजर रोखत त्याला म्हणालो, "हिंमत असेल तर चालव गोळी, पण मग तुझ्या खानदानाचं काय होईल याचाही विचार कर. मरणाला मी घाबरत नाही. हिंमत असेल तर घाल गोळी."

तितक्याच चढ्या आवाजात मी बोलत होतो. अतिशय तणावाची स्थिती निर्माण झालेली. घरासमोर उभे असणारे लोक कधीच परागंदा झाले होते. आजूबाजूच्या सदनिकांची दारे बंद झाली होती. श्वास रोखल्यागत सारी वसाहत आतल्या आत लपून बसलेली. स्मशानशांतता पसरलेली. पिस्तुलाच्या गोळीचा आवाज ऐकण्यास कान सदनिकांच्या भिंतीला चिकटलेले. ज्वालामुखीच्या उद्रेकाच्या तोंडावर पाय रोवून मी घट्ट उभा. मी त्या इसमाच्या दहशतीला भीक घालत नव्हतो.

एच.ए. वसाहतीत काहीशा अंतरावर राहणारे माझे दोन मित्र भगवान भंडारे व ज्ञानेश्वर वायकर यांना मी पिंपरी गावात गेल्यावर घरी घडलेला प्रकार कळला होता; त्यामुळे ते धावत माझ्या घरी आले. तेव्हा त्या इसमाने माझ्या छातीवर त्याच्या हातातल्या पिस्तुलाची नळी लावून धरलेली. माझ्या या दोन मित्रांनी त्याला खूप समजावण्याचा प्रयत्न केला, पण तो ऐकण्याच्या मनःस्थितीत नव्हता. 'मी आज याला खलास करणारच' अशी वल्गना तो करतच होता. त्याच वेळी हा माणूस असा का वागतोय, का माझ्या जिवावर उठलाय, याच्यासोबत माझे कुठलेही शत्रुत्व नाही, भांडणही नाही, मग हा माझ्यावर चाल करून का आला? याचा कर्ता करविता धनी अन्य कोणी तरी असावा, असे मला वाटले. मी त्याला 'तू इथून चालता हो, नाहीतर परिणाम वाईट होतील', असे सांगत होतो; तर तो 'मी तुला खलास करणारच' म्हणून माझ्या छातीवरचे रोखलेले पिस्तुल तसेच दाबून धरत धमकावत होता. हा सारा प्रकार अर्धा तास चाललेला.

घरामधील माझी पत्नी व दोन्ही मुले निमूटपणे पाहत होती. दरम्यानच्या काळात या घटनेची खबर कोणी तरी पिंपरी गावात राहणाऱ्या माझ्या मामांना फोनवरून कळवली. हा प्रकार चालूच असताना माझे मामा शशिकांत व चंद्रकांत वाघेरे दोघेही

तातडीने मोटरसायकलवरून घरी आले. त्यांनीही त्या माणसाला आपापल्या परीने खूप समजावण्याचा प्रयत्न केला, परंतु डोक्यात झिंग पोहोचलेला तो गुंड प्रवृत्तीचा माणूस कोणाचेही काही ऐकण्याच्या मनःस्थितीत नव्हता. आपल्या गुंडगिरीला व पिस्तुलाने धमकावण्याला हे लोक घाबरतात असेच त्याला वाटत होते. मग माझे दोन्हीही मामा इरेला पेटले. ते म्हणाले, "तुझ्यात हिंमत आहे ना, मग कर अरुणला खल्लास! तुझा बाकीचा हिसाब आम्ही पुरा करू. बघच तू."

मामांचा चढलेला आवाज ऐकताच तो वरमला. माझ्यावर रोखलेले पिस्तुल खाली घेत मागे वळूनही न बघता तेथून पोबारा केला. रात्री ही घटना समजल्यानंतर माझे अनेक मित्र-कामगार साऱ्यांचीच पावले माझ्या घराकडे वळली.

कंपनीचे कार्मिक अधिकारीही चौकशी करण्यासाठी माझ्या घरी आले. त्यांनी मला सुरक्षारक्षक तैनातीस देतो म्हणून सांगितले; परंतु मी त्या गोष्टीस साफ नकार दिला. कंपनीचे अधिकारी निघून जाताच जमलेल्या कामगारबांधवांत व मित्रमंडळीत विचारविनिमय व या घटनेसंदर्भातल्या परिणामासंदर्भातली खलबते झडू लागली. काही लोक म्हणाले की मी कंपनीची वसाहत सोडून माझ्या बोऱ्हाडेवाडी येथील घरी राहण्यासाठी परिवारासह जावे. कोणी म्हणाले, या माणसाची व या घटनेची पोलिसात तक्रार द्यावी. मी या दोन्हीही गोष्टीस नकार दिला. पोलिसांत तक्रार देऊन काय निष्पन्न होणार, हे मला ज्ञात होते. त्यामुळे सुडाचे व वैराचे आणखी नवीन प्रकरण सुरू होणार होते.

कंपनीच्या वसाहतीमध्ये कुणी शस्त्राची दहशत दाखवून धाकदपटशा दाखवत गुंडगिरी करत असेल तर ती जबाबदारी कंपनी व्यवस्थापनाची आहे. वसाहतीमध्ये कायदा आणि सुव्यवस्था पाळण्याचे काम कंपनीचे आहे. मी माझे काम प्रामाणिकपणे करत असल्यामुळे हे जर कुणाच्या हितसंबंधाआड येत असेल अशा अज्ञात व्यक्तीनेच मला धमकावण्यासाठी ही सुपारी दिली असेल, याची खात्री माझ्या मनाला पटली. पिस्तुल घेऊन आलेल्या व्यक्तीबाबत तक्रार देऊन काहीही निष्पन्न होणार नाही, ही गोष्ट मी जमलेल्या मित्रमंडळींना व कामगारबांधवांना सांगितली. आपण या गोष्टीचा उद्या साकल्याने विचार करू असे म्हणत मी सर्वांना आपापल्या घरी जाण्यास सांगितले.

आज झाली तशी घटना परत घडू नये व तसे धाडस कुणी परत करू नये यासाठी काय करता येईल, या गोष्टीचा मी मनोमन विचार करू लागलो. माझ्या मुलांना त्यांच्या मनातली भीती घालवून धीर देणे हे सगळ्यात महत्त्वाचे होते. त्या

वेळी माझा मोठा मुलगा कौस्तुभ नऊ वर्षांचा तर धाकटा मुलगा पृथ्वीराज पाच वर्षांचा होता. कोवळ्या वयात माझ्या मुलांना पिस्तुल पाहण्याची वेळ आली होती. मलाही यामागे कोण असावे, याचा शोध घ्यायचा होता. वारकरी सांप्रदायिकाच्या घरात जन्माला आलो असलो तरी 'भले तरी देऊ, कासेची लंगोटी, नाठाळाच्या माथी हाणू काठी' या संत तुकोबारायांच्या शिकवणीतून मी घडलो होतो. ही काठी कुणावरती, कधी व कशी उगारायची, याचे भान मला होतेच. मी ज्यांच्याकडून राजकारणाचे धडे गिरवले ते पवार साहेब कधीही त्यांच्या शत्रूच्या नावाचा उच्चारही करत नाहीत, मात्र त्या शत्रूचा योग्य वेळी निप्पात करतात म्हणूनच या घटनेचा सखोल विचार करून लढाई तर सोडायची नाही, पण आपला नेमका घाव बसला पाहिजे, याचीच दक्षता घेण्याचा दृढ विचार मनात बळावला.

मी आणि माझी पत्नी आमच्या दोन्ही मुलांना धीर देत हेच समजावून सांगत होतो की, "हे दुष्ट लोक भित्रे असतात. त्यांना अजिबात घाबरायचे नसते. तो माणूस इतका डरपोक होता की त्याची गोळी झाडण्याची हिंमतच झाली नाही. आपण चांगल्या वाटेवरून चालतो, आपण चांगली माणसे आहोत. हेच पिस्तुल घेऊन आलेला माणूस एक ना एक दिवस माझी माफी मागायला व माझे पाय धरायला आपल्या घरी येईल."

झालेल्या घटनेमुळे रात्रभर झोप लागली नाही. वादळ येऊन जाते, मात्र वादळाचे परिणाम मागे उरतातच ना! कंपनीतल्या दोन हजार कामगार कुटुंबीयांच्या शुभेच्छा आणि सद्भावना माझ्या पाठीशी होत्या. जवळपास नातलग व हितचिंतक आहेत, आपण एकटे नाही याची जाणीव मी माझ्या पत्नीस करून दिली. शिवाय पवार साहेबांसारखा लोकनेता माझ्या पाठीशी आहे, हेही तिला ज्ञात होतेच.

ही घटना घडली त्याच्या दुसऱ्या दिवशी कंपनीत कामगारांची व कामगार संघटनेची बैठक झाली. सदर बैठकीत या घटनेचा तीव्र शब्दात निषेध करण्यात आला. कंपनीतल्या बहुसंख्य कामगारांनी माझी प्रत्यक्ष भेट घेऊन आम्ही तुझ्यासोबत आहोत असे सांगत मला दिलासा व धैर्य दिले. दरम्यान या घटनेची बातमी कर्णोपकर्णी शहरात पसरली. माझ्यावर पिस्तुल रोखून मला जीवे मारण्याची धमकी देणारी व्यक्ती एका जुन्या कामगार सहकाऱ्याचा मुलगा होता. गुन्हेगारी प्रवृत्तीचा भूतकाळ असल्यामुळे त्याने मला धमकावण्याचे कृत्य केले होते. त्याला प्रत्युत्तर देण्यापेक्षा त्याने असे का केले, हे शोधणे माझ्या दृष्टीने महत्त्वाचे होते.

दुसरे दिवशी दुपारी पिंपरी-चिंचवड शहराचे माजी महापौर व माझे नातेवाईक

संजोग वाघेरे व अन्य काही लोक त्या माणसाला घेऊन माझ्या एच.ए. कामगार वसाहतीतल्या घरी आले. गैरसमजुतीने व नशेत असल्यामुळे आपण हे कृत्य केले, माझी चूक झाली, मला क्षमा करा, असे म्हणत त्याने माझी, माझ्या पत्नीची व माझ्या मुलांची माफी मागितली. पुन्हा माझ्या हातून असे काही घडणार नाही याचीही त्याने कबुली दिली.

मीदेखील त्याला चार शब्दात सुनावले. मी म्हणालो, "मी डरपोक नाही. मरणाला घाबरत नाही. तू मला संपवले असतेस तर तूही राहिला नसतास. डरपोक तर तू आहेसच, पुन्हा माझ्याकडे वाकड्या नजरेनेही पाहण्याचे धाडस केलेस तर काय परिणाम होतील याचा विचार तुझा तूच कर."

माझ्या बोलण्याने तो शरमिंदा झाला. त्याची अवस्था मेल्याहून मेल्यासारखी झाली. माझ्या मुलांना व पत्नीला मी बोललेल्या शब्दांचा प्रत्यय आला. माफी मागण्यास तो इसम स्वतःहून आपल्या घरी येईल हे माझे भाष्य दुसऱ्याच दिवशी सत्यात उतरले.''

एच.ए. कामगारांचे ऐतिहासिक आंदोलन

"एच.ए. कंपनीतल्या माझ्या नेतृत्वाला आव्हान देण्यासाठी मी कार्य करत असलेल्या पक्षातील शहर पातळीवरचे काही घटक कार्यरत झाले होते. माझे नेतृत्व डोळ्यांत खुपत असलेल्या विरोधी शक्तींचे त्यांना पाठबळ होते. त्याचा प्रत्यय काही दिवसांतच मला आला.

दिनांक ३० ऑक्टोबर २००३च्या रात्री साडेनऊच्या सुमारास माझे सहकारी व संघटनेचे पदाधिकारी ज्ञानेश्वर भूमकर कामगार वसाहतीतील माझ्या घरी आले व माझ्यासोबत महत्त्वाच्या विषयावर चर्चा करावयाची आहे असे मला म्हणाले. मी आणि भूमकर जवळच असणाऱ्या कामगार संघटनेच्या कार्यालयात गेलो. त्या वेळी, "अरुण, आपल्या एच.ए.च्या प्रश्नावर अरुण बोऱ्हाडे काहीच प्रयत्न करत नाही असा कांगावा करत शहरातल्या अन्य कामगार संघटना आपल्या कंपनीच्या प्रवेशद्वारावर आंदोलन करणार आहेत. त्या संघटनांना आपल्यातले काही विरोधक छुपे पाठबळ देत आहेत. दोन-तीन दिवसांतच हे बाहेरील कामगार संघटनांचे लोक कंपनीसमोरील रस्त्यावर तंबू टाकून 'एच.ए.वाचवा,' 'एच.ए.तील कामगार संघटना झोपली आहे,' 'अरुण बोऱ्हाडे काहीच करत नाही' अशी हाकाटी पिटणार आहेत. मी त्या संघटनांच्या कार्यालयात झालेल्या बैठकीला हजर होतो. आपल्या कंपनीतले

पाच-सहा जणही तेथे उपस्थित होते. बैठक संपताच मी तडक तुमच्या भेटीसाठी तुमच्याकडे आलोय," असे भूमकरने एका दमात सर्व काही सांगितले. बैठकीला कोण कोण उपस्थित होते, त्यांचीही नावेही सांगितली. त्या बैठकीत माझा व्यक्तिशः द्वेष करणारे तसेच पवार साहेबांची विचारसरणी न मानणारे लोक होते. खरं तर आंदोलनाचा मनसुबा रचणाऱ्या या लोकांचा एच.ए.शी काहीही संबंध नव्हता.

भूमकरचे बोलणे शांतपणे ऐकून घेतल्यानंतर माझ्या मनात विचारांचे तरंग उमटू लागले. प्रश्न निकराचा व निर्वाणीचा होता व तो आता उग्र रूप धारण करू पाहत होता. बाहेरील कामगार संघटनांचे लोक आमच्या प्रश्नासाठी आमच्या कंपनीच्या प्रवेशद्वारावर येऊन आंदोलन करणार, याचा अर्थ आम्ही निष्क्रिय झालो आहोत, आमचे प्रश्न सोडवण्यास आम्ही असमर्थ आहोत किंवा आमचे प्रश्न आम्ही चुकीच्या मार्गाने सोडवत आहोत, असा चुकीचा संदेश एच.ए.च्या कामगारवर्गात पसरण्याचा धोका होता. अरुण बोऱ्हाडे यांच्या कामगार सरचिटणीसपदाच्या नेतृत्वाला शह देण्याची कूटनीती त्या लोकांनी आखली होती. या पार्श्वभूमीवर नेमके काय करायला हवे, याची रणनीती भूमकरबरोबर ठरवली.

दुसऱ्या दिवशी संध्याकाळी एच.ए. कामगार संघटनेच्या पदाधिकाऱ्यांची, कामगारांची, कामगार प्रतिनिधींची तातडीची बैठक संघटनेच्या कार्यालयात चार वाजण्याच्या सुमारास आयोजित केली. त्या बैठकीमध्ये सर्वांना संबोधित करताना मी म्हणालो, "आपल्या कंपनीला आजारीपणाच्या दुष्टचक्रातून बाहेर काढण्याचे आपण सर्व जण प्रामाणिक प्रयत्न करत आहोत, परंतु सरकारकडून काहीच प्रतिसाद मिळत नाही. बीआयएफआर कोर्टाने आपली 'कंपनी बंद का करू नये' ही नोटीस मागे घेतली नाही तर परिस्थिती अधिकच गंभीर होईल. त्यातूनच कंपनी बंद पडण्याचा अनर्थही घडू शकतो. असे काही घडण्यापूर्वीच आपणाला सरकारवर दबाव आणण्यासाठी आंदोलनाचे हत्यार उपसावे लागेल. सरकारने कंपनी बंद केल्यावर आंदोलन करण्यात काहीच अर्थ नाही. कंपनी चालू असतानाच आंदोलन करणे उचित आहे. आंदोलन करताना आपणास कंपनी चालू ठेवायची आहे; कंपनीच्या उत्पादनात कुठल्याही प्रकारची बाधा आणावयाची नाही. आपला आवाज सरकारपर्यंत पोहोचण्यासाठी आपण हे आंदोलन करत आहोत."

कामगार प्रतिनिधी व पदाधिकाऱ्यांना विश्वासात घेऊन मी आंदोलनाची कल्पना दिली. आंदोलनाबाबतचा ठराव कामगार संघटनेच्या कार्यकारिणीत पारित केला गेला. कार्यकारिणीच्या ठरावानंतर मी स्वतः व्यवस्थापकीय संचालक

एम. सी. अब्राहम आणि कार्मिक विभाग महाव्यवस्थापक एस. के. मिश्रा यांना एच.ए.च्या प्रवेशद्वारात कामगार आंदोलन करणार असल्याची माहिती दिली. अर्थात कंपनीचे कुठल्याही प्रकारचे नुकसान होणार नाही, उत्पादन खंडित होणार नाही, कंपनीच्या नित्याच्या कामकाजात बाधा येणार नाही, औद्योगिक शांततेचा भंग होणार नाही, कोणत्याही स्वरूपाचा अनुचित प्रकार घडणार नाही या सर्व गोष्टींची आम्ही काळजी व दक्षता घेऊ, अशी हमी मी त्यांना दिली.

कंपनीच्या प्रवेशद्वारात बाहेरील कामगार संघटना व अन्य कोणी आंदोलनासाठी तंबू टाकू नये, राहुट्या उभारू नयेत अथवा मंडप टाकू नयेत म्हणून आम्ही तातडीने हालचाली केल्या. कामगार संघटनेच्या कार्यकारिणीचे सदस्य असणाऱ्या प्रकाश शेडगे यांना कंपनीच्या प्रवेशद्वाराच्यासमोर दोन्ही बाजूस, तसेच कामगार वसाहतीच्या प्रवेशद्वाराजवळ दोन्ही बाजूस असे एकूण चार लहान मंडप आंदोलनासाठी तातडीने उभारण्यास सांगितले. कामगार संघटनेच्या काही कार्यकर्त्यांवर आंदोलनासाठी फलक तयार करण्याची जबाबदारी सोपवली. दोघा-तिघांना कंपनी व्यवस्थापन, कामगार आयुक्त, पोलीस आयुक्त, स्थानिक पोलीस स्टेशन यांना आंदोलनाची पत्रके देण्याची जबाबदारी दिली. मी स्वतः शरद पवार साहेब यांच्यासोबत आंदोलनाबाबत चर्चा करण्यासाठी मुंबईला जाण्याचे ठरवले. माझ्या गैरहजेरीत आंदोलनासाठी करावे लागणारे सारे सोपस्कार पार पाडले जावेत म्हणून सर्वांना आपापली कामे विभागून दिली. त्याप्रमाणे प्रत्येक जण कामाला लागला.

मी मुंबईतील भुलाभाई देसाई रोडवर असणाऱ्या 'सिल्व्हर ओक इस्टेट' येथील साहेबांच्या निवासस्थानी १ नोव्हेंबर २००३ रोजी सकाळी लवकर पोहोचलो. पवार साहेबांना कंपनीतील परिस्थिती कथन करताना अचानक आंदोलनाची गरज का निर्माण झाली आहे, याचे स्पष्टीकरण केले. "शहरातल्या अन्य कंपन्यांत कार्यरत असणाऱ्या कामगार संघटनांनी एच.ए. कंपनीच्या प्रश्नावर कंपनीच्या प्रवेशद्वारावर आंदोलन छेडले तर कामगार संघटनेची नाहक बदनामी होईल. आम्ही कंपनीसाठी अहोरात्र प्रयत्न करत असतानाही आमची कामगार संघटना काहीच काम करत नाही हे दाखवण्यासाठी विरोधी शक्ती कूटकारस्थान रचत आहे. ते टाळण्यासाठी आंदोलनाची गरज आहे."

साहेबांनी विचारले, "आंदोलन करणार म्हणजे नेमके काय करणार?"

मी कामगार संघटनेच्या पदाधिकाऱ्यांनी तयार केलेला आंदोलनाबाबतचा कृती-आराखडा सादर केला. त्या आराखड्यानुसार कंपनीचे कामकाज चालू ठेवून

आम्ही आंदोलन करणार होतो. त्यामुळे कंपनीतली उत्पादनप्रक्रिया कुठेही खंडित होणार नव्हती आणि आपापल्या पाळ्यांत काम करून आमची ड्युटी संपल्यानंतर कंपनीच्या प्रवेशद्वारावरील मंडपात बसून धरणे धरणार होतो. कंपनीत जनरल शिफ्ट सकाळी आठ वाजता सुरू व्हायची व साडेचार वाजता ड्युटी संपायची. त्या कामगारांनी सकाळी अर्धा तास लवकर यावयाचे व आंदोलनाच्या मंडपात धरणे धरायचे. तसेच दुपारी जेवणाच्या सुट्टीत व ड्युटी संपल्यानंतर एक तास आंदोलनात सहभागी व्हावयाचे. त्याचप्रमाणे अन्य शिफ्टमध्ये काम करणाऱ्या कामगारांनीही पाळीप्रमाणे आपापला सहभाग नोंदवायचा. या प्रश्नावर सरकारला जाग यावी यासाठी मंडपात आम्ही धरणे आंदोलनात घंटानाद करणार होतो.

केवळ कामगार बंधुभगिनींनीच नाही, तर कारखान्यातल्या अधिकारीवर्गानेही यात सहभागी व्हावे, असेही आवाहन केले होते. हळूहळू आंदोलनाची तीव्रता वाढवण्यात येईल. सध्या तरी धरणे आंदोलन आणि 'घंटानाद' अनिश्चित काळासाठी सुरू करण्यासाठी आपली अनुमती व मार्गदर्शन घेण्यासाठी आम्ही तातडीने आपल्या भेटीसाठी आलो आहोत, असे साहेबांना सांगत आम्ही २१ नोव्हेंबरपर्यंतच्या आंदोलनाचा तयार केलेला कृती-आराखडा त्यांच्या समोर ठेवला.

साहेब त्याच दिवशी संध्याकाळी त्यांच्या प्रकृतीवर उपचार करून घेण्यासाठी अमेरिकेत जाणार होते. कृती-आराखड्यावर नजर फिरवत ते म्हणाले, "हे बघ अरुण, औद्योगिक क्षेत्रातली खूप आंदोलने मी पाहिलेली आहेत. सुरुवातीस सरळ वाटणारी व जोशपूर्ण आंदोलने नंतर विस्कळित होतात. कोणाचे कोणावर नियंत्रण राहत नाही. नियंत्रण सुटले की मग अनर्थ ओढावतात. विशेषतः कामगारांच्या आंदोलनात कामगार त्वेषाने आणि अन्यायावरील रोषाने कायम पेटतच राहतो. इतर शक्ती खतपाणी घालून कामगारांना भडकवण्याचे काम करत असतात. मूळ प्रश्न बाजूलाच राहतो आणि नवीन संकटे उभी राहतात. आंदोलनास हिंसक वळण लागते. तुम्ही आंदोलनाचा पवित्रा घेतला आहे, त्यास कामगार संघटनेचा अध्यक्ष या नात्याने माझा पाठिंबा आहे; पण अरुण, आंदोलनाचे नेतृत्व व नियंत्रण तुझ्याच हातात राहिले पाहिजे. पेटवल्याने कोणी पेटणार नाही आणि भडकवल्याने कोणी भडकणार नाही, आंदोलन भरकटणार नाही याची खात्री असेल तरच आंदोलन करा. पुढील पंधरा दिवस मी उपचारासाठी अमेरिकेस जात आहे तेव्हा काळजी घे. झेंडा आणि झेंड्याचा दांडा तुझ्याच हातात राहील याची दक्षता बाळग."

साहेबांना त्यांनी दिलेल्या सूचनांचे पालन करत शिस्तीत व शांततेच्या मार्गाने

आंदोलन करणार असल्याची हमी सरचिटणीस या नात्याने मी दिली. आणि त्यांची अनुमती घेऊन मी व माझा सहकारी चंद्रशेखर भैलुमे पुण्यास परतलो. त्या वेळी दुपारचे तीन वाजले होते.

कामगार संघटनेच्या इतर पदाधिकाऱ्यांनी कामगारांना आंदोलनासाठी एच.ए. कंपनीच्या प्रवेशद्वारावर साडेचार वाजता उपस्थित राहण्याचे सूचित केले होते. केलेल्या नियोजनाप्रमाणे कामगार आयुक्त, पोलीस आयुक्त, स्थानिक पोलीस स्टेशन, एच.ए. कंपनी व्यवस्थापन, वर्तमानपत्राची कार्यालये इत्यादी सर्व संबंधितांना आंदोलनाबाबतची लेखी पत्रके देण्यात आली होती. तसेच केंद्र सरकारच्या रसायन मंत्रालय, रसायनमंत्री व महाराष्ट्राच्या मुख्यमंत्र्यांनाही फॅक्सद्वारे आम्ही करत असलेल्या आंदोलनाची निवेदने पाठवली होती.

पिंपरी-चिंचवड औद्योगिक क्षेत्रातल्या विविध कारखान्यांत कार्यरत असणाऱ्या कामगार संघटनांनाही आमच्या आंदोलनात सहभागी होऊन आम्हांला पाठिंबा द्यावा, अशी विनंतीवजा पत्रके आमच्या कामगार प्रतिनिधींनी प्रत्यक्ष भेटी घेऊन दिलेली होती. कारण या कारखान्यातल्या दोन हजार कामगारांची रोजीरोटी संकटात आलेली असताना, शहरातला सर्व कामगारवर्ग एकवटला पाहिजे व या कामगारवर्गाची वज्रमूठ सरकार दरबारी दणाणली पाहिजे. त्याशिवाय झोपलेले सरकार जागे होणार नाही. शहरातल्या कामगार संघटनांसह शहरातल्या सर्व राजकीय पक्षांच्या प्रमुखांना एच.ए.च्या आंदोलनाची खबरबात कळावी व त्यांनीही या आंदोलनास आपला पाठिंबा द्यावा म्हणून सर्व राजकीय पक्षांच्या कार्यालयास आंदोलनाची निवेदनपत्रे आमच्या कामगार संघटनेच्या कार्यकारिणी सदस्यांनी समक्ष भेटी देऊन सुपूर्द केली. वृत्तपत्रे व वृत्तवाहिन्यांच्या कार्यालयासही अशी पत्रके देण्यात आली. मी व भैलुमे यांनी मुंबईहून संघटनेच्या पदाधिकाऱ्यांसमवेत चर्चा केली व आंदोलनाच्या पूर्वतयारीचा सर्व आढावा घेतला.

चारसूत्री योजना

खरे तर १९५४ या वर्षी सुरू झालेली एच.ए. कंपनी पुढील वर्षी सुवर्ण महोत्सवी वर्षात पदार्पण करणार होती. सरकारने मात्र बीआयएफआर कोर्टाच्या माध्यमातून कंपनीला आर्थिकदृष्ट्या 'आजारी' ठरवून कंपनीच्या अस्तित्वाच्या अंतिम घटका मोजण्यास सुरुवात केली होती. माझ्या संवेदनशील मनाला हे अजिबात पटत नव्हते. कंपनी तोट्यात होती हे सत्य, पण त्यावर कंपनी बंद करणे हा एकमेव

पर्याय कसा ठरू शकतो? दोन हजार कायमस्वरूपी कामगार, त्याशिवाय शेकडोंच्या संख्येत कंत्राटी कामगार, कंपनीचे वेगवेगळे पुरवठादार, कंपनीची उत्पादने विकणारे दुकानदार अशा जवळपास दहा हजार लोकांच्या उपजीविकेचा प्रश्न या एका कंपनी बंद करण्याच्या निर्णयामुळे ऐरणीवर येणार होता. कंपनीच्या कामगारवर्गाची बेरोजगारी व त्यांच्या कुटुंबीयांची वाताहत टाळण्यासाठी आमचा निकराचा लढा चालू असला तरी एच.ए.च्या ऐतिहासिक पार्श्वभूमीचा विचार करून या कंपनीस ऊर्जितावस्था आणण्यासाठी अधिकाधिक चांगले पर्याय आम्ही दिल्लीतील रसायन मंत्रालयातील प्रशासनास वेळोवेळी सुचवले होते; परंतु दुर्दैवाने गेली काही वर्षे देशातील अस्थिर सरकार आणि बेदरकार प्रशासन व आर्थिक पाठबळाअभावी हतबल झालेले कंपनीचे व्यवस्थापन यांमुळे एच.ए. कंपनीबाबत कोणताच सकारात्मक ठोस निर्णय होत नव्हता. या सर्व स्थितीचा साकल्याने विचार करून मी माझ्या कामगार संघटनेतील सहकाऱ्यांशी संवाद साधला व एक चारसूत्री योजना ठरवली.

१. बीआयएफआर कोर्टाला कायदेशीर मार्गाने लढत देणे.
२. शरद पवार साहेब आणि इतर नेतेमंडळींच्या साहाय्याने सरकारवर राजकीय दबाव आणणे.
३. लोकशाहीचा चौथा स्तंभ असणाऱ्या प्रसिद्धीमाध्यमांद्वारे प्रशासनास जागे करणे
४. कामगार आंदोलनातून हळूहळू सर्वव्यापी कामगार चळवळ उभी करणे आणि गरज पडली तर त्या चळवळीला लोकचळवळीचे स्वरूप देणे.

साहेबांच्या सूचनेनुसार आम्ही गेले काही दिवस आंदोलनाचे शस्त्र म्यान केले होते, परंतु आता मात्र ती आंदोलन करण्याची वेळ दुर्दैवाने आली होती. झोपी गेलेल्या माणसास जागे करता येते, पण झोपेचे सोंग घेतलेल्या माणसास जागे करणे अवघड असते, अशीच काहीशी अवस्था आमची सरकार व प्रशासनाबाबत झालेली होती. ना आमचा आवाज त्यांच्या कानापर्यंत पोहोचत होता, ना आमची तळमळ त्यांच्या डोळ्यांना दिसत होती. म्हणून आम्ही घंटानाद आणि धरणे आंदोलनाचा निर्णय घेतला होता.

कामगार वसाहतीमध्ये पूर्वापार असलेल्या विठ्ठल रुक्मिणी मंदिराचा कंपनी व कामगारांनी जीर्णोद्धार करून विस्तार केला होता. ते विठ्ठल मंदिर आम्हा सर्व कामगारांचे श्रद्धास्थान होते. तसेच कंपनीच्या प्रवेशद्वारासमोर छत्रपती शिवाजी महाराजांचे असलेले स्मारक आमचे स्फूर्तिस्थान होते. आंदोलनास सुरुवात

करण्यापूर्वी आम्ही सर्वांनी वसाहतीतल्या विठ्ठल रुक्मिणीचे दर्शन घेतले. 'विठूराया, तू आमची पाठराखण कर' म्हणून त्याला साकडे घातले. तदनंतर आम्ही छत्रपतींच्या शिवस्मारकात जाऊन शिवाजी महाराजांच्या पुतळ्यास पुष्पहार अर्पण केला. छत्रपतींना अभिवादन करून 'कामगार एकजुटीचा विजय असो' या जयघोषाचा नारा दिला. एच.ए.तले शेकडो कामगार व कामगार भगिनी छत्रपती शिवरायांच्या पुतळ्यासमोर उपस्थित होत्या. मी त्यांच्यासमोर माझी आंदोलनापाठीमागची भूमिका स्पष्ट केली.

मी म्हणालो, "आपण सर्वांनीच महाभारतातील युद्धाच्या कथा ऐकलेल्या आहेत. दुष्ट प्रवृत्तींवर मात करण्यासाठी त्या काळात युद्धे झाली. नीती-अनीतीच्या लढ्यात पुरातन काळापासून नेहमीच सत्याचा विजय झालेला आहे. आपला लढा अशाच दुष्ट प्रवृत्तींविरुद्ध आहे. ही आपल्या व आपल्या कुटुंबीयांच्या अस्तित्वाची लढाई आहे, जीवन-मरणाची लढाई आहे. आपल्या या एच.ए. कंपनीत केवळ पंचक्रोशीतला, जिल्ह्यातला वा फक्त महाराष्ट्र राज्यातलाच कामगारबांधव नाही, तर देशाच्या कानाकोपऱ्यांतून सर्व राज्यांतून आलेला कामगार आहे. त्याला त्याच्या हक्काचा मिळालेला रोजगार टिकला पाहिजे. तो कुणालाही असा सहजासहजी हिसकावून घेता येणार नाही. शेतकरी ज्या शेतात काम करतो, ती शेती त्याची आई असते. आपण सर्व जण ज्या कारखान्यात काम करतो, वर्षानुवर्षे आपणा सर्वांचे संसार व उपजीविका आपल्या कंपनीवर चालते ती कंपनी आपली आई आहे, ही माझी प्रामाणिक धारणा आहे. म्हणूनच आपला रोजगार टिकणे जितके महत्त्वाचे, तितकीच आपली कंपनी टिकणे महत्त्वाचे आहे.

एच.ए. कंपनी ही राष्ट्रीय संपत्ती आहे. ही संपत्ती मातीमोल होता कामा नये. त्यासाठी आपण सर्व कामगार बंधुभगिनींनी संघटित होऊन हा निकराचा लढा द्यायला हवाय. कामगार बंधुभगिनींनो, मला तुमचे पाठबळ द्या. मी तुमचा रोजगार टिकवून दाखवीन. आपल्या कामगार संघटनेचे अध्यक्ष शरद पवार साहेब ठामपणे आपल्या पाठीशी उभे आहेत. तुमचा आत्मनिर्धार व आत्मबळ अधिक महत्त्वाचे आहे. आपले आंदोलन आपण कुठलाही अनुचित प्रकार न करता अहिंसक मार्गाने, शांततेने व शिस्तबद्ध पद्धतीने करावयाचे आहे. आपण आपल्या कंपनीतल्या नित्याच्या कामकाजात खंड पडू न देता हे आंदोलन करणार आहोत. कंपनीतल्या उत्पादनात व उत्पादनप्रक्रियेत या आंदोलनामुळे कुठल्याही प्रकारची बाधा येणार नाही याची काळजी आपण सर्वांनी घ्यायची आहे. कंपनी वाचली तरच आपण

वाचू, हे सर्व जण जाणताच. शिस्तीची चौकट कधीही मोडली जाणार नाही याची दक्षता आपणास घ्यावयाची आहे. आपण आवाहन केल्यामुळे शहरातल्या इतर कामगार संघटना, सामाजिक व राजकीय संघटनांचे नेते आपल्या आंदोलनास पाठिंबा देण्यासाठी येतील. जोशपूर्ण, आवेशपूर्ण भाषणे करतील. त्यांचे पाठबळ आपणास हवेच आहे. मात्र एच.ए.बाहेरील कोणाच्या भाषणाने, वक्तव्याने चिथावले जाऊन आपल्याला चुकीच्या मार्गाने व चुकीच्या दिशेने जायचे नाही व आपल्या आंदोलनासही न्यावयाचे नाही, हे कायम लक्षात ठेवा.

आपले ध्येय व उद्दिष्ट एच.ए. कंपनी वाचवणे हे आहे, याचा विसर कोणासही पडता कामा नये. 'आम्ही काम करण्यास तयार आहोत. आमच्या हातांना काम हवे आहे,' हे सरकारला ठणकावून सांगण्यासाठी आपण हे आंदोलन करत आहोत. तुम्ही सर्वांनी सकारात्मक भावनेतून या आंदोलनाकडे पाहावे. आपणास निश्चितच यश प्राप्त होईल. हे आंदोलन आपण आपल्या भवितव्यासाठी करत आहोत. आपले आपापसात कोणाशी कसलेही हेवेदावे, मतभेद असतील तर आपण ते काही काळासाठी बाजूला ठेवा.

बंधू आणि भगिनींनो, लढलात तर रोजगार टिकेल आणि आंदोलनाकडे पाठ फिरवली तर रोजीरोटी कायमची बंद होईल. उद्या आंदोलनाबाबत कदाचित कोणी काहीही अफवा पसरवतील, भांडणे उकरून काढतील, नको ते झेंडे घेऊन येतील, आपल्यात फूट पाडण्याचा प्रयत्न करतील. पण लक्षात ठेवा, तुमचा आधी स्वतःवर विश्वास हवा. स्वतःवर विश्वास असेल तरच तुम्ही निवडून दिलेल्या प्रतिनिधीवर विश्वास बसेल. मी आपल्या कामगार संघटनेचा सरचिटणीस म्हणून आपल्या आंदोलनाची धुरा माझ्या खांद्यावर घेतली आहे. या लढ्यामध्ये हा लढा जिंकेपर्यंत मी थांबणार नाही. मला तुमचे पाठबळ व विश्वास हवा.

उद्या हा लढा आपण जिंकलो तर देशाच्या सरकारी निर्णयाला कलाटणी देणारा आपला लढा, आपले आंदोलन अभूतपूर्व ठरेल, पण आपण लढलाच नाहीत तर कायमसाठी रडत बसायची वेळ येईल. तुम्हाला व मला कोणीच विचारणार नाही. कंपनी बंद झाल्यावर लढा उभारण्याऐवजी आपण कंपनी चालू असताना जाणीवपूर्वक आंदोलन करत आहोत. रुग्ण माणसाला त्याच्यात जीव आहे तोपर्यंतच प्राणवायू दिला तर तो वाचेल. रुग्णाच्या मृत्यूनंतर त्याला प्राणवायू देण्यात काही अर्थ आहे का? आपणही या आंदोलनाकडे त्याच दृष्टिकोनातून पाहावे. यासाठी मी समस्त एच.ए. कामगारांसह एच.ए.व्यवस्थापनातल्या

अधिकारीवर्गालासुद्धा या आंदोलनात सहभागी होण्याचे आवाहन करत आहे. सर्व समाजधुरिणांना, प्रसिद्धीमाध्यमांना आणि सरकारी यंत्रणांना आमच्या या आंदोलनाकडे सकारात्मक नजरेने पाहण्याची विनंती करत आहे.

एच.ए.तल्या सर्व कामगारबांधवांना नम्र व कळकळीची विनंती आहे की, कंपनीतले आपले काम, आपली ड्युटी व्यवस्थित पार पाडून आपण आंदोलनात आपला सहभाग नोंदवायचा आहे. तीनही पाळ्यांत काम करणाऱ्या कामगारांनी आपापल्या सोयीनुसार आंदोलन मंडपात धरणे धरावयाचे व घंटानाद करावयाचा आहे. पहिल्या पाळीतील कामगार दुपारनंतर व दुसऱ्या पाळीतील कामगार सकाळच्या सत्रात आंदोलनात सहभागी होतील, तर रात्रपाळीचे कामगार आपल्या सोयीनुसार या आंदोलनात आपली उपस्थिती नोंदवतील. मला दृढविश्वास आहे की ही लढाई आपण जिंकून नवा इतिहास घडवू.”

‘बोला, कामगार एकजुटीचा विजय असो’ अशी ललकारी आसमंतात दणाणली. मी घंटानाद करून आंदोलनास सुरुवात केली. शेकडो कामगारांनी घंटानाद करून प्रतिसाद दिला. एच.ए.च्या धरणे आंदोलनास सुरुवात झाली. तो दिवस होता दिनांक १ नोव्हेंबर २००३, सायंकाळी पाच वाजता.

कमी वेळात निर्णय घेऊन सुरू केलेले आंदोलन सुरळीत आणि परिणामकारक होण्यासाठी कामगार संघटनेच्या पदाधिकाऱ्यांना व प्रतिनिधींना विश्वासात घेऊन व विचारविनिमय करून आंदोलनाबाबतचा आराखडा तयार केला होता. त्यासाठी मी, ज्ञानेश्वर भूमकर, शेखर भैलुमे, यशवंत गायकवाड, बाबुराव लोंढे, इस्माईल आत्तार आणि शिवाजी निंबाळकर रात्री उशिरापर्यंत कामगार संघटनेच्या कार्यालयात बसून नियोजन तयार केले होते.

एवढ्या तातडीने आंदोलन आपण का करत आहोत, याचे स्पष्टीकरण करताना मी त्यांना म्हणालो की, “आपली कामगार संघटना हिंदुस्थान अँटिबायोटिक्स मजदूर संघाचे अस्तित्व, स्वाभिमान व वर्चस्व अबाधित राहण्यासाठी या तातडीच्या आंदोलनात उतरण्याचा निर्णय आपणास घ्यावा लागला. केवळ राजकीय कारणास्तव अन्य कुठलीही संघटना आपल्या कंपनीच्या प्रवेशद्वारावर येऊन आंदोलन करते हे कंपनीस व आपल्या कामगार संघटनेसाठी हानिकारक ठरले असते. हीच आंदोलन करण्यास योग्य वेळ आहे.

ज्या वेळेची वाट आपण पाहत होतो, ती वेळ आता आली आहे. हे मी माझ्या कामगार संघटनेतील सहकाऱ्यांना पटवून दिले व आंदोलनाचा आराखडा,

थोडक्यात रणनीती तयार केली. त्याप्रमाणे साहेबांचे मार्गदर्शन, सूचना व संमती आंदोलनासाठी घेतली आहे, केवळ घंटानाद व धरणे धरून न बसता आंदोलनांच्या लढ्याची तीव्रता दिवसेंदिवस वाढवत जायची, त्याप्रमाणे एक दिवस लाक्षणिक उपोषण करायचे, मानवी साखळी करायची, एक-दोनदा शहरात मोर्चे काढायचे, एच.ए. कंपनी का वाचली पाहिजे हे शहरातल्या आम जनतेस कळाले पाहिजे. या आंदोलनामागचा नेमका विचार लोकांपर्यंत पोहोचला पाहिजे यासाठी जनजागृती व्हावी म्हणून कामगारांनी जागोजाग पथनाट्य सादर करावीत."

पथनाट्यासाठी आमच्या कंपनीतले एक सहकारी : ज्यांना अभिनयाची व नाट्यकलेची आवड होती ते : प्रकाश पारखी यांच्यावर पथनाट्याची जबाबदारी सोपवली व त्यांनी पथनाट्यासाठी कंपनीतल्या कामगारांचा एक संच तयार केला. त्या संचाने शहरातल्या विविध ठिकाणी पथनाट्य सादरीकरण करून एच.ए. कंपनी व सामान्य जनता-जनार्दनाचे नाते स्पष्ट करत एच.ए.वाचणे ही काळाची गरज असल्याचा संदेश शहरवासीयांना द्यावा. आंदोलनाचा एक भाग म्हणून कामगार कुटुंबीयांनाही आंदोलनात सहभागी करून घेण्याचा निर्णय आम्ही घेतला. तसेच शहरातल्या सर्व शाळा-महाविद्यालयातल्या विद्यार्थ्यांना, त्यांच्या पालकांना तसेच एच.ए. कामगार कुटुंबीयांना व त्यांच्या नातलगांना पत्र लिहिण्यास प्रवृत्त करावयाचे व एच.ए. कंपनी वाचवण्यासाठी त्या पत्रान्वये देशाच्या पंतप्रधान व राष्ट्रपतींना आवाहन करावयाचे, अशी लाखभर पत्रे पाठवण्याची व्यवस्था करण्याचे नियोजन आम्ही केले. अशा प्रकारे हा आमच्या आंदोलनाच्या रणनीतीचा आराखडा आम्ही तयार केला होता.

आंदोलनाच्या दुसऱ्या दिवशी आंदोलन मंडपात नियोजनाप्रमाणे बहुसंख्य कामगार उपस्थित राहिले. पहिल्या पाळीत काम करणारे कामगार वेळेआधीच आंदोलन मंडपात उपस्थित झाले. घंटानाद करून त्यांनी कारखान्यात प्रवेश केला. रात्रपाळीचे कामगार ड्युटी संपताच आंदोलनाच्या मंडपात हजर झाले, तर दुसऱ्या पाळीतले कामगार सकाळच्या सत्रात आंदोलन मंडपात धरणे धरून बसले. एच.ए.च्या आंदोलनाच्या बातम्या वर्तमानपत्रात छापून आल्या.

अपेक्षेप्रमाणे आंदोलनाचे वातावरण तयार झाले. घंटानादाने वातावरणात व उपस्थितांच्या मनात वेगळेच चैतन्य निर्माण झाले. दरम्यान कंपनीतील मागासवर्गीय कर्मचारी संघटना आणि इतर मागासवर्गीय कर्मचारी संघटना याही आंदोलनात उतरल्याने आंदोलनाचे बळ आणखी वाढले. शहरातल्या विविध कामगार संघटनांचे प्रतिनिधी आंदोलनास पाठिंबा देण्यासाठी आंदोलनस्थळी येऊ

लागले. प्रत्येकाच्या मनात वेगळेच स्फुलिंग स्फुरले होते.

मी स्वतः कंपनीत जाऊन कंपनीतल्या अधिकारी संघटनेच्या पदाधिकाऱ्यांशी चर्चा केली व त्यांनाही आंदोलनात सहभागी व्हावे अशी विनंती केली. अधिकारी संघटनेलाही सहभागी होण्याची इच्छा होती, परंतु त्यांच्या सहभागी होण्यास व्यवस्थापकीय संचालक काही आक्षेप घेतील का, दिल्लीतील प्रशासन त्याबाबत काही जाब विचारेल का? ही भीती त्यांना वाटत होती. म्हणून मी कंपनीतील व्यवस्थापकीय संचालक एम. सी. अब्राहम यांना भेटून त्यांना आंदोलनाची अधिकृत माहिती दिली.

हे आंदोलन अत्यंत शिस्तीत, शांततापूर्ण, अहिंसक मार्गाने करत असून त्यामुळे कंपनीच्या उत्पादनात कोणत्याही प्रकारचा खंड पडणार नाही, कंपनीच्या मालमत्तेचे नुकसान होणार नाही याची शाश्वती व हमी त्यांना देताना अधिकारी संघटनेच्या आंदोलनातल्या सहभागाविषयी मी त्यांना विचारणा केली, तेव्हा 'प्रॉडक्शन बंद होना नहीं चाहिये।' एवढे एकच वाक्य उच्चारून त्यांनी अधिकारी संघटनेस आंदोलनात सहभागी होण्याची मूकसंमती दिली. त्याप्रमाणे मी अधिकारी संघटनेशी चर्चा करून त्यांचाही आंदोलनातला सहभाग निश्चित केला. अधिकारी संघटनेचे बी. एल. गेडाम, एस. टी. कोंबाडे, जे. जी. महाजन इत्यादी पदाधिकारी व सदस्य नियमितपणे आंदोलनात सहभागी झाले.

ॲडव्होकेट मदन फडणीस यांचा आंदोलनात सहभाग

आंदोलन सुरू करतानाच आम्ही विविध कामगार नेत्यांना मार्गदर्शन करण्यासाठी आंदोलनस्थळी पाचारण केलेले होते. ज्येष्ठ कामगार नेते कॉमेड ॲडव्होकेट मदन फडणीस हे एच.ए. कामगार संघटनेचे मागील अनेक वर्षांपासून कायदा सल्लागार आणि पदसिद्ध उपाध्यक्ष होते. आंदोलनाच्या पाचव्या दिवशी दिनांक ५ नोव्हेंबर रोजी त्यांची द्वारसभा आयोजित करण्यात आली होती. या वेळी कामगार नेते कॉम्रेड अजित अभ्यंकर, डॉ. सुरेश बेरी, एल. एस. मारू, पी. भास्करन, शरद गोडसे, माधव रोहम, सुभाष सरीन, शंकर गावडे इत्यादी विविध कामगार संघटनांचे प्रमुख नेते उपस्थित होते. या वेळी बोलताना कॉम्रेड मदन फडणीस म्हणाले,

"देशाचे भूषण असलेला, पेनिसिलीनची निर्मिती करणारा हा कारखाना बंद होईल असे स्वप्नातही वाटले नव्हते, परंतु तशी परिस्थिती निर्माण केली गेली आहे. औद्योगिक वित्त पुनर्रचना मंडळाने (बीआयएफआर) कारखाना दिवाळखोरीत का

काढू नये, अशी नोटीस बजावली आहे; परंतु हा अधिकार या मंडळाला दिला कोणी, हा मुख्य प्रश्न आहे. घटनेने या देशाचे कायदे कामगार हितरक्षणासाठी व कल्याणासाठी केले आहेत. ते उद्ध्वस्त करण्यासाठी नव्हे.

हा प्रश्न दोन हजार कामगार किंवा त्यांच्या कुटुंबीयांपुरता मर्यादित नसून संपूर्ण पुणे जिल्ह्याचा आहे. कारखान्याचा आर्थिक ताळेबंद, भांडवल व कर्ज यांचा बीआयएफआरने ऊहापोह करायला हवा. कारखान्याचे भांडवल ४४ कोटी व उलाढाल ४०० कोटींची आहे, याचा विचार व्हायला हवा. व्यवसाय चालवता येत नसेल तर तो दुरुस्त करायचा सोडून बंद कशासाठी करायचा? दुरुस्तीची जबाबदारी कायद्याने या मंडळाचीच आहे. सर्व देशातील भांडवलदार दर पंधरा वर्षांनी मालमत्तेची फेरकिंमत करतात. तसे या कारखान्याबाबत झाले नाही. मोठ्या किमतीचे रुग्णालय अल्प किमतीत दाखवले, हा आमच्यावरील अन्याय आहे. कामगारांना देशोधडीला लावण्याचे काम बीआयएफआर मंडळाने केले आहे. ते आम्हांला मान्य नाही, हे संघटनेने ठणकावून सांगितले पाहिजे.

कारखान्यासंदर्भातील मूळ प्रश्न हाताळलाच गेला नाही. हा कारखाना दरवर्षी वीस कोटी रुपये व्याज देतो. त्यामुळे तो तोट्यात जाईलच कसा? यामागे काहीतरी कारस्थान असावे. मात्र, कोणत्याही परिस्थितीत कामगारांचा बळी देण्यात येवू नये. या कारखान्यात यापूर्वीही आंदोलन झाले आहे. येथील कामगारांचे हक्क तत्कालीन पंतप्रधानांनी संसदेत मान्य केले होते. हा इतिहास कामगारांनी विसरू नये. कामगारांच्या या आंदोलनाला सर्व पक्षांनी पाठिंबा द्यावा.

एच.ए.चा कारखाना टिकवण्याची जबाबदारी प्रत्येक पुणेकरावर आहे. हा जनतेच्या जिव्हाळ्याचा प्रश्न आहे. सत्तावीस नोव्हेंबरला होणाऱ्या सुनावणीत आमचे म्हणणे मान्य न केल्यास आंदोलन तीव्र करू. कामगारांचा खेळखंडोबा करण्याचा अधिकार कोणालाही नाही. मग तो कोणताही पक्ष असो.

सरकारी धोरणच सार्वजनिक उद्योग बंद करण्याचे असेल, तर ते आपली बाजू मांडणार नाहीत, उपाय शोधणार नाहीत. त्यांनी एखाद्या बँकेचे किंवा वित्तीय मंडळाचे हित पाहू नये. राजकारण बाजूला ठेवून त्यांनी देशातील कामगारांचे हित पाहिले पाहिजे. खासगीकरणाचे लोढणे गळ्यात बांधण्याचा प्रयत्न करू नये. हा कारखाना जनतेचा आहे आणि राहीलही. सरकार तेल कंपन्यांचेही खासगीकरण करू पाहत आहे, ही बाब गंभीर आहे.

त्यामुळे सरकारी धोरणाविरुद्धच चळवळ सुरू करावी लागणार आहे. त्याची कामगारांनी तयारी ठेवावी. मतभेद विसरून एकदिलाने काम करावे आणि वेळ पडलीच, तर कोणतीही किंमत मोजण्याची तयारी ठेवावी, घाबरून जाऊ नये. शेवटी विजय आपलाच होणार याची खात्री बाळगा." (भाषण संदर्भ : *सकाळ*, पुणे ६ नोव्हेंबर २००३)

कॉम्रेड मदन फडणीस यांच्या घणाघाती भाषणाने कामगारांचा लढण्यातील विश्वास शतपटींनी वाढला. याच दिवशी शहरातील आयटक, ग्रीव्हज कॉटन एम्प्लॉइज युनियन, एस.के.एफ., कामगार संघटना, बजाज टेम्पो एम्प्लॉइज युनियन, सी.आय.टी.यू., पी.सी.एम.टी. कामगार संघटना, पिंपरी चिंचवड मनपा कामगार महासंघ, डावी लोकशाही आघाडी, वंदे मातरम संघटना इत्यादी कामगार संघटना व सामाजिक संस्थांनी एच.ए. कामगारांच्या या आंदोलनास जाहीर पाठिंबा दर्शवला. तत्कालीन स्थानिक आमदार गजानन बाबर यांनीही या वेळी उपस्थित राहून या आंदोलनास पाठिंबा देताना आपण कायम कामगारांच्या पाठीशी असल्याचे सांगितले.

एकेक दिवसांनी आंदोलन पुढे पुढे सरकत होते. पाठिंबा म्हणून शहरातल्या कामगार संघटनांचा आमच्या आंदोलनात सहभाग वाढत होता. बाहेरील कामगार संघटनेचे नेते, सामाजिक संघटनांचे प्रतिनिधी आंदोलनास पाठिंबा देण्यासाठी आले की मी व माझ्या कामगार संघटनेचे प्रतिनिधी अशा लोकांना आमच्या आंदोलनातील कामगारांना मार्गदर्शन करण्यास सांगत होतो, मात्र त्यापूर्वी आमची आंदोलनाबाबतची भूमिका आणि आंदोलनाची दिशा कथन करत होतो. जेणेकरून कोणत्याही वक्त्याचे वक्तव्य आमच्या भूमिकेचा अनादर करणारे असणार नाही, तसेच आंदोलनास चुकीची दिशा प्राप्त होणार नाही, याची दक्षता घेत होतो. आंदोलनाबाबत आम्ही आखलेल्या रणनीतीचा तो भाग होता. आमच्या कामगार संघटनेचे प्रतिनिधी, पदाधिकारी तसेच कामगार-कार्यकर्ते अत्यंत सजग व एकविचाराने परिस्थितीवर नियंत्रण ठेवून होते. शांतताप्रिय आंदोलनास कुठेही व कसलेही गालबोट लागणार नाही, शिस्तीचा भंग होणार नाही, याची पुरेपूर दखल घेतली जात होती.

डॉ. प्रभाकर देशपांडे यांचा आंदोलनात सहभाग

आंदोलनाच्या प्रत्येक दिवशी पाठिंब्यासाठी येणाऱ्या नेत्यांची आंदोलन मंडपात कामगारांपुढे भाषणे होत असत. दिनांक १० नोव्हेंबर रोजी राष्ट्रवादी श्रमशक्ती महासंघाचे अध्यक्ष आणि राज्याच्या किमान वेतन आयोगाचे अध्यक्ष डॉ. प्रभाकर देशपांडे यांचे भाषण झाले. ते म्हणाले,

"हिंदुस्थान ॲन्टिबायोटिक्स हा कारखाना वाचवण्यासाठी महात्मा गांधीजींच्या अहिंसक मार्गाने लढा देण्याची आवश्यकता आहे. एच.ए.चा लढा देशभरातील कारखानदारीचा लढा आहे. या लढ्यासाठी कामगार आणि शेतकऱ्यांनी संघटितपणे एकत्रित येण्याची गरज आहे. शासन खासगीकरणाचे धोरण अवलंबून कामगार : चळवळ दडपण्याची भूमिका घेत आहे. एच. ए. कारखाना हा सार्वजनिक क्षेत्रातील पहिला उपक्रम असून, हा कारखाना वाचविण्यासाठी कामगार व शेतकऱ्यांचा संघटित लढा उभारण्याची आवश्यकता आहे. या लढ्यासाठी कोणत्याही प्रकारचे सहकार्य करण्यास तयार आहोत, असे आश्वासन त्यांनी दिले. आपला घर संसार चालवण्यासाठी रोजीरोटी देणारी कंपनी ही आपली आई असते. त्या आईच्या रक्षणासाठी आणि अस्तित्वासाठी प्रत्येक कामगाराने प्राणपणाने लढण्याची तयारी ठेवावी", असे आवाहन त्यांनी केले. (भाषण संदर्भ : *केसरी*, पुणे दिनांक ११ नोव्हेंबर २००३) डॉ. देशपांडे हे त्यानंतर दररोज आंदोलनाला भेट देत होते. त्यांच्या भाषणात नेहमी उत्साह, जोश आणि अन्यायाविरुद्धची चीड असे. त्यांच्या भाषणानेही कामगारांत लढण्यासाठीचे नवीन चैतन्य निर्माण होत होते.

आंदोलनाच्या नियोजनानुसार दिनांक १३ नोव्हेंबर २००३ रोजी शिवाजीनगर येथील कामगार आयुक्तांच्या कार्यालयावर कामगारांचा सहकुटुंब मोर्चा घेऊन जाण्याचा दिवस उजाडला. खासगी बस व आपापली वाहने घेऊन खडकी येथील कृषी विभागाच्या अंडी उबवणी केंद्राजवळ सर्वांनी मोर्च्यासाठी जमायचे असे ठरलेले होते. त्याप्रमाणे एच.ए.तले सर्व कामगार सहकुटुंब त्या ठिकाणी जमा झाले. अंडी उबवणी केंद्रापासून आमच्या मोर्च्याची सुरुवात झाली. शहरातल्या विविध कामगार संघटनांचे प्रतिनिधीही आमच्या मोर्च्यात सामील झाले. मोर्च्याबाबतचे पत्रक आम्ही अगोदर पोलीस प्रशासनास कळवले असल्यामुळे पोलिसांचाही मोठा फौजफाटा मोर्च्याचे संरक्षण करण्यासाठी व कोणताही अनुचित प्रकार घडू नये यासाठी पोलीस प्रशासनाने तैनात केला होता.

हजारोंच्या संख्येने लोक मोर्च्यामध्ये सहभागी झाले होते. 'एच.ए.वाचवा, देश वाचवा', 'हा मोर्चा आहे गरिबांच्या आरोग्यासाठी', 'आमच्या हक्काचा रोजगार टिकलाच पाहिजे' अशा घोषणा लिहिलेले फलक अनेक लोकांच्या हातात होते. कामगार आयुक्तांच्या कार्यालयाकडे मोर्चा सरकत असताना मोर्चेकरी घोषणा देण्यात दंग झाले होते. पुणे-मुंबई रस्त्यालगतच्या परिसरातील लोक तसेच रस्त्याने धावणारी वाहनांची वर्दळ कुतूहलाने मोर्चा न्याहाळत मार्गस्थ होत होती. पाच हजारांपेक्षा जास्त लोक मोर्च्यामध्ये सामील झाले होते. विविध वृत्तपत्रांचे प्रतिनिधी आपापले कॅमेरे सरसावत मोर्च्याचे छायाचित्र चढाओढ लागल्यागत आपल्या कॅमेऱ्यात टिपत होते. रोजीरोटी अबाधित राहावी म्हणून आमच्या हातांना काम द्या, असे सांगणारा हा आगळावेगळा मोर्चा शिवाजीनगर येथील कामगार आयुक्तांच्या कार्यालयात पोहोचला. मी नेतृत्व करत असलेला माझा कामगार चळवळीतील हा पहिलाच मोर्चा.

मोर्च्यासंदर्भात माझ्या कामगार संघटनेतील प्रतिनिधींना मी बऱ्याचशा सूचना दिलेल्या होत्या. शिस्त, संयम आणि सावधगिरी बाळगून आम्हांला हा मोर्चा यशस्वी करून दाखवायचा होता. त्यासाठी आम्ही सर्व जण योग्य ती खबरदारी घेत होतो. गेले आठ-दहा दिवस चालू असलेल्या आमच्या आंदोलनातील आजचा हा फार महत्त्वपूर्ण टप्पा होता. काही विघातक शक्ती आमच्या मोर्च्याला उपद्रव देण्याची शक्यता नाकारता येत नव्हती. कोणताही अनर्थ घडू नये व हिंसक वळण लागू नये म्हणून माझे शंभरहून जास्त विश्वासू सहकारी डोळ्यांत तेल घालून परिस्थितीवर लक्ष ठेवून दक्षता घेत होते. महामार्गावरून मोर्चा जात असल्यामुळे कुठल्याही अपघातास निमंत्रण मिळणार नाही, याचीही काळजी घेतली जात होती. कामगार संघटनेच्या कार्यकारिणीत असलेले व नसलेले कामगार-कार्यकर्ते स्वयंस्फूर्तीने स्वयंसेवकाची भूमिका पार पाडत होते. हा लढा आपला आहे व हा लढा आपल्यासाठीच आहे, ही जाणीव प्रत्येक कामगाराच्या मनात होती. आपल्या उद्याच्या भवितव्यासाठी आणि कंपनी जगली पाहिजे हे ठणकावून सांगण्यासाठी या मोर्च्याचे आयोजन करण्यात आले आहे, याची जाणीव मोर्च्यातल्या प्रत्येकाला होती.

अखेर मोर्चा कामगार आयुक्त कार्यालयासमोर पोहोचला. कार्यालयासमोरील प्रांगणात मोर्च्यातल्या सर्व लोकांस बसण्यास सांगितले. एका जीपगाडीवर स्पीकर आणि माईकची व्यवस्था करण्यात आलेली होती. दोन-तीन वक्त्यांची भाषणे झाल्यानंतर मी जीपच्या बॉनेटवर उभा राहून माझ्या भाषणास सुरुवात केली.

मी माझ्या भाषणात आंदोलनाच्या गेल्या आठ-दहा दिवसांचा आढावा घेतला. आंदोलन करत असतानाही आम्ही कारखाना चालू ठेवून सामाजिक बांधिलकी जोपासली होती. कामगार म्हणून आम्ही आमचे उत्तरदायित्व योग्य प्रकारे निभावत आहोत. एच.ए. कारखान्याची गरज, कारखान्यासाठी कामगारांनी दिलेले योगदान, कारखाना चालू ठेवल्यामुळे सर्वसामान्य माणसांना केलेला नियमित पुरवठा या साऱ्या गोष्टींचा मी माझ्या भाषणात परामर्श घेतला. राज्य शासनाने या लढ्याकडे केवळ बघ्याच्या भूमिकेतून पाहू नये, तर आमच्या व्यथा, वेदना केंद्र सरकारला कळवण्याची जबाबदारी महाराष्ट्र सरकारची आहे म्हणून आम्ही हा मोर्चा घेऊन कामगार आयुक्तांकडे आलेलो आहोत. आमच्या शांततामय मार्गाने चाललेल्या आंदोलनाकडे शासकीय यंत्रणांनी दुर्लक्ष केले तर आम्हांला आमचे आंदोलन अधिक तीव्र करावे लागेल, प्रसंगी मुंबईत मुख्यमंत्र्यांच्या घराला घेराव घालू असा इशारा मी माझ्या भाषणात दिला. तत्कालीन कामगार आयुक्त बी. के. पाटील यांना आम्ही आमच्या मागण्यांचे व आंदोलनाचे निवेदन दिले.

माझ्या भाषणाचे खूप चांगले पडसाद उमटल्याचे दुसऱ्या दिवशीच्या वर्तमानपत्रातल्या बातम्यांमधून दिसून आले. विविध वृत्तपत्रांनी मोर्च्याची दखल बातमीच्या माध्यमातून घेताना मोर्च्याची छायाचित्रेही प्रसिद्ध केलेली दिसत होती. त्यायोगे आंदोलनाच्या बातम्या राज्याच्या कानाकोपऱ्यात पोहोचल्या. या मोर्च्यामुळे कामगारबांधवांचा आंदोलनाबाबतचा जोश अधिक वृद्धिंगत झाला. महिला कामगार भगिनींनी या आंदोलनाची धार अधिक वाढवण्याची मागणी केली. दिवस मावळत होता आणि उद्या काय, हे प्रश्नचिन्ह गडद होत होते. उद्या कोण येणार? काय बोलणार? कोणती बातमी येणार? कोणती चर्चा होणार? आंदोलनाची दखल कोणी घेतली? काय प्रतिक्रिया आली? प्रशासनाने कोणती हालचाल केली? सरकारची भूमिका कोणती? राज्य सरकारने व राज्य प्रशासनाने काय केले? असे सारे प्रश्न आणि प्रश्नच समोर होते, ज्यांची उत्तरे काळाच्या पोटात दडली होती.

मोर्चा झाला. आंदोलनाची बातमी सर्वदूर पोहोचली. पुढे काय? मोर्च्याची फलश्रुती? शासनास जाग आली की नाही? या प्रश्नांची उत्तरे नकारार्थी होती, कारण गेंड्याच्या कातडीचे प्रशासन इतकी लवकर दखल घेईल होय? मग आम्ही आमचा लढा अधिक तीव्र करायचा हे ठरवले. मोर्चा झाला. आता उपोषणाचे शस्त्र आम्ही आंदोलकांनी बाहेर काढले.

मग एक दिवसाचे लाक्षणिक उपोषण करण्याचे आम्ही ठरवले. नेहरू आणि गांधी यांच्या तत्त्वाची प्रशासन पायमल्ली करत आहे, म्हणून दि. १४ नोव्हेंबर २००३ रोजी पंडित नेहरूंच्या जयंतीचे औचित्य साधून लाक्षणिक उपोषणासाठी आम्ही तो दिवस निवडला. पंडित नेहरूंना आदरांजली अर्पण करून आंदोलनाच्या मंडपात सुमारे तीनशे कामगारबांधवांसह 'लाक्षणिक उपोषण' सुरू केले. हे उपोषण खूपच आगळेवेगळे होते. त्या दिवशी आम्ही कोणाचा निषेध केला नाही. निषेधाच्या घोषणा दिल्या नाहीत. टाळ, मृदुंग, हार्मोनियम आंदोलनाच्या मंडपात आणून आम्ही सर्व कामगार-बांधव दिवसभर भजन-गायनात तल्लीन झालो. अभंग गायनातून आम्ही पांडुरंगाची आळवणी केली. त्याला साकडे घातले. 'हे पांडुरंगा, सत्तेच्या उच्चस्थानी व अधिकारपदी बसलेल्या प्रशासनाच्या अधिकाऱ्यांना व मायबाप सरकारला लवकर जाग येऊ दे. आमचे गाऱ्हाणे तू त्यांच्यापर्यंत पोहोचव. आमच्या लढ्याला यश दे. आमची रोजीरोटी वाचव.' भजन-गायनाअगोदर आमच्याच कामगार कलापथकाने पथनाट्यही सादर केले. तसेच त्या दिवसाचे महत्त्व सांगणारे भाषण करून मी आंदोलनाबाबत कामगारवर्गाला दिलासा देणारे भाष्यसुद्धा केले. आमचे उपोषण चालू होते.

संध्याकाळी साडेचार वाजण्याच्या सुमारास पुणे जिल्ह्याचे पालकमंत्री अजितदादा पवार यांचा मला फोन आला. अजितदादा त्या दिवशी पिंपरी-चिंचवड शहरात एका कार्यक्रमासाठी आले होते. त्यांना कोणी तरी एच.ए.आंदोलनाविषयी चुकीची माहिती दिली होती. अरुण बोऱ्हाडे आपल्या पक्षाचे कार्यकर्ते असूनही एच.ए. कंपनीच्या गेटवरील आंदोलनात आपले शरद पवार यांच्यावर टीकाटिप्पणी करतात, त्या संदर्भात अजितदादांनी मला विचारणा केली, तेव्हा मी त्यांना म्हणालो, "दादा, आपणास मिळालेली माहिती निखालस खोटी आहे. कोणी तरी जाणीवपूर्वक बदनाम करण्यासाठी व हे आंदोलन वेगळ्या दिशेने नेण्यासाठी असे उद्योग करत असावेत असे मला वाटते. या आंदोलनस्थळी येणाऱ्या कुठल्याही राजकीय पक्षाच्या कार्यकर्त्याला वा नेत्याला हे आंदोलन साहेबांच्या अनुमतीने आम्ही करत असल्याचे आवर्जून सांगतो. साहेब, आमच्या एच.ए. कंपनीसाठी करत असलेल्या प्रयत्नांची त्यांना आम्ही जातीने माहिती देतो. या आंदोलनस्थळी पिंपरी-चिंचवड महानगरपालिकेचे महापौर प्रकाश रेवाळे भेट देऊन व घंटानाद करून गेले. तसेच शहरातल्या विविध राजकीय पक्षांचे नेते आंदोलनास पाठिंबा देण्यासाठी व कामगारांना संबोधित करण्यासाठी आंदोलन मंडपात येऊन

गेले आहेत, परंतु आपणांस चुकीची माहिती देणारे कुणीही पदाधिकारी अद्याप आंदोलनस्थळाकडे फिरकले नाहीत."

फोनवर मी अजितदादा पवार यांच्या मनातला संदेह दूर करून माझ्या विरोधात कटकारस्थाने करणाऱ्या राजकीय मंडळींचा डाव हाणून पाडला. एच.ए.च्या आंदोलनाच्या माध्यमातून नवे सबळ नेतृत्व उदयास येत असल्याची जाणीव झाल्यामुळे राजकीय वर्तुळातल्या प्रस्थापितांना चिंता लागून राहिली होती. त्या अनुषंगाने माझी प्रतिमा मलिन करण्याचा व आंदोलन यशस्वी होऊ नये म्हणून या मंडळींच्या गोटात सुरू झालेली कुजबुज माझ्या कानांवर येऊ लागली.

अर्थात मला याची अजिबात चिंता नव्हती. माझे ध्येय व उद्दिष्ट एकच होते. एच.ए. कंपनी वाचवणे व माझ्या दोन हजार कामगारांचा रोजगार टिकवणे. माझ्या नेत्याचा माझ्यावर पूर्ण विश्वास होता. माझे आंदोलन कुठल्याही प्रकारच्या राजकीय स्वार्थापोटी नव्हते. मला कुठलीही लालसा नव्हती, याची मी काम करत असलेल्या राजकीय पक्षातल्या ज्येष्ठ धुरिणांना कल्पना होती. काही वेळाने त्यांच्याकडे माझी तक्रार करणारे शहरातील सर्व पदाधिकारी दादांच्या सूचनेप्रमाणे एच.ए.च्या आंदोलनस्थळावर आंदोलनास पाठिंबा देण्यासाठी हजर झाले. त्या दिवशी सूर्यास्तानंतर आम्ही उपोषणकर्त्या कामगारबांधवांनी लिंबूपाणी प्राशन करून आमचे लाक्षणिक उपोषण संपवले.

आंदोलनाच्या काळात प्रत्येक दिवशी आम्ही कामगार संघटनेचे काही पदाधिकारी संघटनेच्या कार्यालयात रात्री उशिरापर्यंत बसून आंदोलनाचा परामर्श घेत चिंतन करायचो, विचारविनिमय करायचो. साहेब अमेरिकेवरून भारतात परतण्यास दोन दिवसांचा अवधी होता. मात्र त्यांच्या सूचनेप्रमाणे आंदोलनाच्या व एच.ए. कंपनीतल्या महत्त्वाच्या सर्व घडामोडी मी फॅक्सद्वारे दररोज पवार साहेबांच्या दिल्लीतील निवासस्थानी कळवत होतो. महाराष्ट्र राज्याचे मुख्यमंत्री सुशीलकुमार शिंदे यांनीही एच.ए.च्या प्रश्नात लक्ष घालावे, असे आवाहनवजा विनंती करणारे पत्र आम्ही त्यांना पाठवले.

आंदोलनाच्या चौदा दिवसांमध्ये विविध राजकीय पक्षाच्या नेत्यांनी तसेच महानगरपालिकेतील पदाधिकारी, शहरातील विविध कामगार संघटनांचे प्रतिनिधी आणि सामाजिक कार्यकर्त्यांनी आंदोलनस्थळी भेट दिली व पाठिंबा दिला. दरम्यान शिवसेनेचे जिल्हाप्रमुख असणारे राजाभाऊ रायकर यांनी आपण शिवसेनाप्रमुख बाळासाहेब ठाकरे यांच्याशी एच.ए. संदर्भात बोलून आपल्या

प्रश्नात लक्ष घालण्यास सांगितले होते. त्यासाठी एच.ए. कामगार संघटनेच्या काही प्रतिनिधींनी बाळासाहेब ठाकरे यांच्या भेटीसाठी मुंबईत जावे लागणार होते. मार्ग निघत असेल तर हाही प्रयत्न करायला काहीच हरकत नाही, असा विचार करून मी आमच्या कंपनीतले शिवसेना पक्षात कार्यरत असणारे प्रकाश बालवडकर यांना आवश्यक ती कागदपत्रे घेऊन व कामगार संघटनेतील दोन अनुभवी प्रतिनिधींना रायकर यांच्यासोबत मुंबईस पाठवले. ठरलेल्या दिवशी या लोकांना घेऊन रायकर शिवसेनाप्रमुख बाळासाहेब ठाकरे यांच्या भेटीसाठी मुंबईस गेले. मात्र त्या दिवशी बाळासाहेब ठाकरे यांची भेट होऊ शकली नाही. शिष्टमंडळ परत आले.

एच.ए. कंपनीतले बरेचसे कामगार हे राज्याच्या तसेच देशाच्या कानाकोपऱ्यातून नोकरीसाठी आले होते. त्यामुळे अनेक कामगारबांधवांचा आपापल्या भागातील खासदारांसोबत काही ना काही कारणान्वये संबंध व परिचय होता. अशा कामगारांना मी आवाहन केले की त्यांनी आपापल्या भागातल्या खासदारांना भेटून एच.ए.च्या प्रश्नासाठी केंद्र सरकारला पत्र देऊन कंपनी चालू ठेवण्याची विनंती करावी. त्याप्रमाणे अनेक कामगारांनी आपापल्या भागातल्या खासदारांना भेटून पत्र लिहिण्याविषयी विनंती केली. पत्राचा आशय संघटनेमार्फत देण्यात येत होता. कंपनी वाचवण्यासाठी प्रत्येक कामगार बंधुभगिनी आपापल्या परीने योगदान देत होते. यातल्या प्रत्येकाचा सहभाग मोलाचा होता. पश्चिम बंगाल, ओरिसा, मध्य प्रदेश, उत्तर प्रदेश, गुजरात, राजस्थान आदी राज्यांतील खासदारांशी एच.ए.तील कामगारबांधवांनी संपर्क साधला होता. देशाच्या संसदेतील राज्यसभा व लोकसभेच्या सर्व खासदारांना ईमेल द्वारा आमच्या आंदोलनाविषयी व आंदोलनास पाठिंबा देण्याविषयी आम्ही आवाहन केले होते.

हा लढा पुढे कसा न्यावयाचा, अजून किती दिवस आंदोलन करावयाचे, याविषयी आम्ही काही लोक कामगार संघटनेच्या कार्यालयात दररोज रात्री उशिरापर्यंत चिंतन व विचारविनिमय करत बसायचो. आंदोलनाच्याबाबतीत कधी थांबायचे व कुठे थांबायचे, याचे आम्हांला आकलन होत नव्हते. आंदोलनासाठी कामगारांचा उत्साह दिवसेंदिवस वाढत होता. काही ठरावीक कामगार सोडले तर बाकी सर्व जण आंदोलनात सहभागी झाले होते. प्रसारमाध्यमांनीही आमच्या आंदोलनास चांगली साथ दिली होती. 'कामगारलढ्याचे नेतृत्व करणारा कार्यकर्ता' म्हणून अनेक वर्तमानपत्रांत माझ्या मुलाखती प्रसिद्ध झाल्या होत्या. प्रामाणिकपणे लढताना व आंदोलनाच्या माध्यमातून नेतृत्व करताना माझी प्रतिमा अधिकच

उजळली जात होती. आंदोलनात उतरलेल्या कामगारबांधवांचा आत्मविश्वास वाढत होता. विविध सरकारी यंत्रणा, पोलीस यंत्रणा, कामगार आयुक्तालयातील यंत्रणा या सर्व शासकीय यंत्रणांची आंदोलनावर करडी नजर होती.

या यंत्रणेतील अधिकारीवर्ग नेहमीच माझ्याशी संपर्क साधून आंदोलनाची पुढील रणनीती व वाटचालीबाबत मला विचारणा करत असत. किती दिवस आंदोलन चालणार? आंदोलनाची तीव्रता वाढवणार म्हणजे नेमके काय करणार? या त्यांच्या प्रश्नांना मी नकळत बगल देत होतो. ते लोक विविध प्रश्नांतून माझ्या मनाचा तळ शोधण्याचा प्रयत्न करत असत. कंपनीच्या सुरक्षेसाठी तैनात असलेले केंद्रीय औद्योगिक सुरक्षा बलाचे (सेंट्रल इंडस्ट्रियल सिक्युरिटी फोर्स) जवान तसेच पोलीस खात्यातील स्थानिक चौकशी शाखेचे कर्मचारी मला तसेच माझ्याजवळच्या सहकाऱ्यांना भेटून माहिती मिळवण्याचा प्रयत्न करत असत. माझ्या खास विश्वासातील शंभर कार्यकर्त्यांचा संच कंपनी, कामगार वसाहत, आंदोलनाचे मंडप तसेच शहरातील राजकीय हालचालीवर बारीक लक्ष ठेवून जागता पहारा देत होता. शिस्तबद्ध आंदोलनात कोणतीही विघ्ने येऊ नयेत यासाठी मी ती व्यवस्था करून ठेवली होती. सुदैवाने मी कामगारांची मने जिंकण्यात यशस्वी झालो होतो. कंपनी अधिकारीवर्गाकडून आंदोलनासंदर्भात मला कोणताही धोका संभवत नव्हता. आम्ही आंदोलनासाठीचा आराखडा व रणनीती एकवीस दिवसांचीच आखलेली होती. त्यानंतर पुढे काय करायचे की केवळ घंटानादच चालू ठेवायचा, याबाबतचे विचारमंथन चालूच होते.

दरम्यान कंपनीमध्ये नेहमीच मला अंतर्गत छुपा विरोध करणाऱ्या काही कामगारांनी पत्रके काढून आणि प्रसिद्धीमाध्यमांना भेटून आंदोलनास आपला पाठिंबा असल्याचे जाहीर केले होते. त्यांनी पाठिंबा दर्शवल्याचा आनंद होताच, तथापि आश्चर्यही वाटत होते. त्यांच्याच रोजीरोटीच्या प्रश्नावर चालू असलेल्या आंदोलनास त्यांनी पाठिंबा दिल्याचे सांगण्यासाठी पत्रक काढण्याची वेळ आली, याला भाग्य म्हणावे की दुर्भाग्य!

दरम्यान शरद पवार साहेब रात्री उशिरा अमेरिकेहून मुंबईस परतल्याचे मला समजले. दुसऱ्याच दिवशी म्हणजे दि. १७ नोव्हेंबर २००३ रोजी आम्ही आमचा मोर्चा घेऊन पुणे जिल्हाधिकारी कार्यालयावर जाणार होतो. त्याप्रमाणे आम्ही नियोजन केले होते. कामगार आयुक्तांच्या कार्यालयावर काढलेल्या मोर्च्यापेक्षा हा मोर्चा अधिक मोठा व विराट जनसमुदायाचा असावा असा निर्धार आम्ही केलेला

होता. तसा सर्व कामगारबांधवांचा आग्रहही होता. कामगारांच्या कुटुंबीयांसह मोर्च्यात सहभागी होण्यासाठी आपापल्या नातेवाइकांनासुद्धा सोबत आणावे, हा मानस होता. पंधरा दिवसांच्या आंदोलनामुळे प्रत्येकाचा जोश, आत्मविश्वास व उत्साह वाढलेला होता. आंदोलनाचे महत्त्व सर्वांना पटलेले होते.

पिंपरी चिंचवड शहरातील थरमॅक्स, बजाज ऑटो, फोर्स मोटर्स, सेंचुरी एन्का, केएसबी पंप, एस. के. एफ., सँडविक एशिया इत्यादी कारखान्यांतल्या कामगार संघटनांच्या प्रतिनिधींशिवाय पिंपरी-चिंचवड महानगरपालिका कर्मचारी महासंघाचे प्रतिनिधी या मोर्च्यात सामील होणार होते. त्यासाठी मी आणि माझे कामगार संघटनेचे प्रतिनिधी या सर्व संघटनांना वेळोवेळी भेटून त्यांच्याशी संपर्क साधत होतो. या सर्व संघटनांचा पाठिंबा व पाठबळ मिळत होते. लढ्याशिवाय पर्याय नाही याची पुरती जाणीव एच.ए.तील सर्व कर्मचारी वर्गाला झाली होती.

जिल्हाधिकारी कार्यालयावर काढावयाच्या मोर्च्याच्या नियोजनाची जबाबदारी मी माझ्या संघटनेच्या प्रमुख पदाधिकाऱ्यांना आणि प्रतिनिधींना विभागून दिली. कामगार संघटनेचे सर्व पदाधिकारी मोर्च्याच्या तयारीसाठी इथेच थांबणे आवश्यक असल्याने मी माझे सहकारी ज्ञानेश्वर वायकर यांना सोबत घेऊन संघटनेचे अध्यक्ष पवार साहेबांचे मार्गदर्शन घेण्यासाठी आणि सद्यपरिस्थिती सांगण्यासाठी दिनांक १७ नोव्हेंबर २००३ला पहाटे मुंबईस रवाना झालो. साहेबांना भेटून आंदोलनाबाबतचा वृत्तांत कथन केला. आज होणाऱ्या मोर्च्याचीही कल्पना दिली. तसेच त्यांची प्रकृती ठीक असेल तर त्यांनी एच.ए. कंपनीच्या प्रवेशद्वारावर आंदोलनास भेट द्यावी अशी विनंती आणि अपेक्षा मी व्यक्त केली. त्या वेळी योग्य वेळी मी आंदोलनस्थळी येऊन भेट देईन, असे आश्वासन त्यांनी मला दिले.

मुंबई उच्च न्यायालयात बीआयएफआर कोर्टाच्या नोटिशीला स्थगिती मिळावी म्हणून आम्ही रिट पिटीशन दाखल केले होते. माझ्यासह सर्व पदाधिकारी आंदोलनात व कंपनीविषयक इतर कामकाजात व्यस्त असल्यामुळे आमच्या कामगार संघटनेचे माजी सरचिटणीस रमेश जगताप यांना मी सदर केससंदर्भात नियुक्त केले होते. तथापि उच्च न्यायालयात काही कागदपत्रांवर माझ्या स्वाक्षऱ्या हव्यात म्हणून मला तातडीने येऊन भेटण्यास सांगितले होते. त्यानुसार साहेबांच्या भेटीनंतर उच्च न्यायालयात जाऊन संबंधित वकिलांची भेट घेतली. मुंबईत असलो तरी माझे सगळे लक्ष जिल्हाधिकारी कार्यालयावर निघणाऱ्या आमच्या मोर्च्याकडे लागलेले होते. शरीराने मी मुंबईत असलो तरी मनाने पुण्यात पोहोचलो होतो.

ज्या वाहनाने आम्ही मुंबईतून पुण्यास निघालो, त्या वाहनात पनवेलजवळ येताच बिघाड झाला. त्यामुळे आम्ही रस्त्यावर उभे राहून पुण्याकडे जाणाऱ्या दुसऱ्या वाहनाची प्रतीक्षा करू लागलो. बराच वेळ प्रतीक्षा केल्यानंतरही वाहन न मिळाल्यामुळे आमची अस्वस्थता क्षणाक्षणाला वाढतच होती. अखेर कशीबशी मुंबई-पुणे धावणारी एक टॅक्सी आम्ही थांबवली. त्यानेही आमच्या विनंतीस मान दिला आणि आम्ही पुण्याकडे निघालो. मोर्चा घेऊन निघालेले माझे कामगार संघटनेचे पदाधिकारी, माझे सर्व सहकारी माझ्या आगमनाची प्रतीक्षा करतानाच माझ्यासोबत साहेबांची झालेली चर्चा ऐकण्यास उत्सुक होते. साहेबांनी कोणता संदेश दिला व काय मार्गदर्शन केले, याबाबत प्रत्येकाच्या मनात जिज्ञासा होती. कंपनीतील कामगार संघटनेच्या पदाधिकाऱ्यांना व प्रतिनिधींना कंपनीतील सर्व कामगार, त्यांचे कुटुंबीय व आप्तेष्ट तसेच मोर्च्यात सहभागी होणाऱ्या इतर सर्व लोकांना पुण्यात कसे घेऊन जायचे, याचे नियोजन करण्यास मी सांगितले होते.

मुंबई-पुणे महामार्गावरून टॅक्सी वेगाने पुण्याच्या दिशेने पळत होती. झाडे मागे सरत होती तशी रस्त्यातील गावेसुद्धा मागे सरत होती. त्याचप्रमाणे आमच्या आंदोलनाचाही एक एक दिवस मागे सरत होता. आंदोलनाचा परवाचा दिवस आठवला. जणू धावत्या गाडीला करकचून ब्रेक लागावा तसे माझे मन परवाच्या घटनाक्रमाजवळ येऊन थांबले.

दिनांक १५ नोव्हेंबर रोजी माजी खासदार संभाजीराव काकडे आंदोलनास पाठिंबा देण्यासाठी एच.ए.कंपनीच्या प्रवेशद्वारावर आले होते. काकडे साहेब तसे शांत स्वभावाचे व्यक्तिमत्त्व, अनुभवी आणि जुनेजाणते नेते. त्यांच्या दातृत्वाची सर्वदूर ख्याती होती. खासदार असताना ते एच.ए. कामगार संघटनेचे अध्यक्षही होते. एच.ए.त काम करणारे जुने कामगारबांधवसुद्धा त्यांना चांगलेच परिचित होते. साहाजिकच इतर कोणत्याही नेत्यापेक्षा काकडे साहेबांना एच.ए. अधिक परिचित होती. त्यामुळे त्यांचे भाषण ऐकण्यास आंदोलनस्थळी धरणे धरलेले सर्व कामगार फारच उत्सुक होते. शांतपणे भाषण करता करता त्यांची गाडी अचानक एच.ए. कामगार संघटनेच्या नेतृत्वावर घसरली. ते म्हणाले, 'गाडी गाळात रुतली असेल तर तिला गाळातून बाहेर काढण्यासाठी इंजिनाचा चालक बदलावा लागेल.'

त्यांचे भाषण ऐकून काही कामगारांत कुजबूज सुरू झाली. सामान्य कामगारवर्गाला राजकीय परिस्थितीचे फारसे आकलन नसते. कोणाची क्षमता किती आणि सामर्थ्य किती, याचा फारसा थांगपत्ता नसतो. त्यामुळे मी कामगारांसोबत

थेट चर्चा न करता काही जवळच्या सहकाऱ्यांमार्फत कोणाची भाषणे किती मनावर घ्यावयाची याविषयी कामगारांना रुचेल व पचेल अशा शब्दात संवाद करण्यास सूचित केले. संभाजीरावांनी शांततापूर्ण आंदोलनात खडा टाकून तरंग उमटवण्याचा प्रयत्न केला होता. असे प्रसंग मन:पटलावरून कायमचे पुसून टाकता येत नाहीत.

आमच्या गाडीने खंडाळा घाट पार केला. मोर्च्यासाठी आंदोलनस्थळी पिंपरीत वेळेत पोहोचणे शक्य होत नसल्यामुळे मी कामगार संघटनेच्या पदाधिकाऱ्यांना, मोर्चेकऱ्यांना घेऊन पुण्यास जाण्याविषयी सूचित केले. पुण्यातील आर.टी.ओ. कार्यालयापासून आमचा मोर्चा जिल्हाधिकारी कार्यालयावर जाणार होता. मी मोबाईल फोनवरून संघटनेच्या पदाधिकाऱ्यांसोबत सतत संपर्कात होतो. जसजसा पुण्याकडे येत होतो, तसतसा मोर्चा आर.टी.ओ. ऑफिसपासून जिल्हाधिकारी कार्यालयाकडे पुढे पुढे सरकत होता. अखेर मोर्चा जिल्हाधिकारी कार्यालयावर जाऊन धडकला. मला मोर्च्याच्या ठिकाणी पोहोचण्यास अजून अर्धा तास तरी लागणार होता. मला निर्धारित वेळेत येण्यास विलंब झाला तर आणि तशी वेळ आलीच तर त्याचेही नियोजन मी केले होते. मी येईपर्यंत कुणी कुणी गड लढवायचा, भाषणे करायची, हे मी माझ्या शिलेदारांना अगोदरच सांगून ठेवलेले होते. तशी सूचना मी इस्माईल आत्तार व ज्ञानेश्वर भूमकर यांना दिलेली होती. मी आर.टी.ओ. ऑफिसजवळ पोहोचलो, त्या वेळी रस्त्यावरील दोन्ही बाजूंनी वाहनाची तुडुंब गर्दी झालेली. एक इंचही रस्त्यावरील वाहन पुढे मागे सरकत नव्हते. वाहतूक पूर्णपणे दोन्ही बाजूंनी बंद. ही परिस्थिती पुढे गेलेल्या आमच्या मोर्च्यानेच निर्माण झाली होती. मी व माझा सहकारी तिथेच टॅक्सीतून उतरलो आणि अक्षरश: धावतच जिल्हाधिकारी कचेरीकडे निघालो. मी तिथे पोहोचेपर्यंत दोघा-तिघांची भाषणे झालेली होती.

जिल्हाधिकारी कार्यालयासमोरील व ससून रुग्णालयासमोरील परिसर मोर्च्यातल्या लोकांनी खचाखच भरलेला होता. चारही दिशांना पोलीस होते. मोर्चेकऱ्यांच्या हातातले 'SAVE H.A.' 'एच.ए.वाचवा' असे फलक लक्ष वेधून घेत होते. सूर्य मावळतीकडे झुकला होता. माझ्या कामगारबांधवांचे डोळे मात्र माझ्या आगमनाची आतुरतेने वाट पाहत होते. सर्वांना फक्त आणि फक्त माझी प्रतीक्षा लागलेली होती. गर्दीतून वाट काढत मी पुढे पुढे झेपावत होतो. मला पाहताच माझ्या कामगारबांधवांत एकच आवाज आला. 'आला रे आला' असा मोठा आवाज सर्वत्र घोषणेसारखा निनादला. 'कामगार एकजुटीचा विजय

असो' अशी घोषणा आसमंतात निनादली. माझ्या अंगात कुठून आणि कसले बळ संचारले, माहीत नाही. त्या क्षणी मी माझा उरलोच नव्हतो. मी फक्त एच.ए.चा कामगार, कामगार संघटनेचा सरचिटणीस, मोर्चाचा म्होरक्या होतो. माझ्या अगोदर कोण भाषण करत होते, हे मला माहीत नाही, पण माझे आगमन होताच भाषण करण्यासाठी तातडीने माईक माझ्या हातात सुपूर्द केला गेला. जीपच्या टपावर उभा राहून मी भाषण करावयास सुरुवात केली.

मी म्हणालो, "मोर्चात सहभागी झालेल्या माझ्या कामगार बंधुभगिनींनो, पुणे शहरातील विविध कामगार संघटनांचे कामगारबांधव, त्यांचे प्रतिनिधी, सर्व सामाजिक, राजकीय, शैक्षणिक क्षेत्रातील सर्व घटक, ज्यांनी सामाजिक बांधिलकीच्या सद्भावनेतून आमच्या आंदोलनास पाठिंबा दिला, आंदोलनात व मोर्चात आमच्या रोजीरोटीच्या न्याय्य हक्क मागणीसाठी आमचा रोजगार व आमची कंपनी वाचावी म्हणून सहभागी झालात, अशा सर्वांचे मी मन:पूर्वक ऋण व्यक्त करतो. आपणा सर्वांच्या भरघोस पाठिंब्यामुळे आमच्या या आंदोलनास अधिकाधिक बळ आणि तेज प्राप्त झाले, याची जाणीव आम्हांला आहे. कंपनीतल्या उत्पादनात बाधा येऊ न देता आम्ही एच.ए. कामगारांनी कंपनीतले काम करून हे आंदोलन उभारले. कंपनीच्या प्रवेशद्वारात धरणे धरून घंटानाद आंदोलन सुरू केले.

आम्ही केलेल्या या घंटानाद आंदोलनावर काही लोक उपहासाने हसले, म्हणाले, 'घंटा वाजवून काय होणार आहे!' अहो, घंटानाद केल्याने देवळातला दगडाचा देवसुद्धा जागा होतो, अशा जनमानसाची श्रद्धा आहे. प्रशासनात व सरकारात काम करणारी माणसेच आहेत. त्यांना या घंटानादाने जाग आल्याशिवाय राहणार नाही, असा माझा ठाम विश्वास आहे. आम्ही मोर्चा काढून कामगार आयुक्तांना आमच्या मागण्यांचे निवेदन दिले. पुणे परिसरातील सर्व खासदार व आमदारांनी, लोकप्रतिनिधींनी एच.ए.च्या प्रश्नात लक्ष घालावे असे त्यांनाही आवाहन केले आहे. महाराष्ट्राच्या मुख्यमंत्रीमहोदयांनाही आमच्या भावना, व्यथा, वेदना केंद्रातल्या सरकारला कळवण्यासाठी पुढाकार घ्यावा, म्हणून साकडे घातलेले आहे. आमचे आंदोलन शांतता मार्गाने, शिस्तबद्ध रीतीने, कोणताही अनुचित प्रकार होणार नाही याची दक्षता घेत चालले आहे.

दोन दिवसांपूर्वी एका आदरणीय नेत्याने आमच्या आंदोलनास पाठिंबा व्यक्त करताना आम्हांला फारच मौलिक सल्ला त्यांच्या भाषणातून दिला. ते म्हणाले, 'गाळात अडकलेली गाडी गाळाच्या बाहेर काढायची असेल तर गाडीचा चालक

बदलावा लागेल.' मी त्यांचा आदर करतो. मी त्यांचा सदैव ऋणी आहे. मात्र आमची गाडी गाळात नाही, तर घाटात अडकली आहे. अशा वेळी गाडीचा चालक बदलला तर गाडीचा मोसम(गती) तुटून गाडी दरीत कोसळण्याचीच दाट शक्यता असते. आमचा चालक निष्णात, कुशल व सामर्थ्यवान आहे, त्यांच्या सामर्थ्याची व कर्तृत्वाची आम्हांला जाणीव आहे. आम्हांला ठाम विश्वास आहे की साहेबच आमचा प्रश्न सोडवतील. त्यांना वेळ द्यायला हवा. कोणीही कुठल्याही प्रकारच्या शंकाकुशंकांना आपल्या मनात स्थान देऊ नये.

ज्यांना ज्यांना एच.ए.च्या कामगारांची आणि कंपनीची काळजी वाटत असेल, आमच्या भवितव्याची चिंता वाटत असेल, त्यांनी निरपेक्षपणे आणि मोठ्या मनाने आम्हांला पाठिंबा द्यावा, पाठबळ द्यावे. आपला प्रश्न लवकरच दिल्ली दरबारी ताकदीने मांडण्याची ग्वाही आपल्या संघटनेच्या अध्यक्षांनी आम्हांला दिली आहे. सर्व शक्तीनिशी पवार साहेब खंबीरपणे आपल्या पाठीशी उभे आहेत. बंधूंनो, आपली लढाई संपलेली नाही. मात्र आपण आपल्या नेत्यावरील विश्वास व स्वतःचा आत्मविश्वास तीळमात्र कमी होणार नाही, याची दक्षता घ्या. कोणाच्या कसल्याही वक्तव्याने विचलित होऊ नका. या संकटातून आपणा सर्वांना बाहेर काढल्याशिवाय मी स्वस्थ बसणार नाही. माझे एकच ध्येय आहे : माझी एच.ए. कंपनी वाचलीच पाहिजे व माझ्या कामगार बंधुभगिनींची रोजीरोटी अबाधित राहिली पाहिजे. ही लढाई सत्त्वाची, न्याय्यहक्काची आणि सत्याची आहे व सत्य कधीही पराजित होत नसते."

माझे भाषण संपताच घोषणांनी जिल्हाधिकारी कार्यालय परिसर दुमदुमला. त्यानंतर सामुदायिक राष्ट्रगीत झाले. शिस्तीने घरी जाण्याच्या सूचना देण्यात आल्या. आजचा अभूतपूर्व असा विराट मोर्चा हा आमच्या आंदोलनाचा परमोच्च बिंदू होता. आम्ही जिल्हाधिकारी मधुकर कोकाटे यांना आमचे निवेदन दिले. त्यांनी कामगारांच्या भावना निवेदनासह शासनास कळवण्याचे मान्य केले. मोर्चा संपल्यानंतर मोर्च्यासाठी आलेले सर्व जण सुखरूप घरी कसे परततील या व्यवस्थेत कामगार संघटनेचे सर्व पदाधिकारी व्यग्र झाले. मोर्चेकरी मार्गस्थ झाल्यानंतर कामगार संघटनेच्या पदाधिकाऱ्यांसोबत एकत्र बसून त्यांना मी साहेबांसोबतच्या भेटीचा वृत्तांत कथन केला. आम्ही एकमेकांचा निरोप घेऊन पिंपरीकडे जाण्यासाठी मार्गस्थ झालो.

दरम्यान पुण्यात काही कामाच्या निमित्ताने मी आणि ज्ञानेश्वर वायकर मोटरसायकलवर गेलो. पुणे शहरातले काम उरकून परतत असताना माझ्या

खिशातला मोबाईल फोन खणखणला. फोनवर नंबर दिसत नव्हता. म्हणजे हा फोन कुणा तरी महत्त्वाच्या माणसाचा असणार हे मी मनोमन ताडले. दुचाकीवरून उतरलो व फोन कानाला लावला. फोनवर आमचे अध्यक्ष पवार साहेब बोलत होते. ते म्हणाले, "अरुण मोर्चा चांगला आणि शिस्तबद्ध झाल्याचा निरोप मला मिळाला. तुझे भाषणही मला समजले. एकूणच आपले आंदोलन खूपच व्यवस्थित चालू असल्याचे जाणवते. मी १९ नोव्हेंबरला आपल्या आंदोलनस्थळी आंदोलनात सहभागी होण्यासाठी येत आहे."

त्यांनी असे सांगताच मी आनंदाने बेहोष होऊन अक्षरश: हवेत उडी मारत आनंदाने स्वत:भोवती गिरकी घेतली. साहेब आंदोलनात सहभागी होण्यास येत आहेत, हा माझ्यासाठी व माझ्या कामगारबांधवांसाठी आशेचा किरण आणि आनंदाची पर्वणी होती. आंदोलनात सहभागी होण्यासाठी त्यांची उपस्थिती हीच एक मोठी मोलाची गोष्ट ठरणार होती.

आमच्या भूमिकेकडे शासनाचे लक्ष वेधण्यासाठी आम्ही जिल्हाधिकारी कार्यालयावर विराट असा मोर्चा घेऊन गेलो. आंदोलनाच्या माध्यमातून आम्ही प्रशासनास जागृत करण्याचा आटोकाट प्रयत्न केला आणि त्याच्या थोड्याबहुत प्रतिक्रिया प्रशासकीय पातळीवरतीही उमटल्या. शासनदरबारी दखल घ्यावी म्हणून आंदोलनाची तीव्रता आम्ही दिवसेंदिवस वाढवत होतो. घंटानाद, धरणे, लाक्षणिक उपोषण, मोर्चे क्रमाक्रमाने आंदोलन पुढे पुढे सरकत होते. जिल्हाधिकारी कार्यालयावर नेलेला आमचा मोर्चा खूपच विराट व शिस्तबद्ध होता. सुमारे दहा हजार लोक मोर्च्यात सहभागी झाले होते. मोर्च्याची सांगता करताना सर्व मोर्चेकरी शांत उभे राहिले व राष्ट्रगीत एका सुरात गाऊन आम्ही मोर्च्याची सांगता केली.

रात्री घरी आल्यानंतर पोलीस आयुक्तालयातून एका वरिष्ठ पोलीस अधिकाऱ्याचा, बहुधा पोलीस उपायुक्तांचा फोन आला. ते मला म्हणाले, "आजतागायत जिल्हाधिकारी कार्यालयावर आलेल्या बहुसंख्य मोर्च्यांसाठी मी पोलीस बंदोबस्तावर ड्युटी बजावली, तसा आजही आपल्या मोर्च्यासाठी लागणाऱ्या पोलीस बंदोबस्त ड्युटीवर मी हजर होतो. आपल्या मोर्च्यातली शिस्त मला विशेष भावली. मोर्च्याची सांगता आपण राष्ट्रगीताने केली. ही गोष्ट मी पहिल्यांदाच अनुभवली. एका राष्ट्रीय कंपनीत काम करणाऱ्या कामगारांच्या राष्ट्राप्रति असणाऱ्या निष्ठेचा मला नितांत अभिमान वाटला. मोर्चा संपल्यानंतर मोर्चेकरी लोकांवर कोणाचेही नियंत्रण राहत नाही, हा माझा आजवरचा अनुभव

आहे, परंतु राष्ट्रगीत संपल्यानंतर आपण सर्व जण अत्यंत शिस्तीत घरी परतलात. मी सर्व मोर्चेकरी कामगारबांधवांचे व आपणा संयोजकांचे मनःपूर्वक आभार मानतो व कौतुक करतो."

दुसऱ्या दिवशी दि.१८ नोव्हेंबर रोजी आंदोलनाच्या मंडपात बहुसंख्येने कामगार उपस्थित होते. अनेकांनी वर्तमानपत्रे विकत आणली होती. बरेचसे लोक वर्तमानपत्रात डोके खुपसून कालच्या मोर्च्याबाबत वर्तमानपत्रात छापून आलेल्या बातम्या वाचत होते. काही जण मोर्च्याबाबत आपापसात चर्चा करण्यात मग्न झालेले होते.

प्रवेशद्वारावर आंदोलनासाठी उभारलेले दोन्ही मंडप आमने सामने होते. एका मंडपात कामगारबांधव व दुसऱ्या मंडपात कामगारभगिनींसाठी बसण्याची सोय केलेली होती. गेल्या सतरा दिवस केलेल्या आंदोलनामुळे एच.ए. कामगार बंधुभगिनींमध्ये एकोप्याची भावना अधिकच वृद्धिंगत झाली होती. मी थोड्याशा अंतरावर असणाऱ्या झाडाखाली एका खुर्चीत बसून हे चित्र न्याहाळत होतो. गेल्या सतरा दिवसांतील आंदोलनाचा परामर्श घेण्यात माझे मन गुंतले होते. आमचा लढा, आमचे आंदोलन जसजसे पुढे पुढे सरकत होते, तसतसा बाहेरील संघटनांचा आमच्या आंदोलनासाठी पाठिंबाही वाढतच होता.

आंदोलनासंदर्भात नेमून दिलेली कामे, त्या कामासाठी नियुक्त केलेले कामगार-कार्यकर्ते चोखपणे पार पाडत होते. वर्तमानपत्रात आंदोलनासंदर्भात प्रसिद्ध झालेल्या बातम्यांची कात्रणे आंदोलन मंडपात एका मोठ्या जाड पुठ्ठ्यावर चिकटवली जात. आंदोलनास पाठिंबा देण्यासाठी दररोज वेगवेगळ्या कंपनीतल्या कामगार संघटनांचे प्रतिनिधी येत असत. विविध वर्तमानपत्रांचे पत्रकार, समाजसेवी संस्थांचे प्रतिनिधी, पोलीस, कामगार आयुक्त, जिल्हाधिकारी कार्यालयातील अधिकारी आंदोलनाची माहिती, घडामोडी व आंदोलनाची एकूण वाटचाल जाणून घेण्यासाठी आंदोलनस्थळी येत असत. कामगार संघटनेचे पदाधिकारी माझ्यासोबत दररोज घडणाऱ्या महत्त्वाच्या घडामोडी व आंदोलनाच्या पुढील वाटचालीबाबत चर्चा करत. आंदोलनाबाबतच्या रूपरेषेची व वाटचालीबाबतच्या माहितीची प्रेसनोट लिहून प्रसिद्धीमाध्यमांना पाठवण्याची जबाबदारी काही कामगार प्रतिनिधींकडे सोपवलेली होती.

माणसांना चांगले दिवस आले की त्यांच्यातला प्रेमाचा पाझर आटतो असे म्हणतात; परंतु दुःखाच्या प्रसंगी किंवा जीवनमरणाच्या लढाईत माणसे

आपापसातले सारे मतभेद विसरून एकोप्याने व सलोख्याने वागतात. त्या एकजुटीचा प्रत्यय मला आमच्या कामगार आंदोलनातून येत होता. याच गोष्टीचा मी माझ्या मनाशी विचार करत बसलो होतो.

आंदोलन काळात दररोज संध्याकाळी मी आंदोलन मंडपात दिवसभरातल्या घटनांसंदर्भात व भविष्यकालीन आंदोलनासंदर्भात प्रशासकीय, राजकीय व सामाजिक पातळीवर उमटलेल्या साद-पडसादांबाबत कामगारबांधवांना संबोधित करत असे. कंपनीची होत असलेली दुरवस्था ही केंद्र शासनाच्या धोरणामुळे बीआयएफआरच्या माध्यमातून आमच्यावर लादण्यात येत आहे. बेरोजगारीचा हा विक्राळ राक्षस परतवण्यासाठी चाललेल्या आंदोलनाचा आजचा अठरावा दिवस होता. कामगारांची एकजूट व एकमुखी पाठिंबा आणि आंदोलनासाठी लढ्याचा उत्साह टिकवण्यासाठी मला दररोज नवीन मुद्द्यावर भाष्य करावे लागत असे.

सैनिकांच्या मनात मरगळ असेल तर सेनापती एकटा कसा लढणार? मी भाषणासाठी उभा राहिलो की सर्वांच्या नजरा माझ्यावर खिळत. गेल्या सतरा दिवसांत मी आंदोलन मंडपात पहिल्यांदाच असा शांत बसून विचारमग्न झालो होतो. काल सकाळी मुंबईत झालेली पवार साहेबांची भेट आणि संध्याकाळी जिल्हाधिकारी कार्यालयावरील आमचा विराट मोर्चा... सारी क्षणचित्रे माझ्या नजरेसमोरून तरळून जात होती. कालच्या दिवसातला प्रत्येक क्षण तणावपूर्ण होता. गलोलीत ताणलेल्या दगडासाठी, लक्ष्यावर अचूक नेम धरलेला. उद्या पवार साहेब आमच्या संघटनेचे अध्यक्ष- आंदोलनास पाठिंबा देण्यास येत आहेत. त्यामुळे आमचे आंदोलकांचे मनोबल निश्चितच वाढणार, पण अजूनही शासनाकडून आंदोलनाबाबत कोणतीच घोषणा झालेली नाही. अशा परिस्थितीत आंदोलन अजून किती दिवस चालवायचे, कधी थांबवायचे आणि थांबवले तर दिल्लीतील प्रशासन, स्थानिक पातळीवरचे माझे औद्योगिक व राजकीय क्षेत्रातले समर्थक व विरोधक, माझे कामगारबांधव, कंपनी व्यवस्थापन त्याचा कोणता अर्थ लावतील, याचा मनोमन विचार करण्यात मी तल्लीन झालेलो होतो.

कालच्या यशस्वी विराट मोर्च्यामुळे माझ्या सर्व कामगारबांधवांच्या व भगिनींच्या मनात नवचैतन्याचे वारे सळसळत होते. मी मात्र ब्रह्मानंदी टाळी लागल्यागत एकटाच खुर्चीवर शांत बसलेलो पाहताच ज्ञानेश्वर भूमकर, ईस्माईल आत्तार, बाबूराव लोंढे, यशवंत गायकवाड, शिवाजी निंबाळकर आदी पदाधिकारी

माझ्याभोवती गराडा घालून कधी उभे राहिले, मलाच कळाले नाही. भूमकर म्हणाले, "अरे, एकटाच काय बसलास इथे? उद्याचे नियोजन करायला हवे."

भूमकरचे बोलणे ऐकून मी भानावर आलो. उद्याच्या नियोजनासंदर्भात आमची चर्चा सुरू झाली. साधकबाधक चर्चा केल्यानंतर आम्ही कामगार संघटनेचे सर्व पदाधिकारी कंपनीचे व्यवस्थापकीय संचालक एम. सी. अब्राहम यांना भेटण्यासाठी कंपनीत गेलो. त्यांना मी सांगितले, "उद्या आंदोलनास पाठिंबा देण्यासाठी आमच्या कामगार संघटनेचे अध्यक्ष व खासदार शरद पवार एच.ए.च्या प्रांगणात येत आहेत. साहेब हे देशपातळीवरील नेते असल्यामुळे त्यांच्या सभेस शहरातील खूप मोठा जनसमुदाय उपस्थित राहील. त्यांच्या सभेची व्यवस्था करण्यासाठी त्यांना साजेसा स्टेज उभा करावा लागेल. सतरा दिवसांच्या आंदोलनामुळे कामगार संघटनेचा बराच खर्च झाला आहे. संघटनेची तिजोरी रिकामी झालेली आहे. कंपनी व्यवस्थापनाने सभेसाठी खर्च करावा अशी आमची अपेक्षा आहे."

त्यावर अब्राहम साहेब म्हणाले, "देखो बोऱ्हाडेजी, हम तो आपको मॉरल सपोर्ट करते है। यह आप सबको मालूम ही है। इकॉनॉमिकली कंपनी का कंडीशन खराब है और हमे भी प्रशासकीय जिम्मेदारी निभानी पड़ेगी। ये तो मेरी ड्युटी है। आपका आंदोलन सरकार के खिलाफ है। मुझे पूछताछ हो रही है की आप कंपनी के एरिया में आंदोलनकर्ता लोगोंपर कारवाई क्यों नहीं करते? लेकिन मैं डरता नहीं, तुम लोगों के साथ मैं हूँ। ये कंपनी बचना चाहिए, यही मेरी भी तमन्ना है, लेकिन कानूनी तौर पर मैं मजबूर हूँ। कंपनी के प्रॉडक्शन में कुछ रुकावट नहीं है, ये तो आपका और मेरा प्लस पॉईंट है। आप लोग मेरे समस्या और मजबूरी भी जान लो।"

अब्राहम साहेबांची भूमिकाही रास्त होती. त्यांनी आंदोलनासाठी पाठिंबा देण्यात येणाऱ्या सभेसाठी कंपनीने खर्च करावा हे सांगणे व तसा आग्रह धरणेही उचित वाटत नव्हते. खर्चाच्या व सभेच्या आयोजनाच्या चिंतेतच आम्ही त्यांच्या ऑफिसमधून बाहेर पडलो. कंपनी आवारातच त्याबाबतची चर्चा करत आम्ही उभे होतो. तेवढ्यात मुंबईहून साहेबांच्या स्वीय सचिवांचा मला फोन आला. ते म्हणाले, "उद्या साहेब किती वाजता पिंपरीत पोहोचणे अपेक्षित आहे ते सांगा आणि कंपनीतले काम सोडून कामगारांनी साहेब आलेत म्हणून गर्दी करू नये. कुठल्याही प्रकारचे आगत-स्वागत करू नये व कुठलीही खर्चिक गोष्ट करू नये. अशी सूचना आपणांस देण्यास साहेबांनी सांगितले आहे. आपण साहेबांच्या सूचनेचे तंतोतंत पालन करावे."

मी फोनवरून 'संध्याकाळी चार वाजता साहेबांनी पिंपरीत यावे' असा निरोप स्वीय सचिवांस कळवला. पवार साहेबांनी आगत-स्वागत, हार-तुरे व कुठलीही खर्चिक बाब नको असे सांगितले असले तरीही राष्ट्रीय नेत्याला शोभेल असे व्यासपीठ उभे करणे गरजेचे होते. शिवाय अठरा दिवस चाललेल्या आंदोलनाची चर्चा व खबरबात शहराच्या कानाकोपऱ्यात पोहोचली होती. पवार साहेब येणार म्हटले म्हणजे त्यांना ऐकण्यास शहराच्या कानाकोपऱ्यांतून आणि परिसरातील गावांतून माणसे प्रचंड संख्येने येणार व सभेला तुडुंब गर्दी होणार हे निश्चित होते. आम्ही कामगार संघटनेचे सर्व पदाधिकारी यावर विचार करत होतो. काही एक सुचत नव्हते आणि कुणालाच या प्रश्नावर उत्तरही सापडत नव्हते. मी सर्व शक्यतांचा पडताळा माझ्या मनात करत असतानाच या प्रश्नाचे उत्तर मला सापडले.

वेळोवेळी आमच्या मदतीला धावून येणारे व हाकेला तत्परतेने साद घालणारे पिंपरी-चिंचवड महानगरपालिकेचे तत्कालीन महापौर व माझे मित्र प्रकाश रेवाळे हे नाव माझ्या डोळ्यांसमोर लख्ख चमकून गेले. रेवाळे साहेब आणि मी एकाच पक्षाचे कार्यकर्ते. आमचे एच.ए.चे आंदोलन सुरू झाल्यापासून दोन-तीन वेळा रेवाळे साहेब आमच्या आंदोलनस्थळाला भेट देऊन व आम्हांला पाठिंबा देऊन गेले होते. त्या त्या वेळी काही मदत लागली तर मला सांगा, असे त्यांनी सूचितही केले होते. त्याप्रमाणे मी लगेच महापौरांना फोन करून आमची साहेबांच्या सभेसाठी लागणाऱ्या भव्य व्यासपीठाची समस्या सांगितली व क्षणाचाही विलंब न लावता त्यांनी आमच्या समस्येचे निवारण केले. आम्ही आंदोलन मंडपात बसून उद्याच्या नियोजनाची चर्चा करत असतानाच पोलीस अधिकारी पवार साहेबांच्या सभेबाबतची माहिती घेण्यासाठी आले. मी त्यांना सभेची जागा दाखवली. सुरक्षेसंदर्भात पोलीस अधिकाऱ्याने आम्हास काही सूचनाही केल्या.

संध्याकाळी नेहमीप्रमाणे साडेचार वाजता मी आंदोलन मंडपातल्या द्वारसभेत कामगार बंधु-भगिनींना संबोधित करताना, उद्या आपल्या आंदोलनास पाठिंबा देण्यासाठी आपल्या कामगार संघटनेचे अध्यक्ष पवार साहेब ठीक चार वाजता इथे येत आहेत, असे सांगताच कामगारवर्गात एकच जल्लोष झाला. 'कामगार एकजुटीचा विजय असो', 'पवार साहेब जिंदाबाद' अशा घोषणांचे नारे दुमदुमू लागले. सर्वांच्या चेहऱ्यावर आनंद, उत्साह व नवचैतन्याचे तेज झळाळू लागले. भरतीच्या वेळेस सागर जसा उसळून, ओसंडून जातो, तशा आनंदलहरी प्रत्येक कामगाराच्या चेहऱ्यावरून ओसंडताना दिसत होत्या. एखाद्या नावात किती जादू

असते याचा प्रत्यय त्या वेळेस माझ्या मनाला आला. माझ्या कामगारबांधवांना पवार साहेबांच्या भेटीची आस लागली होती. तारणहार म्हणून आमच्यासाठी पवार साहेब पंढरीचा विठ्ठलच झाले होते.

ठरल्याप्रमाणे दि.१९ नोव्हेंबर २००३, सायं.४.०० वाजता पवार साहेब सभेसाठी आंदोलनस्थळी उपस्थित झाले.

मागील अठरा दिवसांतल्या आंदोलनाचा कष्टमय प्रवास, त्या प्रवासाची फलश्रुती व परिणाम आणि पुढील दिशा साहेबांच्या भाषणातून ऐकण्यासाठी लागलेली उत्कंठा क्षणाक्षणाची प्रतीक्षा करू लागली. साहेब काय बोलताहेत हे ऐकण्यासाठी आमच्या एच.ए. परिवारातील कामगार, अधिकारी आणि त्यांचे कुटुंबीय मोठ्या संख्येने उपस्थित होतेच; पण संपूर्ण औद्योगिक परिसरातून कामगारवर्ग हजारोंच्या संख्येने या सभेसाठी उपस्थित होता.

शरद पवार सभास्थळी आल्यानंतर एच.ए. कामगार संघटनेचे सरचिटणीस म्हणून अरुण बोऱ्हाडे अर्थात माझे भाषण झाले.

"आदरणीय लोकनेते, एच.ए. कामगार संघटनेचे अध्यक्ष पवार साहेब, उपस्थित सर्व मान्यवर आणि माझ्या कामगार बंधुभगिनींनो -

दिनांक एक नोव्हेंबर २००३पासून आपले हे आगळेवेगळे आंदोलन चालू आहे. कुठे पगारवाढीसाठी आंदोलने होतात, कुठे बोनस किंवा तत्सम बाबींसाठी आंदोलने होतात; परंतु 'आमची काम करण्याची तयारी आहे. आम्हांला काम द्या. ही हिंदुस्थान ॲंटिबायोटिक्स कंपनी बंद न करता सरकारने ती चालू ठेवावी', या मागणीसाठी चाललेले हे आंदोलन आहे.

आपली दैनंदिन उत्पादनप्रक्रिया चालू ठेवून होत असलेले हे आंदोलन आहे. म्हणूनच संपूर्ण औद्योगिक क्षेत्रातील हे आगळेवेगळे आंदोलन ठरलेले आहे.

आज आंदोलनाचा एकोणिसावा दिवस आहे. आपण आतापर्यंत घंटानाद दररोज चालू ठेवला आहे. त्याशिवाय दोन मोठे मोर्चे आपण काढले. कामगार आयुक्त कार्यालय आणि जिल्हाधिकारी कचेरीवर काढलेल्या मोर्च्यात आपण सहकुटुंब सहभागी झालात. इतरही अनेक कामगार संघटनांनी यामध्ये सहभाग नोंदवला. आपण श्रमिक साखळीचे आयोजन केले. धरणे धरली, लाक्षणिक उपोषण केले, विद्यार्थी आणि कुटुंबीयांच्या माध्यमातून देशाचे पंतप्रधान आणि राष्ट्रपतींकडे हजारो पत्रांचा वर्षाव केला. प्रसिद्धीमाध्यमातून या आंदोलनाची सर्वदूर चर्चा झाली. आपण सर्वांनी अत्यंत शिस्तीने आपली एकजूट आणि संघटितपणा दाखवलेला आहे.

एच.ए.च्या प्रश्नांबाबत तुमचे अध्यक्ष काय सांगताहेत, असे अनेक जण विचारणा करत होते. संघटनेच्या वतीने आम्ही आपले अध्यक्ष म्हणून पवार साहेबांच्या संपर्कात होतो. त्यांना नियमितपणे येथील वृत्तांत कळवत होतो. आत्तापर्यंत ज्या क्षणाची गेले अनेक दिवस आपण वाट पाहत होतो, तो क्षण आज आला आहे. साहेब आपल्याशी बोलतीलच. तत्पूर्वी मला आपल्याला काही सांगायचे आहे.

आपले आंदोलन म्हणजे केवळ दोन हजार कामगारांच्या फक्त रोजीरोटीचा किंवा नोकरीचा प्रश्न नाही, तो तर आहेच; परंतु या राज्याच्या दृष्टीने, भारतीय जनतेच्या दृष्टीने महत्त्वाचा प्रश्न आहे. एच.ए.चा हा उद्योग चालू राहावा या भूमिकेतून पवार साहेबांनी यामध्ये वारंवार लक्ष घालून योग्य ती मदत नेहमीच केली आहे. त्याचे परिणाम आणि पडसाद म्हणून ही कंपनी आजही चालू राहिलेली आहे आणि उद्याही चालू राहील. मी आपला अधिक वेळ घेणार नाही, परंतु एक आवर्जून सांगितले पाहिजे की, सध्या इथल्या घडामोडींप्रमाणेच देशाच्या पातळीवर अनेक घडामोडी घडत असताना, साहेब अतिशय व्यस्त कार्यक्रमातून वेळ काढून इथे आले आहेत. आजचा त्यांचा मध्य प्रदेशचा नियोजित दौरा रद्द करून साहेब आपल्याशी संवाद साधण्यासाठी, आपल्या आंदोलनाला पाठिंबा देण्यासाठी या ठिकाणी आलेले आहेत. मी आपणा सर्वांच्या वतीने त्यांचे मनापासून स्वागत करतो.

या देशातील गरीब जनतेला परवडणाऱ्या किमतीमध्ये पेनिसिलीनची औषधे उपलब्ध व्हावीत, या दृष्टिकोनातून भारत सरकारने हा पहिला सार्वजनिक क्षेत्रातील औषध कारखाना या ठिकाणी पिंपरीत सुरू केलेला आहे. सन १९५४पासून आज पावेतो कंपनीने असंख्य प्रकारची औषधनिर्मिती केली आहे. या कंपनीतील कामगारांनी प्रामाणिकपणे केलेल्या मेहनतीची पहिली पावती आम्हांला कधी मिळाली असेल, तर खुद्द तत्कालीन पंतप्रधान पंडित जवाहरलाल नेहरू यांनी जेव्हा या कंपनीला १९६२मध्ये स्ट्रेप्टोमायसिनचा प्लॅन्ट बहाल केला, तेव्हा.

त्यानंतर देशामध्ये जेव्हा जेव्हा विविध प्रकारच्या आपत्ती आल्या, कधी भूकंप, कधी चक्रीवादळे यांसारख्या नैसर्गिक आपत्ती असो किंवा कारगिल युद्धासारखी आपत्ती असो, एच.ए.च्या कामगारांनी निर्माण केलेली विविध प्रकारची औषधे उपचारासाठी पाठवली आहेत. या कंपनीकडे काय नाही? जवळपास ५७ औषधांची पेटंट्स आहेत. आजही आम्ही ऐंशी ते शंभर प्रकारची औषध उत्पादने या देशाला पुरवत आहोत. अनेक पेटंट्स आंतरराष्ट्रीय दर्जाची आहेत. तरीही ही कंपनी तोट्यामध्ये जाते आणि म्हणून सरकार ती बंद करण्याचा

प्रयत्न करते, याचे आश्चर्य वाटते.

मुळातच ही कंपनी तोट्यामध्ये का गेली, याचे कोडे अनेकांना उलगडत नाही. त्याचे उत्तर आहे, हा कारखाना जेव्हा चालू झाला, तेव्हा तो एका भावनेतून-उद्दिष्टातून चालू झालेला आहे. या देशातील गरीब जनतेला परवडणाऱ्या किमतीमध्ये औषधे उपलब्ध व्हावीत, हाच एकमेव हेतू यामागे स्पष्ट होता. यातून नफा मिळवणे हा उद्देश नव्हताच मुळी. दिवसेंदिवस कच्च्या मालाच्या किमती वाढत गेल्या. वाहतूक, पाणी, वीज, तेल यांसारख्या पूरक बाबींवरील खर्च वाढत गेला. देशातील महागाई वाढत गेली. काही प्रमाणात कामगारांचे पगारही वाढत गेले. सरकारच्या धोरणानुसार औषधांच्या किमती मात्र आम्हांला स्थिर ठेवाव्या लागल्या आहेत. साहजिकच कंपनी तोट्यात जाण्याचे हे एक कारण आहे. आणखी इतरही अनेक कारणे आहेत, पण मला त्याविषयी इथे बोलायचे नाही.

कंपनीची आर्थिक परिस्थिती सन १९९२-९३ पर्यंत ठीक होती. त्यानंतर खर्च वाढत गेला तसा तोटाही वाढत गेला. आर्थिक परिस्थिती ढासळत गेली. कंपनीचे कर्जही वाढत गेले. मध्यंतरी या देशातील सरकारने निर्णय घेतला की, देशामध्ये पेनिसिलीनचे उत्पादन अधिक प्रमाणात झाले पाहिजे. त्यातूनच मग मॅक्स जीबी या खासगी कंपनीशी भागीदारी करून पेनिसिलीन प्लँटपुरती 'हिंदुस्थान मॅक्स जीबी' ही भागीदारी कंपनी ऑक्टोबर १९९५मध्ये सुरू करण्यात आली. त्यामुळे पेनिसिलीनचे उत्पादन मोठ्या प्रमाणात वाढले. आता एच.ए.एल.ची भरभराट होणार असे वाटू लागले; परंतु पुढे ही एच.एम.जीबी कंपनीही तोट्यात गेली. त्यांच्या तोट्याची कारणे हादेखील संशोधनाचा विषय आहे. त्या कंपनीने एच.ए.ला देणे असलेले भाडेकरारातील भाडेही मोठ्या प्रमाणात थकवले आहे. आधीच अडचणीत असलेल्या आपल्या कंपनीची स्थिती 'बुडत्याचा पाय खोलात' अशी झाली आहे.

अनेक अडचणी आणि प्रश्नही अनेक आहेत. त्या प्रश्नांवर काम करताना प्रत्येक वेळी पवार साहेब ठामपणे आपल्या पाठीशी उभे आहेत. खरे तर त्यांच्यापुढे राज्यातील आणि देशातील नानाविध समस्या असताना आपण त्यांना किती वेळा त्रास द्यायचा, हे काही समजत नव्हते. त्यामुळे त्यांच्याशी संपर्क करताना कधीकधी आम्हांला संकोच वाटायचा.

आपल्याला एक गोष्ट आवर्जून सांगायला हवी की, साहेबांनी सुरुवातीपासून सांगितले आहे की मला अध्यक्षपदामध्ये अडकवू नका. तुमच्या सर्व कामांसाठी अडचणींच्या वेळी मी सदैव तुमच्या पाठीशी आहे. मात्र आम्ही प्रतिनिधींनी

सांगितले की साहेब, आपल्याशिवाय आम्हांला कोणीही तारणहार नाही. अखेर बऱ्याच प्रतीक्षेनंतर नोव्हेंबर १९९८मध्ये साहेबांनी आपल्या संघटनेच्या अध्यक्षपदाला संमती दर्शवली. साहेबांच्या अध्यक्षपदाचे आपल्याला काय काय फायदे झाले, हे मला या ठिकाणी सांगायला हवे.

पहिली गोष्ट म्हणजे एच.ए. कंपनीची 'आजारी उद्योग' म्हणून बीआयएफआरकडे नोंदणी झाल्यानंतर सरकारकडून एक प्रस्ताव आपल्याला देण्यात आला. त्या बैठकीस कामगार संघटना, व्यवस्थापन, सरकारच्या रसायन मंत्रालयातील वरिष्ठ अधिकारी उपस्थित होते. पवार साहेबही त्या वेळी उपस्थित होते. बैठकीत सरकारकडून असे सांगण्यात आले की, सर्व कामगारांना आम्ही तीन महिन्यांचा 'ले-ऑफ' देऊन कंपनीची अंतर्गत पुनर्रचना करू. त्यासाठी सर्वांनी सहकार्य करावे. साहेबांनी तत्काळ आक्षेप घेत सरकारी अधिकाऱ्यांना, रसायन मंत्रालयाच्या सचिवांना विचारणा केली की, तीन महिने ले ऑफ दिल्यानंतर पुन्हा सर्व कामगारांना सेवेत सामावून घेणार, याची हमी देत असाल तर प्रस्तावाचा विचार करू. सचिव निरुत्तर झाले आणि 'ले-ऑफ'चा प्रस्ताव बारगळला. 'ले-ऑफ' झाला असता तर इतर सार्वजनिक उद्योगात जे घडले, तेच आपल्या कामगारांचे झाले असते.

दुसरी एक खूप मोलाची घटना साहेबांमुळे झाली. एच.एम.जीबी ही खासगी कंपनी आपल्याकडे आली. त्यांनी युटिलिटी हस्तांतरित करण्याची मागणी केली. तत्कालीन रसायन मंत्रालयातील सहसचिव व काही अधिकारी यासाठी आग्रही होते. एच.ए.च्या व्यवस्थापनावर त्यांचा प्रचंड दबाव होता. या युटिलिटीमुळे एच.ए.ला वीज, पाणी इत्यादी मूलभूत सुविधांसाठी मॅक्स जीबीवर अवलंबून राहावे लागले असते. आणि आपल्या या कामगारांना खूप मोठ्या संकटाला सामोरे जावे लागले असते. कामगार संघटना म्हणून आपण त्या प्रस्तावाला ठाम विरोध दर्शवला आणि साहेबांची भेट घेऊन वस्तुस्थिती कथन केली. साहेबांनी या प्रश्नात त्वरित लक्ष घालून संबंधितांची कानउघाडणी केली आणि एक अरिष्ट टळले.

अशा एक ना दोन अनेक प्रसंगांत साहेबांनी कामगारांच्या आणि कंपनीच्या व्यापक हिताचा विचार करून आपल्याला साथ दिली आहे. कंपनीच्या अतिरिक्त जमीनविक्रीचा मुद्दा पुढे आला, तेव्हा राज्य सरकारची परवानगी मिळवण्यात साहेबांची भूमिका मोलाची ठरली. त्याशिवाय एम.एस.ई.बी.; एम.आय.डी.सी. यांच्या थकबाकीमुळे अनेकदा वीजपुरवठा, पाणीपुरवठा खंडित होण्याची वेळ

आलेली होती. शिवाय कंपनीचे येणे असलेली आर.पी.जी. कंपनी, मॅक्स जीबी कंपनी यांनाही संपर्क करून कंपनीची थकबाकी मिळवून देण्यापर्यंत साहेबांनी मदत केलेली आहे. म्हणूनच आपले खरे तारणहार पवार साहेबच आहेत.

आपली कंपनी बंद व्हावी म्हणून प्रयत्न करणारे अनेक घटक देशांमध्ये आहेत. सरकारच्या बाहेरचे काही लोकही यासाठी लक्ष ठेवून आहेत. अशा लोकांचे सर्व डाव आणि कुरघोड्या साहेबांमुळे हाणून पडलेले आहेत. मागील वर्षी २००२मध्ये बीआयएफआरने खासगीकरणाचा(Privatization) आदेश दिला होता, त्या वेळीही साहेबांशी आम्ही सखोल चर्चा केली होती. साहेब सत्तेमध्ये नव्हते तरीही त्यांनी एक सल्ला दिला होता, की रोजगार महत्त्वाचा आहे. आपल्याला थोडा विचार करून मध्यम भूमिका घ्यावी लागेल. त्यानंतर साहेबांनी सांगितले की खासगीकरणही स्वीकारू, पण माझ्या सर्व कामगारांना किमान २५ ते ३० वर्षांची नोकरीची हमी द्यावी. त्याला आपण 'सशर्त खासगीकरण' (Conditional Privatization) असे म्हटले होते. मला आठवतंय, या विषयावर आपण कामगारांची 'सर्वसाधारण सभा' घेऊन त्यामध्ये सविस्तर चर्चा केली होती. त्याप्रमाणे आपली लेखी भूमिका बीआयएफआर कोर्टात सादर केली होती. अर्थातच देशातली कुठलीही खासगी कंपनी या अटी मान्य करून पुढे आलेल्या नाहीत. त्यामुळे आपले खासगीकरण टळलेले आहे.

अनेक दिवस प्रतीक्षा करूनही तीस वर्षे नोकरीची हमी देऊन एच.ए. कंपनी घ्यायला कोणीही तयार झाले नाही. म्हणून मग बीआयएफआर ने 'एच.ए. कंपनी बंद का करू नये?' अशी कारणे दाखवा नोटीस सप्टेंबर २००३मध्ये काढली. देशातील मोठमोठ्या इंग्रजी वृत्तपत्रांतून ती प्रसिद्ध केली.

कंपनी बंद करण्याचे अथवा खासगीकरणाचे सर्व प्रयत्न आपण उधळून लावल्यानंतर, त्याही स्थितीत आपण सर्व जण काम करत असताना, कंपनीची उत्पादनप्रक्रिया चालू होती. अर्थात या संदर्भात आपण सरकारी पातळीवर आणि कायदेशीर मार्गाने प्रयत्न करत आहोत. मात्र शासनाला याचे गांभीर्य कळावे म्हणून आणि जनतेचे लक्ष वेधण्यासाठी आपण सरकारच्या या प्रयत्नांविरोधात आपले आंदोलनाचे शस्त्र परजले आहे. गेले सतरा-अठरा दिवस आपण विविध प्रकारे या आंदोलनाचे स्वरूप वाढवले आहे. शहरातील अनेक कामगार संघटनांनी यासाठी पाठिंबा दिलेला आहे. अनेक लोक विचारणा करत होते, आपले अध्यक्ष कुठे आहेत? म्हणूनच आज या ठिकाणी आपल्याला पाठिंबा देऊन सरकारला इशारा

देण्यासाठी साहेब उपस्थित झाले आहेत. साहजिकच त्यामुळे आपले सर्वांचे मनोधैर्य बळावले आहे. सर्व कामगार बंधु-भगिनींच्या वतीने आणि त्यांच्या कुटुंबीयांच्या वतीने मी आदरणीय साहेबांचे स्वागत करतो आणि माझे काहीसे लांबलेले भाषण थांबवतो."

त्यानंतर कामगार नेते डॉ. प्रभाकर देशपांडे यांचे मार्गदर्शनपर भाषण झाल्यावर शरद पवार साहेब बोलण्यासाठी उभे राहिले.

शरदराव पवार साहेब यांचे भाषण

(एच.ए. कामगार आंदोलन : दिनांक १९ नोव्हेंबर २००३)

"कामगार बंधु-भगिनी आणि त्यांच्या कुटुंबातील सर्व उपस्थित बंधु-भगिनींनो,

गेल्या काही महिन्यांपासून एच.ए.च्या भवितव्याबाबतीत काहीसे चिंतेचे वातावरण निर्माण झालेले आहे. आपल्या कामगार प्रतिनिधींनी मला याविषयी वेळोवेळी माहिती दिली आहे. सार्वजनिक आरोग्याच्या क्षेत्रामध्ये या देशामध्ये ज्या वेळेला औषधे उपलब्ध होत नव्हती, त्या वेळी सर्वसामान्य माणसाला परवडेल अशा किमतीमध्ये उपलब्ध करू शकेल, अशा प्रकारची कारखानदारी देशामध्ये कोणी तरी उभी केली पाहिजे, अशी भूमिका मांडली गेली. भारताचे पहिले पंतप्रधान स्वर्गीय जवाहरलाल नेहरू यांचे याबद्दलचे धोरण स्पष्ट होते.

त्या वेळेला महाराष्ट्राचे प्रतिनिधित्व करणारे स्व. काकासाहेब गाडगीळ आणि काही मान्यवरांनी अशा प्रकारची कारखानदारी जर उभी होत असेल तर ती महाराष्ट्रामध्ये आणि या परिसरामध्ये उभारली पाहिजे. त्यासाठी लागणारी सर्व मदत करण्यास राज्य सरकारची तयारी आहे, अशी भूमिका मध्यवर्ती सरकारला कळवली आणि त्यामधून ज्या परिसरामध्ये आपण सारे जमलो आहोत, त्या परिसरामध्ये या कारखानदारीची मुहूर्तमेढ रोवली गेली. तीन ते चार वर्षांच्या कालावधीमध्ये ही कारखानदारी उभी राहिली आणि जवळपास गेली पन्नास वर्षे या देशातील सामान्य माणसाची पेनिसिलीन आणि तत्सम आवश्यक अशा औषधांची निर्मिती करून, आरोग्याच्या संबंधित खबरदारी घेण्याची कामगिरी या माध्यमातून झालेली आहे. हा कारखाना सबंध देशाला भूषणावह असा कारखाना होता.

महाराष्ट्रातील स्वातंत्र्यानंतरचे जे सार्वजनिक उपक्रम उभे राहिले, त्या उपक्रमातील मानाचा तुरा असलेला असा हा कारखाना होता.

मुंबईच्या बाहेर महाराष्ट्रामध्ये कारखानदारी उभी राहिली पाहिजे, अशी दृष्टी स्व. यशवंतराव चव्हाण यांची होती आणि त्या दृष्टीमधूनच आज पिंपरी-चिंचवड ही औद्योगिक नगरी डौलाने उभी राहिली. कारखानदारीच्या संदर्भातील या औद्योगिक नगरीचा पहिला पाया घातला गेला असेल, तर तो या एच.ए.एल.च्या माध्यमातून घातला गेला. आज ही महानगरपालिका आपल्याला सर्वांना पाहायला मिळते, पण तिला नगरीचे स्वरूप देण्याची खबरदारी घेण्यासंबंधीचे कुठले एखादे युनिट असेल तर ते हिंदुस्थान अँटिबायोटिक्स लिमिटेड आहे, असाच उल्लेख करावा लागेल.

आम्ही शाळेमध्ये शिकत होतो, त्या वेळी आमची बारामतीहून पुण्याला सहल आली होती. त्या वेळी आमच्या गुरुजींनी आम्हांला दोन-चार गोष्टी आजूबाजूला नेऊन दाखवल्या. त्यामध्ये मुंढव्याची कागद गिरणी, पुण्याची राजाबहादूर कापड गिरणी आणि तिसरी ही पिंपरीची हिंदुस्थान अँटिबायोटिक्सची औषध कंपनी. माझ्यासारख्यालासुद्धा विद्यार्थिदशेमध्ये ही कारखानदारी पाहायला मिळाली. उद्याच्या भारताचे भवितव्य घडवण्याची दृष्टी असलेल्या पंडित जवाहरलाल नेहरूंसारख्या नेत्याच्या कर्तृत्वातून आणि दूरदृष्टीतून उभी राहिलेली ही कारखानदारी सबंध देशाला पुढे घेऊन जाऊ शकेल, या प्रकारचा विश्वास आमच्यासारख्या त्या वेळच्या तरुण किंवा बालमनात तयार करण्यात कारखानदारी त्या वेळेला यशस्वी झाली होती.

अनेक वर्षे या कारखान्याने सेवा केली. आयुष्यात चढउतार असतात, माणसाच्या संसारामध्ये असतात, धंद्यामध्ये असतात, कारखान्यामध्ये असतात, राजकारणामध्ये असतात. सगळीकडेच असतात; परंतु एक गोष्ट मान्य केली पाहिजे की, एच.ए.एल.च्या आरोग्यविषयक सेवेतली जी उत्पादनांची निर्मिती आहे, त्याच्यामध्ये त्यांनी कधी चढ-उतार केला नाही. त्यामध्ये स्थापनेपासून तो जवळपास आजपावेतो निर्मितीच्या संबंधातील जी आवश्यक गुणवत्ता आहे, तिचे प्रमाण कधी घसरू दिले नाही. त्याचे शंभर टक्के श्रेय या ठिकाणी काम करणाऱ्या कामगारांना आणि अधिकाऱ्यांना द्यावे लागेल.

गेल्या पाच वर्षांपासून या कारखान्याला एक प्रकारची घरघर लागल्यासारखी परिस्थिती निर्माण झाली. विशेषतः १९९५ सालापासून केंद्र सरकारने कायदा

केला, 'या देशातील जे आजारी कारखाने आहेत, त्यांच्या पुनर्वसनासाठी एका स्वतंत्र यंत्रणेची आवश्यकता आहे.' ही यंत्रणा निःपक्षपातीपणे चालावी म्हणून त्या यंत्रणेचे प्रमुखपद या देशाच्या सुप्रीम कोर्टाच्या किंवा हायकोर्टाच्या निवृत्त न्यायाधीशाकडे देण्याचा निर्णय घेण्यात आला. बीआयएफआर हे त्याचे नाव. संसदेने कायदा पास करून ही व्यवस्था स्थापन केली. या देशातील आजारी उद्योग बंद पडणे, याचा अर्थ त्या परिसरातील माणूस आणि पैसा आजारी पडणं आहे. म्हणून त्या आजारपणातून बाहेर काढण्यासाठी रोग्याला वेळप्रसंगी काही पथ्यं पाळायला सांगतात, काही औषधांचा पुरवठा करतात, गरज असेल तर काही ऑपरेशन करतात, शस्त्रक्रिया करतात आणि त्याचे जीवनमान वाढावे याची खबरदारी घेतली जाते. तोच दृष्टिकोन ठेवून बीआयएफआरकडून कामगिरी अपेक्षित आहे. त्याप्रमाणे काही सवलती मिळाल्या पाहिजेत.

बीआयएफआरला कुठल्या सवलती देण्याचा अधिकार आहे? बँकांचे व्याज (कर्ज) हे प्रमाणापेक्षा अधिक थकले असेल, तर ते व्याज (कर्ज) माफ करण्याचा अधिकार बँकेला नसला तर बीआयएफआर तसा आदेश देऊ शकते. राज्य सरकारचे काही देणे असेल, म्हणजे वीजमंडळाचे बिल असेल, महानगरपालिकेचे किंवा मालमत्तेविषयी काही करांचे देणे असेल, त्यावर अधिकचे व्याज लावले असेल तर ते कमी करण्याचा अधिकार आहे, तसेच थकबाकीचे हप्ते करून देण्यासंबंधी आदेश देण्याचा अधिकार आहे. कामगारांच्या वेतनामध्ये काही कपात करायची आवश्यकता असेल तर त्या कपातीचा आदेश देण्याचा अधिकारही आहे.

असे अनेक, प्रभावी ठरणारे अधिकार संसदेने बीआयएफआरला दिले आहेत. त्यामागील भूमिका पेशंट जगला पाहिजे, हीच आहे. मात्र त्यासाठी काही पथ्ये पाळायची असतात. पथ्ये पाळायला हवीतच, पण पेशंटला जगवण्याच्या कामात तडजोड करता कामा नये, अशा दृष्टिकोनातून हे काम होणे अपेक्षित आहे. या सर्व प्रयत्नांतून आपण पुढे चाललेलो आहोत. पुढील काळात हे संकट सुटल्याशिवाय राहणार नाही. एक काळ असा होता, पंडित जवाहरलाल नेहरूंच्या काळामध्ये नवनवीन कारखाने काढण्यासंदर्भात आस्था होती.

मी महाराष्ट्राच्या राज्य सरकारमध्ये तुमच्या वतीने अनेक वेळा काम केले आहे. दर वेळेला नवीन काही प्रकल्प सुरू करण्याची आस्था आणि अस्वस्थता माझ्यासारख्याच्या मनात असायची. पण हल्ली मध्यवर्ती सरकारमध्ये असे काही लोक आहेत, त्यांना दर आठवड्याला एखाद दुसरी कारखानदारी विकल्याशिवाय

चैन पडत नाही. इतरत्र उद्योग उभा करण्यासाठी लोक नेमतात, तसे निर्णय घेतले जातात. इथे विकण्यासाठी निर्णय घेतले जातात.

मात्र या प्रश्नात कुठलेही राजकारण न आणता, सामंजस्याने योग्य तो साधकबाधक विचार करून निर्णय घेणे अपेक्षित आहे. या प्रश्नांची, या देशातील सामान्य माणसाच्या आरोग्याच्या प्रश्नांची सोडवणूक करण्याची कामगिरी गेली पन्नास वर्षे ज्याने केली, ती ही कारखानदारी जगली पाहिजे. त्या ठिकाणी काम करणाऱ्या कामगारांचा संसार टिकला पाहिजे. ज्या परिसरामध्ये कारखानदारी बंद पडते, तेव्हा तेथील कामगारांची परिस्थिती दयनीय असते. यातून त्यांची सुटका झाली पाहिजे, एवढे एकच सूत्र आहे. म्हणून यासाठी स्वतःचे राजकीय मतभेद बाजूला ठेवून कोणाशीही बोलायला आणि कोणतेही सहकार्य करण्याची मी स्वतः तयारी ठेवलेली आहे. मला आनंद आहे, की मध्यवर्ती सरकारने निदान एच.ए.एल बंद करण्याचा निर्णय पुढे ढकलण्याच्या बाबतीत तरी आतापर्यंत सहकार्य केले आहे. म्हणून आता ही जी निर्णयप्रक्रिया २७ तारखेला होणार आहे, त्याला मुदत वाढवून घेऊन प्रधानमंत्र्यांच्या पातळीवर पुन्हा एक बैठक घेण्यासंबंधीचा विचार आहे. उद्याच्या ३० तारखेपर्यंत म्हणजे त्या चार राज्यांतील निवडणुकीपर्यंत प्रधानमंत्री आणि बाकीचे लोक या चर्चेसाठी उपलब्ध असतील, असे मला स्वतःला वाटत नाही. म्हणून २७ तारखेची मुदत वाढवून घेणे आणि प्रधानमंत्र्यांच्या पातळीवर बैठक घेणे, त्या बैठकीमध्ये कर्जाचा बोजा कमी करण्यासाठी बँकांची मदत घेणे आणि हे जे केंद्राचे कर्ज आहे, त्याचे भागभांडवलात रूपांतर करून, या ठिकाणी चांगल्या प्रकारची कारखानदारी चालवायला चांगले प्रशासन देण्याचा प्रयत्न करणे, या गोष्टी होण्याची नितांत गरज आहे.

मला एक गोष्ट आवर्जून सांगितली पाहिजे की, ही कारखानदारी अडचणीत येण्याची काही कारणे आहेत. त्यामध्ये केंद्रातली जशी चुकलेली गणिते आहेत, तसे कंपनीतल्या काही वरिष्ठ अधिकाऱ्यांचे 'अंतर्गत प्रेम' हेसुद्धा बरेच कारणीभूत आहे. मी याविषयी काही जास्त बोलू इच्छित नाही. यांना या ठिकाणी कारखानदारी चांगल्या रीतीने चालवण्यासाठी केंद्राने नियुक्त केले आहे. ही मंडळी आपसातल्या संघर्षामध्ये या कारखानदारीचे काय होते आणि या हजारो कामगारांच्या संसाराचे काय होते, याचा विचार न करता संघर्षाची भूमिका घेत राहिले. त्याचा परिणाम झालेला आहे.

मी अशी कुठलीही कारखानदारी पाहिली नाही की, त्या कारखानदारीचे वार्षिक बॅलन्सशीट(ताळेबंद) तयार नाही. असे कुठे घडते का? तुम्हाला हिशोब देता येत नाही, मग कशासाठी तुम्ही लोक तिथे वरिष्ठ म्हणून बसलेले आहात? व्यवस्थापनातले वरिष्ठ कंपनीचा वार्षिक ताळेबंद सादर करू शकत नाहीत आणि त्यामुळे काही निर्णय होऊ शकत नाहीत. जर ही परिस्थिती असेल तर त्याला जबाबदार असणाऱ्या मंडळींनीदेखील यात सुधारणा करण्याची गरज आहे. आम्ही भारत सरकारला हे दुरुस्त करायला लावूच, पण येथील वरिष्ठ अधिकाऱ्यांनीदेखील स्वतःहून दुरुस्त करायची तयारी ठेवली पाहिजे आणि ही कारखानदारी चालवण्यासाठी मदत करायची जबाबदारी घेतली पाहिजे.

आणखी काही गोष्टींबाबत आपल्याला कठोरपणाने निर्णय घ्यावे लागतील. बाहेरच्या काही कंपन्यांना १९९५-९६मध्ये या ठिकाणी आणले गेले. ठीक आहे, कामगारांनी त्या वेळी संमती दिली. रोजीरोटी वाचावी म्हणून संमती दिली. त्यामध्ये एक गोष्ट लक्षात आली. या बाहेरच्या कंपन्यांनी येथील उत्पादनांची टक्केवारी प्रचंड वाढवली. पूर्वीच्या तुलनेत उत्पादन वाढवले. हेही मान्य करतो की त्यांनी कामगारांच्या हिताच्या दृष्टीने काळजी घेतली; पण त्याचबरोबर कामगारांनीदेखील उत्पादन वाढवण्यासाठी कधी तक्रार केली नाही, उलट त्यासाठी सहकार्यच केले. पण त्या कंपनीने या सार्वजनिक उपक्रमाचा पूर्ण लाभ घेतल्यानंतर वर्षानुवर्षे एच.ए.एलचे पैसे परत दिले नाहीत आणि यासंदर्भात मध्यवर्ती सरकारने बघ्याची भूमिका घेतली. इकडे गावच्या क्रेडिट सोसायटीचे पैसे थकले तरीदेखील कारवाई होते. इथे शेकडो कोटी रुपये काही कंपन्यांनी थकवले, तरी मध्यवर्ती सरकारने आणि वरिष्ठ व्यवस्थापनाने गप्प बसण्याची भूमिका घेतली. ही गोष्ट बरोबर नाही.

आता या देशामध्ये खूप कठोर कायदे झालेले आहेत. बँकांचे थकवलेले पैसे वसूल करण्यासाठी केंद्र सरकारने मध्यंतरी कायदा करून घेतला. थकवलेले पैसे वसूल करण्यासाठी अतिशय कठोर जप्ती आणता येते. त्या सगळ्या कायद्याचा वापर करा. जे कोणी जीबी मॅक्स आणि इतर कोण कोण लोक असतील, ज्यांनी हप्ते थकवले असतील, त्यांना पहिली प्रेमाची नोटीस द्या. महिना-पंधरा दिवसांत त्या नोटिसीला प्रतिसाद नसेल, तर त्यांची हिंदुस्थानात जिथे असेल तिथे त्यांच्या मालमत्तेला टाच लावा. त्याशिवाय तो पैसा परत येणार नाही.

आज याबाबतीत मला स्वच्छ दिसते, की बाहेरून या ठिकाणी आलेल्या लोकांच्या लक्षात आले आहे, की आम्ही आजारी आहोत, त्यामुळे ते वाट

बघतायेत पेशंट मरतोय कधी! म्हणजे आम्हांला पैसे द्यावे लागणार नाहीत. पेशंटला जगण्यासाठी व जगवण्यासाठी ज्याला आणलेय, तोच पेशंटला मारण्यासाठी टपून बसलेला असेल तर त्याला संपवल्याशिवाय आम्ही स्वस्थ बसणार नाही, ही भूमिका तुम्हाला आणि मला घ्यावी लागणार आहे.

कामगारांच्या या आंदोलनाला पाठिंबा व्यक्त करताना मध्यवर्ती सरकारशी बोलणी करून लवकरच मार्ग काढण्यासाठी प्रयत्नांना गती देण्याची कामगिरी आणि जबाबदारी मी स्वतः घेतलेली आहे. एवढेच आज स्पष्ट करून मी आपला निरोप घेतो."

जगद्गुरू संत तुकोबारायांच्या दर्शनासाठी देहुगावात येणारे दूरच्या गावातल्या भाविक जनांची पावले आवर्जून गाथा मंदिराकडे वळत. गाथा मंदिराजवळचा नदीघाट भाविकांच्या सततच्या वावरामुळे गजबजलेला असायचा. 'रामकृष्ण हरी', 'ज्ञानोबा माउली तुकाराम', 'जय हरी विठ्ठल' असे भाविकजनांच्या मुखातून बाहेर पडणारे शब्द सतत कानात राउळातल्या घंटानादागत घुमत. इंद्रायणीच्या काठावर अवतरणाऱ्या भक्तिगंगेचे नितळ रूप चराचरास प्रसन्न करत होते. भक्तजनांच्या मुखातून उमटणाऱ्या नामघोषाचे तरंग इंद्रायणीच्या प्रवाहासोबत पंढरीच्या विठुरायाच्या चरणी समर्पित करण्यासाठी इंद्रायणीचा प्रवाह पंढरपुराकडे निघाला होता.

अशा प्रसन्न व भक्तिमय वातावरणात मी आणि अरुण बोऱ्हाडे गाथा मंदिराच्या नदीघाटावर एच.ए.च्या संघर्षावर वार्तालाप करत बसलो होतो. लढा छोटा असो वा मोठा, तो अस्तित्वाचा, जीवनमरणाचा लढा असतो. न्याय आणि अन्यायाची ती लढाई असते. रोजीरोटी अबाधित राहावी म्हणून एच.ए.चा कामगार आपल्या न्याय्यहक्कासाठी प्राणपणाने शासन व प्रशासनासोबत लढत होता.

जुन्या काळी लोक म्हणत, 'पावसाने झोडपले, नवऱ्याने मारले आणि राजाने शासन केले तर दाद कुणाकडे मागायची?' एच.ए.चा लढा तर शासन व कंपनी प्रशासनासोबत होता. म्हणून एच.ए.च्या लढ्याची संघर्षगाथा आणि कथा अविस्मरणीय व अभूतपूर्व आहे, याबाबत कसलाही संदेह नाही. कामगार चळवळीतले अनेक संघर्ष महाराष्ट्राने व संपूर्ण भारताने अनुभवलेले आहेत. जॉर्ज फर्नांडिस यांचा रेल्वेचा संप असू द्या की दत्ता सामंतांचा गिरणी कामगारांचा संप असू द्या, प्रत्येक लढा वेगळा होता. हे लढे गाजले तरी त्याचे गंभीर परिणाम संबंधितांना

भोगावे लागले. एच.ए.चा लढा हा पूर्णतः वेगळा होता. रोजगार व कंपनी टिकावी म्हणून हा लढा होता. कष्टकरी कामगारांच्या हातातले काम हिरावून घेऊ नका, म्हणून कामगारांचा आक्रोश व आकांत या लढ्याच्या रूपातून प्रगट होत होता.

पवार साहेब आंदोलनस्थळी येऊन गेले. त्यांनी कामगारांना संबोधित केले. पुढे काय झाले, हे जाणून घेण्यास मी उत्सुक होतो.

अरुण बोऱ्हाडे सांगत होते,

"आमचे आधारस्तंभ शरदराव पवार साहेबांचे भाषण ऐकून एच.ए.च्या समस्त कामगार बंधुभगिनी, कामगार कुटुंबीय, अधिकारीवर्गात नवचैतन्य आले. प्रत्येकाच्या मनात नवी ऊर्जा, नवी ऊर्मी व नव्या आशेची पालवी फुटली. 'मी ही कंपनी बंद होऊ देणार नाही. पंतप्रधान वाजपेयी यांच्यासोबत बोलून आपण एच.ए.च्या प्रश्नावर निश्चित योग्य मार्ग काढू, याची खात्री बाळगा,' असे पवार साहेबांचे विधान समस्त एच.ए.वासीयांच्या मनात संजीवनी पेरून गेले. ते म्हणाले, आपल्या शांततापूर्ण अनोख्या आंदोलनाचा संदेश दिल्लीत पोहोचला आहे.

भाषणात केलेल्या विधानाच्या बातम्या शहरातल्या सर्व वर्तमानपत्रांत ठळक अक्षरांतल्या मथळ्यामध्ये छापल्या गेल्या. काही वर्तमानपत्रांच्या संपादकांनी एच.ए. कंपनीच्या आंदोलनावर आपल्या वर्तमानपत्रांत अग्रलेखही लिहिले. या जाहीर सभेनंतर दुसऱ्या दिवशी मी कामगार युनियनच्या सर्व प्रतिनिधींची बैठक बोलावली. कार्यकारिणीच्या बैठकीमध्ये सर्व प्रतिनिधींची आंदोलनाबाबतची मते व विचार मी जाणून घेतले. कार्यकारिणीच्या बैठकीत आंदोलन स्थगित न करता आंदोलनाची तीव्रता कमी करण्याबाबत युनियनच्या सर्व प्रतिनिधींचे एकमत झाले असले तरी कामगारबांधवांचेही त्याबाबतचे विचार जाणून घेणे महत्त्वाचे होते.

आंदोलन सुरू करताना जसे सर्व कामगारबांधवांच्या विचारांची व मतांची नोंद घेणे गरजेचे होते, त्याचप्रमाणे युनियनचा सरचिटणीस म्हणून माझ्यासह युनियनच्या एक दोन पदाधिकाऱ्यांनीही दिल्लीस जाऊन तेथील घडामोडी व परिस्थितीची जाणीव करून घ्यावी. एच.ए.च्या प्रश्नावर जोपर्यंत चर्चा होत नाही, तोपर्यंत आंदोलनासाठी घंटानादसुद्धा चालूच ठेवायचा, असा निर्णय सरचिटणीस या नात्याने युनियनच्या सर्व प्रतिनिधी तसेच सर्व कामगारबांधवांसोबत गटागटाने चर्चा करून मी घेतला. कंपनी व्यवस्थापनाला या संदर्भात कल्पना दिली आणि आमचा आंदोलनाबाबतचा निर्णय कळवला.

आंदोलन स्थगित करावे, असा सल्ला पोलीस अधिकाऱ्यांनी आम्हांला दिला होता. त्यांनाही आम्ही आमचा कार्यकारिणीचा निर्णय सांगितला. वास्तविक पोलीस प्रशासनाने आंदोलन कालखंडात आम्हांला बहुमोल असे सहकार्य केले होते. कोणत्याही प्रकारचा दबाव वा जबरदस्ती त्यांनी आमच्यावर केली नाही. आंदोलन सुरू होण्यापूर्वी फक्त चोवीस तास आधी आम्ही आंदोलनाबाबतचे पत्र पोलीस प्रशासनास दिलेले होते. आंदोलनाच्या वीस दिवसांत पोलीस प्रशासनाने आमची कुठेही कसलीही अडवणूक केली नाही. नियमांचे उल्लंघन होणार नाही व कायदा सुव्यवस्थेला कसलीही बाधा निर्माण होणार नाही, याची हमी आम्ही पोलीस यंत्रणेला दिलेली होती, आणि तशी दक्षता आम्ही घेत होतो.

एलआयबीचे पोलीस अधिकारी ढाकणे हे दररोज माझ्या संपर्कात होते. पोलीस यंत्रणेतील वरिष्ठ अधिकाऱ्यांच्या चर्चेतून एच.ए. कामगारांच्या आंदोलनांचे व आंदोलनातील माझ्या नेतृत्वाचे कौतुक व वाहवा होत असल्याचे ढाकणे यांनी मला सांगितले. पोटातल्या भुकेची आग आणि उद्याच्या नोकरीची शाश्वती यासाठीच संघर्षासाठी उभा राहिलेला माझा एच.ए.चा कामगार इतक्या शिस्तबद्ध रीतीने आंदोलनास उभा राहतो, याचा मला सार्थ अभिमान आणि आदर वाटत होता. शिस्तीनेच राष्ट्र मोठे होते.

या आंदोलनाच्या लढ्याचे वार्तांकन करताना शहरातल्या वर्तमानपत्रांनी घेतलेली दखल लाख मोलाची होती. आमच्या आंदोलनाचा धगधगता अंगार राज्यातल्या कानाकोपऱ्यात त्यांनी पोहोचवला. वर्तमानपत्रांनी आंदोलनास दिलेला पाठिंबा व प्रसिद्धी आमच्या भावना सरकारपर्यंत पोहोचणारा महत्त्वाचा राजमार्ग ठरला. त्यासाठी कुठल्याही वर्तमानपत्राच्या संपादकाची, वार्ताहरांची आम्हांला मनधरणी करावी लागली नाही. आंदोलनाच्या कालखंडात आजच्यासारखे असंख्य वृत्तवाहिन्यांचे अफाट जाळे नव्हते; 'ई-टी.व्ही.मराठी' या दूरचित्रवाहिनीने आमच्या आंदोलनाच्या विस्तृत बातम्या सातत्याने दाखवल्या. लोकशाहीचा चौथा खांब गणला गेलेल्या प्रसिद्धीमाध्यमांचे मी मनापासून आभार मानले. एखाद दुसऱ्या वर्तमानपत्राचा अपवाद वगळता सर्व वर्तमानपत्रांनी कामगार आंदोलनातल्या कामगारांच्या सकारात्मक भावनांना वेळोवेळी प्रसिद्धी दिली.

कार्यकारिणीच्या बैठकीत ठरल्याप्रमाणे आंदोलन मंडपात दररोज घंटानाद चालूच ठेवण्यात आला. त्यान्वये आंदोलनाचे यज्ञकुंड धगधगते ठेवण्यात आले होते. आंदोलन थांबलेले नाही हे सरकारला सांगण्यासाठी अगोदर ठरलेल्या

नियोजनाप्रमाणे दिनांक २० नोव्हेंबर २००३ रोजी कंपनीसमोरील मुंबई-पुणे महामार्गावर सर्व कामगार बंधुभगिनी व अधिकाऱ्यांनी 'श्रमिक साखळी' अर्थात 'मानवी साखळी' केली. पिंपरीकडे डॉ. बाबासाहेब आंबेडकर यांच्या पुतळ्यापर्यंत आणि पुण्याकडे यशवंतराव चव्हाण यांच्या पुतळ्यापर्यंत केलेल्या या साखळीमध्ये दोन हजारांहून अधिक लोक सहभागी झाले होते.

दिल्लीतल्या हालचाली व आंदोलनाबाबतच्या भूमिकेसंदर्भात मी माझ्या दोन सहकारी युनियन प्रतिनिधींसोबत दिल्लीस गेलो. दिल्लीतील रसायन मंत्रालयात दोन टेबलांवर एच.ए. कंपनीच्या आंदोलनासंदर्भात वृत्तपत्रांतून प्रसिद्ध होणाऱ्या मराठी बातम्यांची कात्रणे काढून ठेवली होती. त्या कात्रणाचे हिंदी व इंग्रजी भाषांतर करण्यासाठी दोन वरिष्ठ पातळीवरील अधिकाऱ्यांची नियुक्ती करण्यात आलेली होती. हे अधिकारी मराठी बातम्यांची हिंदी व इंग्रजी भाषांतरे करून ती रसायन मंत्रालयात सचिव व रसायन मंत्र्यांना सादर करत असत. या कामासाठी शासकीय पातळीवर खर्च होणारी शक्ती एच.ए. कंपनीच्या पुनर्वसन प्रश्नासाठी वापरली असती तर अधिक श्रेयस्कर झाले असते, असे मी संबंधित अधिकाऱ्यांना बोललो.

दिल्लीतील रसायन मंत्रालयात रसायन खात्याच्या सचिवांसोबत महत्त्वाची बैठक घेण्यात आली. पवार साहेबांनी मंत्रालयात केलेल्या अंतर्गत हालचालीमुळे तसेच एच.ए. कंपनीच्या प्रवेशद्वारावर आंदोलन सभेत सरकारवर केलेल्या घणाघाती टीकेमुळे रसायन मंत्रालयातल्या त्या बैठकीतला प्रशासनाचा सूर खूपच वेगळा होता. एच.ए. कंपनीच्या पुढील वाटचालीसाठी पुनर्वसन प्रस्ताव पुन्हा सादर करण्याविषयी त्या बैठकीत चर्चा झाली. कंपनीच्या प्रवेशद्वारावर सुरू असणारे आंदोलन मागे घ्यावे, असाही युक्तिवाद प्रशासकीय अधिकाऱ्यांनी केला.

त्यावर कामगार संघटनेचा सरचिटणीस म्हणून मी त्यांना म्हणालो, "एच.ए. कंपनी बंद करणार नसल्याचे सरकारने आम्हांला ठामपणे सांगावे, मगच आम्ही आंदोलन मागे घेण्याबाबत विचार करू. तोपर्यंत घंटानाद आणि धरणे आंदोलन चालूच राहील. सरकार एच.ए. कंपनी चालवण्यास तयार असल्याची लेखी हमी सरकारने बीआयएफआर कोर्टाला द्यावी."

माझे म्हणणे ऐकल्यानंतर बैठकीतल्या अधिकाऱ्यांनी वरिष्ठ पातळीवर होईल तो निर्णय आपणास कळवण्यात येईल, असे सांगितले. आम्ही वरिष्ठ पातळीवरील निर्णयाची रात्रंदिवस चातकासारखी वाट पाहत होतो. पवार साहेबांनी कामगारांना

त्यांच्या रोजीरोटीचा व कंपनीच्या अस्तित्वाचा ठाम विश्वास दिला होता. त्यामुळे कामगारवर्गाचा आत्मविश्वास दुणावला होता. शिवाय कामगारांना आंदोलनात फार काळ उन्हात तळपत ठेवू नका, मी तुमचा संदेश सरकारपर्यंत पोहोचवला आहे, असेही पवार साहेबांनी मला व युनियन कार्यकारिणीला सांगितले होते; परंतु सरकार जोपर्यंत एच.ए.च्या प्रश्नावर ठामपणे भाष्य करत नाही, तोपर्यंत घंटानाद चालूच राहणार, ही आमची भूमिकाही आम्ही पवार साहेबांना सांगितली होती.

या दिल्लीभेटीदरम्यान मी आणि ज्ञानेश्वर भूमकर आम्ही सर्व पक्षांच्या खासदारांच्या निवासस्थानी जाऊन त्यांना एच.ए.संदर्भात लक्ष घालण्याची विनंतीपत्रे दिली. अनेक खासदारांच्या समक्ष भेटी झाल्या; काहींच्या सचिवांना भेटून निवेदने दिली. अनेकांनी सकारात्मक प्रतिसाद देत आमच्या प्रयत्नांचे तोंड भरून कौतुक केले.

दिल्लीहून परत पुण्यास आल्यानंतर कंपनीच्या प्रवेशद्वारावरील आंदोलन मंडपात कामगारांना आपल्या आंदोलनाचे दिल्लीतील बैठकीत उमटलेले पडसाद सांगितले. पिंपरी-चिंचवड औद्योगिक नगरीत गेल्या अनेक वर्षांत एच.ए.सारखा अभूतपूर्व लढा लढला गेला नव्हता. एच.ए.च्या लढ्यामुळे कामगार चळवळीस नवी दिशा प्राप्त झाली. खुद्द एच.ए. कंपनीतले बहुतांश कामगार अशा प्रकारच्या लढ्यास प्रथमतःच सामोरे गेले होते. त्यामुळे कंपनीतल्या कामगारवर्गात असणारे लहान सहान गट तट, मतभेद सारे काही संपुष्टात आले होते. समस्त कामगारबांधवांत एकीची भावना दृढ झाली होती. अधिकारीवर्गही या आंदोलनात सहभागी झाल्यामुळे कामगार व अधिकारीवर्गातली उच्चनीचतेची भावना संपुष्टात आली होती. कंपनीविषयी प्रत्येकाच्या मनात आपलेपणाची जाणीव जागृत झाली होती. एच.ए. कंपनी आपले व आपल्या परिवाराचे संगोपन करणारी आपली आईच, ही मातृप्रेमाची जाणीव प्रत्येकाच्या मनात जागृत झाली होती.

आंदोलनात कामगार कुटुंबीयांनाही सहभागी करून घेतल्यामुळे कुटुंबीयांच्या मनातसुद्धा कंपनीबाबत आपलेपणा आणि आदराची भावना होती. सर्वांच्या मनात कंपनीबाबत आस्था आणि प्रेम निर्माण झाले. या सर्वांच्या मुळाशी एकच कारण होते ते म्हणजे, कंपनी आणि कामगारांच्या अस्तित्वाचा प्रश्न ऐरणीवर येणे. तरीही हाताच्या बोटावर मोजण्याइतपत काही जण कंपनीच्या कोपऱ्याकोपऱ्यात बसून टिंगलटवाळी करत होते. ते खासगीत उपरोधाने म्हणत होते : 'आंदोलन संपलंय,

आता उरलीय फक्त घंटा!' त्यांच्या दृष्टीने हे आंदोलन म्हणजे विनोद होता. विशेष म्हणजे या आंदोलनाच्या कालखंडात कंपनीच्या उत्पादनातही भरघोस वाढ झाली, कारण आम्ही काम चोख करत होतो, आणि दुसरे म्हणजे आंदोलन हे पगारवाढीसाठी वा अन्य सुविधा मिळाव्यात म्हणून नव्हतेच मुळी.

हा लढा एच.ए. कंपनीच्या अस्तित्वाचा आणि दोन हजार कामगारांच्या व त्यांच्या कुटुंबीयांच्या उदरभरणाचा होता. या लढ्यामुळे पिंपरी-चिंचवड औद्योगिक नगरीतल्या कामगारवर्गाची एकजूट अनुभवावयास मिळाली. शेजारील घरावर संकट आल्यावर आजूबाजूच्या घरातील लोक ज्या मदतीच्या सद्भावनेतून संकटकाळी धावून जातात, त्याच भावनेने शहरातल्या अनेक कारखान्यांतल्या कामगार संघटनांचे प्रतिनिधी एच.ए.च्या आंदोलनात सहभागी झाले व आपले पाठबळ आमच्या लढ्यासाठी खर्च करत राहिले.

एच.ए.चे आंदोलन हे अनेक अर्थांनी 'न भूतो न भविष्यति' असेच म्हटले पाहिजे. एच.ए.च्या या आंदोलनाची दखल केवळ महाराष्ट्रातल्याच नाही, तर देशातल्या हिंदी, इंग्रजी वर्तमानपत्रांनी घेतली. गुजरातमधील एका साप्ताहिकाने एच.ए.च्या आंदोलनाची 'कव्हर स्टोरी' केली. घंटानाद करत असणारा फोटो साप्ताहिकाच्या मुखपृष्ठावर छापला होता.

एच.ए. संदर्भात शासकीय पातळीवर हालचालींना वेग आला होता. या सर्व पार्श्वभूमीवर सरकार निश्चितपणे एच.ए. संदर्भात सकारात्मक निर्णय घेईल असा विश्वास, कंपनीच्या व्यवस्थापनातील वरिष्ठ अधिकाऱ्यांसह आम्हा सर्व कामगार प्रतिनिधींना वाटत होता. आमचे सर्वांचे लक्ष बीआयएफआर कोर्टाच्या हालचालीकडे लागून राहिले होते. एच.ए. संदर्भात सरकार कोणता निर्णय घेते व कोणती भूमिका मांडते, यावर कोर्टाचा निर्णय अवलंबून होता. जर आमच्या विरोधात निर्णय गेला तर? ही शंकेची पाल माझ्या मनात चुकचुकत होती.

अर्थात कंपनीत कामगारांच्या गटागटाशी संवाद साधून मी त्यांच्या मनातली भीती काढून टाकण्याचा प्रयत्न करत होतो. कामगारांच्या मनात आत्मविश्वास पेरत होतो. त्यांनाही माझ्याबाबत व माझ्या शब्दाबाबत विश्वास वाटत होता. त्यांच्यासोबत संवाद साधताना मनावर असलेले चिंतेचे सावट मात्र मी जाणीवपूर्वक दडवत होतो. मनात वळवळणाऱ्या शंकाकुशंका व्यवस्थापनातील काही वरिष्ठ अधिकाऱ्यांना खासगीत बोलून दाखवल्या व मनातल्या मळभास वाट मोकळी करून देताना यावर काही मार्ग सापडेल का, याची चाचपणीही केली.

प्रश्नाचे उत्तर सकारात्मक असेल तर ठीकच; पण नकारात्मक आलेच तर त्याचा त्यातून मार्ग काढण्याचा माझा तो प्रयत्न होता. त्यावर काही अधिकाऱ्यांनी मला कायदेशीर सल्ला घेण्याविषयी सूचित केले.

दरम्यान मी कंपनीचे व्यवस्थापकीय संचालक अब्राहम यांना भेटून चर्चा केली. तेव्हा हायकोर्टामध्ये एच.ए.च्या प्रश्नासंदर्भात एखादी पिटिशन याचिका दाखल करावी याबाबत त्यांचे नि माझे एकमत झाले. आंदोलनाच्या खर्चामुळे कामगार संघटनेची आर्थिक परिस्थिती फारच नाजूक झालेली होती. या कामी व्यवस्थापनाने थोडेफार सहकार्य करावे अशी अपेक्षा मी अब्राहम साहेबांकडे व्यक्त केली. मात्र ही कंपनी सरकारी असल्यामुळे आणि आमचा लढा सरकारच्या विरोधात असल्यामुळे अब्राहम साहेब इच्छा असूनही आम्हांला आर्थिक मदत करू शकत नव्हते. त्यांचे हात कायद्याने, नियमाने बांधलेले होते. त्यांनाही मर्यादा होत्या. त्या वेळी त्यांनी मी आपणास योग्य पद्धतीने मदत करीन, परंतु ही चर्चा आपणा दोघांमध्येच गुप्त राहिली पाहिजे अशी अट मला घातली.

तदनंतर दोन दिवसांनी मी आमचे युनियनचे अध्यक्ष शरदराव पवार साहेबांची वेळ घेऊन मुंबईस त्यांच्या 'सिल्व्हर ओक' बंगल्यावर भेट घेण्यास गेलो. त्या वेळी साहेब मला म्हणाले, "दिल्लीत एच.ए.बाबत काही वेगळे घडणार नाही याची काळजी मी घेतो. तरीही एक-दोन मंत्री वेगळ्या विचारधारेचे आहेत. दिल्लीतील सरकारी पातळीवरील गोष्टी मी पाहतो. तुम्ही तुमच्या कायदेशीर मार्गाचा अवलंब जरूर करा. आपण सातत्याने एकमेकांच्या संपर्कात राहून संवाद साधू."

दरम्यान पवार साहेबांनी महाराष्ट्राचे मुख्यमंत्री सुशीलकुमार शिंदे साहेब यांच्यासोबत संपर्क साधून एच.ए. कंपनीबाबत महाराष्ट्र सरकारला काय करता येईल, याची चर्चा करावी. या आंदोलनाकडे राज्य सरकारने केवळ बघ्याची भूमिका घेत पाहू नये, महाराष्ट्र राज्यातील उद्योग टिकवण्यासाठी राज्य सरकारने योग्य पाऊल उचलावे, असे त्यांनी सांगितल्याची आठवण मी करून दिली. तेव्हा पवार साहेब मला म्हणाले, की राज्य सरकारकडून आपल्या काय अपेक्षा आहेत?

मी त्यांना म्हणालो की, साहेब, महाराष्ट्राच्या मुख्यमंत्र्यांनी केंद्र सरकारला एच.ए. कंपनीस आवश्यक ती मदत आम्ही करू व कोणत्याही परिस्थितीत एच.ए.कारखाना बंद करू नये अशा आशयाचे पत्र लिहावे. तसेच मुख्यमंत्र्यांनी कामगार संघटनेस व कंपनी व्यवस्थापनास चर्चेसाठी पाचारण करावे.

पुढील दोन दिवसांतच महाराष्ट्राचे मुख्यमंत्री सुशीलकुमार शिंदे यांनी केंद्र सरकारला पत्र लिहिले. पंतप्रधान वाजपेयी यांना लिहिलेल्या पत्रात मुख्यमंत्र्यांनी एच.ए. कंपनी चालू राहण्यासाठी राज्यसरकार आवश्यक ते सहकार्य करील. गरिबांच्या औषधनिर्मितीसाठी सरकारने ही कंपनी चालू ठेवावी अशी मागणी केली.

शासकीय यंत्रणेत घडणाऱ्या सर्व घडामोडींवर आम्ही बारकाईने लक्ष ठेवून होतो. कामगारांसोबत संवाद साधत होतो. गटागटाने चर्चा करत होतो. द्वारसभेत सर्व आढावा-तपशील सादर करत होतो. एच.ए.च्या अधिकारीवर्गासोबत तसेच व्यवस्थापनासोबत संवाद साधत होतो. वर्तमानपत्राच्या कार्यालयात जाऊन पत्रकारांसोबत वार्तालाप करत होतो. एकूणच एच.ए. संदर्भात सरकारने चुकीचा निर्णय घेऊ नये म्हणून आम्ही सजग व सतर्क होतो. कामगारशक्ती, राजकीय शक्ती, प्रसार व प्रचारमाध्यमे, कायदेशीर मार्ग या सर्व साधनांचा युनियन सरचिटणीस व आंदोलनाचा कामगार नेता म्हणून मी वापर करत होतो. समोर आश्वासक चित्र दिसत असले तरी, माझे मन मात्र 'जर आणि तर'च्या प्रश्नचिन्हात रात्रंदिवस गुरफटलेले असायचे. आमचा लढा कुणा एका कंपनीमालकाविरुद्धचा नव्हता, तर आमचा लढा कंपनीचे मालक असणाऱ्या सरकार व सरकारी यंत्रणेविरुद्धचा होता.

कायद्याच्या व लेखणीच्या एका फटकाऱ्याने आमचे आणि कंपनीचे अस्तित्व व आयुष्य उद्ध्वस्त होणार होते. सरकार व सरकारी यंत्रणांनी तोट्यातला व्यवसाय म्हणून कंपनीच्या आणि पर्यायाने दोन हजार कामगारांच्या गळ्यातला फास आवळण्यासाठी कंबर कसलेली होती. सरकार व प्रशासकीय यंत्रणांसोबतचा आमचा संघर्ष म्हणूनच जटिल व गुंतागुंतीचा होत असल्याची आशंका मला येत होती. जबाबदारीचे भान आणि जाण सतत माझ्या मनाच्या अंतर्मनाला 'रात्र वैऱ्याची आहे' याची जाणीव करून द्यायची. माझे डोळे सतत दिल्लीकडे लागलेले असत. मी कधी पवार साहेबांचा निरोप वा आदेश येतो, याचीच प्रतीक्षा करत होतो. रसायन मंत्रालयातील उच्च अधिकाऱ्यांशी फोनवरून संपर्क करत होतो. चिंतन, पाठपुरावा, संवाद आणि आशावादात एकेक दिवस जात होता.

अशातच पवार साहेबांनी मला दि. १४ डिसेंबर २००३ रोजी रात्री साडेदहा वाजता फोन केला. ते म्हणाले, "अरुण, उद्या सकाळी दहा वाजता पंतप्रधान अटलबिहारी वाजपेयी यांनी एच.ए.च्या प्रश्नावर चर्चेसाठी संसदेतील पंतप्रधान कार्यालयात आपली बैठक आयोजित केली आहे. तुम्हाला या बैठकीसाठी कसे वेळेत पोहोचता येईल ते पाहा. युनियनचा एखाद-दुसरा प्रतिनिधी या बैठकीस

उपस्थित राहिला तरी चालेल. पाहा, तुम्हाला कसे शक्य होईल तसे."

हा फोन आल्यामुळे मला खूप आनंद झाला. ज्या दिवसाची मी चातकासारखी वाट पाहत होतो, तो दिवस अखेर उगवला. देशाच्या पंतप्रधानांनी एच.ए.च्या प्रश्नासाठी कामगार युनियनला चर्चेसाठी निमंत्रण देणे ही आमच्या आंदोलनाची सर्वांत मोठी परिणती होती. रात्री साडेदहा वाजता दिल्लीतल्या बैठकीसाठी निरोप मिळतो आणि बैठक सकाळी दहा वाजता!

पुण्यातून दिल्लीस कसे पोहोचायचे? वेळेचे गणित कसे जुळणार?

हे सारे यक्षप्रश्न माझ्या डोळ्यांसमोर क्षणार्धात उभे राहिले. दिल्लीस पोहोचणे हे सर्वांत मोठे आव्हान होते. त्या काळी आजच्यासारखी 'ऑनलाईन' विमान तिकिट बुकिंग व्यवस्था नव्हती. रात्री पुण्यावरून दिल्लीस जाणारे विमानही नव्हते. आजच्यासारख्या प्रत्येकाकडे असणाऱ्या चारचाकी गाड्याही मुबलक नव्हत्या.

सदर बैठकीबाबत मी आमच्या कामगार संघटनेच्या प्रमुख पदाधिकाऱ्यांना तातडीने संपर्क केला. विचारविनिमय करून कामगार संघटनेचा सरचिटणीस म्हणून मी एकट्यानेच जावे, असे ठरवण्यात आले.

पुण्यावरून मुंबईस जाण्यासाठी अविनाश वाघेरे या माझ्या मामेभावाशी संपर्क केला. त्याच्या वाहनातून रात्री अकरा वाजता मी मुंबईकडे प्रयाण केले. एच.ए.वसाहतीत असणाऱ्या विठ्ठलमंदिरात मस्तक टेकवले, त्याला यशासाठी साकडे घातले आणि निघालो. रात्री अडीच ते तीन वाजण्याच्या दरम्यान मी मुंबई विमानतळावर पोहोचलो.

पहाटे साडेपाच वाजता मुंबईवरून दिल्लीस उड्डाण करणाऱ्या विमानाचे तिकीट बुक केले. प्रतीक्षागृहात क्षणाक्षणाची गणना करत बसलो. साडेतीन-पावणेचार-चार-साडेचार-पाच-साडेपाच... घड्याळाचे आकडे पुढे पुढे सरकत गेले. माझी उत्कंठा वाढत गेली. कान सतत विमानाच्या उद्घोषणेकडे लागलेले; पण उद्घोषणा काही होत नव्हती. चौकशी कक्षात जाऊन चौकशी केली तेव्हा समजले की दिल्लीत दाट धुके असल्यामुळे मुंबईवरून दिल्लीस जाणाऱ्या विमानाच्या उड्डाणास विलंब होत आहे. मी दीर्घ श्वास घेतला. आता काय आणि कसे होणार, मी वेळेत पोहोचणार की नाही, या चिंतेने मन अधिकच व्याकूळ झाले.

शेवटी सकाळी साडेसहा वाजता मुंबईवरून दिल्लीस जाणाऱ्या विमानाने आकाशात झेप घेतली. दिल्लीत उतरताच मी संसदभवनाकडे प्रयाण केले. मोटारीने बैठकीच्या वेळेअगोदर मी पोहोचणे अपेक्षित होते. पण रस्ता काही संपत

नव्हता. संसदभवनाच्या दाराजवळ साहेबांचे स्वीय साहाय्यक माझी प्रतीक्षा करत उभे होते. मी नियोजित वेळेत संसदभवनात पोहोचलो. संसदेतील पंतप्रधानांच्या दालनामध्ये पंतप्रधान अटलबिहारी वाजपेयी आणि लोकसभेतील विरोधी पक्षनेते व आमच्या युनियनचे अध्यक्ष खासदार पवार साहेब, रसायन मंत्रालयातील वरिष्ठ अधिकारी, पंतप्रधान कार्यालयातील वरिष्ठ अधिकारी बसलेले होते. सदर बैठकीसाठी चंदीगडवरून दिल्लीस येणारे रसायनमंत्री सुखदेवसिंग धिंडसा दाट धुक्यामुळे उशिरा पोहोचत असल्याचा निरोप मिळाला. रसायन मंत्र्यांच्या अनुपस्थितीत पंतप्रधानांनी चर्चा सुरू केली.

एच.ए. कामगार युनियनचे अध्यक्ष खासदार पवार साहेबांनी कामगारांच्या भावना स्पष्ट शब्दांत मांडल्या.

ते म्हणाले, “हमारे मजदूर लोग काम कर रहे है। काम करने की उनकी मनोकामना है। वो काम करने के लिए तैयार है। कंपनी का व्यवस्थापन और मजदूर लोगों में कौनसा भी विवाद नहीं। आप ये कंपनी का हिस्टॉरिकल बॅकग्राउंड के बारे में जरा सोचो। स्टेट गव्हर्नमेंट मदत करने के लिए तैयार है। सेंट्रल गव्हर्नमेंट इकॉनॉमिकल हेल्प करेगी, तो ये कंपनी चलनेवाली है। पूरे हिंदुस्थान में उत्पादन चालू रखकर किया हुआ ये आंदोलन अनोखा और अभिनव है। फॅक्टरी के अंदर हरेक मजदूर अपना अपना काम करके अपनी माँग के लिए रोजगार बचाने के लिए कंपनी के बाहर शांततापूर्ण आंदोलन कर रहा है। एच.ए.मजदूरों ने मोर्चा निकाला, घंटानाद किया ताकि उनका आवाज आम जनता और सरकार सुन सके। पुणे की बहुत सारे कंपनी के युनियन का भी ये आंदोलन के लिए सहयोग मिला है। अगर आप ये कंपनी बंद करेंगे, तो सिर्फ दो हजार मजदूरों का सवाल खडा नहीं होगा, तो पुणे के इंडस्ट्रियल फाउंडेशन को धोका पहुँच सकता है। एच.ए. कंपनी का निर्माण सिर्फ फायदे के लिये हुआ नही, बल्कि आम आदमी को सस्ते दाम में सही और परिणामकारक दवा दिलाने के लिए हुआ है। आप गंभीरता से ये कंपनी के बारे में सोचो। बीमार आदमी को दवा खिला के ठीक किया जाता है, तो फिर बीमार कंपनी क्यों नहीं तंदुरुस्त हो सकती?”

पवार साहेब बोलत होते आणि खुर्चीत बसून पंतप्रधान वाजपेयी शांतपणे डोळे मिटून एच.ए.बाबतची कैफियत ऐकत होते. जणू काही वाजपेयी डोळे मिटून खुर्चीवर गाढ झोपले आहेत असेच पाहणाऱ्याला चित्र दिसत होते. मी काही तरी बोलावे म्हणून तोंड उघडणार होतो, तोच काही एक न बोलण्याचा इशारा पवार

साहेबांनी मला डोळ्यानेच केला. त्यामुळे मी शांत बसलो. पवार साहेब काय बोलतात आणि कोणता पवित्रा घेतात, याकडे जसे माझे डोळे लागले होते, तसेच पंतप्रधान कोणता निर्णय देतात व कोणती भूमिका घेतात, याची उत्सुकता व हुरहूर माझ्या मनाला लागली होती. काही वेळ शांततेत गेला. पवार साहेबांनी पुन्हा एकदा चौफेर नजर फिरवली व ते म्हणाले, "अगर सरकार ये कंपनी बंद ही करना चाहती है, वैसे तो मेरी राय ये है कि सरकार ने ये कंपनी बंद नहीं करना चाहिए, अगर सरकार ये कंपनी बंद करना ही चाहती है, तो कहीं ऐसा न हो कि मुझे मजबूरन मजदूरों के साथ ये आंदोलन में शामिल होना पडेगा।"

पवार साहेबांचे बोलणे ऐकून आपले झाकलेले डोळे किलकिले करत पंतप्रधान वाजपेयी म्हणाले, "नहीं... नहीं... पवार साब, आपको ये करने की नौबत नहीं आयेगी। सरकार एच.ए. कंपनी बंद नहीं करेंगी।"

पंतप्रधानांचे बोलणे ऐकताना रोखून धरलेला श्वास मी सोडला. त्या श्वासासोबत छातीचा फुगलेला भाता जसा रिता झाला, तसा माझ्या मनावरचा सारा ताणतणाव डोईवरील अवजड ओझे उतरल्यागत क्षणार्धात नाहीसा झाला. त्यानंतर मी पुन्हा एकदा दीर्घ सुस्कारा सोडला. पंतप्रधानांच्या वक्तव्यानंतर सदर बैठकीमध्ये भाग घेतलेल्या अन्य अधिकाऱ्यांनी आपापली मते व्यक्त केली. काही वेळाने रसायनमंत्री सुखदेवसिंग धिंडसा बैठकीत हजर झाले. पंतप्रधानांनी घेतलेला निर्णय रसायन मंत्र्यांना सांगण्यात आला.

बैठक संपताक्षणी मी पंतप्रधान, शरद पवार, रसायनमंत्री धिंडसा व बैठकीस उपस्थित असणाऱ्या सर्व वरिष्ठ अधिकाऱ्यांचे एच.ए. कामगार संघटनेच्या वतीने आभार मानले. संसदेचे अधिवेशन चालू असल्यामुळे पवार साहेब संसदेतच थांबले. सर्वांचा निरोप आणि साहेबांची अनुमती घेऊन मी संसदभवनाच्या बाहेर पडलो.

या निर्णयाचा आनंद व्यक्त करण्यासाठी दिल्लीत माझ्यासोबत त्या क्षणी अन्य कुणीच नव्हते. माझ्या आनंदाला पारावार उरला नव्हता. कुणाशी बोलावे आणि कुणाला सांगावे, अशी अवघडलेली अवस्था झाली होती.

कंपनीतल्या दोन हजार कामगारांचे डोळे दिल्लीकडून कोणता निर्णय येतो आहे, याची प्रतीक्षा करत होते. सर्वांची उत्सुकता व आतुरता मला ज्ञात होती. तरीही घाईगडबडीत मी हा निर्णय कोणालाही सांगू शकत नव्हतो. साहेबांच्या अनुमतीशिवाय या निर्णयाची बातमी कशी व कोणत्या शब्दांत, कोणत्या स्वरूपात

द्यावयाची, हे स्पष्ट होत नव्हते. पवार साहेब संपूर्ण दिवस अधिवेशनातच होते. त्या दिवशी संध्याकाळी मी साहेबांना त्यांच्या निवासस्थानी जाऊन भेटलो, त्यांच्यासोबत चर्चा करून पुढील दिशा ठरवली. दरम्यान पुण्यातून वृत्तपत्र कार्यालयांतूनही मला सतत विचारणा होत होती.

त्याच रात्री फोनवरून दिल्लीतील बैठकीचा वृत्तांत मी आमच्या पदाधिकाऱ्यांना दिला. सर्वांनी माझ्यावर अभिनंदनाचा वर्षाव केला. खरे तर याचे सारे श्रेय पवार साहेबांचे होते. केंद्रातील सरकारला समजवण्याची आणि थोपवण्याची साहेबांची ताकद त्या दिवशी मी 'याचि देही, याचि डोळा' अनुभवली. शांतपणे पण तितक्याच मृदू शब्दांत आपली भूमिका ठामपणे मांडणारे साहेब निर्वाणीचा इशाराही तितक्याच मृदू शब्दांत, इच्छा नसतानाही, आपणास काही वेगळे करावे लागेल अशा सहजतेने देतात, तेव्हा देशाच्या पंतप्रधानांनाही क्षणभर विचार करावा लागतो. या मुखातून बाहेर पडणाऱ्या मृदू शब्दांमागचे गांभीर्य काय असते व त्याचे काय परिणाम होतील, हे सुज्ञ जाणकारास आपोआप ज्ञात होते.

दोन दिग्गज, विचारवंत व कृतिशील, अभ्यासू नेत्यांचा संवाद या चर्चेन्वये मला अनुभवता आला. शांतपणे डोळे मिटून संवेदनशील कानांनी चर्चा ऐकणारे पंतप्रधान वाजपेयी व आपली भूमिका मुद्देसूदपणाने, ठामपणे मांडणारे शरद पवार साहेब. एकाच्या हाती सत्तेचा राजदंड व सर्वोच्च सिंहासनाची खुर्ची तर दुसरा प्रगल्भ विचारवंत विरोधी पक्षनेता. या दोन महान नेत्यांचे संवाद ऐकण्याचे भाग्य मला या चर्चेन्वये लाभले. या चर्चेतून माझ्या दोन हजार कामगारबांधवांना दिलासा देणारा निर्णय प्राप्त झाला, ही माझ्यासाठी व समग्र कामगारबांधवांसाठी आनंददायी बाब होती.

माझ्या सूचनेनुसार कंपनीमध्ये आमच्या कार्यकारिणीला दिल्लीतील पंतप्रधानांच्या झालेल्या बैठकीचा वृत्तांत अधिकृतपणे दिनांक १६ डिसेंबर रोजी सांगण्यात आला. कार्यकारिणी सदस्यांच्या आनंदाला उधाण आले. काही जण आनंदोत्सव साजरा करण्याचा आग्रह करू लागले. त्यांच्या उत्साहाला व तीव्र इच्छेला मी कसाबसा आवर घातला. कारण यातून उद्‌भवणाऱ्या तांत्रिक अडचणींचा पाढा मला ज्ञात होता.

देशाच्या पंतप्रधानांनी चर्चेअंती आपला निर्णय जाहीर केला असला तरी केवळ नेता, मंत्री अथवा पंतप्रधान यांच्या तोंडी वक्तव्यातून आलेला कोणताही सरकारी निर्णय वा भाष्य ग्राह्य धरले जात नाही, तर तो निर्णय कागदावर लिखित स्वरूपात

सही शिक्क्यानिशी जाहीर व्हावा लागतो. एच.ए.च्या प्रश्नासंदर्भात सरकारने आपला निर्णय बीआयएफआर कोर्टाला लेखी स्वरूपात कळवणे अपेक्षित होते. तसे होईपर्यंत आनंदोत्सव साजरा करणे उचित ठरणारे नव्हते.

पंतप्रधानांसोबत झालेल्या चर्चेमुळे एकूण कंपनीतले वातावरण सुखावले होते. दिल्लीतून मी दिलेल्या सूचनेप्रमाणे कामगार संघटनेच्या कार्यकारिणीच्या बैठकीत घंटानाद व धरणे आंदोलन स्थगित करण्याचा निर्णय घेण्यात आला. मी १८ डिसेंबरला होणाऱ्या बीआयएफआरच्या सुनावणीसाठी दिल्लीतच थांबलो.

पुस्तकातील एक एक पान उलगडत जावे तसा आमचा प्रवास येणाऱ्या प्रत्येक अडचणींवर मात करत पुढे पुढे चालला होता. संयम आणि धीर यांची कसोटी लागली होती. दरम्यानच्या काळात कंपनीमध्ये उत्पादनासाठी लागणाऱ्या भांडवलाची मोठी अडचण व चणचण निर्माण झाली होती. कामगारांचे महिन्याच्या १० तारखेला मिळणारे वेतन २०-२१ तारखेपर्यंतच्या विलंबाने व्यवस्थापन देत होते. हे सारे कंपनी व्यवस्थापनाशी चर्चा विनिमयाच्या संवादी भूमिकेतून आम्ही मान्य केले होते. कोणत्याही कारणास्तव औद्योगिक संबंध बिघडणार नाहीत, याची दक्षता आम्ही उभयपक्षी घेत होतो.

आता पुन्हा एकदा आमचे डोळे सुनावणीकडे लागले होते. एकेक पायरी चढत असताना पाठीस लागलेल्या समस्यांचा ससेमिरा काही केल्या संपत नव्हता. कामगार नेता म्हणून सरकारी मालकी असणाऱ्या कारखान्यात नेतृत्व करताना खरा कस लागत होता. बळ दिल्याशिवाय व्यवस्थापन काही करू शकणार नव्हते आणि कामगार संघटित ठेवल्याशिवाय दिल्लीतल्या सरकारसोबत लढा देता येणे शक्य नव्हते. कामगार आणि व्यवस्थापन दोघांनाही सांभाळण्याची मला कसरत करावी लागत होती. अशा वेगळ्या चक्रव्यूहातून माझा कामगार नेता म्हणून प्रवास चालू होता. गेला दीड महिना रणांगणातील सेनापतीसारखा मी लढत होतो. पुणे, दिल्ली, मुंबई अशा पायाला भिंगरी लावल्यागत, दिवस-रात्रीची तमा न बाळगता मी सततच्या चकरा मारत होतो.

'एच.ए. बंद करणार नाही' अशी पंतप्रधान वाजपेयी यांनी सरकारच्या वतीने दिल्लीत घोषणा केली. दि. १८ डिसेंबर २००३ रोजी होणाऱ्या सुनावणीच्या वेळी सरकारकडून कंपनी चालवण्याचा प्रस्ताव बीआयएफआर समोर मांडण्यात येईल, असे आम्हांला पंतप्रधानांसमवेतच्या बैठकीत सांगण्यात आले होते. हा निर्णय झाल्याचे माझ्या कामगार युनियनच्या पदाधिकाऱ्यांना मी कळवले होते.

पंतप्रधानांच्या आश्वासनानंतर कंपनीतल्या कामगारवर्गात आनंदाचे वातावरण निर्माण झाले; परंतु पंतप्रधानांचा हा निर्णय कागदोपत्री उतरेपर्यंत माझ्या मनात शंकेची पाल चुकचुकत होती.

सरकारी यंत्रणेतील अधिकारी संबंधित निर्णयाची अंमलबजावणी जोपर्यंत कागदावर करत नाहीत, तोपर्यंत त्या निर्णयावर फारसा विश्वास ठेवता येत नाही, हे मी अनुभवातून शिकलो होतो. दिल्लीतील पंतप्रधानांसोबतच्या बैठकीसाठी रसायनमंत्री सुखदेवसिंग धिंडसा वेळेवर पोहोचले नाहीत; त्याचेही तर्कवितर्क मनात संदेह निर्माण करत होते. पंतप्रधान वाजपेयीजी यांच्यावर पूर्ण विश्वास होता, तरीही रसायन मंत्रालयातील प्रशासकीय अधिकारीवर्गाबाबत मी साशंक होतो. रसायन मंत्री बैठकीस पोहोचण्याअगोदरच पंतप्रधानांनी एच.ए.संदर्भात निर्णय घेऊन टाकला होता. खुद्द पंतप्रधानांनी पवार साहेबांना एच.ए.संदर्भात दिलेल्या शब्दाचा, त्या घटनेचा साक्षीदार म्हणून मला झालेला आनंद तितकाच मोठा होता.

कदाचित हा आनंद जास्त काळ टिकू नये असेच नियतीच्या मनात असावे. कठीण प्रसंगी चिखलात रुतलेले एक चाक बाहेर काढत असताना दुसऱ्या चाकाला खुटी लागावी अशीच काहीशी अवघड परिस्थिती कंपनीत निर्माण झाली. दिल्लीत असतानाच कंपनीतील वरिष्ठ अधिकारी डी. एस. यादव यांचा रात्री मला फोन आला. ते म्हणाले, "अरुण, आपल्या कंपनीतून मॅक्स जीबी निघून गेली हे तुला समजले का?"

या त्यांच्या एका वाक्याने मला ब्रह्मांड आपल्याभोवती फिरत असल्याचा भास झाला. संकटांची मालिका काही संपता संपत नव्हती. मॅक्स जीबीच्या जाण्याने नवे संकट उभे राहिले. दोन हजार कामगारांचा आणि त्यांच्या कुटुंबीयांच्या उदरनिर्वाहाचा, भवितव्याचा प्रश्न ऐरणीवर असताना तत्संदर्भात पेटलेल्या वणव्यामध्ये मॅक्स जीबीने आपलीही समिधा टाकून आगीत तेलच ओतले. ही मॅक्स जीबी कंपनी आणि एच.ए. कंपनीतील पेनिसिलीन विभागाचे 'जॉईंट व्हेंचर' (भागीदारी कंपनी) भारत सरकारच्या निर्देशान्वये करण्यात आलेले होते. पेनिसिलीन उत्पादन वाढवण्यासाठी सरकारने या खासगी कंपनीसोबत उत्पादनाचा १५ वर्षांसाठी करार केला होता. त्यासाठी एच.ए. कंपनीतील पेनिसिलीन विभागाची सर्व यंत्रणा तसेच स्ट्रेप्टोमायसिन विभागातील सर्व यंत्रणा मॅक्स जीबीकडे सुपूर्द करण्यात आलेली होती. एच.ए.कडील सुमारे साडेपाचशे कामगार मॅक्स जीबीकडे हस्तांतरित करण्यात आलेले होते. याबाबतीत मॅक्स जीबी कंपनीच्या एच.ए.

कंपनीतल्या आगमनाच्या वेळी दि. ८ ऑक्टोबर १९९५ रोजी मी सर्व कामगारांना सोबत घेऊन मॅक्स जीबी विरोधात लढा दिला होता. एच.ए.कडून मॅक्स जीबी हस्तांतरित करत असलेल्या साडेपाचशे कामगारांच्या भवितव्याचे काय? हा प्रश्न मी त्याच वेळी उपस्थित केला होता. तसेच मॅक्स जीबी ही कंपनी १५ वर्षे आपल्या कराराचे पालन करील याची खात्री कोण व कशी देणार?

माझ्या त्या वेळच्या प्रश्नांनी आज सत्यरूप प्रकट केले होते.

आज माझी शंका खरी ठरली होती. एकीकडे एच.ए.बंद करण्याचा केंद्र सरकारचा प्रयत्न हाणून पाडण्यासाठी आमचा संघर्ष चालू असताना, आत्ता कुठे आमच्या आशावादाला नवीन पालवी फुटू लागली, तोच मॅक्स जीबीने पलायन करून उत्पादनप्रक्रियेत बिघाड निर्माण करावा, हे सारेच अनाकलनीय होते.

दि. १५ डिसेंबर २००३ रोजी दिवसभराचे कार्यालयीन कामकाज संपण्याच्या वेळी सायंकाळी पाचच्या सुमारास मॅक्स जीबीच्या वरिष्ठ अधिकाऱ्यांनी आपण तातडीने उत्पादन थांबवत असल्याचे भागीदारीत असणाऱ्या एच.ए. कंपनीच्या व्यवस्थापनास मेलद्वारे कळवले. या बाबतीत एच.ए. कंपनीतल्या कोणालासुद्धा याची पुसटशीही कल्पना नव्हती. मॅक्स जीबीचे सर्व अधिकारी कार्यालयीन वेळ संपताच साळसूदपणे कंपनीच्या बाहेर पडले आणि आपापल्या घरी गेले. त्यामुळे कोणालाही कसलीच शंका आली नाही.

आश्चर्याची बाब म्हणजे त्याच दिवशी पंतप्रधान व सरकार एच.ए. कंपनी बंद करणार नाही अशी घोषणा करतात आणि त्याच दिवशी सरकारने जॉईंट व्हेंचर करारान्वये भागीदारी केलेली मॅक्स जीबी कंपनी एच.ए.तून उत्पादनप्रक्रिया थांबवून गुपचूप पलायन करते! याचा अन्वयार्थ कसा लावायचा? हा सुखदु:खाचा खेळ? की कुटिल रणनीतीचा आकलनाबाहेरचा फसगत करणारा डाव? की केवळ योगायोग? सारे काही अनाकलनीय!

डी. एस. यादवांसोबत फोनवर संभाषण केल्यानंतर मला कंपनीचे व्यवस्थापकीय संचालक एम.सी. अब्राहम साहेब यांचा काही वेळातच फोन आला. त्यांनी फोनवर मला सांगितले की मॅक्स जीबीबाबत मी पवार साहेबांसोबत शक्य तितक्या लवकर बोलावे व त्यांना मॅक्स जीबीच्या पलायनाची कल्पना द्यावी. रात्र झाल्यामुळे मला साहेबांकडे जाणे प्रस्तुत वाटले नाही. या फोननंतर मनातील भाव व्यक्त करायला दिल्लीमध्ये माझ्यासोबत कोणीही नव्हते. एकीकडे पंतप्रधानांचा सुखद निर्णय आणि त्याचवेळी मॅक्स जीबीचा हा जीवघेणा खेळ...

काही क्षण मी देहभान हरपलो. पुरता गोंधळून गेलो. त्या रात्री ना अन्नाचा कण घशाखाली गेला, ना रात्रभर डोळ्याला डोळा लागला.

सकाळी साहेबांच्या दिल्लीतील निवासस्थानी जाऊन मी त्यांना काल कंपनीत घडलेला सर्व प्रकार समक्ष कथन केला. माझे बोलणे ऐकून पवार साहेब खूपच गंभीर झाले. त्यांनी मॅक्स जीबीच्या व्यवस्थापनाची सविस्तर माहिती माझ्याकडून जाणून घेतली. सर्व संबंधित अधिकाऱ्यांचे फोन नंबर, मोबाइल नंबर इ. माहिती त्यांनी मला विचारली. तसेच कंपनीचे व्यवस्थापकीय संचालक अब्राहम यांनाही फोन करून माहिती घेतली. अब्राहम यांना तातडीने दिल्लीस येण्याविषयी पवार साहेबांनी सूचित केले. तसेच मॅक्स जीबी गेल्यानंतर उद्‌भवणाऱ्या समस्यांचे निराकरण कसे करावयाचे व त्यावर कोणत्या उपाययोजना करता येतील, याचाही अभ्यास करण्याविषयी अब्राहम यांना सूचना केली. रसायन मंत्रालयासही पवार साहेबांनी फोन केला व मॅक्स जीबीबाबतची माहिती जाणून घेतली. दि. १६ डिसेंबर २००३ हा माझ्या आयुष्यातला एक अस्वस्थ दिवस होता. मॅक्स जीबीबाबत मी त्यांनी कंपनीत पाऊल ठेवले त्या दिवसापासून साशंक होतो.

एच.ए.तील युटिलिटी हस्तगत करण्याचा त्यांचा डाव मी १९९८मध्येच उधळून लावला होता. कंपनीतील कामगार व एच.ए.तून मॅक्स जीबीकडे हस्तांतरित करण्यात आलेले कामगार यांच्यात मॅक्स जीबीने फूट पाडण्याचे वारंवार केलेले प्रयत्न मी वेळोवेळी उधळून लावले होते. मॅक्स जीबीने सरकारसोबत केलेल्या करारान्वये प्रतिवर्षी एच.ए. कंपनीस साडेसतरा कोटी रुपये भाड्यापोटी देण्याचे ठरवले होते. अलीकडच्या काळात हा भाडे पट्टासुद्धा मॅक्स जीबीने थकवला होता. कामगार संघटनेचा जबाबदार सरचिटणीस म्हणून मी वारंवार सरकारकडे याविषयी तक्रारी करतच होतो. अखेर एच.ए. अडचणीत असताना अनपेक्षितपणे मॅक्स जीबीने पलायन करून आमच्या अडचणीत भरच टाकली. पेनिसिलीनचे उत्पादन थांबले. त्यातून मिळणारा नफा ही दूरची गोष्ट, पण भाडेपट्टाही थकवलेला. शिवाय साडेपाचशे कामगारांच्या पगाराचा अतिरिक्त बोजा एच.ए. प्रशासनावर पडणार होता, ही बाब वेगळी. आता पुढे काय? या प्रश्नामुळे एच.ए. प्रशासन, कामगार संघटना व संघटनेचे अध्यक्ष सारेच चिंतातुर झालेले.

मॅक्स जीबीच्या पलायनाने एच.ए. कंपनीत अक्षरशः भूकंप झाल्यागत अवस्था झाली. सर्व कामगार हवालदिल झाले. दि. १८ डिसेंबर २००३ रोजी होणाऱ्या बीआयएफआरच्या सुनावणीसाठी कामगार संघटनेचे पदाधिकारी आय.

पी. आत्तार, ज्ञानेश्वर भूमकर, बाबुराव लोंढे, चंद्रशेखर भैलुमे यांनी दिल्लीस येण्याचे पूर्वनियोजनान्वये ठरलेले होते. ही महत्त्वाची सुनावणी असल्यामुळे आमचे कायदा सल्लागार ॲड. मदन फडणीस हेही कामगारांची कैफियत मांडण्यासाठी उपस्थित राहतील, असे नियोजन आम्ही केलेले होते. सुमारे दोन आठवड्यांपूर्वीच आम्ही ॲड. मदन फडणीस साहेबांच्या मदतीने कामगारांची बाजू व भूमिका पटवून देणारी दोनशे पानांची फाईल कोर्टाला सादर करण्यासाठी तयार करून ठेवलेली होती. ठरलेल्या नियोजनाप्रमाणे कामगार युनियनचे पदाधिकारी सुनावणीसाठी दि.१७ डिसेंबर २००३ रोजी सकाळी दिल्लीत येऊन दाखल झाले. कंपनीचे व्यवस्थापकीय संचालक एम. सी. अब्राहमसुद्धा दिल्लीस आले.

आम्ही सर्व जण पवार साहेबांच्या निवासस्थानी गेलो. तत्पूर्वी मी अब्राहम साहेबांना मॅक्स जीबीकडे हस्तांतरित केलेल्या साडेपाचशे कामगारांचे भवितव्य काय, म्हणून विचारणा केली. त्यावर अब्राहम साहेबांनी एक पेपर माझ्याकडे सुपूर्द केला आणि सांगितले की रसायन खात्यांच्या सचिवांना मी काल हा पेपर सुपूर्द केला आहे. त्या पेपरवर नजर टाकताच माझा श्वास रोखला गेला. माझ्या जिवाची लाहीलाही झाली. त्या पेपरमध्ये साडेपाचशे कामगारांना 'ले-ऑफ' देण्याचे सुचवण्यात आलेले होते. मॅक्स जीबी कंपनीचे 'लॉक आउट' डिक्लेअर (टाळेबंदी जाहीर) करून तेथे काम करणाऱ्या साडेपाचशे कामगारांना एच.ए. कंपनी पगार देऊ शकत नसल्यामुळे काही काळासाठी व तो विभाग कार्यान्वित होईपर्यंत 'लॉक आउट' करण्याचे सुचवण्यात आलेले होते. हे पत्र व्यवस्थापकीय संचालक अब्राहम यांनी रसायन मंत्रालयाच्या सचिवांना सादर केले होते. मी अब्राहम साहेबांवर रागाने ओरडलो. "अब्राहम साहेब, तुम्हाला पवार साहेबांनी या संदर्भात चर्चा करण्यासाठी दिल्लीत बोलावले असताना, चर्चा व विचारविनिमय करून नंतर हस्तांतरित कामगारांबाबत निर्णय घ्यावयाचा होता. तसे न करता आपण परस्पर हा निर्णय का घेतला?"

त्यावर अब्राहम साहेब म्हणाले, "मैं तो मजबूर था। मेरे ऊपर प्रशासन का दबाव था। वो लोग मुझे प्रेशराईज कर रहे थे। बडे आफसरों की बात मैं कैसे ठुकरा सकता? वो मेरी ड्युटी हैं।"

आकाशपाताळ एक झाल्यासारखी माझी अवस्था झाली होती. संघर्षाच्या या आगीत माझ्या नेतृत्वाची कसोटी लागत होती. मी एकीकडे वणवा विझवत होतो, तो दुसरीकडून वणव्याची आग भडकत होती. दिल्लीत दाखल झालेल्या

संघटनेतील माझ्या पदाधिकाऱ्यांसह मी सखोल चर्चा केली. त्याचवेळी आम्ही एकमेकांना धीर देऊन निर्धार केला, 'साडेपाचशे कामगारांपैकी एकही कामगार घरी जाणार नाही व घरी बसणार नाही, त्यासाठी आपण वाटेल ते प्रयत्न करू.' हीच खरी आता आपली कसोटी आहे. इथे फाटण्याअगोदरच डागडुजी करायला हवी, नाही तर इथे गळती लागली तर गळती थांबवणे आवाक्याच्या बाहेर जाईल व आपली सारी ध्येये व मनसुबे कोसळतील. म्हातारी मेल्याचे दुःख नाही, पण काळ सोकावता कामा नये, असे मी माझ्या कामगार प्रतिनिधी सहकाऱ्यांना सांगितले. त्याच दृढनिश्चयाने आमची पवार साहेबांसोबत चर्चा झाली.

व्यवस्थापकीय संचालक एम. सी. अब्राहम यांनी घाईघाईने रसायन मंत्रालयातल्या सचिवांना दिलेले पत्र वाचून साहेबांच्या चेहऱ्यावर नाराजीची छटा उमटली. मग त्यांनी रसायनमंत्री सुखदेवसिंग धिंडसा यांना फोन करून आज दुपारी तातडीच्या बैठकीसाठी वेळ मागितली. दुपारी रसायन मंत्रालयात रसायनमंत्री सुखदेवसिंग धिंडसा, शरद पवार साहेब, रसायन मंत्रालय सचिव व मंत्रालयातील वरिष्ठ अधिकारी, एच.ए. कंपनीचे व्यवस्थापकीय संचालक एम. सी. अब्राहम आणि आम्ही कामगार युनियनचे पदाधिकारी यांची प्रदीर्घ चर्चा झाली.

मॅक्स जीबी कंपनीने पलायन केले, यात कामगारांचा काय दोष? त्यासाठी मॅक्स जीबीकडे काम करणाऱ्या हस्तांतरित कामगारांना कोणत्या आधारावर 'ले ऑफ'ची शिक्षा देता? केंद्र सरकार व एच.ए.चे प्रशासन यांनी करार करून मॅक्स जीबी कंपनी एच.ए.मध्ये आणली होती. त्यामुळे हे प्रकरण व्यवस्थापन व प्रशासनाच्या अखत्यारीतले आहे. त्याचे परिणाम भोगावयास कामगार बांधील नाहीत. कामगार काम करत होते. उत्पादनात कामगारांमुळे खंड पडलेला नाही, तुमच्या चुकीची शिक्षा कामगार भोगणार नाहीत, असे मुद्दे आम्ही बैठकीमध्ये ठामपणे मांडले.

त्यावर व्यवस्थापकीय संचालक अब्राहम म्हणाले, "कंपनी का आर्थिक स्थिती पूरा खराब है। पेनिसिलीन विभाग का उत्पादन पूरा बंद होने के बाद मैं वर्कर लोगों को कैसा और कहाँ से पेमेंट करू? मेरी मजबुरी है। उसके बारे में भी सोचो।"

कंपनीच्या आर्थिक बाजूचा विचार करता अब्राहम यांची ही भूमिका काही अंशी बरोबर होती, परंतु एच.ए.त काम करणाऱ्या कामगारांना एक न्याय व एच.ए.कडून मॅक्स जीबीकडे हस्तांतरित केलेल्या कामगारांना दुसरा न्याय, ही भूमिका मला कधीच मान्य नव्हती. यापूर्वीही मॅक्स जीबीअंतर्गत काम करणाऱ्या

कामगारांना वेगळा इन्सेन्टिव्ह बोनस देण्याच्या प्रकरणातही मी हीच भूमिका घेतली होती. कोणत्याही परिस्थितीत कामगारांच्या एकजुटीला तडा जाऊ नये यासाठी मी दक्ष होतो. आमच्या या भूमिकेस आमच्या अध्यक्षांनीही सहमती दर्शवली आणि रसायनमंत्र्यांना व त्या खात्याच्या सचिवांना निक्षून सांगितले, "हवा तर काही वेळ घ्या, विचार करा. मात्र कोणत्याही परिस्थितीत व्यवस्थापकीय संचालक एम. सी. अब्राहम यांनी दिलेला 'ले ऑफ'च्या पत्राचा विचार करू नये व त्याची अंमलबजावणी करू नये. तसेच उद्या होणाऱ्या बीआयएफआरच्या सुनावणीच्या वेळी रसायन मंत्रालयाकडून योग्य तो सकारात्मक प्रस्ताव सादर करण्यात यावा. पंतप्रधान अटलबिहारी वाजपेयी यांच्या 'एच.ए. कंपनी सरकारकडून चालवण्यात येईल' या सूचनेची अंमलबजावणी करावी." या विधानानंतर रसायनमंत्री धिंडसा यांनी या सर्व बाबींस होकार दर्शवला आणि आमची बैठक संपली.

दुसऱ्या दिवशी- दि.१८ डिसेंबर २००३- दिल्लीमध्ये सुनावणी होती आणि त्यावरच आमचे व कंपनीचे भवितव्य अवलंबून होते. याच कोर्टाच्या ५ सप्टेंबर २००३च्या आदेशानुसार एच.ए. कंपनी बंद करण्याविषयीची 'कारणे दाखवा' नोटीस राष्ट्रीय पातळीवरील वृत्तपत्रांत जाहीर झालेली होती. जवळपास गेले तीन-चार महिने ही नोटीस कोर्टाने मागे घ्यावी, म्हणून आम्ही सातत्याने प्रयत्नशील होतो. सर्व पातळ्यांवर निकराचा लढा देत होतो. गेल्या दोन-तीन दिवसांतला घटनाक्रम पाहता बीआयएफआरचा एच.ए. संदर्भात निर्णय अनुकूल होणे आवश्यक व अपेक्षित होते.

सर्व कामगार व त्यांच्या कुटुंबीयांचे डोळे निकालाकडे लागले होते. त्याचबरोबर पिंपरी-चिंचवड परिसरातल्या सर्व नागरिकांनाही या निर्णयाची उत्कंठा होती. रसायन मंत्रालयाकडून बीआयएफआर कोर्टात कोणती भूमिका मांडली जाते, यावर कोर्टाचा निर्णय अवलंबून होता. आम्ही सर्व जण दिल्लीतील कोर्टात वेळेअगोदरच हजर झालो. आमच्यासोबत कंपनीचे व्यवस्थापकीय संचालक एम. सी. अब्राहमसुद्धा कोर्टात हजर होते. रसायन मंत्रालयातून उपसचिव दर्जाचा एक अधिकारी हातात एक बंद लिफाफा घेऊन सुनावणीसाठी कोर्टात आला होता.

कामकाज सुरू होताच त्या अधिकाऱ्याने आपल्या हातातला तो बंद लिफाफा न्यायासनासमोर सादर केला. त्या लिफाफ्यात सरकार ही कंपनी चालवण्यास तयार असल्याचे स्पष्ट सांगितले होते. न्यायासनाने हे सांगताच मी व माझ्या सहकाऱ्यांनी

सुटकेचा दीर्घ सुस्कारा सोडला. सुकलेल्या झाडाला जसा नवचैतन्याचा बहर यावा तसे आमचे चेहरे आनंदाने प्रफुल्लित झाले. मात्र या न्यायासनाने विचारले की सरकार ही कंपनी चालवणार आहे हे ठीक आहे; पण याबाबत सरकारचे कोणते नियोजन आहे? सरकार ही कंपनी कशी चालवणार? हेही स्पष्ट होणे आवश्यक आहे. हे सरकारने स्पष्ट करावे. त्या दरम्यान आम्ही मुंबई उच्च न्यायालयात दाखल केलेल्या याचिकेनुसार बीआयएफआरने चुकीचा निर्णय घेऊ नये म्हणून स्थगिती आदेश मिळवला होता. त्या आदेशाची प्रत मी न्यायासनाला सादर केली. तो आदेश पाहताच बीआयएफआर कोर्टाने पुढील सुनावणीची तारीख कळवण्यात येईल असे सांगून कोर्टातील सुनावणीचे कामकाज थांबवले. आम्ही सरकारच्या भूमिकेचे स्वागत केले. एका महत्त्वाच्या टप्प्यावर आशेची ज्योत प्रज्वलित झाली. मनातल्या आनंदाला उधाण आले. एकीकडे मॅक्स जीबीने निर्माण केलेले संकट तर दुसरीकडे सरकारने एच.ए.बाबत घेतलेली सकारात्मक भूमिका. ऊनसावलीच्या खेळाचा हा लपंडाव आम्ही अनुभवत होतो."

या केसबाबत पुढे काय काय घडामोडी झाल्या, हे जाणून घेण्यासाठी मी उत्सुक होतो. त्याविषयी अरुण बोऱ्हाडे सांगत होते,

"पंतप्रधान अटलबिहारी वाजपेयी यांनी एच.ए.साठी सरकार म्हणून जाहीर केलेल्या भूमिकेस प्रशासन फारसे अनुकूल नव्हते. त्याचा परिणाम म्हणून बीआयएफआरच्या न्यायासनासमोर कोणताही खास प्रस्ताव न मांडता सरकारच्या वतीने फक्त एका ओळीची भूमिका मांडण्यात आली. हा फक्त केंद्रीय प्रशासनाचा वेळकाढूपणा होता. त्याच वेळी एच.ए. कंपनीतून पलायन केलेल्या मॅक्स जीबी व्यवस्थापनाचा शोध घेणे हे एक आव्हानात्मक काम एच.ए. कंपनीच्या व्यवस्थापनास व केंद्रीय रसायन मंत्रालय प्रशासनास करावयाचे होते. या न्यायासनासमोर झालेल्या सुनावणीनंतर मॅक्स जीबीसंदर्भात काय करता येईल, ते पाहण्यासाठी म्हणून मी रसायन मंत्रालयातील अधिकाऱ्यांसोबत गाठीभेटी घेऊन विचारविनिमय व चर्चा करत होतो.

मॅक्स जीबीच्या पलायनास तीन दिवस उलटले तरी त्या संदर्भात मॅक्स जीबी व्यवस्थापनास जरब बसेल अशी कोणतीही कारवाई केंद्रीय रसायन मंत्रालयाने केली नाही, उलट एच.ए. कंपनी व्यवस्थापनाने मॅक्स जीबीला कंपनीबाहेर जाऊच कसे दिले, अशीच विचारणा केंद्रीय रसायन मंत्रालयाकडून होऊ लागली. यातून एकच

गोष्ट सिद्ध होत होती की मॅक्स जीबीसंदर्भात टोलवाटोलवी चालली होती. दरम्यान मॅक्स जीबीकडून एच.ए.ला येणे असलेली रक्कम किती, ती ताबडतोब वसूल करावी, असा आम्ही व्यवस्थापनाकडे व प्रशासन अधिकाऱ्यांकडे आग्रह धरला. माझ्या माहितीप्रमाणे मॅक्स जीबीकडून एच.ए. कंपनीला सुमारे २०० कोटी रुपये एवढी रक्कम येणे बाकी होते. या सगळ्यात मंत्रालयातील काही अधिकारी मॅक्स जीबीला पाठीशी तर घालत नाहीत ना, अशीही शंका माझ्या मनात डोकावत होती.

त्यानंतर काही दिवसांतच महाराष्ट्राचे मुख्यमंत्री सुशीलकुमार शिंदे साहेब यांच्या कार्यालयातून एच.ए. व्यवस्थापन व कामगार संघटनेला चर्चेसाठी निमंत्रित करण्यात आले. हाच निरोप पवार साहेबांच्या कार्यालयातूनसुद्धा आम्हांला प्राप्त झाला. मुंबईत सह्याद्री अतिथिगृहातील सभागृहात मी एच.ए. कामगार संघटनेच्या सर्व पदाधिकाऱ्यांसह उपस्थित राहिलो. २९ डिसेंबर २००३ या दिवशी झालेल्या या बैठकीसाठी कंपनीचे व्यवस्थापकीय संचालक एम. सी. अब्राहम, जनरल मॅनेजर एस. एल. फडके, कंपनी सचिव ए. एस. वैद्य हजर होते. शरद पवार, मुख्यमंत्री सुशीलकुमार शिंदे, कृषी व पशुसंवर्धन विभागांचे सचिव व इतर वरिष्ठ अधिकारीही उपस्थित होते. कंपनी कार्यरत राहण्यासाठी महाराष्ट्र शासनाने नेमकी कोणती मदत करावी, तसेच शासनाकडून कंपनी व्यवस्थापनाच्या कोणत्या अपेक्षा आहेत, याबाबत विचारविनिमय करण्यासाठी ही बैठक बोलावण्यात आलेली होती. खरे तर साहेबांच्या पुढाकारानेच या बैठकीचे आयोजन करण्यात आलेले होते.

महाराष्ट्र शासनाने एच.ए. कंपनीने उत्पादित केलेली उत्पादने प्राधान्यक्रमाने खरेदी करावीत, विशेषतः कृषिविषयक व पशुधनविषयक उत्पादनांची शासनाने कंपनीकडून थेट खरेदी करावी. महानगरपालिकेकडून आकारल्या जाणाऱ्या जकातीमध्ये कंपनीला सवलत मिळावी इ. मागण्यांवर या बैठकीत चर्चा झाली. महाराष्ट्र शासनाची औषधनिर्माण करणारी कंपनी हाफकिन इन्स्टिट्यूट आणि एच.ए. कंपनी यांच्यासाठी शासनाच्या औषध खरेदीतील साडेसदतीस टक्के कोटा राखीव ठेवण्याचा निर्णय महाराष्ट्र शासनाने घेतला. तसा शासनाचा जी. आर. कालांतराने प्रकाशित झाला. कृषिविषयक आणि पशुधनविषयक औषध खरेदी प्राधान्यक्रमाने करण्याचे ठरवल्यामुळे एच.ए. कंपनीस दीर्घकाळ कार्यरत राहण्यासाठी फार मोठा आधार प्राप्त झाला.

या सकल संमिश्र भावभावनांच्या व भल्याबुऱ्या अनुभूतींच्या गदारोळात २००४ सालचा पहिला सूर्योदय झाला. दिल्लीत असताना शरद पवार साहेब

यांनी सांगितले होते की, "२००४ या वर्षामध्ये लोकसभेच्या निवडणुका होतील. या कालावधीमध्ये सरकारमधील मंत्री आणि अधिकारी एच.ए. कंपनीकडे लक्ष देतील अथवा देणारही नाहीत. कदाचित मध्येच एखादा चुकीचा आदेशही काढतील. त्यामुळे तुम्ही डोळ्यांत तेल घालून सजग व सावध राहा. सावधानतेने काम करत राहा. काही गैर वा चुकीचे वाटत असेल तर ताबडतोब माझ्यासोबत संपर्क करा. २००४च्या मे महिन्यात लोकसभेच्या निवडणुकीच्या माध्यमातून केंद्रातले सत्तापरिवर्तन निश्चित होणार आहे. तोपर्यंत एच.ए. कंपनीतली कामगार धोरणविषयक परिस्थिती सांभाळा."

साहेबांचा हा संदेश आदेश असल्याप्रमाणे शिरसावंद्य मानून मी कार्यरत राहिलो. कंपनी वाचवण्यासाठी काय काय संभाव्य शक्यता आहेत, यांचा शोध घेणे आता सुरू झाले आणि त्यात पहिला प्रस्ताव होता तो, भारतीय औद्योगिक विकास बँक (आय.डी.बी.आय.) आणि सन फार्माचा. आय.डी.बी.आय. ही बीआयएफआरच्या वतीने एच.ए.साठी ऑपरेटिंग एजन्सी म्हणून नियुक्त करण्यात आलेली होती.

एच.ए.कंपनी वाचवण्यासाठी आमचे सर्व पातळींवर प्रयत्न चालू होते. प्रत्यक्ष रस्त्यावर उतरून केलेले आंदोलन, राजकीय नेत्यांच्या गाठीभेटी आणि संपर्कातून सरकारला आमची भूमिका पटवण्याचा प्रयत्न, तसेच विविध वृत्तपत्रांच्या माध्यमातून जनजागरणाचे प्रयत्न व या सर्वांसोबत न्यायालयीन पातळीवर देत असलेला लढा, कामगारांना विश्वासात घेतल्याखेरीज न्यायासनाने एच.ए.कंपनीचे खासगीकरण करू नये अथवा कंपनी बंद करू नये वा तत्संदर्भातला निर्णय घेऊ नये यासाठी स्थगिती मागणारी याचिका एच.ए. कामगार संघटनेच्या वतीने सर्वोच्च न्यायालयात दाखल करण्यात आली होती.

कंपनी खासगीकरणासाठी निविदा मागितल्यानंतर के.पी.एल.सारख्या खासगी कंपनीची पाच कोटी रकमेची हास्यास्पद निविदा आलेली होती. तत्कालीन केंद्रीय सार्वजनिक अवजड उद्योगमंत्री बाळासाहेब विखे पाटील यांची आम्ही एकदा त्यासंदर्भात भेट घेतली आणि ही बाब मंत्रीमहोदयांच्या निदर्शनास आणून दिली होती. पुण्यात झालेल्या एका पत्रकार परिषदेत या निविदेवर भाष्य करताना विखे पाटील म्हणाले होते, 'एच.ए. कंपनीचे केवळ भंगार विकले तरी यापेक्षा जास्त रक्कम मिळू शकेल.' या जाहीर वक्तव्याने ही निविदा पात्र ठरवणाऱ्या प्रशासकीय अधिकाऱ्यांचे त्यांनी कान टोचले होते.

दुर्दैवाची बाब म्हणजे एकीकडे आमचा कंपनी बंद होऊ नये म्हणून लढा व त्यासंदर्भातली प्रक्रिया चालू असताना बीआयएफआरमध्ये चोरपावलांनी एच.ए. कंपनीच्या खासगीकरणासाठी 'सन फार्मा' या खासगी कंपनीचा प्रस्ताव दाखल झाला होता. खरे तर काही महिन्यांअगोदर सन फार्मा ही कंपनी एच.ए.ला विकत घेणार आहे, अशी कुणकुण आमच्या कानावर पडत होती. अशा बातम्यांचे पेवही पद्धतशीरपणे पसरवले जात होते. मात्र त्याविषयी कुठलाही लेखी पुरावा वा वर्तमानपत्रात बातमी उपलब्ध झालेली नव्हती. त्या अगोदर २७ नोव्हेंबर २००३ रोजी होणारी बीआयएफआरची सुनावणी अगोदर ९ डिसेंबर आणि तदनंतर १८ डिसेंबर २००३पर्यंत पुढे ढकलण्यात आली.

या सुनावणीमध्ये भारत सरकारच्या रसायन मंत्रालयाने एच.ए. कंपनी सरकार चालवण्यास तयार आहे, असे लेखी पत्र द्यावे एवढीच कामगार संघटनेची मागणी होती. तसेच ही कंपनी स्वबळावर चालवू शकतो असे कंपनी व्यवस्थापनानेही कळवले होते व महाराष्ट्र सरकारच्या वतीने तत्कालीन मुख्यमंत्री सुशीलकुमार शिंदे यांनीही दि. २० नोव्हेंबर २००३ रोजी रसायनमंत्री आणि पंतप्रधानांना पाठवलेल्या पत्रामध्ये एच.ए. कंपनी सरकारनेच चालवावी, त्यासाठी आवश्यक ते सहकार्य महाराष्ट्र सरकार करण्यास तयार आहे; असे लेखी पत्रान्वये कळवले होते. एच.ए. कामगार संघटनेच्या अध्यक्षांनीही स्वतः अनेक वेळा रसायनमंत्री आणि रसायन खात्याच्या सचिवांसोबत बैठका घेतल्या होत्या. त्यांनीही दि. २८ ऑक्टोबर २००३ आणि दि. २ डिसेंबर २००३ रोजी रसायनमंत्री व पंतप्रधानांना सविस्तर पत्र लिहिले होते. दि. १५ डिसेंबर २००३ रोजी पंतप्रधान अटलबिहारी वाजपेयी यांच्यासोबत झालेल्या बैठकीमध्ये एच.ए. कंपनीचे खासगीकरण होणार नाही अथवा कंपनी बंदला आम्ही पाठिंबा देणार नाही, अशी ठाम भूमिका कामगार संघटनेचे अध्यक्ष शरदराव पवार साहेबांनी मांडली होती. त्या वेळी पंतप्रधान अटलबिहारी वाजपेयी यांनी "एच.ए. कंपनी सरकार बंद होऊ देणार नाही" असे आश्वासन दिले होते. मी या बैठकीचा साक्षीदार आहे.

या सर्व पार्श्वभूमीवर दि.२१ डिसेंबर २००३ रोजी अकल्पितपणे सन फार्मा या खासगी कंपनीचा एच.ए.साठी बीआयएफआरकडे प्रस्ताव दाखल झाला, याचे फार मोठे आश्चर्य वाटले. या मागे नक्कीच कोणती तरी मोठी शक्ती कार्यरत असली पाहिजे, मात्र ती शक्ती कोणती, ते कळत नव्हते. दरम्यान १८ डिसेंबर २००३ रोजी होणारी सुनावणी मुंबई उच्च न्यायालयाच्या स्थगिती आदेशामुळे

अनिर्णित राहिली. बीआयएफआरने एच.ए. कंपनीसंदर्भात ऑपरेटिंग एजन्सी म्हणून आय.डी.बी.आय.ची नेमणूक केली होती. कंपनीच्या एकूण परिस्थितीचा अभ्यास करून या बँकेने कोर्टाला परिस्थितीचा यथायोग्य आकलन करून देणारा अहवाल देणे अपेक्षित असते. सन फार्माचा प्रस्ताव बीआयएफआरकडे दाखल झाल्यानंतर तो आयडीबीआयकडे पाठवण्यात आला.

आयडीबीआयने या प्रस्तावावर चर्चा करण्यासाठी मुंबईमध्ये बैठकीचे आयोजन केले. मुंबईमध्ये आयडीबीआयच्या कार्यालयात दि. ११ फेब्रुवारी २००४ ला आयोजित केलेल्या बैठकीसाठी एच.ए. कंपनी व्यवस्थापन, अधिकारी संघटना, कामगार संघटना, कंपनीशी संबंधित विविध शासकीय संस्थांचे प्रतिनिधी, सर्व बँकांचे प्रतिनिधी इत्यादींना निमंत्रित करण्यात आलेले होते. सदर बैठकीमध्ये सन फार्माच्या प्रस्तावास मान्यता देऊन एच.ए. कंपनीच्या विक्रीचा घाट घालण्यात आल्याचे आम्हांला समजले. या बैठकीसाठी आम्ही पुरेशा तयारीनिशी आलेलो होतो व आमची भूमिकाही अत्यंत सुस्पष्ट होती. आयडीबीआयचे महासंचालक एस. रामदास यांच्या अध्यक्षतेखाली ही बैठक झाली होती.

सदर बैठकीस केंद्र सरकारच्या वतीने रसायन खात्यातील सहसचिव गोपालकृष्णन हेही उपस्थित होते. प्रत्यक्ष बैठक सुरू झाल्यापासूनच विविध बँकांचे प्रतिनिधी म्हणू लागले की, सरकारने कोणताही निर्णय घ्यावा, पण आमची एच.ए.कडे असणारी थकबाकी व देणी आम्हांला मिळावीत. त्यावर कामगार संघटना म्हणून आम्ही जोरदार आक्षेप घेतला. मुळातच सन फार्माचा प्रस्ताव आला कसा व कोठून? बीआयएफआर आणि आयडीबीआयची अधिकारकक्षा काय? असे अनेक प्रश्न आम्ही आक्रमकपणे उपस्थित केले.

अखेर सन फार्मावर शिक्कामोर्तब करायला आयोजित करण्यात आलेली बैठक सन फार्माचा प्रस्ताव फेटाळून विसर्जित झाली. या बैठकीमध्ये युनियनचे पदाधिकारी आणि व्यवस्थापनाचे प्रतिनिधी यांच्यामध्ये एकमत व एकवाक्यता झाली. त्यामुळे सन फार्माचा प्रस्ताव उधळून लावण्यात आम्ही यशस्वी झालो. एवढेच नाही, तर सन फार्माप्रमाणे एच.ए. कंपनीतल्या कामगारांच्या वतीने एच.ए. कंपनी चालवण्याचा प्रस्ताव सादर करू, अशी आम्ही भूमिका घेतली.

खरे तर कायद्याचे उल्लंघन करून सन फार्मा ही खासगी कंपनी एच.ए. कंपनीत घुसवण्याचा जोरदार प्रयत्न काही 'हितसंबंधी' लोकांनी चालवला होता. सन फार्माच्या प्रस्तावामध्ये केवळ २५० कोटी रुपयांत एच.ए. कंपनीची हजारो

कोटी रुपयांची मालमत्ता घशात घालण्याचा कुटिल डाव होता. असे झाले असते तर एच.ए.मध्ये कार्यरत असणाऱ्या सर्व दोन हजार कामगारांना आपली नोकरी गमवावी लागणार होती, आणि त्या बदल्यात कामगारांना कुठलाही मोबदला देण्याची तरतूद त्या प्रस्तावात नव्हती. दोन हजारपैकी जास्तीत जास्त १०% कामगारांना सन फार्मा त्यांच्या आवश्यकतेनुसार नव्याने नोकरीत सामावून घेणार होते.

अशा कामगारविरोधी आणि देशविरोधी खासगीकरणाच्या प्रस्तावास आम्ही सामुदायिकपणे, एकजुटीने विरोध करून एच.ए. कंपनीतल्या कामगारांना खूप मोठ्या संकटातून वाचवू शकलो. या बैठकीस आम्ही कामगार संघटनेचे सर्व सातही पदाधिकारी उपस्थित होतो. व्यवस्थापनाचे प्रतिनिधी आणि अधिकारी संघटनेनेही आम्हांला चांगली साथ दिली.

या प्रक्रियेच्या दरम्यान संबंधित कंपनीचा एक वरिष्ठ अधिकारी पुण्यात येऊन वारंवार मला फोन करत होता. फोनवरून तो मला सतत सांगायचा की, तुम्ही प्रस्तावाबाबत सकारात्मक भूमिका घ्या. मी तुमचे कोटकल्याण करीन. त्या वरिष्ठ अधिकाऱ्याने अनेकदा मला प्रलोभने दाखवण्याचा फोनवरून प्रयत्न केला. मात्र मी त्याला कधी भीक घातली नाही. माझ्या कामगारबांधवांच्या संसाराची राखरांगोळी करून मी माझे कल्याण करू इच्छित नव्हतो. आयुष्यभर निष्कलंक, निःस्वार्थी कार्यकर्ता राहिलेल्या माझ्या मनाच्या सदसद्विवेकबुद्धीला, आईवडील व गुरुजनांनी मला दिलेल्या संस्काराला, माझ्या चारित्र्याला ते प्रलोभन एक प्रकारचे आव्हान होते. मात्र असा कुठलाही स्वार्थी विचार माझ्या मनास कधीच शिवू शकला नाही. 'भले तरी देऊ कासेची लंगोटी, नाठाळांच्या माथी हाणू काठी' या संत तुकोबारायांच्या शिकवणीप्रमाणे संबंधित अधिकाऱ्यास मी फोनवर दरडावून सांगितले, "परत फोन करावयाची हिंमत करू नकोस."

त्या वेळेस निर्लज्जपणे तो अधिकारी मला म्हणाला की, "मी गेले वर्षभर यासाठी प्रयत्न करत असून उद्या तुम्ही एकटेच असणार आहात, तुमच्यासोबत कोणी असणार नाहीत. तुमच्या अवतीभवतीचे सारे लोक मी मॅनेज केले आहेत."

त्याने असे सांगितल्यावर मात्र माझ्या तळपायाची आग मस्तकात गेली. मी त्याला त्वेषाने म्हणालो, "११ फेब्रुवारी २००४ रोजी मुंबईत होणाऱ्या या प्रस्तावाबाबतच्या बैठकीत तुला याचे उत्तर मिळेल."

अशी कोणतीही प्रलोभने मला कधीच विचलित करू शकली नाहीत. कंपनीतल्या कामगारांचा विश्वास संपादन करून त्यांची एकजूट अबाधित ठेवणे

आणि आपल्या उद्दिष्टावर लक्ष केंद्रित करणे, आपल्या कामाशी इमान राखणे एवढेच मला ठाऊक होते. तोच माझा निश्चय आणि निर्धार होता.

गेल्या वर्षभरातल्या कामकाजाचे आत्मपरीक्षण करताना मला अनंत अडीअडचणींचा, घटनाप्रसंगांचा, शह-प्रतिशहातल्या कुटिल रणनीतीचा, डावपेचांचा सामना करावा लागला. सदर व्यक्तीच्या फोनवरून केलेल्या वक्तव्यातल्या केवळ एका वाक्यामुळे माझ्या भवतालच्या प्रदूषणाची जाणीव प्रकर्षाने झाली. आयडीबीआयच्या बैठकीत सन फार्माचा प्रस्ताव फेटाळल्यामुळे कंपनी व कामगारांवरील खूप मोठे संकट दूर करण्यात आम्ही यशस्वी झालो, अन्यथा हा कामगार देशोधडीला लागला असता. या बैठकीनंतर दुसऱ्या दिवशी मी आळंदीत माउलींच्या समाधीस्थळी नतमस्तक झालो आणि कष्टकरी कामगारांच्या कल्याणासाठी माउलींच्या पसायदानाची ज्योत मनाच्या गाभाऱ्यात चिरंतन तेवत राहो, यासाठी त्यांची करुणा भाकली.

एच.ए.चा सुवर्णमहोत्सव : निर्धार सप्ताह

हिंदुस्थान ॲंटिबायोटिक्स कंपनीची पायाभरणी पिंपरी येथे दि. १० मार्च १९५२ या दिवशी झाली होती. तत्कालीन पंतप्रधान पंडित जवाहरलाल नेहरू यांनी सन १९५०मधील लोकसभेतील एका ठरावानुसार पुण्यात पेनिसिलीन कंपनी सुरू करण्याचे ठरवले होते.

महात्मा गांधीजीं पत्नी कस्तुरबा यांचे दिनांक २२ फेब्रुवारी १९४४ रोजी आगाखान पॅलेस येथे दु:खद निधन झाले. भारतीय बनावटीचे पेनिसिलीन इंजेक्शन त्यांच्या उपचारासाठी उपलब्ध होऊ शकले नाही, याची खंत पंडितजींना सतत बोचत होती. भारतातील तत्कालीन सर्वोच्च नेत्याच्या पत्नीला औषधाविना आपला जीव गमवावा लागला, तर सर्वसामान्य जनतेच्या औषधोपचाराचे काय, या प्रश्नाने पंडित नेहरूंचे संवेदनशील मन व्याकूळ व व्यथित झाले होते. म्हणून पंतप्रधान नेहरूंनी पेनिसिलीनची निर्मिती भारतात आणि तेही पुण्यासारख्या शहरात करण्याचा निर्णय घेतला.

नुकत्याच मिळालेल्या स्वातंत्र्यामुळे भारत देशापुढे अनेक प्रश्न व अनेक समस्या तोंड वासून उभ्या होत्या. विविध प्रश्नांची सोडवणूक करत विविध क्षेत्रांत भारत देशाला पुढे घेऊन जाण्याचे स्वप्न पंडित नेहरूंनी उराशी बाळगले होते. पेनिसिलीन औषधाच्या निर्मितीचा पाया रोवताना तंत्रज्ञान आणि आर्थिक

पाठबळ या दोन्ही बाबींची विवंचना होती. अनंत ध्येयासक्तीचे पंतप्रधान पंडित जवाहरलाल नेहरू समस्यांरूपी वादळांना झपाटल्यागत भिडत होते.

पंडित नेहरूंनी युनोच्या माध्यमातून जागतिक आरोग्य संघटनेशी संपर्क साधला आणि त्यांच्या मदतीने पेनिसिलीन कारखाना काढण्याचे निश्चित झाले. संयुक्त राष्ट्र परिषदेने (युनो) ४० लक्ष रुपयांची यंत्रसामग्री भारतातल्या पिंपरी, पुणे येथे निर्माण होणाऱ्या पेनिसिलीन कारखान्यासाठी देण्याचा करार केला. तत्कालीन केंद्रीय अन्न व नागरी पुरवठा मंत्री बॅ. नरहर वि. गाडगीळ हे दिल्लीत महाराष्ट्राचे प्रतिनिधित्व करत होते. पेनिसिलीन कारखाना उभारण्यासाठी सलग दोन वर्षे प्रयत्नांची पराकाष्ठा करावी लागली. दि. ३० मार्च १९५४ रोजी या कारखान्यातून पेनिसिलीनचे उत्पादन सुरू झाले.

आजच्या एच.ए. म्हणजे हिंदुस्थान अँटिबायोटिक्स कारखान्यास पूर्वी 'पेनिसिलीन फॅक्टरी' म्हणून संबोधत होते. कालांतराने या फॅक्टरीचे 'हिंदुस्थान अँटिबायोटिक्स' म्हणजे 'एच.ए.' असे नामांतर झाले. पुण्यावरून मुंबईस जाणाऱ्या महामार्गालगत दोन्ही बाजूस सुमारे तीनशे एकर जमीन पिंपरी येथे संपादित करण्यात आलेली होती. कारखान्याच्या एका बाजूने पुणे-मुंबई रेल्वेमार्ग जात असून रेल्वेमार्गाचा एक ट्रॅक कंपनीतून वळवण्यात आलेला आहे, ज्यायोगे कंपनीतल्या उत्पादित व कच्च्या मालाची वाहतूक करणे सोयीचे होईल.

महामार्गाच्या दुसऱ्या बाजूस सुमारे शंभर एकर जागेत कंपनीतले कामगार व अधिकारीवर्गासाठी सर्व सुखसोयींनी युक्त वसाहत निर्माण करण्यात आली. कंपनीच्या व्यवस्थापकीय संचालकांसह सर्व अधिकारी आणि कामगारवर्ग मिळून एक हजार कुटुंबे राहतील अशी व्यवस्था सदर वसाहतीमध्ये करण्यात आलेली होती. या वसाहतीमध्ये सार्वजनिक रुग्णालय, करमणुकीसाठी ओपन एअर थिएटर, बॅडमिंटन तसेच टेनिस कोर्ट, व्यायामासाठी तालीम, मैदानी खेळांसाठीच्या सर्व सुविधा, बहुभाषिक ग्रंथालय, इंग्रजी आणि मराठी माध्यमाच्या शाळा तसेच कामगार कुटुंबीयांना पुणे शहरात खरेदीसाठी जाण्यायेण्याकरता कंपनीची बस व्यवस्था इ. ची सोय कामगार वसाहतीमध्ये करण्यात आलेली होती.

आज कंपनी अस्तित्वासाठी लढा देत असताना कंपनीच्या निर्मितीला पन्नास वर्षे झाली, हे नवीन वर्षाचे कॅलेंडर उघडताच लक्षात आले. गेल्या पन्नास वर्षांत कंपनी कामगारांच्या दोन पिढ्या, नोकरी, संसार, शिक्षण इ. च्या माध्यमातून घडल्या. ही वसाहत निर्माण करताना वरील सुविधांव्यतिरिक्त बँक, पोस्ट ऑफिस,

टेलिफोन कार्यालय, पेट्रोल पंप, करमणूक केंद्र, खेळाची मैदाने, प्रशिक्षणार्थींसाठी वसतिगृह, शॉपिंग सेंटर, उद्यान इत्यादी सुविधाही निर्माण करण्यात आलेल्या होत्या. परिसरातील ग्रामीण भागामध्ये एका माळरानावरील जमिनीचे अत्याधुनिक सुखसोयींनी युक्त अशा वसाहतीमध्ये रूपांतर झाले होते. ही वसाहत म्हणजे बहरास आलेले नंदनवनच होते. पुणे शहराच्या व पंचक्रोशीच्या वैभवात एच.ए. कंपनी व कामगार वसाहत बहुमोल भरच टाकत होती.

मागील ५० वर्षांमध्ये या देशातल्या गोरगरीब जनतेला परवडतील अशी अनेक औषधे उत्पादित केली. कंपनीची पहिल्या दहा वर्षांतील प्रगती पाहून स्वतः पंडित जवाहरलाल नेहरू भारावून गेले होते. या कारखान्यामध्ये १९६२मध्ये स्ट्रेप्टोमायसिन या औषधाचे उत्पादन कंपनीत सुरू झाले, त्या वेळी कंपनीत सुमारे ४००० कामगार कार्यरत होते. पिंपरी-चिंचवडच्या परिसरात १९६० सालानंतर कारखानदारी अस्तित्वात आली. महाराष्ट्राचे पहिले मुख्यमंत्री यशवंतरावजी चव्हाण यांनी महाराष्ट्रात एम.आय.डी.सी. स्थापन करून कारखानदारीचा नियोजनबद्ध विकास केला. महाराष्ट्राचे मुख्यमंत्री होण्याअगोदर यशवंतराव चव्हाण साहेब मुंबई राज्याचे मुख्यमंत्री होते. तदनंतर ते महाराष्ट्राचे मुख्यमंत्री झाले.

यशवंतराव चव्हाण आणि पंडित जवाहरलाल नेहरू यांच्या विचारांचा धागा समान असल्यामुळे हिंदुस्थान अँटिबायोटिक्स कंपनीच्या उत्कर्षासाठी दोघांचेही वेळोवेळी बहुमोल सहकार्य लाभले. सुमारे शंभर एकरांत विस्तारलेल्या एच.ए.कारखान्यात पेनिसिलीन, स्ट्रेप्टोमायसिन, व्हिटॅमिन सी, जेन्टामायसिन इ. औषधे उत्पादन विभागांसह सुंदर आणि आखीवरेखीव इमारती काळ्या पाषाणात बांधण्यात आलेल्या आहेत. या इमारतीमध्ये मुख्यत्वे प्रशासकीय इमारत, संशोधन आणि विकास विभाग, विपणन विभाग, गुणवत्ता नियंत्रण विभाग, स्टोअर्स व गोडाउन इत्यादी इमारतींचा अंतर्भाव आहे. त्याशिवाय सुसज्ज असा प्रशिक्षण विभाग, परिवहन विभाग व कामगारांसाठी सुसज्ज अशी कॅन्टिनची इमारतही उभारलेली आहे.

भारत-रशिया मैत्री करारादरम्यान तत्कालीन पंतप्रधान इंदिरा गांधी यांच्या माध्यमातून कंपनीत व्हिटॅमिन सी विभाग सुरू करण्यात आला होता. श्रीमती गांधी यांच्याकडे काही काळ रसायन मंत्रालयाचा कार्यभारही होता. त्या काळी श्रीमती गांधींनी एच.ए. कंपनीत अधिक आणि विशेष लक्ष दिले होते.

कंपनीतील संशोधन आणि विकास विभाग म्हणजेच 'रिसर्च अँड डेव्हलमेंट विभाग' आपल्या भारत देशाला भूषणावह होता. या विभागात कार्यरत असणाऱ्या

व अभ्यास करणाऱ्या शास्त्रज्ञांनी जगामध्ये आपल्या कर्तबगारीने नावलौकिक व प्रतिष्ठा मिळविली. किंबहुना जगातल्या काही शास्त्रज्ञांनी एच.ए.तील या विभागात नवनवीन संशोधन केले आहे. त्वचेवरील आजारपणासाठी 'हेमायर्सीन' किंवा शेती उत्पादनासाठी लागणारे 'ऑरियोफंगीन' इत्यादी लहान-मोठी औषधे एच.ए.च्या संशोधन विभागातूनच जन्मास आली. या विभागात अभ्यास करण्यासाठी पूरक असे सुसज्ज ग्रंथालय जे जगातल्या काही मोजक्या ग्रंथालयांपैकी एक म्हणून गणले जाते. या ग्रंथालयातील काही संदर्भग्रंथ हे जागतिक स्तरावर अतिशय मोजक्याच ठिकाणी उपलब्ध असल्याचे पाहावयास मिळतात. हे सर्व विस्ताराने सांगण्याचे कारण, गेल्या पन्नास वर्षांत हिंदुस्थान अँटिबायोटिक्स केवळ कारखाना म्हणून नव्हे, तर अभ्यास, ज्ञानसंपदा, संस्कृती आणि राष्ट्रीय अभिमानाच्या परंपरांचे द्योतक आहे.

या कारखान्यात काम करताना आम्ही कामगारांनी व कामगार कुटुंबीयांनी अनेक सर्वोत्तम परंपरा जोपासल्या, आत्मसात केल्या. कारखाना पन्नास वर्षांचा होत असताना इथे केवळ माणसेच घडली असे नाही, तर इथे माणुसकीचे आणि माणूसपणाचेही बीज रोवले गेले. ज्या ज्या वेळेस देशावर नैसर्गिक आपत्ती, संकटे अथवा युद्धासारख्या मानवनिर्मित आपदा आल्या, त्या त्या वेळी एच.ए.तल्या कामगारांनी अतिरिक्त व अधिकचे कष्ट करून मानवतेचे दर्शन घडवले. प्रत्येक संकटकालीन प्रसंगी किमान ट्रकभरून औषधे आपत्तिग्रस्तांसाठी पाठवण्यात आली. आंध्र प्रदेशातले चक्रीवादळ असो, की गुजरातमधील कच्छचा किंवा महाराष्ट्रातल्या किल्लारीचा भूकंप असो, एच.ए.च्या कामगारांनी उत्पादित औषधांच्या माध्यमातून व मानवतेच्या भूमिकेतून गरजवंतांच्या घरापर्यंत पोहोचले आहेत.

अशा या कारखान्याची पन्नास वर्षे अर्थात सुवर्ण महोत्सव थाटामाटात साजरा व्हावा असे विचार माझ्या मनात पिंगा घालू लागले. मी माझा मनोदय आमच्या कामगार संघटनेच्या पदाधिकारी व प्रतिनिधींना बोलून दाखवला. संघटनेचे पदाधिकारी व प्रतिनिधींनी या विषयावर होकार दिला. या सर्वांना सोबत घेऊन या विषयावर चर्चा करण्यासाठी कार्मिक विभागाचे सरव्यवस्थापक एस. के. मिश्रा व डी. एस. यादव यांना भेटलो. त्यांच्याशी चर्चा करून व्यवस्थापकीय संचालक अब्राहम यांच्यासह एका बैठकीचे आयोजन केले. या बैठकीमध्ये कंपनीचा सुवर्ण महोत्सव साजरा करण्याच्या कल्पनेस सर्वांनी संमती दर्शवली. कंपनीची आर्थिक परिस्थिती नाजूक असल्यामुळे असा महोत्सव साजरा करण्यासाठी केंद्रीय रसायन मंत्रालय प्रशासन परवानगी देणार नाही अशी साशंकताही त्यांनी व्यक्त केली.

त्यावर एच.ए. कंपनीने भारतीय जनतेसाठी गेल्या पन्नास वर्षांत दिलेले योगदान आणि कर्तव्यनिष्ठा, जनमानसासाठी केलेले कार्य व कंपनीचे जनमानसातले महत्त्व, गरज हे सारे लक्षात घेऊन कंपनीचा सुवर्ण महोत्सव साजरा करणे कसे अगत्याचे व महत्त्वाचे आहे, हे कामगार संघटना म्हणून आम्ही आग्रहाने प्रतिपादन केले.

ही कंपनी चालू ठेवण्यासाठी कामगारांचा पक्का निर्धार आहे, हा संदेशदेखील सरकार व सरकारमधील घटकांपर्यंत या महोत्सवाच्या माध्यमातून जावा, समारंभाच्या निमित्ताने प्रसिद्धीमाध्यमातून चर्चा व्हावी, कंपनीचे विविध पुरवठादार, बँका आणि भारतीय नागरिकांना एच.ए.कंपनी कार्यरत आहे, याचीही जाणीव व्हावी, हा यामागचा उद्देश आहे. त्यामुळे आपण आपल्या कंपनीच्या पन्नास वर्षांतील वाटचालीचा सुवर्ण महोत्सव कंपनीच्या प्रवेशद्वारावर शुभांकित मंगल तोरण बांधून साजरा करू, असे आवाहन मी बैठकीत केले.

केंद्रीय रसायन मंत्रालयाच्या परवानगीच्या अटीवर अब्राहम यांनी कंपनीचा सुवर्ण महोत्सव साजरा करण्याची अनुमती दिली, कारण या सुवर्ण महोत्सवास रसायन मंत्रालय परवानगी देणार नाही, अशी त्यांची धारणा होती.

दरम्यानच्या कालखंडात कंपनीच्या संचालक मंडळाची एक बैठक आयोजित करण्यात आली होती. या बैठकीस केंद्रीय रसायन मंत्रालयातले सहसचिव इंदरजीत सिंग हे वरिष्ठ आय.ए.एस. अधिकारी, संचालक मंडळाचे चेअरमन म्हणून उपस्थित होते. आम्ही कामगार संघटनेच्या पदाधिकाऱ्यांनी इंदरजीत सिंग यांची भेट घेऊन त्यांना कंपनीचा सुवर्ण महोत्सव साजरा करण्याची कल्पना कथन केली. त्यांनीही कामगारांच्या भावनांचा आदर करत कमीत कमी खर्चात महोत्सव साजरा करण्यास अनुमती दिली.

या अनुमतीनंतर सुवर्ण महोत्सव हा कामगारांच्या दृष्टीने 'निर्धार सप्ताह' म्हणून साजरा करण्याचा आम्ही कामगार संघटना व कामगारबांधवांनी निर्णय घेतला. त्या दृष्टीने व्यवस्थापनासोबत चर्चा करून कार्यक्रम निश्चित करण्यात आला. कंपनीचे मुख्य सरव्यवस्थापक डॉ. जे. के. दत्तगुप्ता, कार्मिक विभाग सरव्यवस्थापक एस. के. मिश्रा, विपणन विभाग सरव्यवस्थापक एस. एल. फडके, सरव्यवस्थापक ए. के. धोटे, उपसरव्यवस्थापक डी. एस. यादव, कंपनी सचिव अनिल वैद्य इत्यादी व्यवस्थापनातील वरिष्ठ अधिकारी, कामगार संघटनेचे सर्व पदाधिकारी तसेच अधिकारी संघटनेचे बी. एल. गेडाम, एस. टी. कोंबाडे, जे. जी. महाजन इत्यादी लोकांची मिळून महोत्सवासाठी समिती स्थापन करण्यात

आली. समितीने वेळोवेळी बैठका घेऊन विचारविनिमयाने कार्यक्रमाची रूपरेषा ठरवली. कामगारांना सुवर्ण महोत्सवाची आठवण म्हणून एखादी भेटवस्तू द्यावी अशीही शिफारस करण्यात आली. कामगारांसाठी विविध स्पर्धात्मक कार्यक्रम कंपनीअंतर्गत आयोजित करण्याचेही ठरवण्यात आले.

पुणे शहर व जिल्ह्यातल्या अभ्यासू मान्यवरांना निमंत्रित करून कंपनीची वाटचाल व इतिहासाविषयी परिसंवाद आयोजित करावा, असाही निर्णय घेण्यात आला. एच.ए. कामगार संघटनेचे अध्यक्ष म्हणून स्थानिक खासदार शरद पवार साहेब तसेच केंद्रीय रसायनमंत्री सुखदेवसिंग धिंडसा यांनाही प्रमुख पाहुणे म्हणून निमंत्रित करण्याचे सुवर्ण महोत्सव कमिटीने ठरवले.

सुवर्णमहोत्सवानिमित्त मार्च २००४मधल्या शेवटच्या आठवड्यात विविध कार्यक्रमांचे नियोजन करण्याचे ठरवले. केंद्र सरकारच्या रसायन विभागाचे सहसचिव इंदरजीत सिंग आणि इतर अधिकाऱ्यांच्या शुभहस्ते सुवर्णमहोत्सवाचा शुभारंभ करण्यात आला. कंपनीच्या कोनशिलेची पूजा करण्यात आली. संशोधन व विकास विभागातील पेनिसिलीनच्या प्रतिकृतीचे पूजन करण्यात आले.

सर अलेक्झांडर फ्लेमिंग यांनी १९२८मध्ये पेनिसिलीनचा शोध लावला होता. हिंदुस्थान अँटिबायोटिक्सच्या दृष्टीने सर अलेक्झांडर यांचे स्मरण व ऋण, तसेच कर्तृत्वाला अभिवादन करणे महत्त्वाचे आहे, याची सतत जाणीव राहावी यासाठी एच.ए.च्या संशोधन व विकास विभागासमोर पेनिसिलीनची सुंदर प्रतिकृती प्रवेशद्वारावरच ठेवली आहे.

कंपनीच्या ट्रेनिंग सेंटरमध्ये कंपनीच्या 'सुवर्ण महोत्सवानिमित्त' या विषयावर एका चर्चासत्राचे आयोजन करण्यात आलेले होते. दुसऱ्या दिवशी 'एच.ए. कंपनीचे पुणे औद्योगिक परिसरातील महत्त्व व आरोग्यक्षेत्रातील योगदान' या विषयावर आयोजित केलेल्या परिसंवादात ज्येष्ठ समाजवादी नेते भाई वैद्य, कष्टकरी हमाल पंचायतीचे नेते डॉ. बाबा आढाव, ज्येष्ठ नेते व पत्रकार मधु जोशी, कामगार नेते पी. एन. पालेकर इत्यादी विचारवंतांनी सहभाग घेतला होता.

हिंदुस्थान अँटिबायोटिक्स कंपनीचे महत्त्व व आरोग्यक्षेत्रातले योगदान आम जनतेला ज्ञात व्हावे म्हणून शहरात जागोजागी पथनाट्यांचे आयोजन करण्यात आले होते. सदर पथनाट्य एच.ए. कंपनीतील कामगार बंधु-भगिनींची एक टीम सादर करत होती.

दिनांक ३० मार्च २००४ रोजी एच.ए. कंपनीच्या कामगार वसाहतीतल्या भव्य मैदानावर उभारलेल्या दिमाखदार व सुंदर व्यासपीठावर मुख्य कार्यक्रम ज्येष्ठ नेते आणि एच.ए. कामगार संघटनेचे अध्यक्ष पवार साहेब यांच्या प्रमुख उपस्थितीत संपन्न झाला. महाराष्ट्र राज्याचे तत्कालीन जलसंपदा मंत्री अजितदादा पवार, कंपनीचे तत्कालीन व्यवस्थापकीय संचालक एम. सी. अब्राहम, कंपनीचे संचालक डॉ. जे. के. दत्तगुप्ता, एस. एल. फडके आणि कंपनीच्या कामगार संघटनेचे आणि अधिकारी संघटनेचे पदाधिकारी, सर्व प्रतिनिधी, इतर मान्यवर, पत्रकार तसेच समस्त एच.ए. कामगारवर्ग आणि कामगार कुटुंबीय बहुसंख्येने या कार्यक्रमासाठी उपस्थित होते. कोणत्याही परिस्थितीमध्ये एच.ए.चा औषधनिर्मिती कारखाना बंद पडू देणार नाही, असे ठोस आश्वासन आणि ग्वाही पवार साहेबांनी या वेळी कामगारांना दिली."

शरद पवार साहेब यांचे एच.ए.च्या सुवर्ण महोत्सवातील भाषण

(दिनांक ३० मार्च २००४)

"एम. सी. अब्राहम, मॅनेजिंग डायरेक्टर, डॉ. जे. के. दत्तगुप्ता, चेअरमन ऑफ ऑर्गनायझिंग कमिटी, अरुण बोऱ्हाडे, जनरल सेक्रेटरी.

आपल्या हिंदुस्थान अँटिबायोटिक्सला पन्नास वर्षे झाल्याबद्दल आज आपण येथे एकत्र आलेलो आहोत. अर्थात फार मोठ्या उत्साहामध्ये आपण हा सोहळा साजरा करतोय, असे मला दिसत नाही. त्याचे कारण गेले वर्ष-सहा महिने ज्या एका वादळी परिस्थितीतून आपले मार्गक्रमण चालू आहे, ते पाहिल्यानंतर आपल्या सर्वांचा एककलमी कार्यक्रम होता की, पहिल्यांदा हे युनिट चालू राहिले पाहिजे आणि ते भारत सरकारच्या मालकीचेही असले पाहिजे. तिसरा मुद्दा असा की, हे युनिट चालू ठेवताना त्यातील येणाऱ्या अडचणींवर मात करण्यासाठी सर्वांनी एकजुटीने काम करून स्थानिक पातळीवरील अडचणी, महानगरपालिकेच्या पातळीवरील अडचणी आणि राज्य व केंद्र सरकारच्या अखत्यारीतील प्रश्नांसाठी एकत्रितपणे सामोरे जायचे.

या बाबी लक्षात घेऊन आपण गेले काही महिने वाटचाल करतोय. त्यामुळेच आज आपण कंपनीचा सुवर्णमहोत्सव साजरा करण्याच्या परिस्थितीत आहोत.

साधारणपणे महिना झाला की मला बोऱ्हाडे किंवा अब्राहम यांपैकी कोणाचा तरी फोन असतो, त्या वेळी मी विचारत असतो की, 'कामगारांचे पगार झाले का?' ते म्हणतात, 'झाले.' 'पुढील महिन्यासाठी ऑक्सिजन चालू आहे का?' ते म्हणतात, 'पुढील महिन्यापर्यंत ऑक्सिजनची काही चिंता नाही आणि काही अडचण आली तर सांगू.' म्हणून एका दृष्टीने आपले युनिट ऑक्सिजनवर असल्यासारखे आहे.

मध्यवर्ती सरकारने मध्यंतरी आपले युनिट पूर्ण बंद करण्याचा निर्णय घेतला. बीआयएफआरच्या मार्फत एक तर 'लिक्विडेशनमध्ये काढा नाहीतर थांबा' अशी थोडी संकटाची परिस्थिती आपल्यासमोर आलेली होती; परंतु देशाच्या सर्वोच्च नेत्याशी जो संवाद चालू आहे, त्यामुळे या प्रश्नावर आपण काही मार्ग काढण्याचा प्रयत्न केला. त्यामुळे प्रचलित व्यवस्थापनामार्फत हा कारखाना चालू शकतो, अशा आशयाचा प्रस्ताव कालच येथील संचालक मंडळाच्या बैठकीत एकमताने मान्य झाला. तो मंत्रालयाला पाठवण्याचे ठरले. त्याप्रमाणे तो मंजूर झाला तर कंपनी बंद करण्याच्या संदर्भातील चर्चा बंद झाल्याखेरीज राहणार नाही आणि आज असलेली टांगती तलवार बाजूला झाल्याखेरीज राहणार नाही.

या ठिकाणी १९५२पासूनचा इतिहास सांगितला गेला. ही गोष्ट खरी आहे की, आगाखान पॅलेसमध्ये कस्तुरबा गांधी आजारी असताना त्यांना पेनिसिलीनचे औषध उपलब्ध झाले नाही आणि ते परदेशातून येण्यापूर्वीच त्यांचे निधन झाले. त्यामुळे पंडित जवाहरलाल नेहरूंच्या मनामध्ये कल्पना आली की, या देशाच्या राष्ट्रपित्याच्या पत्नीची ही अवस्था होत असेल तर सामान्य माणसाची अवस्था काय होत असेल? त्यातूनच मग सामान्य माणसाला उपयोगी पडेल, अशी औषधनिर्मिती करण्याची कारखानदारी उभी करण्याचा निर्णय झाला. त्याप्रमाणे १९५२मध्ये या कारखान्याची मुहूर्तमेढ रोवली गेली आणि आज आपण पन्नास वर्षांचा टप्पा पूर्ण करून इथे येऊन पोहोचलो. साधारणपणे १९९०-९२पर्यंत आपली परिस्थिती उत्तम होती. ९२-९३ नंतर थोडीशी अडचणीची परिस्थिती निर्माण झाली.

आज आपण अतिशय कठीण परिस्थितीतून जात आहोत. मी सुरुवातीला सांगितल्याप्रमाणे ऑक्सिजनच्या सिलेंडरवर... आणि अशी परिस्थिती झाल्यानंतर ज्या कंपनीने या देशातील लाखो नागरिकांना अव्याहतपणे औषधांचा

रास्त किमतीमध्ये पुरवठा केला, तिला वाचवण्यासाठी, तिला संजीवनी देण्याची जबाबदारी मध्यवर्ती सरकारची होती. ती मध्यवर्ती सरकारने जबाबदारी पाळायची नाही असे ठरवले, दिवस बदलले.

पंडित नेहरूंच्या काळामध्ये, इंदिरा गांधींच्या काळामध्ये, राजीव गांधी आणि नरसिंह रावांच्या काळामध्ये मध्यवर्ती सरकारमध्ये 'मिनिस्ट्री फॉर इंडस्ट्रीज' म्हणून स्वतंत्र मंत्रालय असायचे. ज्याचे कार्य नवीन कारखानदारीला पोषक असे काम करायचे आणि एखाद्या क्षेत्रामध्ये आवश्यकता असेल आणि कारखानदारी निघत नसेल तर सरकार त्यामध्ये काढायचे. आता दिवस बदलले. इंडस्ट्रीज डिपार्टमेंटमध्ये बरेच विभाग झालेत. 'मिनिस्ट्री फॉर हेवी इंडस्ट्रीज', 'मिनिस्ट्री फॉर कॉटन इंडस्ट्रीज' आणि एवढे करून भागेना म्हणून आता 'मिनिस्ट्री फॉर डिसइन्व्हेस्टमेंट' काढण्यात आली. 'निर्गुंतवणूक मंत्रालय' काढण्यात आले. या खात्याचे एक मंत्री : ज्यांचे आजच एक विधान आहे : येत्या दोन महिन्यांमध्ये आम्ही एक लाख कोटी रुपये- सरकारी कंपन्या विकून- सरकारचा खजिना भरणार आहोत.

मोठी गमतीशीर गोष्ट आहे. सकाळी मी सातारला बोलताना सांगितले, 'आईबापाने कष्टाने एखादी संस्था उभी करावी, घरदार उभे करावे. मुले दिवटी निघावीत. बापजाद्यांचा धंदा करण्याऐवजी तो बंद करण्याचे कर्तृत्व त्यांनी दाखवावे आणि आपले भागत नाही म्हणून बापजाद्यांनी बांधलेल्या चांगल्या घराचे वासे विकायला काढावे आणि वाशाला चांगली किंमत मिळाली म्हणून संध्याकाळी आनंद व्यक्त करावा की, आमच्या आईबापांनी काय भारी घर बांधले होते. नुसते वासे विकले तरी आठ दिवस पुरेल एवढे पैसे मिळालेत! याच्यामध्ये धन्यता बाळगणारी पिढी असेल तर परमेश्वर वरून आला तरी ही पिढी काही वाचणार नाही. म्हणून 'मिनिस्ट्री फॉर डिस-इन्व्हेस्टमेंट' विषयाला सुरुवात केली. बीएसएनएल गेलं, सेंटॉर गेलं, औरंगाबादचं अशोक हॉटेल गेलं, गेल्या महिन्यामध्ये आणखी एक युनिट विक्रीला काढले.

मी १९७८मध्ये महाराष्ट्राचा मुख्यमंत्री होतो, त्या वेळी मला एक निवेदन देण्यात आले होते की मुंबईचे जे पोर्ट-बंदर आहे, ते देशातील आर्थिक विकासाचे एक केंद्र आहे, ते पुरेसे नाही, म्हणून आणखी एक बंदर महाराष्ट्रात असले पाहिजे. महाराष्ट्राच्या विधानसभेमध्ये ठराव पास झाला. त्या वेळी मोरारजीभाई देसाई पंतप्रधान होते. सर्व पक्षांचे शिष्टमंडळ घेऊन मी पंतप्रधानांना भेटलो. आम्हांला एक नवीन बंदर द्या. न्हावाशेवाजवळ जागा आहे. प्रस्ताव मान्य झाला. त्या वेळी

सहाशे कोटी रुपये खर्च करून ते नवीन बंदर बांधण्याचा निर्णय मध्यवर्ती सरकारने घेतला. ते बंदर बांधून १९८७-८८मध्ये पूर्ण झाले. त्या वेळचे पंतप्रधान राजीव गांधी यांच्या हस्ते त्याचे उद्घाटन झाले. त्या वेळीही मी राज्याचा मुख्यमंत्री होतो. सबंध हिंदुस्थानातील आधुनिक असे बंदर. कंटेनरचे बंदर. कंटेनरने माल सर्व दुनियेत जातो. फायद्यात असलेले बंदर. गेल्या महिन्यात मध्यवर्ती सरकारच्या लक्षात आले, बरेच उद्योग विकून झाले मात्र एच.ए.एल.चे काही कामगार जमू देईनात. मग त्यांनी न्हावाशेवाचे बंदर विक्रीला काढले. यासंदर्भात निर्णय घेऊन डेन्मार्कच्या एका कंपनीला हे बंदर विकायचा निर्णय घेतला.

मोठी गमतीची गोष्ट आहे. या देशाच्या सागरी किनाऱ्यावर लक्ष घातले नाही तर देशाचे स्वातंत्र्य संकटात येते, असे सांगणारा या देशातील पहिला दक्ष राज्यकर्ता : ज्यांचे नाव छत्रपती शिवाजी महाराज. छत्रपती शिवाजी महाराजांनी दर्यासारंग कान्होजी आंग्रेंच्या नेतृत्वाखाली आपले आरमार उभे केले आणि परकीयांपासून राज्याचे रक्षण करण्याची जबाबदारी घेतली. देशात येण्याचा आणि जाण्याचा मार्ग बंदरातून असतो, ते बंदरच परकीयांना विकल्यानंतर देशामध्ये प्रवेश करण्याला धरबंद राहणार नाही. ती परिस्थिती आज राज्यकर्त्यांनी करून ठेवलेली आहे.

त्यामुळे साहजिकच आपण जागृत राहिलो तर प्रश्न सुटतील. आपण गप्प बसलो तर आपल्यासकट कोणालातरी विकल्याशिवाय कोणी गप्प बसणार नाही, ही परिस्थिती आज या ठिकाणी सर्वांना बघायला मिळते. ती जर सावरायची असेल तर जागृत राहावे लागेल.

या देशातील सामान्य माणसाला आरोग्यविषयक अडचणीतून जात असताना गेली पन्नास वर्षे ज्या कामगारांच्या कष्टातून, ज्या संशोधकांच्या संशोधनातून आणि अधिकाऱ्यांच्या मार्गदर्शनातून उत्तम प्रकारची दर्जेदार औषधे तयार करून रास्त किमतीला, परवडेल अशा दराने सामान्य माणसाला पुरवण्याचा कार्यक्रम सुवर्णमहोत्सवापर्यंत राबवला. अशी ही सामान्य माणसाची सेवा करणारी कारखानदारी जगली पाहिजे, टिकली पाहिजे. अव्याहत चालू राहिली पाहिजे. हाच महत्त्वाचा निर्धार सुवर्णमहोत्सवाच्या निमित्ताने आपण सर्वांनी केला पाहिजे.

प्रसंग येतात, अडचणी येतात, पण त्या अडचणींवर मात करण्यासाठी आपण एकत्रितपणे प्रयत्न करायचा असतो. मला आनंद आहे, हे सगळे आपल्याभोवती युनिट बंद करण्याचे ढग असतानासुद्धा आपण युनिट (कंपनी) चालू ठेवलेय, पण आपण सुवर्ण महोत्सव साजरा करण्यासाठी गेले पाच-सहा दिवसांपासून

प्रयत्न करत आहात. खूप वेळा आपल्या घरामध्ये अडचणी येतात. कुटुंबावर संकटे येतात, पण दिवाळी आल्यानंतर मुलाबाळांसाठी आपण काही ना काही दिवाळी करतो, त्याच पद्धतीने कंपनीला पन्नास वर्षे झाली. सुवर्ण महोत्सव साजरा करायचा, संकटे असतील पण त्या संकटांच्या काळामध्येसुद्धा चेहरा आनंदी ठेवायचा आणि आत्तापर्यंतच्या पन्नास वर्षांच्या सेवेचा आनंद उपभोगायचा, ही भूमिका आपण सर्वांनी घेऊन परिस्थितीला सामोरे जाण्याचे एक उत्तम उदाहरण आपण या राज्यातील आणि देशातील कामगारांसमोर उभे केले, याबद्दल कामगार आणि अधिकारीवर्गाचे मी मनःपूर्वक अभिनंदन करतो.

या पन्नास वर्षांच्या वाटचालीत पंडित नेहरू असोत, काकासाहेब गाडगीळ असोत, यांनी ही कारखानदारी उभारण्यासाठी हातभार लावला आणि पिंपरी-चिंचवडच्या औद्योगिक नगरीचा पाया म्हणून हे हिंदुस्थान अँटिबायोटिक्सचे युनिट या परिसरात अत्यंत मोलाचे ठरलेले आहे. हे युनिट इथेच थांबणार नाही, तर जिथे जिथे आधुनिकीकरण शक्य असेल, जिथे जिथे नावीन्याची गरज असेल, तिथे तिथे लक्ष केंद्रित करून एच.ए.चे हे युनिट आणखी पन्नास वर्षे चालेल आणि या देशातील गरिबांच्या आरोग्याची सेवा करेल, अशा प्रकारचा 'निर्धार' तुम्ही आणि मी सर्वांनी केला पाहिजे. यासाठी सर्व कर्मचारी, अधिकारी आणि कार्यकारी संचालक या सर्वांची साथ लाभेल असा विश्वास बाळगतो. सुवर्ण महोत्सवानिमित्त आपले सर्वांचे अभिनंदन करून, भावी वाटचालीसाठी आपणा सर्वांचे शुभचिंतन करतो."

सुवर्णमहोत्सवाच्या कार्यक्रमानंतर कामगारांमध्ये एक वेगळाच आत्मविश्वास निर्माण झाला. केंद्र सरकारच्या रसायन विभागातल्या प्रशासकीय अधिकाऱ्यांना कामगारांच्या निर्धाराचा योग्य तो संदेश या सुवर्णमहोत्सवाच्या कार्यक्रमामुळे पोहोचला होता. निर्धार सप्ताहामुळे कंपनी चालवण्याचा निर्धार प्रत्येकाच्या मनात रुजला होता.

***

प्रशिक्षित कार्यकर्ता : संघटनेचा कणा

कामगार संघटनेचे एवढे काम, आंदोलन, पाठपुरावा करताना आपल्याला मदत करणारे सहकारी, कार्यकारिणी सदस्य यांनी नेमकी कशी मदत केली. या मुद्द्यावर बोलताना अरुण बोऱ्हाडे यांनी कार्यकर्ते कसे घडवावेत, याचा वस्तुपाठच

सांगितला. ते म्हणाले -

"प्रशिक्षित कार्यकर्ता हा कोणत्याही संघटनेचा अथवा चळवळीचा कणा असतो. आपण ज्या संघटनेत काम करतो, तिची उद्दिष्टे काय आहेत, विचारधारा काय आहे आणि आपल्याला काय साध्य करायचेय, याची जाणीव प्रत्येक पदाधिकारी, कार्यकारिणी सदस्य आणि कार्यकर्त्यांना असणे आवश्यक असते. त्याविषयी पुरेशी माहिती नसेल तर चळवळ यशस्वी होत नाही. दिशा स्पष्ट नसेल तर वारू कुठेही उधळण्याची शक्यता असते. बाहेरील नागरी जीवनातील संस्था, संघटना आणि कामगारक्षेत्रातील संघटना यांमध्ये खूपच फरक असतो. कामगार संघटनेचे नेतृत्व करताना एका बाजूला कामगार असतात, तर दुसरीकडे व्यवस्थापन किंवा मालक असतात. कारखाना तर चाललाच पाहिजे, कामगारांना न्यायदेखील मिळायला हवा. अशा वेळी काम करताना खूप कसरत करावी लागते. कामगार कायदे, औद्योगिक विवाद कायदे वगैरेसंबंधी प्राथमिक ज्ञान असणे गरजेचे असते.

बाहेरील जगतात म्हणजे औद्योगिक क्षेत्रातील इतर आस्थापनांत काय चालले आहे, सरकारी धोरण काय आहे, याचाही अभ्यास करावा लागतो. व्यवस्थापनाला एखाद्या विषयात किती ताणायचे, याचेही तारतम्य ठेवावे लागते. आमची तर आजारी उद्योगातील संघटना, मालक म्हणजे केंद्र सरकार, आमची परिस्थिती तर त्याहून वाईट अथवा विदारक होती. म्हणूनच मी प्रत्येक वेळी कार्यकारिणीत नेतृत्व करताना सर्व पदाधिकारी व कार्यकारिणी सदस्यांना प्रशिक्षण देण्याचा प्रयत्न केला. आमच्या संघटनेचे अध्यक्ष खासदार असतात, त्यांचा संघटनेच्या दैनंदिन कामकाजाशी कुठेही संबंध नसतो.

स्थानिक पातळीवर सरचिटणीस हाच संघटनेचा प्रमुख असतो. त्याशिवाय दोन उपाध्यक्ष, तीन सहसचिव, एक खजिनदार असे सात पदाधिकारी सर्व कामगारांतून निवडून येत. त्याशिवाय अठरा विभागीय प्रतिनिधी विविध विभागांतून निवडून येत. त्यामध्ये स्वतंत्रपणे निवडून येणाऱ्या दोन महिला प्रतिनिधी असत. अशी सर्व मिळून पंचवीस जणांची कार्यकारिणी असायची. त्यांनी संघटनेच्या कामकाजात सहभागी व्हावे, प्रशिक्षण घ्यावे, अभ्यास करावा, प्रश्न समजून घ्यावेत, प्रश्नांची उकल करावी, त्यावर उपाय शोधावेत. निर्णयक्षमता आणि संवादशैली आत्मसात करावी, यासाठी मी स्वतः नेहमी प्रयत्नशील असायचो.

अगदी सुरुवातीला कंपनीच्या प्रशिक्षण केंद्रात तीन दिवसांचा हा प्रशिक्षणवर्ग घेण्यात आला होता. कामगार कायदे, कामगार चळवळींचा इतिहास, कामगारांची

मानसिकता, कामगारांचे अर्थशास्त्र, संघटन कौशल्य, संवादकौशल्य, व्यवस्थापनाची मनोवृत्ती, सरकारी धोरणे, जागतिक घडामोडी अशा विविध विषयांवरील तज्ज्ञ व अनुभवी अभ्यागतांना निमंत्रित केले होते.

दुसरा प्रशिक्षणवर्ग निसर्गाच्या सान्निध्यात एका रिसॉर्टवर आयोजित केला होता. तेव्हाही अनेक अभ्यासू आणि तज्ज्ञ कामगारनेत्यांना पाचारण केले होते. त्यामुळे संघटनेतील अनेक प्रतिनिधींचा शहरातील अन्य कामगारनेत्यांशी परिचय झाला, संवाद वाढला आणि काम करण्याचा आत्मविश्वास वाढला. त्याचा सकारात्मक परिणाम आम्हांला आंदोलनकाळात जाणवला.

या प्रशिक्षित प्रतिनिधींनी आंदोलनादरम्यान अत्यंत जबाबदारीने आपापली भूमिका पार पाडली. त्यामुळे कामगार एकजूट टिकून राहण्यास मदत झाली. त्या काळात अनेकदा वृत्तपत्रांचे प्रतिनिधी किंवा इतर कामगार संघटनांचे प्रतिनिधी आल्यावर मोजक्या शब्दांत, नेमकी माहिती देण्याची जबाबदारी आमच्या प्रतिनिधींनी लीलया पार पाडली. त्यांच्यामुळेच प्रदीर्घ काळ चाललेले आंदोलन शिस्तबद्ध रीतीने पार पडले आणि एच.ए. कामगारांचा लढा लौकिकास पात्र झाला. एवढेच नाही, आम्ही पदाधिकाऱ्यांनी घेतलेल्या प्रत्येक निर्णयाला आमच्या कार्यकारिणी सदस्यांनी नेहमीच कृतिशील साथ दिली."

देशात लोकसभेच्या निवडणुका सन २००४च्या एप्रिल-मे महिन्यात घेण्यात आल्या. पवार साहेबांनी यापूर्वीच कथन केल्याप्रमाणे व त्यांच्या अपेक्षेप्रमाणे या निवडणुकांच्या माध्यमातून देशात सत्तापरिवर्तन झाले. सोनिया गांधी यांच्या नेतृत्वाखाली युपीए आघाडीचे सरकार केंद्रात सत्तेमध्ये स्थानापन्न झाले. जागतिक अर्थतज्ज्ञ म्हणून ख्याती असलेले व संयमी व्यक्तिमत्त्व असलेले डॉ. मनमोहन सिंग भारताला पंतप्रधान म्हणून लाभले.

केंद्रातल्या या साऱ्या घडामोडींवर लक्ष ठेवून दरम्यानच्या काळात मी पवार साहेबांच्या सातत्याने संपर्कात होतो. आमच्या रसायन खात्याला केंद्रामध्ये चांगला व आमच्या प्रश्नाची जाण असलेला मंत्री मिळावा ही अपेक्षा होती. मंत्रिमंडळात साहेब स्वतः कृषीमंत्री झाले आणि रामविलास पासवान यांना अवजड उद्योग मंत्रालयासह रसायन मंत्रालयाचाही कार्यभार सोपवण्यात आला. सामान्य माणसांचा कळवळा असणारा, गोरगरिबांची जाणीव असणारा आणि कष्टकरी वर्गाविषयी आत्मीयता असणारा नेता, अशी रामविलास पासवान यांची ख्याती होती. त्यामुळे

या निवडीचा अर्थात माझ्यासह सर्वच कामगारांना आनंद झाला.

दिनांक २५ मे २००४ रोजी केंद्रीय मंत्रिमंडळाचा शपथविधी झाल्यानंतर दिल्लीत येण्याविषयी मी पवार साहेबांकडे अनुमती मागितली. गेले वर्षभर प्रलंबित असणारा कंपनीचा लढा आता निर्णायक पातळीवर येऊन ठेपला होता. दिल्लीमध्ये सत्तापरिवर्तन होईपर्यंत तग धरावा लागेल, तोपर्यंत येनकेन प्रकारेण लढाई लढत राहिले पाहिजे, हा कानमंत्र पवार साहेबांनी मला दिला होता. साहजिकच सत्ता परिवर्तन झाल्यामुळे आमच्या आशाआकांक्षांना नवी पालवी फुटली होती.

दरम्यान तुम्ही लोक दिल्लीत येण्याची गरज नाही. मीच केंद्रीय रसायनमंत्री रामविलास पासवान यांना घेऊन पुण्यास एच.ए. कंपनीत येतो असा पवार साहेबांचा निरोप आला. त्याप्रमाणे दि. ६ जून २००४ रोजी पवार साहेब केंद्रीय रसायनमंत्री रामविलास पासवान यांना घेऊन एच.ए. कंपनीत दाखल झाले.

कामगारांनी उत्स्फूर्तपणे दोन्ही नेत्यांचे मराठमोळ्या वातावरणात ढोलताशांच्या निनादात, भगवे फेटे बांधून जंगी स्वागत केले. कंपनीतल्या काही विभागांना दोन्ही मंत्रीमहोदयांनी प्रत्यक्ष भेटी दिल्या. कंपनीच्या संचालक मंडळाच्या दालनात झालेल्या बैठकीमध्ये व्यवस्थापनाने कंपनीच्या पुनर्वसन आराखड्याचे सादरीकरण केले. या वेळेस या दोन्ही मंत्र्यांनी केंद्र सरकार पूर्णपणे कंपनीच्या व कामगारांच्या पाठीशी ठामपणे उभे राहील, असे आश्वासन व्यवस्थापनास दिले. तसेच कंपनीचा पुनर्वसन आराखडा ताबडतोब रसायन मंत्रालयासह सर्व संबंधितांना सादर करण्याविषयीची सूचना कंपनी व्यवस्थापनास दिली.

एच.ए. कंपनीस संजीवनी

पंतप्रधान डॉ. मनमोहन सिंग यांच्या मंत्रिमंडळाच्या पहिल्याच बैठकीत सामान्य जनतेला जीवरक्षक औषधपुरवठा करणाऱ्या एच.ए.सारख्या औषध कंपन्या बंद न करता सरकारने त्या कंपन्या चालवाव्यात, असा धोरणात्मक निर्णयही घेण्यात आला. शिवाय सरकारच्या अखत्यारीतल्या इतर अकरा सार्वजनिक कंपन्यांना जीवनदान देण्याचाही सरकारने निर्णय घेतला. मला वाटते, हे एच.ए.च्या लढ्याचेच फलित असावे. त्यानंतर व्यवस्थापन आणि कामगार संघटनेच्या पदाधिकाऱ्यांच्या कंपनी पुनर्वसन प्रस्तावासंदर्भात वारंवार बैठका घेण्यात आल्या. सरकारी उद्योग असल्यामुळे सदर उद्योगातल्या निर्णयप्रक्रियेत कामगारांना विश्वासात घेण्याची गरज व आवश्यकता असल्याचे मंत्रीमहोदयांनी व्यवस्थापनास सांगितले होते.

'आजारी उद्योग (विशेष तरतुदी) कायदा,१९८५' म्हणून SICA Act.1985 अनुसार कंपनी बीआयएफआरकडे नोंदवण्यात आलेली होती.

बीआयएफआर कोर्टाच्या आदेशानुसार सप्टेंबर २००३मध्ये कंपनी बंद करण्याची प्रक्रिया सुरू करण्यात आलेली होती व त्या प्रक्रियेस आम्ही कायदेशीर आव्हानही दिले होते आणि आवश्यक ते प्रयत्नही करत होतो. कामगार संघटना म्हणून लोकशाही मार्गाने सांघिकपणे आंदोलनाचा मार्गही आम्ही स्वीकारलेला होता. प्रसारमाध्यमे हा लोकशाहीचा चौथा स्तंभ म्हणून विविध वृत्तपत्रांच्या माध्यमातून एच.ए. कंपनीचे महत्त्व, योगदान आणि आवश्यकता यांबाबतच्या चर्चा, वृत्तांकने घडवून आणत होतो.

हे सर्व प्रयत्न करत असताना कोणत्याही प्रकारे समन्वयाचा व संपर्काचा धागा तुटणार नाही याचीही दक्षता घेत होतो. कामगार आणि व्यवस्थापन आपापल्या मर्यादांचे भान ठेवून कंपनी वाचवण्यासाठी एकत्रितपणे लढा देत होतो. मला वाटते, हे देशातले एकमेव उदाहरण असावे की, जिथे कामगार व व्यवस्थापन कंपनी वाचवण्यासाठी एकत्रितरीत्या प्रयत्नांची पराकाष्ठा करतात. कामगार जगला पाहिजे हे सत्य, पण कामगार जगण्यासाठी कंपनीही जगली पाहिजे, हेही त्रिकालाबाधित सत्य. गरजेपेक्षा अधिक ताणून तुटण्यापेक्षा, सामंजस्य व सहकार्यातून अनेक गोष्टी साध्य करता येतात.

महात्मा गांधींनी सहकारी तत्त्वावर आणि विश्वस्त संकल्पनेतून तसेच कामगारांच्या भागीदारीतून उद्योग-व्यवसाय चालवावेत, अशी एक संकल्पना मांडली होती. त्या संकल्पनेचाही मी अभ्यास केला. सदर तत्त्वावर चालणाऱ्या दोन-तीन कंपन्यांनासुद्धा मी भेटी दिल्या. मात्र हे तितकेसे शक्य होईल, असे मला वाटले नाही. त्याऐवजी कामगारांनी थोडा त्याग, थोडी अडचण सहन करून व्यवस्थापनाला सहकार्य केले तर अडचणीच्या काळातही कंपनी तग धरू शकते, हे आम्ही प्रत्यक्षरीत्या एच.ए.मध्ये अनुभवले.

कामगारांना मासिक वेतन देण्यासाठी कंपनीकडे पैसे नव्हते. त्यासाठी व्यवस्थापनाने कामगार संघटनेचा सरचिटणीस म्हणून माझ्याकडे काही दिवसांचा अवधी मागितला. अशा अडचणीच्या व कठीण प्रसंगी कामगार संघटनेचा प्रमुख या नात्याने मी व्यवस्थापनास तत्संदर्भात होकार देऊन सहमती दिली. ही संकल्पना कामगारांच्या मानसिकतेत बसणारी नव्हती.

आपला पगार महिन्याच्या ठरलेल्या तारखेला मिळायलाच हवा, ही कामगारांची मानसिकता असते. माझ्या या निर्णयाने समस्त कामगारवर्ग नाराज होणार हे मला ज्ञात असूनही तो कामगारांच्या लेखी कटू असणारा निर्णय मला घ्यावा लागला. वास्तविक कंपनी व्यवस्थापनावर दबाव आणून मी त्या महिन्याचा पगार कामगारांना देण्यास व्यवस्थापनाला भाग पाडू शकलो असतो. त्या महिन्याचा कामगारांचा पगारसुद्धा झाला असता; परंतु कच्च्या मालाचा पैशाअभावी पुरवठा झाला नसता तर कंपनीची उत्पादनप्रक्रिया त्याच वेळी थांबली असती आणि पुढील महिन्याचे कामगारांचे पगारच बंद झाले असते. त्यासाठी व्यवस्थापनाच्या विनंतीनुसार त्यांच्या पगारासाठी राखून ठेवलेली रक्कम कच्च्या मालासाठी वापरून उत्पादनप्रक्रिया चालू ठेवण्याच्या दृष्टीने कामगारांच्या पगारासंदर्भात व्यवस्थापनासोबत सहकार्याची भूमिका घेतली. त्यामुळे कामगारांचा पगार बंद न होता दहा-बारा दिवसांच्या विलंबाने देण्यात आला. कंपनीची उत्पादनप्रक्रियाही खंडित झाली नाही.

अशा इतर बाबतींतही कामगार संघटना म्हणून आम्ही सहकार्याची भूमिका घेतली, परंतु चुकीच्या ठिकाणी व्यवस्थापनासोबत संघर्षाची भूमिका घेण्यातही कधी कुचराई केली नाही. त्यामुळे केंद्र सरकारच्या रसायन मंत्रालयातले काही प्रशासकीय घटक एच.ए. कंपनीतल्या कामगारांमधील असंतोषाची प्रतीक्षा करत होते, तसेच एच.ए.ची उत्पादनप्रक्रिया ठप्प होण्याची वाट पाहत होते. एकाच वेळी कामगारांत आणि व्यवस्थापनात समतोल राखून उत्पादनप्रक्रिया अखंडित ठेवण्याचे कसब व कसरत कामगार संघटनेचा प्रमुख म्हणून मला करावी लागत होती. रोष पत्करून दोष पोटात घालावे लागत होते. आता खरे तर सर्वांच्या नजरा दिल्लीतले केंद्र सरकार कधी व कोणती मदत करणार, याकडेच लागल्या होत्या.

पंतप्रधान डॉ. मनमोहन सिंग यांच्या सरकारने सार्वजनिक क्षेत्रातल्या आजारी उद्योगांना संरक्षण देण्यासाठी बी.आर.पी.एस.ई. (सार्वजनिक उद्योग पुनर्रचना मंडळ) स्थापन केले. डॉ. प्रल्हादकुमार बोस या जगविख्यात अर्थतज्ज्ञाची या मंडळाचे अध्यक्ष म्हणून नेमणूक केली. मी माझ्या कोलकात्याच्या एका सहकाऱ्याच्या माध्यमातून दिल्ली येथे डॉ. बोस यांची भेट घेतली. डॉ. बोस साधारणपणे ७५-८०च्या दरम्यान वय असणारे, करारी, रुबाबदार व्यक्तिमत्त्व. अमेरिकेपासून जपानपर्यंतच्या ग्रामीण व औद्योगिक विकासावर अभ्यासपूर्ण

व तितक्याच ताकदीने बोलणारे बोस हे अधिकारी माणूस. भांडवलदारांच्या मगरमिठीतून देश वाचला तरच देशातील सामान्य जनता सुखी होईल, अशी त्यांची भूमिका त्यांनी आमच्या पहिल्या भेटीतच विशद केली. त्यांनी स्वतः जागतिक बँकेत अनेक वर्षे काम केले होते. डॉ. बोस यांच्यासारख्या निःस्वार्थी वृत्तीच्या प्रगाढ विचारवंताकडे व तज्ज्ञाकडे बी.आर.पी.एस.ई.चे प्रमुखपद असल्यामुळे माझ्या मनातल्या अपेक्षा व आशा अधिकच पल्लवित झाल्या.

कंपनीचे व्यवस्थापकीय संचालक एम. सी. अब्राहम यांनी व्यवस्थापनातील प्रमुख अधिकाऱ्यांच्या मदतीने कंपनी पुनर्वसन प्रस्ताव तयार केला व तो प्रस्ताव केंद्र सरकारच्या रसायन मंत्रालयासह सर्व संबंधितांना सादर केला. त्या प्रस्तावामध्ये कामगारांची थकित देणी, बँकांची देणी, कंपनीच्या पुरवठादारांची देणी, कामगारांचा भविष्यनिर्वाह निधी, थकित आयकर, कंपनी चालवण्यासाठी लागणारे भाग-भांडवल, उत्पादनप्रक्रियेच्या आधुनिकीकरणासाठी आवश्यक असणारा निधी या साऱ्यांची तरतूद करण्यात आलेली होती. या कंपनी पुनर्वसन प्रस्तावाचा प्रवास कंपनी व्यवस्थापन कंपनीच्या संचालक मंडळ रसायन मंत्रालय- रसायन मंत्रालयातील वित्त विभाग- पुन्हा आयडीबीआय अशा डझनावरी टेबलांवर फिरत राहिला. कामगारांशी आणि कंपनीशी देणेघेणे नसलेल्या उदासीन चष्म्यातून हा प्रस्ताव परत फिरत होता. एकदा, दोनदा, तीनदा असे वारंवार दोष दाखवून, दुरुस्तीसाठी सदर प्रस्ताव परत परत कंपनीकडे पाठवण्यात यायचा.

यामध्ये बराच कालावधी उलटला. या प्रशासकीय टोलवाटोलवी व वेळकाढूपणामुळे दिवसेंदिवस कामगारवर्गाची व कामगार संघटनेची बेचैनी वाढत होती. अखेर २२ जुलै २००५मध्ये कंपनीच्या अधिकाऱ्यांनी बी.आर. पी.एस.ई. समोर पुनर्वसन प्रस्तावाचे सादरीकरण केले. शरदराव पवार साहेबांच्या माध्यमातून सदर प्रस्ताव मान्य करण्याच्या सूचना संबंधितांना देण्यात आल्या. त्यातही बऱ्याचशा दुरुस्त्या व कपाती करत १३७.५९ कोटी रुपयांच्या प्रस्तावास बी.आर.पी.एस.ई.ने मान्यता दिली.

दिल्लीकडे डोळे लावून बसलेल्या एच.ए.च्या हजारो कामगारांना प्रस्तावाच्या मान्यतेची बातमी समजताच त्यांनी कंपनी प्रवेशद्वारावर आनंदोत्सव साजरा केला. फटाके वाजवले. गुलाल उधळला. पेढे वाटून एकमेकांची तोंडं गोड करण्यात आली.

रसायन खात्याच्या सचिव श्रीमती सदवंत रेड्डी यांनी या कामी फार मोलाची

भूमिका पार पाडली. मी स्वतःही त्यांना अनेकदा भेटलो, चर्चा केली. यानंतर सदरचा प्रस्ताव आर्थिक मान्यतेसाठी केंद्रीय मंत्रिमंडळासमोर मांडण्यात आला. पी. चिदंबरम हे त्या वेळी केंद्रीय अर्थमंत्री होते. आर्थिक शिस्तीचा भाग म्हणून त्यांनी सदर प्रस्तावात जागोजागी कपाती सुचवल्या.

दिल्लीमध्ये पुन्हापुन्हा कागदी घोडे नाचवणाऱ्या प्रशासकीय अधिकाऱ्यांनी यातच अनेक महिने घालविले. माझा नि सहकाऱ्यांचा सातत्याने पाठपुरावा चालू होता. मात्र रसायनमंत्री रामविलास पासवान आणि पवार साहेबांच्या माध्यमातून मंत्रिमंडळाची सदर प्रस्तावास मान्यता मिळाली, ही इतक्या वर्षांच्या आमच्या कामगार संघटनेच्या संघर्षाची पहिली फलश्रुती.

केंद्रीय मंत्रिमंडळाकडून एच.ए.च्या पुनर्वसनासाठी एकूण १३७.५९ कोटी रुपयांच्या प्रस्तावास मान्यता मिळाल्याचे, त्याच रात्री पवार साहेबांनी मला स्वतः दूरध्वनीवरून कळवले व तेव्हा माझ्या आनंदास पारावार उरला नाही. यावर काय प्रतिक्रिया द्यावी, हेच क्षणभर समजेना. आभार मानून फोन खाली ठेवला.

त्यानंतर संत तुकारामांचा एक अभंग आठवला. तोच मी कागदावर लिहिला. आणि त्वरेने पवार साहेबांना दिल्लीतील निवासस्थानी फॅक्सद्वारे पाठवला. तो अभंग पुढीलप्रमाणे होता. (अभंग क्र.४१५७)

पावलो प्रसाद इच्छा केली तैसी ।
जाहलें या चित्ताशी समाधान ॥
मायबाप माझा उभा कृपादानी ।
विटे सम जोडूनि पादांबुजे ॥
सांभाळासी येऊ नेदी चें उणीव ।
अधिकार गौरव राखे तैसे ॥
तुका म्हणे सर्व अंतर्बाह्य आहे ।
जया तैसा राहे कवळूनी ॥

बंद पडण्याच्या दिशेने निघालेल्या एच.ए.ला आता संजीवनी मिळाली. केंद्र सरकारने एच.ए. कंपनीच्या पुनर्वसनासाठी १३७.५९ कोटी रुपये मंजूर केले. तो दिवस होता ९ मार्च २००६. कामगार संघटनेच्या आनंदाला पारावार उरला नाही. रोजीरोटीच्या सवालाचा हा 'घंटानाद' एकदाचा सरकार दरबारी निनादला. त्याचे

पडसाद साहजिकच पुणे शहरातल्या कामगार जगतात उमटणे स्वाभाविकच होते.

ही अस्तित्वाची लढाई काही अंशी जिंकल्यामुळे कामगारांना जरी दिलासा मिळाला असला, तरी कंपनीच्या भवितव्यासाठी आणि कंपनी चालवण्यासाठी आवश्यक असणाऱ्या भागभांडवलाची प्रस्तावातील मागणी मान्य न झाल्यामुळे कंपनीसाठी हा निधी तसा अपुराच होता. या निधीतून कामगारांची देणी, भविष्यनिर्वाह निधी व सुमारे पाचशे कामगारांच्या स्वेच्छानिवृत्तीसाठीचा निधी इत्यादींची तरतूद करण्यात आलेली होती आणि एच.ए. कंपनीवर बँकांच्या असणाऱ्या कर्जाची जबाबदारी सरकारने घेतली होती.

केंद्र सरकारची या पुनर्वसन प्रस्तावास मान्यता मिळाल्यानंतर एच.ए. कामगारबांधवांनी कंपनीच्या प्रवेशद्वारावर पदाधिकाऱ्यांचा कौतुक सोहळा मोठ्या जल्लोषात साजरा केला. सर्व प्रसारमाध्यमांचे प्रतिनिधी कंपनी प्रवेशद्वारावर हजर झाले. वर्तमानपत्रातल्या बातम्यांनी महाराष्ट्राच्या कानाकोपऱ्यात या संघर्षलढ्याची फलश्रुती पोहोचवली. पुढील काही दिवसांतच केंद्र सरकारने मंजूर केलेली रक्कम कंपनीकडे सुपूर्द करण्यात आली. सुमारे साडेपाचशे कामगारांनी स्वेच्छानिवृत्तीसाठी कंपनीकडे आपले अर्ज दाखल केले असले, तरी बहुतांश कामगारांमध्ये नवी उमेद निर्माण झाली होती.

मानवी स्वभावाप्रमाणे यशप्राप्तीनंतर त्या यशाचे श्रेय घेण्यासाठी व कौतुकाची थाप आपल्या पाठीवर मिळवण्यासाठी कामगारवर्गातून अनेक चेहरे पुढे आले, तर काही जण मंजूर झालेल्या प्रस्तावातल्या दोषावर व उणिवांवर बोट ठेवून कामगार संघटनेच्या पदाधिकाऱ्यांना दोषी ठरवू लागले.

मंजूर झालेला प्रस्तावनिधी पुरेसा नाही, याची आम्हांलाही कल्पना होती. मात्र रसायन मंत्रालय, तेथील प्रशासनयंत्रणा, केंद्रीय अर्थमंत्रालय, मंत्रिमंडळ या सर्व गोष्टी व तत्संदर्भातल्या यंत्रणा या सर्वांच्या पाठपुराव्याचा नुसता विचार मनात आला, तरी आपल्या मर्यादांची जाणीव होते.

हे सारे चक्रव्यूह भेदण्यासारखे आहे. खोलात शिरल्याशिवाय अंतरंगात काय घडले, हे सांगता येत नाही.

कामगार संघटनेने केलेल्या संघर्षाचे व दिलेल्या लढ्याचे कौतुक करण्याऐवजी केवळ राजकीय हेतूने प्रेरित झालेले काही कामगारबांधव कामगार संघटनेच्या निवडणुका डोळ्यांसमोर ठेवून, निवडणुकांच्या दृष्टिकोनातून आपले विचार मांडू लागले. कंपनी बंद करण्याची बीआयएफआर कोर्टाची नोटीस आल्यानंतर

त्यास्तव उभारलेल्या आंदोलनात सहभागी न झालेल्या काही कामगारांना आता कामगार संघटनेच्या नेतृत्वाची स्वप्ने पडू लागली. माझ्या रूपाने कामगार संघटनेस लाभलेले नेतृत्व कमकुवत करण्याचे व संपवण्याचे कारस्थान हे लोक रचू लागले.

त्याच एका कुटिल रणनीतीचा भाग म्हणून माझ्या कामगार संघटनेत ठामपणे माझी पाठराखण करणाऱ्या काही विश्वासू सहकाऱ्यांना त्रास देण्याचे व बदनाम करण्याचे षड्यंत्र ही काही मंडळी रचू लागली. त्यामध्ये माझ्या कामगार संघटनेच्या कार्यकारिणीमधील दोन प्रतिनिधींना न केलेल्या गुन्ह्यासाठी आरोपी ठरवून त्यांच्यावर शिस्तभंगाची कारवाई करण्यास व्यवस्थापनाला प्रवृत्त केले गेले. पोलीस तक्रार आणि कोर्टाची पायरी चढण्याची वेळ या मतलबी लोकांमुळे माझ्या सहकाऱ्यांवर आली.

या साऱ्या आरोपांतून माझे सहकारी निर्दोष सुटले, परंतु त्यासाठी त्यांना झालेला मानसिक त्रास आणि त्यांच्यासाठी मला खर्च करावा लागलेला वेळ, खाव्या लागलेल्या खस्ता, मनस्ताप, पैसा या साऱ्याचे मोल कमी नव्हते. माझ्या आणखी एका विश्वासू महिला कार्यकारिणी प्रतिनिधीला नाहक जातिवादाच्या आरोपात गुंतवून तिच्यावर नोकरीतून निलंबनाची वेळ आणण्यात आली.

कंपनी व कामगारांची रोजीरोटी वाचवण्यासाठी ज्या कामगारबांधवांच्या विश्वासावर मी रात्रंदिवस व दीर्घकाळ लढत होतो, त्यांच्यातल्या काही विघ्नसंतोषी शक्ती माझ्या व्यक्तिमत्त्वाचा कॅनव्हास विद्रूप करण्याचा आटोकाट प्रयत्न करत होते. दुर्दैवाने अशा प्रकारास व्यवस्थापनातील काही अदृश्य शक्ती साथ देऊन रसद पुरवत होत्या.

एच.ए. कामगार संघटनेच्या माध्यमातून कामगार-कार्यकर्ता म्हणून माझे नेतृत्व शहरातील काही राजकीय मंडळींच्या डोळ्यांतही आता खूपच खुपू लागले होते. त्यांच्याच माध्यमातून त्यांचे काही हस्तक माझ्या वाटचालीत व्यत्यय आणण्याचा आणि मला मानसिक त्रास देण्याचा डाव रचत होते. या सर्व शक्ती एकवटून फक्त 'अरुण बोऱ्हाडे हटवा' ही एकच मोहीम राबवण्याच्या उद्दिष्टाने एकत्र आले होते. अर्थात लोकशाही जागृत असल्याचे हे द्योतक आहे.

कामगार संघटनेच्या ऑगस्ट २००७मध्ये झालेल्या निवडणुकीत माझ्या विरोधातल्या सर्व असंतुष्ट शक्ती एकत्र आल्या. एच.ए. कंपनीचे अस्तित्व मिटवायला निघालेल्या सर्व यंत्रणांना, प्रशासनाला आंदोलनाच्या माध्यमातून सर्व शक्तिनिशी प्रयत्नांची पराकाष्ठा करत १३७.५९ कोटी रुपयांचा पुनर्वसन निधी

मिळवून देणारी माझी कामगार संघटना, त्या संघटनेचा मी एक कर्तव्यनिष्ठ सेनानी, लढवय्या कामगार नेता २००७च्या कामगार संघटनेच्या निवडणुकीत या असंतुष्ट शक्तींमुळे पराभूत होतो हेही एक मोठे बोचरे व विचारप्रवृत्त करणारे शल्य आहे!

कामगार संघटनेच्या निवडणुकीत माझा आणि माझ्या संघटनेतील कार्यकर्त्यांचा पराभव हा माझ्या दृष्टीने खूपच चिंतेचा आणि चिंतनाचा विषय होता. कामगारांसाठी व कंपनीसाठी गेली कित्येक वर्षे तहानभूक हरपल्यागत रात्रंदिवस कष्ट केले होते. केवळ एकाच उद्दिष्टाने, ध्येयाने झपाटल्यागत अपार कष्ट करणाऱ्या माझ्यासारख्या तळमळीच्या कामगार-कार्यकर्त्याचे नेतृत्व कामगारबांधव नाकारतात. यामुळे हवालदिल होऊन मला व माझ्या सहकाऱ्यांना आत्मचिंतन करण्याची वेळ आली. माझ्या पराभवाचा सर्वांत अधिक त्रास माझ्या सहकाऱ्यांना आणि माझी पाठराखण करणाऱ्या कामगारबांधवांना झाला.

ही लोकशाही आहे आणि तिने दिलेला कौल स्वीकारावाच लागतो. हार-जीत होतच असते. म्हणून विजयाच्या उन्मादाने हुरळून जाऊ नये आणि पराभवाच्या शल्याने काळीज फाटू देऊ नये. मी माझ्या सहकाऱ्यांच्या पाठीवर धीराचा हात फिरवत त्यांची समजूत घातली. मात्र आजपर्यंत केलेल्या कर्तव्याची जाणीव आणि विस्मरण माझ्या एच.ए.तल्या कामगारबांधवांना झालेच कसे, हे कोडे मात्र मला अद्याप सुटलेले नाही. काही दिवसांनी मी माझ्या कामगार संघटनेतल्या अतिशय विश्वासू सहकाऱ्यांना सोबत घेऊन निवडणुकीतल्या आमच्या पराभवाची कारणे शोधण्याचा प्रयत्न केला.

सर्वसाधारणपणे कंपनीतील युनियनच्या कार्यकारिणीचा कार्यरत राहण्याचा कालावधी दोन ते तीन वर्षांचा असतो. कंपनीच्या व कामगारांच्या अस्तित्वाचा प्रश्न निर्माण झाल्यामुळे आम्ही जवळपास पाच वर्षे कामगार संघटनेच्या कार्यकारिणीवर कार्यरत होतो. कंपनीची ढासळलेली आर्थिक परिस्थिती व त्यातून मार्ग काढण्यासाठी आम्ही करत असलेली पराकाष्ठा यांमुळे कामगार संघटनेच्या निवडणुकीची मागणी कंपनीतल्या कामगारांनी केलीच नाही. तरीही दीर्घकाळ आम्ही कामगार संघटनेच्या पदावर कार्यरत राहिल्यामुळे कंपनीतल्या काही कामगारांना कामगार संघटनेच्या नेतृत्वात बदल हवा होता आणि ते अपेक्षितही होते. कंपनीची बिकट परिस्थिती पाहून कामगार संघटनेचे नेतृत्व करायला घाबरणारे लोक आता कामगार संघटनेच्या निवडणुका घ्या, म्हणून आग्रही भूमिका घेऊ

लागले होते. कारण आम्ही केंद्र सरकारकडून मंजूर करून आणलेल्या पुनर्वसन प्रस्तावामुळे कंपनीचा बंद पडू पाहत असलेला श्वास आता चालू झाला होता. कंपनीच्या पाठीमागे सरकार ठामपणे उभे असल्याची ग्वाही व विश्वास एच.ए.च्या कामगारांना नवसंजीवनी देत होता.

या पुनर्वसन प्रस्तावामुळे एच.ए. कंपनीच्या साडेपाचशे कामगारबांधवांनी स्वेच्छानिवृती स्वीकारली, ज्यात बहुसंख्येने माझ्यावर व माझ्या कामगार संघटनेवर निस्सीम प्रेम करणारे विश्वासू, ज्येष्ठ सहकारी कामगारबांधव होते. त्याचा परिणाम निवडणुकीतल्या मतदानावर प्रकर्षाने झाला.

कंपनी वाचवणे हेच एकमेव विशाल ध्येय आणि उद्दिष्ट डोळ्यांसमोर ठेवून दिल्ली दरबारी सातत्याने प्रयत्न करत असल्यामुळे तसेच आजारी उद्योग म्हणून बीआयएफआर कोर्टाचीही कंपनीतल्या कामगारांच्या प्रमोशन, पगारवाढ व इतर सुविधांसंदर्भात बंधने असल्यामुळे साहजिकच कंपनीतल्या काही कामगारबांधवांच्या तत्संदर्भातल्या इच्छा, आकांक्षा व स्वप्नांना आम्ही न्याय देऊ शकलो नाही.

कंपनीच्या हितापेक्षा आपल्या स्वहिताला अधिक महत्त्व देणारे कामगारबांधव व काही घटक कामगार संघटनेच्या निवडणुकीत माझ्या नेतृत्वाच्या विरोधात गेले. व्यवस्थापनातील काही घटक वा लोक जे मुळातच नेहमी माझ्या विरोधात होते, त्यांची अशी धारणा झाली की अरुण बोऱ्हाडे यांनी केंद्र सरकारकडून मोठा आर्थिक निधी आणल्यामुळे त्यांचे कंपनीमध्ये भविष्यकाळात वर्चस्व वाढेल. या भीतीपोटी त्यांनीही कामगारवर्गात माझ्या विरोधात वातावरण निर्माण करून माझ्याबाबत मतभेदाचे व द्वेषाचे खतपाणी घातले.

राज्यात आणि देशात गाजलेला एवढा मोठा कामगारलढा आम्ही उभा केला. केंद्र सरकारकडून कंपनी वाचवण्यात यशस्वी झालो. पुणे शहरातील आणि राज्यातील कामगार चळवळीत आपला नावलौकिक वाढला. हे सारे साहजिकच पुन्हा नव्याने सांगण्याची गरज नाही. मात्र कामगारबांधव आपल्या पाठीशी ठामपणे उभे राहतीलच, या माझ्या गोड गैरसमजास या कामगार संघटनेच्या निवडणुकीत तडा गेला. आपले कर्तृत्व, कामगिरी कितीही मोठी असली, तरी नेतृत्व आणि मतदार यांचे नाते इतर गोष्टींवर अवलंबून असते, हा धडा मला या निवडणुकीतल्या पराभवाने शिकवला.

मी माझ्या सहकाऱ्यांना सांगितले की आपला पराभव झाला असला तरी आपली कंपनी व्यवस्थित चालली पाहिजे यासाठी आपण व्यवस्थापन आणि

नवनियुक्त कामगार प्रतिनिधींना सहकार्य करणे, त्यांच्या कामगिरीवर लक्ष ठेवणे ही काळाची व आपणा सर्वांची गरज आहे. आपण त्यांना आवश्यक त्या ठिकाणी सहकार्य करू आणि जेथे चूक असेल तेथे त्यांचा ठामपणे विरोध करू.

ही आमची भूमिका निश्चित झाल्यानंतर आम्ही कामगार संघटनेचे अध्यक्ष पवार साहेब यांना पत्र लिहून कामगार संघटनेच्या निवडणुकीसंदर्भातली व भविष्यातली आमची सहकार्याची सकारात्मक भूमिका कळवली. पुन्हा कामगारांच्या हितरक्षणासाठी 'जागल्या'ची भूमिका करू लागलो.

अरुण बोऱ्हाडे यांच्या एकूणच कामगार चळवळीचा आढावा घेताना त्यांना विचारले की हिंदुस्थान ॲंटिबायोटिक्स संदर्भात दिल्लीमध्ये पाठपुरावा करताना प्रशासकीय अधिकाऱ्यांच्याविषयी एखादा चांगला अनुभव सांगण्यासारखा आहे का? तेव्हा त्यांनी श्रीमती सतवंत रेड्डी यांच्याविषयी आवर्जून सांगितले :

श्रीमती सतवंत रेड्डी (आय.ए.एस.)

सन १९९६पासून २०१९पर्यंत किमान दोन डझन आय.ए.एस. अधिकाऱ्यांशी वेळोवेळी संपर्क आला, अनेकदा गंभीर चर्चा झाल्या. कधी किंचित वादही झाले. रसायन खात्याचे सचिव साधारणपणे दर तीन वर्षाला बदलून जात. कधी कधी मध्येच निवृत्त झाले की नवीन अधिकारी येत असत.

त्याशिवाय आमच्या मंत्रालयामध्ये तीन-चार संयुक्त सचिव (जॉईंट सेक्रेटरी) असायचे. तेही आय.ए.एस. असत. काही अधिकारी अतिशय लक्ष घालून काम करत, तर काही नियमांचा अतिरेक करून अडचणी निर्माण करत. असे संमिश्र अनुभव आमच्या वाट्याला आलेत. अर्थात आम्ही खूप तयारीनिशी अभ्यासपूर्वक चर्चा करून जात असू, त्यामुळे बरेचदा दिल्लीतून प्रतिसाद मिळत राहिला. या सर्व सचिवांमध्ये सर्वाधिक ठळकपणे नाव घेता येईल ते श्रीमती सतवंत रेड्डी यांचे.

माझ्या आठवणीप्रमाणे २००५ ते २००७ या कालावधीमध्ये त्या रसायन खात्याच्या सचिव होत्या. अत्यंत प्रसन्न भावमुद्रा आणि उत्साही व्यक्तिमत्त्व असलेल्या रेड्डी मॅडम ह्या मूळच्या पंजाब केडरमधील अधिकारी होत्या. विविध ठिकाणी सेवा बजावल्यानंतर त्या रसायन विभागात सचिव म्हणून आल्या.

योगायोगाने त्याच वेळी केंद्र सरकारने हिंदुस्थान ॲंटिबायोटिक्ससाठी पुनर्वसन

प्रस्ताव तयार करण्याचे ठरवले होते. कामगार संघटना, एच.ए.चे व्यवस्थापन, रसायन मंत्रालयातील संबंधित अधिकारी आणि रसायनमंत्री रामविलास पासवान साहेब, तसेच केंद्रीय अर्थमंत्रालय यांच्याशी समन्वय साधून, बी.आय.एफ.आर. आणि बी.आर.पी.एस.इ. यांच्या मार्गदर्शक तत्त्वांनुसार प्रस्ताव तयार करण्याची आणि मंत्रिमंडळाकडून मंजुरी मिळेपर्यंतची कामगिरी त्यांनी पार पाडली.

श्रीमती सतवंत रेड्डी यांना पहिल्यांदा भेटायचे होते, तेव्हा शरद पवार साहेबांनी त्यांना फोन करून माझ्यासाठी वेळ घेऊन दिली. मी आणि माझे सहकारी ज्ञानेश्वर भूमकर आम्ही दोघेही त्या भेटीत भारावून गेलो होतो. त्यांच्याविषयी ऐकले होते की त्या पतियाळाच्या राजघराण्यातील आहेत. त्या कल्पनेनेच आम्हांला त्यांच्या स्वभावाबाबत साशंकता वाटत होती, त्यामुळे काहीसे दडपणही होते.

मात्र प्रत्यक्षात त्यांनी आमचा अंदाज पूर्णतः चुकीचा ठरवला. त्यांनी पुष्कळ वेळ दिला, त्यांच्या बोलण्यात सहजता, गांभीर्य आणि आश्वासकता दिसली. कंपनीतील अनेक गोष्टी त्यांनी जाणून घेतल्या. कामगार प्रतिनिधी म्हणून आमचा कंपनीविषयीचा दृष्टिकोन समजून घेतला. कामगार संघटना एवढ्या सकारात्मक असू शकतात, याचेच त्यांना खूप कौतुक वाटले. तसे त्यांनी बोलूनही दाखवले. एकूणच आमची पहिलीच भेट खूप सकारात्मक, आल्हाददायक आणि आश्वासक झाली. त्याच भेटीत आम्ही त्यांना प्रत्यक्ष कंपनीत येण्याची विनंती केली. तीही त्यांनी तत्काळ मान्य केली.

एच.ए.च्या पुनर्वसन प्रस्तावात त्यांनी खूप गांभीर्याने लक्ष घातले. त्याचाच एक भाग म्हणून त्यांनी लवकरच कंपनीत भेट देऊन व्यवस्थापनाशी सखोल चर्चा केली. कामगार प्रतिनिधींशीही बोलणी केली. कंपनीतील विविध विभागांना भेटी देऊन उत्पादनप्रक्रिया कशी सुरू आहे, तेही पाहिले.

एक दिवस मुक्काम करून दुसऱ्या दिवशी त्यांनी कामगारांच्या वसाहती (एच.ए.कॉलनी)त फेरफटका मारला. काही घरांना अचानक भेट देऊन तेथील परिस्थिती पाहिली, गृहिणींशी बोलल्या. व्यवस्थापनाला आवश्यक सूचना केल्या.

रेड्डी मॅडमच्या त्या भेटीची चर्चा कामगारांत आणि कुटुंबीयांत अनेक दिवस चालली होती. पुन्हा दिल्लीमध्ये आम्ही त्यांच्या एकदोनदा भेटी घेतल्या. त्यांच्या पाठपुराव्यामुळे प्रस्ताव लवकर मार्गी लागला. प्रत्यक्षात प्रस्तावास सरकारची मंजुरी मिळाल्यानंतर अंमलबजावणी लवकर करण्यासाठीही त्यांनी पुढाकार घेतला. दरम्यान त्यांचा आणि रसायनमंत्रीमहोदयांचा कृतज्ञता समारंभ करण्याचे

कामगार संघटनेने ठरवले. व्यवस्थापकीय संचालकांनाही ही संकल्पना पटली. त्यांनीही कंपनीच्या वतीने समारंभ करण्यास मान्यता दिली.

दि.३१ ऑगस्ट २००६ रोजी एक शानदार सोहळा चिंचवड येथील प्रेक्षागृहात घेण्यात आला. तेव्हा रसायनमंत्री रामविलास पासवान साहेब आणि श्रीमती सतवंत रेड्डी मॅडम दोघांचाही मोठा सत्कार करण्यात आला. विशेष म्हणजे रेड्डी मॅडम यांना महाराष्ट्राची संस्कृती म्हणून खास पैठणी साडी आमच्या महिला कामगार प्रतिनिधींच्या हस्ते सन्मानपूर्वक देण्यात आली. ती भेट मनापासून आवडल्याचे त्यांनी आठवणीने सांगितले.

बंद करायला निघालेली कंपनी चालू ठेवून तिला इंधन देण्यासाठी तत्पर असलेल्या श्रीमती सतवंत रेड्डी मॅडम एच.ए.च्या प्रत्येक कामगारांच्या सदैव स्मरणात आहेत.

रामविलास पासवान

एच.ए. कंपनीचे व्यवस्थापकीय संचालक एम. सी. अब्राहम कंपनीच्या कामकाजासंदर्भात एकदा फारच आर्थिक अडचणीत आले. त्यांना कंपनीसाठी तातडीने दहा कोटी रुपयांची गरज निर्माण झाली. त्यांनी तसा प्रस्ताव मंत्रालयात सादर केलेला होता. केंद्रीय रसायनमंत्री रामविलास पासवान कौटुंबिक कारणास्तव रजेवर असल्यामुळे दिल्लीचे रसायन मंत्रालय तातडीने हव्या असणाऱ्या या रकमेसंदर्भात रसायन मंत्र्यांच्या आदेशाशिवाय निर्णय घेऊ शकत नव्हते.

त्या वेळी अब्राहम फारच व्यथित व चिंताग्रस्त झाले. त्यांनी आपली समस्या मला कथन केली आणि कोणत्याही परिस्थितीत रामविलास पासवान साहेबांशी संपर्क करून त्यांच्याकडून या रकमेस तातडीच्या मंजुरीचा आदेश होणे अगत्याचे असल्याचे सांगितले. रामविलास पासवान यांच्याशी मी आणि माझे सहकारी ज्ञानेश्वर भूमकर संपर्क करण्याचा प्रयत्न करत होतो, मात्र त्यांच्या ठिकाणाबाबत स्वीय साहाय्यकांनी कानावर हात ठेवले. खरे तर वारंवार भेटीमुळे मंत्रीमहोदय मला व्यक्तिशः ओळखत होते.

अनेक वर्षे दिल्लीतील वातावरणात जा-ये असल्याने काही खाचखळगे आम्हांला ठाऊक होते. मंत्र्यांबाबतची सर्व माहिती पोलीस यंत्रणेला असते. पोलीस यंत्रणेकडे तपास करता पासवान साहेब बंगलोरमध्ये कौटुंबिक सुट्टीवर असल्याचे

समजले. मी आणि भूमकर तातडीने बंगलोरला गेलो. तेथे पासवान साहेबांचे लोकेशन अशोका हॉटेल असे दाखवण्यात आल्यामुळे आम्ही हॉटेल अशोका गाठले. हॉटेल व्यवस्थापनाकडे विचारपूस करता समजले की ते आपल्या एका नातलगाच्या लग्नसोहळ्यासाठी बंगलोरला आलेले होते. ते हॉटेलबाहेर गेलेले असल्यामुळे आम्ही दोघे हॉटेलच्या स्वागतकक्षात साहेबांची प्रतीक्षा करत बसलो.

सुमारे तीन तासांच्या प्रतीक्षेनंतर रामविलास पासवान साहेबांचे हॉटेलमध्ये आगमन झाले. स्वागतकक्षात आम्हांला पाहताच पासवान साहेब काहीसे अचंबित झाले व मला विचारले, "अरे, बोऱ्हाडेजी, आप यहाँ कैसे?"

त्यावर मी म्हणालो, "आपको मिलने को ही आये है साहब!"

त्यांनी लगेच आम्हांला बरोबर येण्यास सुचवले. आम्ही त्यांच्या पाठोपाठ गेलो. त्यांच्या सूटमध्ये साहेबांना बंगलोर येथे तातडीने का यावे लागले, याची कारणमीमांसा सांगितली. त्याचक्षणी पासवान साहेबांनी तातडीने रसायन मंत्रालयातल्या सचिवांना व अधिकारीवर्गाला फोन करून एच.ए. कंपनीच्या व्यवस्थापकीय संचालकास तातडीने दहा कोटी देण्याविषयीचा आदेश दिला.

मग आम्ही पुण्यास परतलो.

मोठ्या माणसांच्या मोठ्या मनाचा प्रत्यय अनेकदा मला आला. सुट्टीवर असतानाही रामविलास पासवान साहेबांनी आपले कर्तव्य बजावताना हसतमुखाने आमचे स्वागत केले. अशा घटना, अशी माणसं कायमची स्मरणात राहतात व माणसाला जगण्याची नवी दृष्टी देतात. त्यानंतर जेव्हा जेव्हा मी दिल्लीत गेलो, तेव्हा प्रत्येक वेळी पासवान यांना भेटत असे. पुढील काळात ते आमच्या खात्याचे मंत्री नव्हते, तेव्हाही मी त्यांच्या निवासस्थानी जाऊन त्यांची भेट घ्यायचो, ते ही 'आईए बोऱ्हाडेजी' म्हणत आपुलकीने स्वागत करत.

एकदा पासवान साहेब दिल्लीवरून बंगलोरला विमानाने जात असताना पुणे विमानतळावर त्यांचे विमान दोन तास थांबणार होते. त्या अवधीमध्ये पासवान साहेबांनी कंपनीचे तत्कालीन व्यवस्थापकीय संचालक एम. सी. अब्राहम आणि मला चर्चेसाठी पाचारण केले होते. त्या वेळी मंत्रीमहोदयांसोबत झालेल्या चर्चेमध्ये माझी मते व्यक्त केली होती. पासवान साहेबांनी जेनेरिक औषध योजनेची आणि पी.पी.पी. योजनेसाठीची तांत्रिकदृष्ट्या प्राथमिक अहवाल तयार करण्याची जबाबदारी अब्राहम यांच्यावर सोपवली होती."

अरुण बोऱ्हाडे म्हणाले, "ऑगस्ट २००७मध्ये झालेल्या निवडणुकीमध्ये सुनील पाटसकर यांच्या नेतृत्वाखाली नवीन पदाधिकारी निवडून आले. पाटसकर हे माझ्या विभागात कार्यरत असणारे सहकारी कामगार संघटनेचे सरचिटणीस म्हणून निवडून आले. माझी कामगार संघटनेतली कारकीर्द संपली. त्याच वेळी व्यवस्थापकीय संचालक एम. सी. अब्राहम सेवानिवृत्त झाले. त्यांच्या जागी टी. के. रंगनाथन हे व्यवस्थापकीय संचालक म्हणून रुजू झाले. त्यांना विपणन क्षेत्रातला चांगला अनुभव होता. कंपनीच्या पुढील वाटचालीसाठी अशा क्षेत्रातल्या माणसाचीच आवश्यकता होती. रंगनाथन यांच्या व्यवस्थापकीय संचालकपदी नियुक्तीच्या दरम्यानच त्यांचा आणि माझा परिचय झाला होता. अनेक वर्षे एच.ए. कामगारांची वेतनवाढ रखडलेली होती. कंपनीस सरकारकडून पुनर्वसन पॅकेज मिळाल्यामुळे आम्ही वेतनवाढीची मागणी कंपनीकडे नेटाने करत होतो. पॅकेजमुळे कामगारांच्याही वेतनवाढीसंदर्भात अपेक्षा वाढल्या होत्या. केंद्र सरकारची त्यासाठीची अनुकूलताही पदोपदी जाणवत होतीच.

एच.ए.ला संजीवनी देताना सरकारने बंद पडण्याच्या मार्गावर असणाऱ्या जवळपास अकरा सरकारी आस्थापनेतल्या उद्योगांना जीवदान दिले होते. आमची कंपनी कर्जाच्या विळख्यातून बाहेर आल्यानंतर व कंपनी बंद होतेय का, ही आशंका संपल्यानंतर नंतर सर्व बाजूंनी अनुकूल वातावरणात निर्माण झाले. कंपनीच्या व्यवस्थापकीय संचालकांना व नव्याने नियुक्त कामगार संघटनेच्या पदाधिकाऱ्यांना आपले कर्तृत्व सिद्ध करण्यासाठी मोकळीक मिळाली होती. महाराष्ट्र शासनाने एच.ए. कंपनीस शासनासाठी दिलेली औषध खरेदीची योजनाही कार्यान्वित झालेली होती. त्यामध्ये भर म्हणून भारत सरकारच्या रसायन मंत्रालयानेही सार्वजनिक क्षेत्रातल्या उद्योगांसाठी प्राधान्याने कंपनीची उत्पादने खरेदी करण्याची योजना (पी.पी.पी.) अमलात आणली होती. त्याचबरोबर सरकारने केंद्र सरकारच्या परवानगीशिवाय कोणत्याही खासगी किंवा सार्वजनिक उद्योगातील उत्पादित औषधांच्या किमती वाढवू नयेत असाही दंडक घातला होता. त्याच वेळेस जेनेरिक औषधांची योजना कार्यान्वित करण्यासाठी केंद्रीय रसायनमंत्री रामविलास पासवान यांनी पुढाकार घेतला होता.

आता मी तांत्रिकदृष्ट्या कामगार संघटनेचा पदाधिकारी नसलो तरी कंपनीचे व्यवस्थापकीय संचालक टी. के. रंगनाथन हे वेळोवेळी मला पाचारण करून कंपनीसंदर्भात सल्लामसलत करत असत. कंपनीचा पेनिसिलीन प्लॅन्ट बंद पडल्यानंतर सदर विभागात काम करणारे सुमारे पाचशे कामगार इतर विभागांत

वर्ग करण्यात आलेले होते. त्यांना अद्याप स्थैर्य प्राप्त झालेले नव्हते. त्या त्या विभागांचे विभागप्रमुख सदर कामगारांना जाणीवपूर्वक अपमानास्पद वागणूक देते होते. काही कामगारांनी तत्संदर्भात तक्रार केल्यानंतर मी स्वतः अशा वेळी व्यवस्थापनासोबत त्या कामगारांच्या वतीने चर्चा करत होतो. तसेच बंद पडलेला पेनिसिलीन विभाग सरकारने पुन्हा कार्यान्वित करावा, यासाठीही पाठपुरावा करत होतो. व्यवस्थापनातले काही घटकही त्यासाठी प्रयत्नशील होते.

दरम्यान कंपनीतल्या 'बीटा लॅक्टम' या विभागाचे नूतनीकरण केल्यानंतर त्याच्या उद्‌घाटनासाठी व्यवस्थापकीय संचालक टी. के. रंगनाथन यांनी केंद्रीय रसायनमंत्री रामविलास पासवान यांना प्रमुख पाहुणे म्हणून निमंत्रित केले. तसेच शरद पवार साहेब यांनाही निमंत्रित केले. मंत्रीमहोदयांनी उद्घाटनापेक्षा पगारवाढीची घोषणा करावी अशी समस्त एच.ए. कामगारांची अपेक्षा होती. बरीच वर्षे पगारवाढ झालेली नसल्यामुळे आणि कंपनीच्या अस्तित्वासाठीच्या लढ्यातच सारी शक्ती खर्ची पडत असल्यामुळे आता कामगारांच्या पगारवाढीची अपेक्षाही रास्त होती.

या विभागाच्या उद्‌घाटनासाठी प्रमुख पाहुण्यांचे कंपनीत आगमन झाल्यानंतर कंपनीच्या गेस्ट हाउसमध्ये कामगार संघटनेचे सरचिटणीस पाटसकर व पदाधिकारी यांच्यासह आम्ही प्रमुख कामगार कार्यकर्त्यांनी या दोन्ही मंत्र्यांसोबत चर्चा केली. या उद्‌घाटनाच्या कार्यक्रमात पगारवाढीची घोषणा करण्याविषयी त्यांना विनंती केली. केंद्रीय रसायनमंत्री पासवान साहेबांनी आमची ही विनंती मान्यही केली. आणि सदर कार्यक्रमात पगारवाढीची घोषणा केली. कामगारांनी दोन्ही नेत्यांच्या नावाचा जयजयकार केला. अर्थात प्रत्यक्ष पगारवाढ अमलात येण्यासाठी पुढील काही महिन्यांची प्रतीक्षा करावी लागली. तसेच पुढील बराचसा काळ हा पगारवाढीच्या फरकाची मागणी व प्रतीक्षा करण्यातच गेला.

एच.ए.कंपनीसाठी सर्व परिस्थिती अनुकूल असली आणि कंपनीच्या उत्पादनाचे आकडे वाढलेले असले तरी एच.ए.कंपनी स्थिरस्थावर झाली आहे असे अजिबात वाटत नव्हते. प्रत्येक कामगाराच्या मनावर एक अनामिक अस्वस्थतेचे सावट असायचे.

दरम्यान, कामगार संघटनेच्या प्रयत्नांतून अनेक कामगारांची रखडलेली प्रमोशन्स देण्याचे व्यवस्थापनाने मान्य केले, कामगारबांधवांना बढती मिळाली, काही अंशी वेतनात फरक पडला, त्यामुळे खुशीचे वातावरण होते. मात्र कंपनी व्यवस्थापनातले काही घटक कंपनीविषयी फारसे गंभीर वाटत नव्हते. त्यामुळे

प्रश्न काही सुटत नव्हता. कंपनीतल्या एकूण वातावरणाविषयी अस्वस्थ असलेल्या अनेक कामगारबांधवांनी कंपनी व्यवस्थापनावर अंकुश ठेवण्याच्या दृष्टिकोनातून मी पुन्हा कामगार संघटनेच्या कामकाजात पुढाकार घ्यावा, असा आग्रह मला सातत्याने केला. मात्र मी कामगार संघटनेच्या निवडणुकीत पुन्हा भाग घ्यावयाचा की नाही, या द्विधा मन:स्थितीत होतो. शेवटी सहकारी कामगारमित्रांच्या आग्रहाखातर मी पुन्हा कामगार संघटनेच्या निवडणुकीत सहभागी होऊन सरचिटणीस म्हणून माझ्या पॅनेलसह बहुमताने ऑगस्ट २०१०मध्ये तिसऱ्यांदा निवडून आलो.

गेल्या तीन वर्षांच्या कालखंडात एच.ए.चे उत्पादन वाढले असले तरी, कंपनीची अपेक्षित अशी प्रगती झालेली नव्हती. अर्थात या गोष्टीसाठी स्थानिक व्यवस्थापनासोबत रसायन मंत्रालयातील प्रशासकीय अधिकारीही कारणीभूत होते. यामध्ये त्यांच्या अज्ञानाचा भाग किती आणि चुकीच्या पद्धतीने केलेल्या कामाचा भाग किती, यावर काही न बोलणेच योग्य! दिल्लीमध्ये रसायन मंत्रालयात जेमतेम तीन वर्षांसाठी पदभार स्वीकारणारे प्रशासकीय अधिकारी त्यांच्या अखत्यारीतील कामकाजामध्ये तितकेसे गांभीर्याने लक्ष देत नाहीत. त्यालाही अनेक कारणे आहेत.

एकतर केंद्रीय पातळीवर कोणत्याही विभागात सचिव किंवा सहसचिव पदावर नियुक्ती होणारे आय.ए.एस. अधिकारी अनुभवसंपन्न असले तरीही बऱ्याच जणांना निवृत्तीचे वेध लागलेले असतात. काही अपवाद वगळता अनेक अधिकारी या विभागाच्या किंवा या विभागाच्या अखत्यारीत येणाऱ्या कारखान्यांच्या स्थैर्यासाठी अथवा प्रगतीसाठी मनापासून लक्ष घालत नाहीत. कधीकधी त्यांना त्यांच्या आवडीचा विभाग मिळाला नाही म्हणूनही नाराजी त्यांच्या मनात घर करून बसलेली असते. एकीकडे सरकारच्या अखत्यारीतील पेट्रोलियम उद्योगासारख्या नावलौकिक मिळालेल्या कंपन्यांचा लखलखाट, त्यामधील सेवासुविधांचा संततधार कोसळणारा पाऊस, तर दुसरीकडे रसायन मंत्रालयातल्या आजारी कंपन्या, उद्योग. साहजिक अनेक अधिकाऱ्यांना या आजारी उद्योगाशी काही देणेघेणे नसते. सरकारी धोरण अनुकूल असले तरी ती योजना, धोरणे राबवण्याची कामगिरी प्रशासकीय अधिकाऱ्यांनाच करावयाची असते. ती व्यवस्थित न निभावल्यामुळे एच.ए. कंपनीसारखे जनतेच्या हिताचे काम करणारे कारखाने, उद्योग आजारी पडतात. अशा उद्योगांना ऊर्जितावस्था प्राप्त करून देण्याचे सरकारने ठरवलेले असले तरी अधिकाऱ्यांच्या उदासीनतेमुळे यश प्राप्त होत नाही. हे प्रदीर्घ अनुभवांती कळले होते. तसेच कंपनी पातळीवरतीही कधी दोन संचालकांच्यात एकमत नसेल तरीही त्याचे परिणाम कंपनीला भोगावे लागतात.

कंपनी कायमस्वरूपी आर्थिकदृष्ट्या स्थिरस्थावर व्हावी यासाठी मी सातत्याने चिंतन करायचो. कंपनीतले अनेक जुने सहकारी कामगारबांधव, कामगार संघटनेतील माझे माजी पदाधिकारी, कार्यकर्ते कामगारबांधव, व्यवस्थापनातील काही ज्येष्ठ अधिकारी यांच्यासोबत मी चर्चा करून कंपनीच्या स्थैर्यासाठी काय करता येईल, याचीही चाचपणी करायचो. कामगार संघटनेच्या सरचिटणीसपदी तिसऱ्यांदा निवडून आल्यानंतर मी व्यवस्थापनाच्या काही चुकीच्या निर्णयांना जबाबदार असणाऱ्यांची दिल्लीत रसायन मंत्रालयात तक्रार करणार आहे, असे स्पष्ट केल्यामुळे, माझ्या या भूमिकेचे बहुसंख्य कामगारबांधवांनी स्वागत केले; परंतु व्यवस्थापनातील काही अधिकाऱ्यांनी सावधपणाची भूमिका घेतली.

पुढील काही महिन्यांतच टी. के. रंगनाथन हे व्यवस्थापकीय संचालक सेवानिवृत्त झाले. कंपनीच्या उत्पादनाचे आकडे फुगलेले दिसत असले तरी कंपनीच्या नफ्या-तोट्याचा पट काही सुधारलेला नव्हता. कंपनीची जमीनविक्री अद्याप झालेली नव्हती. नेहमीप्रमाणे एमआयडीसीचे पाणीपट्टी बिल, एमएसईबीचे विजेचे बिल, महानगरपालिकेचा मालमत्ता कर आणि कर्जासाठी विविध बँकांचे तगादे चालू झाले होते. कंपनी व्यवस्थापनाने आपल्या नेहमीच्या सवयीप्रमाणे सरचिटणीस म्हणून हे सारे ओझे माझ्या खांद्यावर टाकले होते. राजकारणात माझे असणारे संबंध, माझी प्रतिमा, वलय व ओळख वापरून देणेकऱ्यांची मुदत मी कंपनीसाठी वाढवून घेत होतो. कंपनीला आता केंद्र सरकारकडून आर्थिक मदत मिळणार नाही, असे केंद्र सरकारने २००६-२००७मध्ये एच.ए.ला पुनर्वसन पॅकेज देतानाच स्पष्ट सांगितले होते. तरीही सरकारच्या मदतीशिवाय कंपनी पुढील वाटचाल करू शकणार नाही, हेही वास्तव सत्य कोणालाच नाकारताही येत नव्हते.

टी. के. रंगनाथन यांच्यानंतर कंपनी सचिव असलेले अनिल वैद्य यांनी व्यवस्थापकीय संचालकपदाची हंगामी सूत्रे आपल्या हाती घेतली. एका मराठी पुणेकराने व्यवस्थापकीय संचालकपदावर आरूढ व्हावे याचा मला आनंद आणि अभिमान वाटला. त्यांच्याकडून माझ्या खूपच अपेक्षा वाढल्या. या पुण्यभूमीत जन्मलेल्या भूमिपुत्राच्या सहकार्याने कंपनी वाचवण्यासाठी व कंपनी प्रगतिपथावर नेण्यासाठी आपण अहोरात्र परिश्रम करू अशी खूणगाठ मी माझ्या मनाशी बांधली. वैद्य यांना विश्वासात घेऊन अनेकदा बैठका, विचारविनिमय केला. सरकारकडून आपणास नेमकी काय आणि कोणती मदत मागावयाची, याचे आराखडे तयार करण्यात आले. कृषिमंत्री शरद पवारांसोबत अनेकदा बैठका

घेऊन विचारविनिमय केला, चर्चा केल्या.

दरम्यानच्या काळात अमेरिकेतील एडीएम (आर्चर डॅनियल मिडलँड) नावाच्या कंपनीचे प्रतिनिधी एच.ए.मधील 'फरमेंटेशन प्लॅन्ट' चालवण्यास घेण्याच्या इराद्याने पाहणी करण्यासाठी आले. त्यांनी जगातल्या काही देशांतल्या कंपन्यांतले प्लॅन्ट पाहिलेले होते. त्यांना एच.ए.तला प्लॅन्ट तांत्रिकदृष्ट्या सर्व सोयींनी युक्त वाटला व पसंत पडला होता. मात्र त्यांनी सांगितले की, येथील उद्योगास लागणाऱ्या वीज व पाणी दोन्ही गोष्टी अतिशय महाग व खर्चिक आहेत. त्यामुळे त्यांनी आपला बेत रद्द केला. एच.ए. कंपनी सावरण्यासाठी आलेली एक संधी अशा रीतीने वाया गेली.(संदर्भ : *टाईम्स ऑफ इंडिया,* पुणे दि. २६ जानेवारी, २००६)

दरम्यान भारतातीलच 'बॉयोकॉन' नावाची एक कंपनीही या विभागाची पाहणी करण्यास आलेली होती. त्यांचाही अनुकूल असा प्रतिसाद एच.ए.ला मिळाला नाही. खरे तर एच.ए.चा फरमेंटेशन प्लॅन्ट संपूर्ण आशिया खंडात सर्वांत मोठा आहे. येथील तंत्रज्ञ अनुभवी व कसबी, कुशल आहेत. पण केवळ भांडवलाअभावी एच.ए. कंपनी हा प्लॅन्ट चालवू शकत नव्हती. हा प्लॅन्ट सोडून पलायन केलेल्या मॅक्स जीबीसोबत एच.ए.चा लवादाकडे वाद चाललेला मिटणेही गरजेचे होते. लवादाच्या निकालानंतर मॅक्स जीबी पुन्हा न्यायालयात आव्हान देणार! कदाचित न्यायालयाकडून अनुकूल निकाल लागला तर दोन-अडीचशे कोटी रुपयांची नुकसानभरपाई एच.ए.ला मिळेल.

हे होईल तेव्हा खरे! परंतु एच.ए.ला आज पैशांची खऱ्या अर्थाने गरज आहे. पाच-पंचवीस वर्षांनंतर दोन-अडीचशे कोटी मिळण्यापेक्षा अडचणीच्या काळात मिळणारे शंभर कोटी रुपये अधिक मोलाचे ठरतील, असे मला वारंवार वाटत होते.

त्या संदर्भात मॅक्स जीबीसोबत परस्पर बोलणी करून रसायन मंत्रालयाने कंपनीला पैसे मिळवून द्यावेत, यासाठी मी स्वतः तसेच व्यवस्थापकीय संचालक वैद्य यांच्यासह रसायन मंत्रालयातल्या सचिव, सहसचिवांसोबत बोललो व शरद पवार साहेबांच्या माध्यमातून सदर प्रस्ताव रसायन मंत्रालयासमोर मांडला. मात्र सरकारने या संदर्भात कोणताही निर्णय घेतला नाही.

पेनिसिलीन प्लॅन्ट चालू केला तर एच.ए. कंपनीला निश्चितच ऊर्जितावस्था प्राप्त होईल. देशातील औषध कंपन्या पेनिसिलीनसाठी चीन देशावर अवलंबून आहेत. हे परावलंबित्व मोडून काढायचे असेल तर भारत सरकारने एच.ए. कंपनीस सक्षम आधार देणे अत्यंत निकडीचे व गरजेचे आहे, असाही आग्रह मी

रसायन मंत्र्यांकडे धरला. पवार साहेबांना माझी संकल्पना पटत होती. त्या दृष्टीने ते नेहमीच मला मार्गदर्शन करत असत. एच.ए.संदर्भात काय करता येईल, याचा विचारविनिमय करताना राज्य सरकारने वीज दरात कंपनीला सवलत द्यावी, अशी मागणी आम्ही व्यवस्थापनामार्फत सरकारला केली.

आमच्या मागण्यांचा विचार करून शरद पवार यांच्या पुढाकाराने रसायनमंत्री, रसायन खात्याचे सचिव, एच.ए.व्यवस्थापन आणि कामगार संघटनेचे प्रतिनिधी अशी एक संयुक्त बैठक दिल्ली येथे संपन्न झाली. त्या वेळी श्रीकांत जेना यांच्याकडे रसायन मंत्रालयाचा कार्यभार होता. पवार साहेबांच्या सूचनेनुसार महाराष्ट्र राज्याचे तत्कालीन ऊर्जामंत्री अजितदादा पवार यांच्याकडे कंपनीने वीजदरात सवलत मिळावी असा प्रस्ताव सादर केला. त्यांनी हा प्रस्ताव संबंधित प्राधिकरणाकडे अवलोकनार्थ पाठवला.

त्याच वेळी केंद्रीय ऊर्जामंत्री सुशीलकुमार शिंदे यांना भेटून आम्ही त्यांच्याशी या विषयावर चर्चा केली. दोन्ही मंत्रीमहोदयांकडून कंपनीस सकारात्मक प्रतिसाद मिळाला, मात्र कार्यवाही झाली नाही.

केंद्रीय कृषिमंत्री पवार साहेबांनी एच.ए. कंपनीची शेतीविषयक औषधे व तत्सम उत्पादने देशातील सर्व राज्य सरकारांनी घ्यावीत, म्हणून सर्व राज्यांच्या कृषिमंत्र्यांना पत्रे पाठवली.

महाराष्ट्रासह काही राज्यांनी कृषिमंत्र्यांच्या या विनंतीस सकारात्मक प्रतिसाद दिला. अशा विविध प्रयत्नांतून एच.ए. कंपनीचा रथ मार्गक्रमण करत होता.

हिंदुस्थान अँटिबायोटिक्स कंपनीविषयी चर्चा करताना ही कंपनी तोट्यात जाण्याची कारणे आपण कधी शोधलीत का, खासगी औषध कंपन्या कशा मोठ्या होतात. त्या कारणांचा आपण कधी शोध घेतला का, असा प्रश्न विचारल्यावर अरुण बोऱ्हाडे यांनी खूप सखोल माहिती दिली.

अरुणजींनी सांगितले की,

“मुळातच एच. ए. कंपनी नफ्या- तोट्याच्या तराजूत तोलण्यासाठी निर्माण केलेली नव्हती. “गरिबांना परवडणाऱ्या किंमतीत दर्जेदार औषधे” हेच आमच्या कंपनीचे ब्रीद होते. त्यामुळे खासगी औषध कंपनीशी एच.ए.ची तुलना करता येणार नाही. या कंपनीवर संपूर्ण नियंत्रण दिल्लीतील रसायन मंत्रालयातील प्रशासनाचे आहे. त्यामुळे अनेकदा एखादा निर्णय घेण्यात आणि त्याच्या अंमलबजावणीत

वेळ जातो. कधी कंपनीकडून सुचवलेल्या एखाद्या प्रस्तावावर दिल्लीमध्ये अंमलबजावणी लवकर होत नाही, त्याचा परिणाम उत्पादन प्रक्रियेवर होतो.

शिवाय खासगी कंपन्यांची मार्केटिंगची पद्धती पाहिली तर कोणतीही सार्वजनिक औषध कंपनी त्यांच्याशी स्पर्धा करूच शकत नाही.

एच.ए.चा विपणन विभाग

एच.ए. कंपनीच्या उत्पादनांची विक्री करण्यासाठी स्वतंत्र मार्केटिंग किंवा विपणन विभाग आहे. मात्र मार्केटिंगमधील योग्य व्यवस्थापनाचा अभाव हेही कंपनीच्या तोट्यात जाण्याचे एक कारण असू शकते. उत्पादित माल योग्य वेळेत बाजारात न जाणे, विक्री झालेल्या मालाची रक्कम वेळेत जमा न होणे, अशी विविध कारणे सांगता येतील.

खरे तर कंपनीची विपणन व्यवस्था किंवा यंत्रणा खूप सक्षमपणे संरचित करण्यात आलेली होती. देशाच्या बहुतांश महत्त्वाच्या शहरांमध्ये कंपनीच्या विभागीय कार्यालयांसह विपणन व्यवस्था कार्यरत होती. औषधविक्री प्रतिनिधी किंवा त्याला मेडिकल रिप्रेझेंटेटिव्हज म्हणतात, त्यांची संख्याही पुष्कळ होती. त्यावर अधिकारी, व्यवस्थापकांची नेमणूक केलेली होती.

मला आठवते शेषेसाई नावाचे या विभागाचे सरव्यवस्थापक होते, तेव्हापासून कमी अधिक प्रमाणात मार्केटिंगविषयी अनेक उलटसुलट चर्चा कानावर येत होत्या. त्यांच्यानंतर लाझरस नावाचे व्यवस्थापक या विभागाचे प्रमुख होते. कंपनीमध्ये काळ्या पाषाणातील चिऱ्यांची एक भव्य नि सुंदर इमारत विपणन विभागासाठी बांधलेली होती. लाझरस विभागप्रमुख असताना एकदा अचानकपणे त्या इमारतीला आग लागली आणि त्यामध्ये बहुतांश कागदपत्रे जळून नष्ट झाली. कामगार संघटना म्हणून आम्ही लाझरस यांच्या चौकशीची मागणी केली. चौकशी झाली, मात्र त्यातून काहीही निष्पन्न झाले नाही.

एच.ए.च्या उत्पादन विभागातील सरव्यवस्थापक असलेले एस. एल. फडके यांच्याकडे विपणन विभागाची जबाबदारी देण्यात आली. त्यांनी त्यामध्ये बरीच शिस्त आणि सुरळीतपणा आणला. त्या काळात व्यवसायवृद्धी चांगली होती. पुढे त्यांची बंगळूरूच्या कर्नाटक ॲन्टिबायोटिक्स कंपनीचे (केएपीएल) एम.डी. म्हणून नियुक्ती झाल्यामुळे त्यांना येथून जावे लागले.

त्यानंतर एकामागून एक काही अधिकारी विपणन प्रमुख म्हणून कंपनीत येऊन

गेले. जणू काही ते पर्यटनासाठीच आले होते. मध्यंतरी थत्ते नावाचे एक गृहस्थ या विभागाचे प्रमुख म्हणून आले. त्यांच्या काळात उत्पादित माल कंपनीच्या गोडाऊनमध्ये बराच काळ साठून राहिलेला आम्ही पाहिला. त्या वेळी मी स्वतः गोडाऊनमधील अशा औषधांची यादी करून दिल्लीमध्ये रसायन मंत्रालयात देवेंद्र चौधरी नावाचे संयुक्त सचिव होते, त्यांच्याकडे सादर केली. मी थेट त्यांच्याकडे पुराव्यासह केलेली तक्रार त्यांना बहुतेक आवडले नाही. अर्थातच त्या वेळी माझा त्यांच्याशी शाब्दिक वाद झाला. मात्र माझा हेतू आणि तळमळ लक्षात घेऊन, त्यांनी कंपनीमध्ये फोन करून या गोष्टीचा खडसावून जाब विचारला.

थत्ते यांच्या अगोदर राजीव रंजन नावाचे एक चमत्कारी गृहस्थ या विभागाचे प्रमुख होते. ते तर केवळ दिखाऊपणाच करत. त्यांच्याविषयीदेखील आम्ही तक्रारी केल्या. त्यानंतर पी.के. सेन नावाचे एक व्यवस्थापक आले होते. त्यांनाही व्यवसायवृद्धी करता आली नाही. असे एक ना अनेक अधिकारी आले आणि गेले, परंतु कंपनीच्या विपणन विभागाला ना शिस्त लावू शकले, ना काही प्रगती करू शकले. त्या वेळी जे. बी. पटनाईक या एच.ए.मधीलच अधिकाऱ्याकडे ही जबाबदारी सोपवण्यात आली.

कंपनीच्या तोट्याचे आणखी एक कारण आमच्या लक्षात आले. अनेक सरकारी इस्पितळांना अथवा राज्य सरकारांना पुरवलेल्या औषधांची बिले वर्षानुवर्षे कंपनीकडे जमा झाली नाहीत.

कंपनी जेव्हा खूप अडचणीत आली तेव्हा एकदा आम्ही अशा थकबाकीची यादीच तयार केली आणि ती दिल्लीमध्ये शरद पवार साहेबांना सादर केली. एखाद्या राजकीय नेतृत्वाने काय काय कामे करावीत, याचा विचार केला तर आज विश्वास बसणार नाही. मात्र त्या वेळी स्वतः पवार साहेबांनी विविध राज्यांच्या मुख्यमंत्र्यांना आणि मुख्य सचिवांना फोन करून एच. ए. कंपनीची बिले त्वरित अदा करण्याची विनंती केली.

यापूर्वी उल्लेख केल्याप्रमाणे ते कृषिमंत्री असताना विविध राज्यांच्या कृषिमंत्र्यांना पत्र लिहून एच.ए.कंपनीची कृषी आणि पशुविषयक औषधे, कीटकनाशके प्राधान्याने घेण्याचे त्यांनी आवाहन केले. त्यालाही चांगला प्रतिसाद मिळाला. त्याहीपूर्वी त्यांनी महाराष्ट्राच्या मुख्यमंत्र्यांबरोबर झालेल्या बैठकीत एच. ए. कंपनी वाचवण्यासाठी महाराष्ट्र सरकारने कंपनीच्या उत्पादनांना विशेष प्राधान्य देण्याची सूचना केली होती.

त्यांच्या सूचनेप्रमाणे महाराष्ट्र शासनाच्या सर्व इस्पितळांना लागणाऱ्या औषधांपैकी शासनाने एच.ए. कंपनी आणि राज्यशासनाच्या अखत्यारीतील हाफकिन बायोफार्मा या कंपन्यांमध्ये उत्पादित होणाऱ्या औषधांसाठी शासकीय खरेदीच्या साडेसदतीस टक्के कोटा राखीव ठेवण्याची तरतूद केली. अनेक वर्ष ही सवलत चालू होती. मात्र पुरेशा भांडवलाअभावी कंपनी या सवलतीचा पुरेसा फायदा उठवू शकली नाही. कदाचित या सवलतीचा फायदा घेतला असता, तर कंपनीला विपणन करण्यासाठी दुसरीकडे काही करावे लागले नसते.

रामविलास पासवान रसायनमंत्री असताना केंद्र सरकारने सरकारी मालकीच्या औषध कंपनीची उत्पादने केंद्र सरकारने प्राधान्याने घेण्याची योजना (पीपीपी) सुरू केली. त्याचाही एच.ए.च्या व्यवस्थापनाला पुरेसा फायदा उठवता आला नाही. कंपनी तोट्यात जाण्याची कारणे शोधताना दुर्दैवाने मार्केटिंग म्हणजेच विपणन विभागाचे नाव घेतल्याखेरीज ताळेबंद मांडता येत नाही."

श्रीकांत जेना

आपल्या कर्तृत्वाचा घटनाक्रम सांगताना अरुण बोऱ्हाडे जणू अंतर्धान पावले होते. ते एकेक धागा उलगडत होते. मी एकेक शब्द टिपत होतो. त्यातून काही व्यक्तिमत्त्वांचा उलगडा होत गेला. त्यांनी सांगितले :

"एम. के. अलागिरी हे दाक्षिणात्य नेते रसायनमंत्री असताना ते सहसा दिल्लीत येत नसत. एकदा खासदार सुप्रिया सुळे यांनी त्यांना आपल्याला भेटायला चेन्नईला येते, असे फोनवरून सांगितले. तेव्हा तीनचार दिवसांनी ते आम्हांला दिल्लीत त्यांच्या निवासस्थानी भेटले. त्यानंतर दोनदा भेट झाली होती. त्यांच्या गैरहजेरीत त्याच खात्याचे राज्यमंत्री श्रीकांत जेना हे कार्यभार सांभाळीत असत. त्यादरम्यान दिल्लीत एका महत्वाच्या बैठकीच्या वेळी कृषीमंत्री शरद पवार साहेबांनी त्यांच्याशी माझा परिचय करून देताना, "हे अरुण बोऱ्हाडे, माझे जवळचे सहकारी आहेत" अशा शब्दांत सांगितले होते. तेव्हापासून त्यांनी मला स्मरणात ठेवले होते. त्यानंतर अनेकदा आमचे मोबाईल फोनवरही बोलणे होत असे. अर्थात त्यांच्याशी माझा दीर्घकाळ संपर्क राहिला.

माझ्या स्पष्ट बोलण्याने आणि बाणेदार वागण्याने काही लोक उगीचच दुखावले जायचे. वरिष्ठ व्यवस्थापनाचा काही प्रश्न नव्हता, मी कंपनीसाठी करीत असलेल्या प्रयत्नांची त्यांना पुरेशी कल्पना होती. मात्र मधल्या फळीतील एक दोन

अधिकाऱ्यांना माझ्याविषयी विशेष 'सख्य' वाटायचे. ते माझ्याशी छुपे डाव खेळत असत. एकदा कंपनीतील एका वरिष्ठ अधिकाऱ्याशी माझा तात्त्विक वाद झाला, नंतर तो मिटलादेखील. मात्र त्याचे रसभरीत वर्णन करून एक निनावी पत्र दिल्लीत रसायन मंत्रालयात पाठवण्यात आले. एरवी कामगारांची थकलेली देणी अथवा इतर समस्यांबाबत निद्रिस्त असणारे दिल्लीतील प्रशासन अशा गोष्टींत तत्पर होते.

रसायन मंत्रालयात ए. के. साह नावाचे कनिष्ठ सचिव (अंडर सेक्रेटरी) होते. त्यांनी एक लेखी 'हुकूमनामा' कंपनीच्या व्यवस्थापकीय संचालकांना काढला. त्यामध्ये अरुण बोऱ्हाडे यांच्यावर कडक कारवाई करावी, असा आदेश दिला होता. त्या वेळी कंपनी सचिव असलेले अनिल वैद्य यांच्याकडे एम.डी.पदाचा हंगामी कार्यभार होता. त्यांनी मला बोलावून ते पत्र दाखवले. मला मोठे आश्चर्य वाटले. कामगार संघटना आणि व्यवस्थापनातील होणारे वादविवाद ही तशी नेहमीची बाब असते. शिवाय या प्रकरणात संबंधित अधिकाऱ्याने कुठेही तक्रार केलेली नव्हती. वैद्य साहेबांना मोठा प्रश्न पडला. माझ्यावर कारवाई करण्यासारखे काहीच नाही, याची खात्री होती; परंतु दिल्लीतील वरिष्ठांचा आदेश डावलणार कसा?

अर्थात हा प्रकार काय आहे, याची मला पूर्ण खात्री पटली. मी त्यांच्याकडून त्या पत्राची प्रत घेतली आणि काहीही न बोलता बाहेर पडलो. याबद्दल मी कोणाही सहकाऱ्याला काही बोललो नाही. वैद्यांनाही कोणाशी चर्चा करू नका, अशी विनंती केली. कधी कधी परिस्थिती विचारपूर्वक हाताळावी लागते. संघटनेच्या प्रमुखलाच अशी कारवाईची नोटीस आली, हे कळल्यावर समर्थक सहकाऱ्यांनी व्यवस्थापनासमोर गोंधळ घातला असता. त्यामुळे कुरघोड्या करणाऱ्या संबंधित अधिकाऱ्याला अधिक चेव आला असता. अशावेळी आपल्या संतापापेक्षा संयम आणि सामर्थ्यापेक्षा चातुर्य मोलाचे ठरते, हे मला चांगलेच ज्ञात होते.

दुसऱ्या दिवशी मी थेट दिल्ली गाठली. शास्त्रीभवनमधील रसायन मंत्रालयात राज्यमंत्री श्रीकांत जेना यांची भेट घेतली. त्यांना सर्व प्रकार सत्यकथन केला. मुळातच मंत्रालयातील कोणाही अधिकाऱ्याला कंपनीतील कामगारावर थेट कारवाई करण्याचा अथवा करायला लावण्याचा अधिकार आहे का? असा प्रश्न मी उपस्थित केला.

त्यांनी संबंधित अधिकाऱ्याला म्हणजे साह यांना बोलावून घेतले आणि याबाबत खडसावून जाब विचारला. त्यावर साह मूग गिळून गप्प बसले. जेना यांनी त्यास विचारले, कोणाची तक्रार होती. तेव्हा त्यांनी निनावी पत्र आल्याचे

सांगितले. त्यावर पुन्हा मंत्रीमहोदय चिडले. मुळात अशा पत्राची दखल घेण्याची गरजच काय? एवढी तत्पर सेवा कधीपासून देताय? असा तीनचार प्रश्नांचा भडिमार करून त्यांनी त्यास हे पत्र ताबडतोब रद्द कर आणि यापुढे कंपनीतील कर्मचाऱ्यांबाबत पुन्हा बोट दाखवायचे नाही, असे हिंदीतून त्याला सुनावले. मला त्यांनी निश्चिंत जाण्यास सांगितले. मी लगेचच पुण्यास निघून आलो. पुढे कधीही हे प्रकरण समोर आले नाही.

जेना हे मूळचे ओडिशा राज्यातील नेते, सामाजिक चळवळीतून पुढे आलेले नेतृत्व होते, हे त्यांनी मला यापूर्वी झालेल्या भेटीतच सांगितले होते. सरकारी कंपनीच्या अस्तित्वासाठी एक कामगार संघटना प्रयत्न करतेय, याचे त्यांना खूप कौतुक वाटायचे. पुढे काहीकाळ त्यांच्याकडे रसायनखात्याचा स्वतंत्र कार्यभार होता. कंपनीसंदर्भात आम्ही कधीही गेलो तरी ते त्वरेने कार्यवाही करीत असत. त्यामुळे मला त्यांच्याविषयी आत्मीयता वाटत होती. त्यांचे साधेपणाने वागणे, बोलणे मला खूप प्रभावित करून गेले. पुढील काळात ते आमच्या खात्याचे मंत्री नसतानाही मी दीर्घकाळ त्यांच्या संपर्कात होतो.

एच.ए. कंपनी आरोग्य मंत्रालयाकडे वर्ग करण्याची मागणी

ऑगस्ट २०१० मध्ये कामगार संघटनेचा सरचिटणीस म्हणून पुन्हा सूत्रे हाती घेतल्यानंतर कंपनीसाठी कायमस्वरूपी उपाययोजना काय करता येतील, याचा आम्ही विचार करत होतो. त्या वेळी आम्ही या निष्कर्षाप्रत येऊन पोहोचलो की, ही कंपनी दीर्घकाळ चालू ठेवायची असेल आणि नफ्या-तोट्याच्या विचारावर चालवण्याऐवजी देशातील सरकारी इस्पितळांना औषध पुरवठा करण्यासाठी चालवली गेली तर अधिक योग्य ठरेल. हा विषय मी सरचिटणीस या नात्याने कार्यकारणीपुढे विस्तृतपणे मांडला; त्यानंतर सरकारकडे पाठपुरावा करण्याचे ठरले. त्यासंदर्भात मी प्रथम माननीय शरद पवार यांच्याशी सविस्तर बोललो. त्यांनीही प्रयत्न करण्यास हरकत नाही असे सांगितले. त्याप्रमाणे आम्ही "हिंदुस्थान ॲन्टिबायोटिक्स कंपनी रसायन खात्याकडून केंद्र सरकारच्या आरोग्य खात्याकडे वर्ग करण्यात यावी" अशा मागणीवजा सूचनेचा पत्रव्यवहार पंतप्रधान कार्यालय आणि केंद्रीय रसायनमंत्र्यांकडे केला. तसेच केंद्रीय आरोग्यमंत्री आणि रसायनखात्याचे सचिव यांच्याकडेही केला. देशाच्या नियोजन आयोगाकडेदेखील यासंदर्भात पत्र देण्यात आले.

याविषयी रसायन मंत्रालयाकडून अथवा त्या विभागाच्या सचिवांकडून सकारात्मक प्रतिसाद मिळाला नाही. मात्र पुढे काही महिन्यानंतर नियोजन आयोगाकडून याविषयी सखोलपणे विचार होत असल्याचे आम्हांला समजले. नियोजन आयोगाने डॉ. के. श्रीनाथ रेड्डी यांच्या अध्यक्षतेखाली उच्चस्तरीय तज्ज्ञ अभ्यास गट नियुक्त करण्यात आल्याचेही समजले. अर्थात हा आमच्या पत्राचा परिणाम होता की नाही याविषयी माहिती नाही. मात्र या अभ्यासगटाने केवळ एच. ए. कंपनीच नव्हे, तर रसायन मंत्रालयातील संपूर्ण फार्मास्यूटिकल विभाग केंद्रीय आरोग्य मंत्रालयाकडे वर्ग करण्यात यावा, अशी शिफारस केल्याचे वृत्त प्रसिद्ध झाले होते (संदर्भ : *टाईम्स ऑफ इंडिया*, पुणे, दि.२८ सप्टेंबर २०११).

या शिफारशीच्या बातमीनंतर आमच्या संघटनेच्या सर्व पदाधिकाऱ्यांनी आनंद व्यक्त केला. त्यानंतर पुन्हा आम्ही नियोजन आयोग आणि रसायन मंत्रालयाकडे पत्र पाठवून या शिफारशीचे स्वागत केले. पुढे त्याविषयी पाठपुरावा करूनही आम्हांला यश मिळाले नाही. वास्तविक आपल्या देशाची औषधांची गरज लक्षात घेता औषधनिर्माण कंपन्या आरोग्य मंत्रालयाच्याच अखत्यारीत असाव्यात, असे मला स्वतःला खूप आधीपासून वाटत होते. तसे झाले तर सरकारी कंपनी म्हणून निर्माण होणारी औषधे प्रचलित बाजारात विक्रीसाठीच्या स्पर्धेला सामोरे जाण्याची वेळ कंपनीवर येणार नाही. एकीकडे देशातील सर्व सरकारी इस्पितळांना लागणारी औषधे अनेक खासगी कंपन्यांकडून विकत घेतली जातात आणि सरकारी औषध कंपन्या तोट्यात जातात म्हणून सरकारला बंद करण्याचे निर्णय घ्यावे लागतात, हा एकूणच प्रशासन यंत्रणेच्या वैचारिक दिवाळखोरीचा भाग मानावा लागेल.

कामगार संघटनेच्या सरचिटणीस पदाची ही माझी तिसरी टर्म होती. माझ्याबरोबर शरद पाटील, रमेश जाधव, शंकर बारणे, शिवाजी निंबाळकर, प्रवीण रूपनर आणि संपत पाचुंदकर हे सहकारी निवडून आले होते. दरम्यानच्या काळात केंद्रीय कृषिमंत्री असलेल्या पवार साहेबांनी आपल्याला एच.ए.च्या कामगार संघटना अध्यक्षपदाच्या जबाबदारीतून मुक्त करावे अशी इच्छा व्यक्त केली. खरे तर साहेबांच्या नावामुळेच एच.ए.च्या कामगार संघटनेला कंपनीसाठी काम करताना पाठबळ व आधार मिळत होता. साहेब हे सर्वार्थाने एच.ए. कामगार संघटनेचे व कामगारांचे आधारस्तंभ होते. अडीअडचणीच्या काळात त्यांनी कंपनीला व कामगारांना सावरण्यासाठी सातत्याने भरीव योगदान दिले होते. माझी कंपनी आणि माझा कामगार अशी आपलेपणाची जाणीव जोपासली होती. मात्र

पवार साहेबांनीच तसा आग्रह धरल्यामुळे आता आमच्यासाठी अतिशय अवघड परिस्थिती होऊन बसली होती.

सर्व बाजूंचा व शक्याशक्यतेच्या परिणामांचा विचार करता पवार साहेबांच्या ठिकाणी खासदार सुप्रियाताई सुळे यांच्या नावाला आम्ही कामगार संघटनेच्या अध्यक्षपदासाठी प्राधान्यक्रम व पसंतीक्रम दिला. आम्ही तसा कामगार संघटनेच्या कार्यकारिणीचा ठराव संमत करून, तो ठराव व प्रस्ताव खासदार सुप्रियाताई सुळे यांच्यासमोर ठेवला. खासदार झाल्यापासून सुप्रियाताई मला एच.ए.च्या कामासंदर्भात नेहमीच दिल्लीत सहकार्य व मार्गदर्शनही करावयाच्या. त्यांनी प्रथमतः कामगार संघटनेच्या अध्यक्षपदासाठी आम्हांला नम्रपणे नकार दिला. त्या म्हणाल्या की, जबाबदारी अन्य कोणाकडे तरी द्या. मी नेहमीप्रमाणेच तुमच्या कामासाठी मदत करत राहीन, अशी त्यांनी त्यांची भूमिका स्पष्ट केली.

आमच्या आग्रहावरून खासदार सुप्रियाताईंनी दि. २ सप्टेंबर, २०१० रोजी एच.ए. कंपनीस भेट देऊन कामगार व व्यवस्थापनासोबत संवाद साधला. कंपनीतल्या अडीअडचणी समजून घेतल्या. विविध प्रश्नांवर चर्चा केली. तसेच कंपनीतल्या विविध विभागांना भेटी दिल्या. उत्पादनप्रक्रिया समजून घेतली. त्यानंतर काही दिवसांनी त्यांनी एच.ए.च्या कामगार संघटनेच्या अध्यक्षपदासाठी आपली संमती कामगार संघटनेस कळवली.

दरम्यानच्या काळात दिल्लीमध्ये रसायनमंत्री म्हणून एम. के. अलागिरी हे दाक्षिणात्य गृहस्थ मंत्री म्हणून रुजू झाले. ते सहसा दिल्लीत उपलब्ध होत नसत. खासदार सुप्रियाताई सुळे यांच्या सहकार्यातून आम्ही दोनतीनदा अलागिरी महाशयांना भेटलो, मात्र त्यांनी कधीही एच.ए. कंपनीच्या कामकाजाबाबत उत्साह दाखवला नाही. कंपनी चालवण्याच्या व कंपनीला प्रगतिपथावर नेण्याच्या आमच्या प्रयत्नांना रसायन मंत्रालय, तेथील प्रशासकीय अधिकारी, सचिव, सहसचिव, रसायनमंत्री यांचा पाठिंबा आणि सहकार्य मिळत नव्हते. कधी अधिकारी उदासीन तर कधी मंत्री उदासीन, कधी सचिव उत्साही तर सहसचिव उदासीन, कधी कंपनीत व्यवस्थापकीय संचालक पुढाकार घेत, तर वित्त संचालक मौनाची भूमिका स्वीकारत.

अशा बिकट परिस्थितीत एच.ए. संदर्भातल्या आमच्या प्रयत्नांना खीळ बसत होती. एच.ए.च्या प्रगतिपथावरील अडथळ्यांच्या शर्यतीतले हे एक

प्रमुख कारण होते. यासंदर्भात एकदा दिल्लीतील भेटीदरम्यान रसायन खात्याचे सचिव, आय.ए.एस. मुकुल जोशी यांच्याशी माझी शाब्दिक चकमक झाली. एच.ए.संदर्भातील त्यांची नकारात्मक मानसिकता उघड झाली.

मी आणि कामगार संघटनेतले पदाधिकारी, माझे सहकारी सातत्याने कंपनीला बिकट आर्थिक परिस्थितीतून कसे बाहेर काढता येईल, या संदर्भात विचारविनिमय करून प्रयत्न करत होतो. सरकारने कंपनीस अतिरिक्त जमीन विक्री करण्यास परवानगी दिली होती, पण ती जमीन फक्त सरकारी संस्थांनाच विकत घेता येणार होती. त्यासाठी सरकारने एक समिती स्थापन केली होती. त्या समितीमध्ये भारत सरकारचा एक प्रतिनिधी, बीआयएफआरचा प्रतिनिधी, बँकेचा एक प्रतिनिधी, राज्य शासनाच्या वतीने जिल्हाधिकारी आणि कंपनीच्या वतीने व्यवस्थापकीय संचालक यांचा समावेश केला होता. या समितीने एच.ए. कंपनीची अतिरिक्त जमीन विक्रीसाठी निविदा मागवल्या. मात्र या निविदांसाठी सरकारी आस्थापनांकडून फारसा प्रतिसाद मिळाला नाही. त्यामुळे आम्ही शासनाकडे पुन्हा एकदा निविदा मागवण्यासाठी मागणी केली.

दरम्यानच्या काळात महाराष्ट्र गृहनिर्माण मंडळ (म्हाडा), पुणे विभागाच्या मुख्याधिकारीपदी माझे एक मित्र राजेंद्र निंबाळकर बदलून आले होते. मी त्यांची भेट घेऊन त्यांना एच.ए.च्या अतिरिक्त जमिनीसाठी म्हाडातर्फे निविदा भरण्याचा आग्रह धरला. शिवाय या जमिनीवर एच.ए.च्या कामगारांसाठी १०% जागेवर काही सवलत देऊन त्यांना घरे उपलब्ध करून द्यावीत, असाही प्रस्ताव त्यांच्यासमोर मांडला होता. त्यांनी तो मान्यही केला होता, तशी बोलणीही त्यांनी कंपनी व्यवस्थापनाबरोबर केली.

व्यवस्थापनाचा व म्हाडा मुख्याधिकाऱ्यांचा होकार घेऊन मी दिल्लीस येऊन पवार साहेबांना भेटलो आणि एच.ए.च्या जमीन विक्रीसंदर्भात सरकारने पुन्हा निविदा काढाव्यात, यासाठी प्रयत्न करण्याची विनंती केली. पवार साहेबांनी माझी विनंती मान्य केली, आणि काही दिवसांनी सरकारने तशा निविदा काढल्या.

अपेक्षेप्रमाणे म्हाडाने सदर जमिनीसाठी आपली निविदा सादर केली. म्हाडा ही महाराष्ट्र शासनाची गृहनिर्माण संस्था असल्यामुळे त्यांच्याकडे पुष्कळ निधीही उपलब्ध होता. म्हाडाने इतर कोणापेक्षाही सर्वाधिक दराने निविदा भरल्या होत्या. अनंत प्रकारे प्रयत्न करूनही त्या निविदांबाबत सरकारने निर्णय घेतला नाही.

म्हाडाशी संबंधित अधिकारी एच.ए.च्या जमिनीवर चांगली गृहयोजना

बांधण्यासाठी तत्पर होते. मात्र ते पुण्यातला आपला कार्यकाल संपवून इतरत्र बदलून गेले आणि केंद्रीय रसायन मंत्र्यांच्या निर्णयाअभावी एच.ए.च्या जमिनीवर म्हाडाचे गृहसंकुल उभारण्याचे स्वप्न विरून गेले.

साहजिकच म्हाडाच्या माध्यमातून एच.ए.च्या कामगारांना सवलतीच्या दरात घरे उपलब्ध करून देण्याच्या माझ्या स्वप्नांचाही चक्काचूर झाला!

नंतरच्या काळात के. व्ही. वर्की नावाचे व्यवस्थापकीय संचालक एच.ए. कंपनीत रुजू झाले. आय.आय.टी.चे सुवर्णपदक विजेते असणारे वर्की हे अतिशय बुद्धिमान आणि प्रामाणिक गृहस्थ होते. मात्र एच.ए.ची खालावलेली आर्थिक परिस्थिती, मानसिकदृष्ट्या कमकुवत झालेले व्यवस्थापन, उदासीन रसायन मंत्रालय आणि कामगारांचा मासिक पगार, कामगार हित यांसाठी आग्रही व दबाव टाकणारी कामगार संघटना या सर्वांची एकत्रितपणे मोट बांधण्यात व समन्वयातून मार्ग काढण्यात वर्की यांचे कौशल्य कमी पडले. दिवस, महिने, वर्षे एक एक करत मागे मागे जात होते. याच गोंधळात २०१३ साल उजाडले. ऑगस्ट २०१३मध्ये एच.ए. कामगार संघटनेच्या निवडणुका जाहीर झाल्या.

दर तीन वर्षांनी कामगार संघटनेच्या निवडणुका घेण्यात येतात. त्यान्वये कामगारबांधवांतील होतकरू कामगार कार्यकर्त्याला संघटनेचे काम करण्याची संधी प्राप्त होते. माझी सरचिटणीसपदाची मुदत संपली. खरे तर त्या वेळेस कंपनीची खूपच नाजूक परिस्थिती होती. अशा नाजूक परिस्थितीमध्ये कामगारबांधवांच्या सर्वसंमतीने कामगार संघटनेत काम करण्यासाठी बिनविरोध प्रतिनिधी आणि पदाधिकारी निवडावेत, असा प्रस्ताव मी आणि माझ्या सहकारी कामगारमित्रांनी मांडला, परंतु त्यात आम्हांला यश मिळाले नाही. अखेर कामगार संघटनेच्या निवडणुका जाहीर झाल्या.

मी राष्ट्रवादी काँग्रेस पक्षाचा कार्यकर्ता असल्यामुळे पक्ष संघटनेतील माझ्या कामाची दखल घेऊन अजितदादा पवार यांनी पिंपरी-चिंचवड महानगरपालिकेत मे २०१२मध्ये माझी नगरसेवक म्हणून नियुक्ती केली. खासदार सुप्रियाताई सुळे यांनीही या कामी मला सहकार्य केले. महानगरपालिकेच्या माध्यमातून आपली राजकीय कारकीर्द घडवताना लोकांच्या प्रश्नांना वाचा फोडून जनताजनार्दनाची सेवा करण्याची संधी मला मिळाली. त्या संधीचे सोने करण्याचा मी आटोकाट प्रयत्न केला. त्याचबरोबर कंपनीतल्या माझ्या समविचारी कार्यकर्त्यांना कंपनीच्या कामगार संघटनेत पदाधिकारी, प्रतिनिधी म्हणून निवडून आणण्यासाठी मी कंबर

कसली. माझ्यासोबत कामगार संघटनेत काम करणारे शरद पाटील यांना एच.ए. मजदूर संघाच्या सरचिटणीसपदी निवडणुकीस आम्ही उभे केले, परंतु आमचा हा प्रयत्न फसला. कामगार संघटनेच्या जनरल सरचिटणीसपदावर पुन्हा सुनील पाटसकर व प्रतिनिधी म्हणून त्यांचे सर्व सहकारी कामगारबांधव निवडून आले.

व्यवस्थापकीय संचालक वर्की यांना दिल्लीतील रसायन मंत्रालयातून पुरेशी साथ मिळाली नाही. कंपनीकडे पैसा नसल्यामुळे कंपनी हतबल झाली आहे, कंपनीतल्या कामगारांनी सहकार्य करावे अशी भूमिका वर्की यांनी घेतली. खरे तर सरकारी मदतीशिवाय व्यवस्थापकाने आपले कौशल्य पणास लावून अडचणीतून मार्ग काढायचा असतो. प्रामाणिकपणे काम करूनही इथेच वर्की यांचे कौशल्य कमी पडले. कंपनीची आर्थिक परिस्थिती अधिकच ढासळत गेली. दरमहा मिळणाऱ्या पगाराच्या निम्मा पगार घेऊन कामगारांनी सहकार्य करावे, हे नवीन सूत्र वर्की यांनी अमलात आणले. ही गोष्ट कामगारवर्गाला अजिबात मान्य नव्हती.

पाटसकर यांनी कामगार संघटनेच्या सरचिटणीस पदाची सूत्रे जेव्हा हाती घेतली, तेव्हा कंपनीचा पुढील काळ अतिशय कठीण आणि कसोटीचा असणार आहे याची जाणीव मी त्यांना करून दिलेली होती. गरज पडेल तेव्हा मी आपणांस जरूर सहकार्यदेखील करीन, असे आश्वासनसुद्धा दिले होते. पुढील काही महिन्यांत मे २०१४मध्ये केंद्रात नवीन सरकार सत्तेवर आले. त्यामुळे सर्व कामगारबांधवांना आता एच.ए.संदर्भात काही तरी चांगले व आश्वासक घडेल असे वाटू लागले होते.

खरे तर २००२मध्ये याच विचारधारेच्या सरकारने एच.ए. कंपनी विकण्याचा, कंपनीच्या खासगीकरणाचा घाट त्या वेळी घातला होता. याचाही विसर आता एच.ए.च्या कामगारांना पडला होता. याच बदलाच्या विचाराने सरचिटणीस पाटसकर यांना घेरले होते. ज्यांच्या प्रयत्नांनी व भरभक्कम आधाराने एच. ए.कंपनी बंद होण्यापासून वाचली, कंपनीचा पुनर्वसन प्रस्ताव मंजूर झाला व त्यामुळे सुमारे २००० कामगारबांधवांच्या नोकऱ्या वाचल्या, त्या पवार साहेबांच्या नेतृत्वाचा आणि कर्तृत्वाचा विसर नव्याने कामगार संघटनेत काम करणाऱ्या काही कामगार प्रतिनिधींना पडला.

नव्याने खासदार म्हणून निवडून आलेले श्रीरंग बारणे यांच्याकडे कामगार संघटनेच्या अध्यक्षपदाची धुरा सुपूर्द करण्यात आली. खरे तर श्रीरंग बारणे यांच्यासोबतही माझे मित्रत्वाचे संबंध होते. बारणे यांनी पिंपरी-चिंचवड महानगरपालिकेत अनेक वर्षे नगरसेवक म्हणून जबाबदारी पार पाडली होती. त्यांनी

एच.ए. कामगार संघटनेच्या अध्यक्षपदाबाबत मला एकदा खासगीत विचारणा केली असता, मी त्यांना हे अध्यक्षपद आपण स्वीकारू नये, असा प्रामाणिक सल्ला दिला होता. कारण या कामगार संघटनेच्या अध्यक्षपदाची जबाबदारी अजिबात सोपी नाही, याची कल्पना मी मित्र या नात्याने श्रीरंग बारणे यांना दिली होती.

एक धडपडणारे व्यक्तिमत्त्व म्हणून मला श्रीरंग बारणे यांच्याविषयी आदर आणि कौतुक वाटत असले तरी, एच.ए.चे अध्यक्षपद ही तारेवरची कसरत आणि काटेरी मुकुट होता, याची त्यांना कल्पना नव्हती. याचा प्रत्यय त्यांना पुढील काही दिवसांनी आला.

श्रीरंग बारणे साहेबांनी खासदार या नात्याने एच.ए.चे अध्यक्षपद स्वीकारले आणि पुढच्याच महिन्यात एच.ए.च्या कामगारांना कंपनीकडे पैसा नसल्यामुळे मासिक पगार मिळाला नाही. एक, दोन, तीन असे करता करता महिन्यापाठी महिने लोटले. वर्षभराचा कालावधी उलटला, मात्र एच.ए.च्या कामगारांना पगार मिळाला नाही. कामगारवर्ग हवालदिल झाला. उपासमारीने कामगारांची व त्यांच्या कुटुंबीयांची आतडी पिळवटून निघाली. कामगार युनियनचे सरचिटणीस पाटसकर व त्यांचे पदाधिकारी, युनियनचे अध्यक्ष श्रीरंग बारणे साहेबांसह दिल्लीत आटोकाट प्रयत्न करत होते. त्यांनी दिल्लीतील अन्य मंत्र्यांच्याही गाठीभेटी घेतल्या. भारतीय मजदूर संघाच्याही मदतीने त्यांनी प्रयत्न केले, परंतु दिल्लीत नव्याने सत्तेवर आलेले सरकार ताकास तूर लागू देत नव्हते.

रसायनमंत्री अनंतकुमार हे नवीनच होते. कामगारवर्गाने कशीबशी विनापगार वर्षभर तग धरली. त्यानंतर कामगारांमध्ये तगमग आणि उलघाल सुरू झाली. नेहमी माझ्या संपर्कात असणारे कामगारबांधव मोठ्या संख्येने येऊन मला भेटू लागले व म्हणू लागले की, तुम्हीच काही तरी मार्ग काढा हो. मुलांच्या शिक्षणाची फी भरणे बाकी आहे. कुणाच्या मुलीचे लग्न पैशाअभावी लांबणीवर पडलेय, तर कुणाच्या आईवडिलांना औषधोपचारासाठी पैशाची निकड निर्माण झाली. एक ना दोन अशा शेकडो लोकांच्या समस्यांनी केवळ पैसा नसल्यामुळे उग्र रूप धारण केले होते. सर्वांच्या समस्या ऐकून माझ्या काळजाला पीळ पडत होता.

अखेर एक दिवस कामगार संघटनेचे सरचिटणीस पाटसकर मला भेटले व म्हणाले, “अरुण, आपण बरोबरीने काम करून कामगारांच्या समस्या सोडवल्या पाहिजेत.”

खरे तर वर्षभर एच.ए.च्या कामगारबांधवांची पगाराअभावी उपासमार झाल्यानंतर, सगळे प्रयत्न करून थकल्यानंतर पाटसकर माझ्याकडे आले होते. हा प्रश्न एकट्या पाटसकरांचा नव्हता, माझ्या एच.ए.तल्या सर्व कामगारबांधवांचा होता. माझ्या कर्तृत्वावर व माझ्या नेतृत्वावर वर्षानुवर्षे विश्वास ठेवलेल्या हजारो कामगारांचा व त्यांच्या कुटुंबीयांच्या उपासमारीचा प्रश्न होता.

एच.ए.तील जवळपास प्रत्येक कामगाराची कौटुंबिक पार्श्वभूमी मला ज्ञात होती. या प्रश्नामुळे मला रात्री झोप लागत नव्हती. अनेक जणांच्या कुटुंबाला एच.ए.तील पगाराव्यतिरिक्त अन्य कसलाच आर्थिक आधार नव्हता. वयाची चाळिशी पार केलेल्या कामगारांची मुलेमुली उच्च शिक्षणाच्या खर्चास वंचित झाली होती. भवितव्याच्या सर्व वाटा गडद अंधारात बुडालेल्या दिसत होत्या.

पुन्हा आंदोलन, पुन्हा लाक्षणिक उपोषण !

खासदार श्रीरंग बारणे यांच्या माध्यमातून प्रयत्न करूनही आणि दिल्लीला वारंवार मंत्र्यांच्या भेटीगाठी घेऊनही सलग १८ महिने कामगारांना पगार मिळाले नाहीत. म्हणून सरचिटणीस सुनील पाटसकर यांच्या कार्यकारिणीने सरकारचे लक्ष वेधण्यासाठी आंदोलन करण्याचा निर्णय घेतला.

दिनांक २१ एप्रिल २०१६ रोजी एच. ए. कंपनीच्या समोर एक दिवसाचे लाक्षणिक उपोषण करण्याचा निर्णय घेण्यात आला. माझ्यासह सर्व कामगार कार्यकर्त्यांनी यामध्ये सहभागी होण्याचे ठरवले. प्रत्यक्ष उपोषणाच्या दिवशी बहुतांश कामगार मोठ्या संख्येने उपोषणास बसले. शहरातील विविध सामाजिक संस्था, संघटना आणि राजकीय पक्षांच्या पदाधिकाऱ्यांनी समक्ष उपस्थित राहून या आंदोलनास पाठिंबा दिला.

खासदार श्रीरंग बारणे, आमदार गौतम चाबुकस्वार, माजी महापौर संजोग वाघेरे पाटील, प्रकाश रेवाळे, महंमदभाई पानसरे, कामगार नेते कैलास कदम, यशवंत भोसले, मानव कांबळे, मारुती भापकर, सचिन साठे इत्यादी प्रमुख नेत्यांनी आंदोलनास पाठिंबा व्यक्त केला.

या वेळी खा. श्रीरंग बारणे यांनीही भाषण केले. ते म्हणाले की,

"एच.ए.च्या प्रश्नाबाबत केंद्र सरकार गांभीर्याने पाहत नाही. गेले १८ महिने पगार नसूनही कामगार शांत आहेत. सरकारने कामगारांचा एवढा सहनशीलतेचा अंत पाहू नये. केंद्रीय रसायन मंत्रालयाने कंपनी पुनरुज्जीवनासाठी व कामगारांच्या

थकीत वेतनाचा प्रस्ताव अर्थमंत्र्यांकडे पाठवला असून, गेल्या महिनाभरात यावर कोणताही निर्णय झाला नाही. महाराष्ट्रात शेतकरी आत्महत्या करत आहेत. तीच घटना कामगारक्षेत्रातही होण्याची शक्यता नाकारता येत नाही. एच.ए.ला ऐतिहासिक महत्त्व आहे म्हणून हा कारखाना बंद करण्याचा घाट केंद्र सरकारने घालू नये. केंद्र सरकारने कामगारांच्या सहनशीलतेचा अंत पाहू नये." (भाषण संदर्भ : *लोकमत* दिनांक, २२ एप्रिल २०१६)

या उपोषणानंतर कामगार संघटनेच्या वतीने पुण्यातील कामगार पुतळ्यापासून जिल्हाधिकारी कार्यालयापर्यंत पदयात्रा काढली. त्यानंतर मी आणि पाटसकरांनी एकत्र जाऊन जिल्हाधिकाऱ्यांना निवेदन दिले, सरकारने आमची अधिक परीक्षा पाहू नये, असे निवेदनाद्वारे शासनास कळवले. एकंदरीत कामगारहितासाठी आमचा संघर्ष प्रत्येक पातळीवर चालू होता, प्रयत्नांची पराकाष्ठा चालू होती.

दरम्यान मी पिंपरी-चिंचवड महानगरपालिकेचा सदस्य होतो. त्या माध्यमातून महापालिका आणि राज्य सरकार पातळीवर शक्य तेवढे प्रयत्न करून कंपनीसाठी मदत करत होतो. या आंदोलनादरम्यान महापालिकेच्या सभागृहाचे एच.ए.च्या प्रश्नाकडे लक्ष वेधले. त्यानंतर तत्कालीन महापौर शकुंतला धराडे, पक्षनेत्या मंगलाताई कदम यांच्यासह सर्व राजकीय पक्षांच्या सदस्यांनी प्रत्यक्ष आंदोलनस्थळी येऊन कामगारांना बळ दिले, पाठिंबा दिला.

माझ्या एच.ए. कामगारबांधवांवर अशी कुठलीही कठीण वेळ येऊ नये यासाठीच मी कामगार संघटनेच्या प्रतिनिधींच्या व पदाधिकाऱ्यांच्या बिनविरोध निवडणुकीचा प्रस्ताव सर्वांसमोर मांडला होता, परंतु निवडणुका, हेवेदावे, द्वेषभावना यांमध्ये गुरफटलेल्या काही अपप्रवृत्तीच्या लोकांमुळे काळवेळेचे भान न ठेवता निवडणूक घेणे भाग पडले होते. सार्वजनिक जीवनात चुकलेला एखादा निर्णय वेळीच सुधारला तर ठीक, अन्यथा चुकांची मालिकाच सुरू होते. त्यामध्ये सर्वसामान्य माणूस भरडला जातो.

नेतृत्वाने स्वत:चा अहंभाव, मनोभूमिका बाजूला ठेवून सार्वजनिक हिताच्या दृष्टीने प्रसंगी लवचीकता स्वीकारायची असते. वैयक्तिक अहंभावापेक्षा नेतृत्वावर अवलंबून असणाऱ्या असंख्य जनांचे हित महत्त्वाचे असते. सत्ता येते आणि सत्ता जाते. चुकीच्या निर्णयांनी होणारे परिणाम दीर्घकाळ भोगावे लागतात. म्हणून अनेक महिने पगाराशिवाय वंचित राहिलेल्या माझ्या कामगारबांधवांसाठी कामगार

संघटनेचे सरचिटणीस पाटसकर यांनी सहकार्यासाठी पुढे केलेला हात हातात घेतला. निवडणुकीत पराभव झाल्यानंतरही मी त्यांना गरज लागेल तेव्हा सहकार्य देण्याचे कबूल केले होते.

सरचिटणीस सुनील पाटसकर यांच्या विनंतीनुसार मी शरद पवार साहेबांना फोन केला व भेटीची वेळ मागितली. त्याप्रमाणे दिनांक ३० जून २०१६ रोजी मी, माझे ज्येष्ठ सहकारी महंमदभाई पानसरे आणि पाटसकर मुंबईस साहेबांच्या निवासस्थानी गेलो. तेव्हा ते म्हणाले, "मी प्रत्येक क्षणाला एच.ए. कामगारांच्या पाठीशी उभे राहून आजतागायत साथ दिली. देशात सत्ताबदल होताच तुम्ही मात्र आमची साथ सोडली आणि काय साध्य केले? कामगारांना वर्षभर पगारापासून वंचित ठेवले. पगाराविना कामगार कुटुंबीयांची उपासमार केली. कामगारांच्या मुलांची शिक्षण, लग्ने, त्यांची भवितव्ये, सारं काही अवघड व कठीण करून ठेवलेत!"

साहेबांच्या मनातला राग त्यांच्या वाणीतून व्यक्त होत होता. मात्र, पुढच्या क्षणी सारे काही विसरून आलेल्या समस्येचे निराकरण करण्यासाठी साहेब तत्पर झाले. कामगारक्षेत्रात काम करताना त्यामध्ये राजकारण येणार नाही अशीच शिकवण त्यांनी आम्हांलाही दिली होती आणि ती मी माझ्या पंचवीस वर्षांच्या कामगार संघटनेच्या कामकाजाच्या कालखंडात एकनिष्ठपणे पाळली होती. एखाद्या विषयाला किती चिकटून राहायचे, किती पकड ठेवायची याचे भान नेतृत्वाला असलेच पाहिजे. आपण ज्या गोष्टीसाठी संघर्ष करत आहोत, ती गोष्ट वा तो प्रश्न संघर्षाच्या आगीत होरपळून जाणार नाही याची काळजी नेतृत्वाने घ्यायला पाहिजे. म्हणूनच तुटेल इतकेही ताणू नये, हे साधे गणित कधीच कोणी विसरू नये. उद्योग तगला तर कामगारही जगेल, म्हणून समन्वयाच्या भूमिकेतून कामगारहित जोपासले जावे. नेतृत्वाने वैयक्तिक हेवेदावे बाजूला ठेवून प्रकर्षाने कामगारांच्या हिताची जोपासना करण्याची शिकवण पवार साहेबांनी आम्हांला दिली. त्याच शिकवणीच्या अनुषंगाने कामगार संघटनेच्या सरचिटणीसांना घेऊन पवार साहेबांकडे गेलो होतो.

त्यांनी आमच्याकडून एच.ए. कंपनीची सद्य:स्थिती जाणून घेतली. कामगारांचा वर्षभराचा थकलेला पगार आणि इतर सर्व बाबींसाठी सुमारे ६० कोटी रुपयांची गरज लागणार होती. तसे कंपनीने रसायन मंत्रालयाला पत्रान्वये कळवले होते. सर्व माहितीचे आकलन झाल्यानंतर त्यांनी थेट पंतप्रधान कार्यालयात दिल्लीला फोन लावला. पंतप्रधानांचे मुख्य सचिव नृपेंद्र मिश्रा यांच्याशी फोनवर बोलताना

साहेब म्हणाले की, "पुण्यातल्या एच.ए. या भारत सरकारच्या आस्थापनेतल्या कंपनीच्या कामगारांना गेले वर्षभर पगार मिळाला नाही. ही परिस्थिती योग्य नाही. एच.ए. कामगार संघटनेचे आजी-माजी पदाधिकारी माझ्यासमोर बसलेले आहेत. एच.ए. कंपनीतल्या या कामगारांना सरकारने मदत करायला हवीय. त्या संदर्भात मला पंतप्रधान नरेंद्र मोदी साहेबांसोबत बोलावयाचे आहे. आपण कृपया माझा निरोप पंतप्रधान मोदी साहेबांना द्या व आमच्यात संवाद घडवून आणा."

त्यानंतर पाच मिनिटांतच नृपेंद्र मिश्रा यांचा फोन आला. ते म्हणाले की, पंतप्रधान मोदी दिल्लीतील एका कार्यक्रमात व्यस्त आहेत. मी आपला निरोप त्यांना फोनवरून सांगितला आहे, आणि मोदी साहेब म्हणाले आहेत की, 'पवार साहेब सांगतील त्याप्रमाणे एच.ए. कंपनीबाबत निर्णय घ्या.'

त्यावर पवार साहेबांनी मिश्रा यांना सांगितले की, 'एच.ए. कंपनीसाठी शंभर कोटी रुपये तातडीने देण्याचे आदेश द्यावेत. पुढे काय ते मी समक्ष भेटून बोलेन.' पवार साहेब आणि नृपेंद्र मिश्रा यांच्यातला संवाद आम्ही पवार साहेबांचा फोन स्पीकर मोडमध्ये असल्यामुळे ऐकला.

आम्ही तिघेही जण साहेबांच्या या कृतीने अवाक् झालो. त्यांची तत्परता, कर्तव्यनिष्ठा, त्यांच्या शब्दाला असणारा मान व शासकीय यंत्रणेला कार्यान्वित करण्याचे कसब सारे काही आकलनाच्या पलीकडचे होते. दिल्लीत केंद्रातले सरकार बदलले असले तरी आपल्या नेत्याच्या शब्दाला खुद्द पंतप्रधानसुद्धा किती किंमत देतात व 'पवार साहेब सांगतील तसे करा', असा आदेश देतात, हे कळून चुकले.

पवार साहेबांबाबत सत्ताधारी मंत्री, प्रशासनातल्या अधिकाऱ्यांना किती आदर व विश्वास आहे याची अनुभूती तत्क्षणी आम्हांला आली. नवीन कामगार प्रतिनिधींनी कामगार संघटनेचे अध्यक्ष बदलून काय साध्य केले? पवार साहेब, सुप्रियाताई सुळे यांच्या नेतृत्वावर अविश्वास दाखवून काय मिळवले? असे नाना प्रश्न कामगार संघटनेच्या सरचिटणीसांच्या चेहऱ्यावर दिसत होते.

पवार साहेब फक्त पंतप्रधान मोदी साहेबांसोबत संपर्क करून थांबले नाहीत,तर त्यांनी रसायन मंत्रालयातल्या सचिवांना फोन केला. रसायनमंत्री अनंतकुमार यांनाही फोन केला. त्यांना सांगितले की, आपले पंतप्रधान कार्यालयासोबत बोलणे झाले आहे. आपल्या मंत्रालयातून एच.ए. कंपनीसाठी शंभर कोटी रुपयांचा निधी मागणारा प्रस्ताव तातडीने पंतप्रधान कार्यालयास पाठवावा.

त्याच वेळी एच.ए. कंपनीसाठी कायमस्वरूपी तोडगा काढण्यासाठी तुमच्याकडे काही उपाययोजना आहे का? अशी पवार साहेबांनी आम्हांला विचारणा केली. या उपाययोजनेसंदर्भात आम्ही कंपनी व्यवस्थापनासोबत चर्चा करून अभ्यासपूर्वक प्रस्ताव तयार करू व तो प्रस्ताव आम्ही आपणाकडे पाठवू, असे आश्वासन आम्ही पवार साहेबांना दिले.

पंतप्रधानांनी रसायनमंत्र्यांसह तत्कालीन अर्थमंत्री अरुण जेटली व महाराष्ट्राचे केंद्रात प्रतिनिधित्व करणारे केंद्रीय मंत्री नितीन गडकरी यांची एक उपसमिती एच.ए.च्या प्रश्नावर तोडगा काढण्यासाठी नेमल्याची माहिती पवार साहेबांनी दिली. तसेच मंत्री नितीन गडकरी व अरुण जेटली यांना फोन करून एच.ए. कंपनीसंदर्भात दिल्लीत तातडीने बैठक घेण्याविषयी सूचित केले. त्या बैठकीस कामगार युनियनच्या सरचिटणीसांसह, युनियनचा माजी सरचिटणीस म्हणून मीसुद्धा उपस्थित राहावे अशी सूचना आम्हांला केली.

पवार साहेबांनी दिलेल्या सूचनेनुसार केंद्रीय मंत्री नितीन गडकरी आणि अर्थमंत्री अरुण जेटली यांच्यासोबतच्या बैठकीसाठी कामगार संघटनेच्या पदाधिकाऱ्यांसह मी दिल्लीस आलो. दिल्लीत आल्यानंतर समजले की साहेबांसारख्या ज्येष्ठ नेत्याने आपल्या मंत्रालयात बैठकीसाठी येणे उचित दिसत नसल्यामुळे नितीन गडकरी यांनी स्वत: पवार साहेबांच्या ६, जनपथ या निवासस्थानी बैठक घेण्याचे निश्चित केले. अर्थमंत्री अरुण जेटली व रसायनमंत्री अनंतकुमार यांनी पवार साहेब व नितीन गडकरी साहेब एच.ए.संदर्भात जे काही निर्णय घेतील, ते आम्हास मान्य असतील व त्या निर्णयाची आम्ही अंमलबजावणी करू, असे स्पष्टपणे कळवले. हे दोन्ही मंत्री त्या दिवशी दिल्लीत नसल्यामुळे बैठकीस उपस्थित राहू शकले नाहीत.

दिनांक २८ जुलै २०१६ रोजी ठरलेल्या वेळेप्रमाणे नितीन गडकरी पवार साहेबांच्या दिल्लीतील निवासस्थानी बैठकीसाठी आले.

सदर बैठकीसाठी रसायन मंत्रालयातले सचिव व इतर वरिष्ठ अधिकारी तसेच अर्थमंत्रालयातील वरिष्ठ अधिकारी उपस्थित होते. पवार साहेबांच्या परवानगीने एच.ए. कामगार संघटनेचे अध्यक्ष या नात्याने खासदार श्रीरंग बारणे यांनाही सदर बैठकीसाठी आम्ही आमंत्रित केले होते. साहेबांच्या निवासस्थानी झालेल्या या बैठकीत एच.ए.कारखाना सरकारने आर्थिक मदत देऊन चालू ठेवावा, कामगारांची थकित देणी त्वरित द्यावीत, एच.ए. कंपनीसाठी पुन्हा पुनर्वसन प्रस्ताव तयार करण्यात यावा आणि कंपनीच्या अतिरिक्त जमीनविक्रीस प्राधान्य द्यावे इ.

मुद्द्यांवर चर्चा करण्यात आली. ती बैठक एच.ए. कामगारांच्या दृष्टीने पुन्हा एकदा संजीवनी देणारी बैठक ठरली. प्रश्न एच.ए.च्या कामगारांच्या उपासमारीचा होता, मात्र पुढील दोन दिवस दिल्लीतल्या आणि देशातल्या प्रसिद्धीमाध्यमांनी 'गडकरी शरद पवारांच्या घरी' अशा आशयाच्या बातम्या देऊन राजकीय रंगांची मुक्तहस्ते उधळण केली. कामगारांसाठी कुठल्याही पदावर नसताना निरपेक्षपणे सक्रिय योगदान देण्याचे भाग्य यान्वये मला लाभले होते.

पुढील अनेक दिवस रसायन मंत्रालय आणि अर्थ मंत्रालयात भेटीगाठी घेऊन मंजूर निधी मिळवण्यासाठी तीन-चार महिने सातत्याने प्रयत्न करावे लागले. सरकारकडे एच.ए.च्या प्रश्नासाठी पाठपुरावा करण्यातच माझी अर्धीअधिक शक्ती खर्ची पडत होती.

मंजूर झालेला निधी पदरात पडेपर्यंत पाठपुरावा करण्यात व हेलपाटे घालण्यात दमछाक व्हायची. या काळात मी आणि पाटसकर अनेकदा दिल्लीत जात असू. अखेरीस २१ डिसेंबर २०१६ या दिवशी केंद्रीय मंत्रिमंडळाने ठराव मंजूर केला. त्या ठरावानुसार एच.ए. कंपनीच्या कामगारांच्या थकित वेतनापोटी १०० कोटी रुपये एकरकमी देण्याचे ठरले. एच.ए. कामगारांच्या भवितव्याच्या दृष्टीने दीर्घकालीन उपाययोजना आखण्यासाठी लवकर एकत्र बसून निर्णय घेण्याचे रसायनमंत्री अनंतकुमार यांनी सूतोवाच केले. या कामानिमित्ताने संबंधित खात्यांच्या मंत्र्यांकडे सतत जावे लागत असल्याने संबंधित खात्यातले मंत्री व अधिकारी आम्हांला व्यक्तिशः ओळखू लागले होते. केंद्र सरकारने एच.ए.साठी मंजूर केलेल्या १०० कोटी रुपयांच्या निधीतून एच.ए. कामगार व अधिकारीवर्गाचे २८ महिन्यांचे थकित वेतन एकरकमी देण्यात आले.

अनंतकुमार

केंद्र सरकारमधील केंद्रीय मंत्री तसेच उच्चपदस्थ प्रशासकीय अधिकारीवर्गासोबत अनेक वर्षे काम करताना त्यांच्या कडक शिस्त व जबाबदारी जवळून बघता आली. तसेच या लोकांच्या माणूसपणाचा, आपलेपणाचा, बांधिलकीचा व आदरातिथ्याचाही प्रत्यय आला. पवार साहेबांनी केंद्रीय रसायनमंत्री अनंतकुमार यांच्यासोबत एच.ए. कंपनीच्या पुढील वाटचालीसंदर्भात चर्चा करण्यासाठी दिल्लीत बोलावले.

कंपनीसंदर्भात कोणताही निर्णय घेताना कामगारांची व कामगार प्रतिनिधींची मते व मतप्रवाहाचा कल जाणून घ्यावा, असाच साहेबांचा आग्रह असे. त्यानुसार

रसायनमंत्री अनंतकुमार यांच्यासोबत आम्हांला चर्चा करण्यास पवार साहेबांनी सांगितले. त्या वेळी संसदेचे अधिवेशन दिल्लीत चालू असल्यामुळे व अनंतकुमार हे संसदीय कामकाज मंत्रालयाचाही कारभार पाहत असल्यामुळे संपूर्ण दिवसभरात आम्हांला चर्चेसाठी वेळ देऊ शकले नाहीत. अखेरीस त्यांनी आम्हांला त्यांच्या दिल्लीतील शासकीय निवासस्थानी सायंकाळी उशिरा येण्यास सांगितले.

त्यांच्या सूचनेप्रमाणे मी आणि सुनील पाटसकर दिलेल्या वेळेत त्यांच्या निवासस्थानी पोहोचलो. मंत्रीमहोदयांच्या स्वीय साहाय्यकाची भेट घेतली असता त्याने मंत्रीमहोदयांस आता आपणास भेटता येणार नाही, असे आम्हांला सांगितले. आम्ही स्वीय साहाय्यकास फक्त आमच्या येण्याविषयी मंत्रीमहोदयांस कळवण्याचा आग्रह केला; मग मात्र आम्हांला त्यांच्या बैठकीच्या दालनात पाचारण केले गेले.

बैठकीच्या दालनामध्ये बसलेल्या गृहस्थांसोबत त्यांनी आमचा परिचय करून दिला. सदर गृहस्थ मंत्रीमहोदयांचे जावई होते. अनंतकुमार यांनी आपल्या जावयासोबत आमचाही आदरसत्कार व पाहुणचार केला. त्याच वेळी आमच्यासोबत चर्चा व विचारविनिमय झाला.

आपल्या राजकीय, सामाजिक कामाच्या व्यापातून आणि रोजमितीच्या धकाधकीच्या धावपळीतून या मोठ्या माणसांचा माणुसकीचा व माणूसपण जपण्याचा गहिवर कळत न कळत आपल्या मनाला स्पर्शून जातो, भावतो, तेव्हा त्यांच्यातल्या मोठेपणाची उंची आपणास कळते.

अशीच अनुभूती एकदा केंद्रीय अर्थमंत्री अरुण जेटली यांच्या बाबतीत आम्हांला आली. संसदेचे अधिवेशन चालू असताना पवार साहेबांच्या सूचनेनुसार अर्थमंत्री अरुण जेटली साहेबांना भेटण्यासाठी मी, सुनील पाटसकर व युनियनचे अध्यक्ष खासदार श्रीरंग बारणे असे तिघे जण संसदभवनातील जेटलींच्या दालनात गेलो. त्या वेळी जेटली साहेब घरून आलेला डबा खाता खाता आमच्यासोबत चर्चा करत होते. सार्वजनिक उद्योग बंद केले पाहिजेत किंवा त्या उद्योगांचे खासगीकरण केले पाहिजे. सरकारला असे आजारी उद्योग चालवणे परवडत नाही, असाच त्यांच्या बोलण्याचा सूर होता. ते म्हणाले, “आपके शरद पवार साब का, देश के बडे बडे उद्योजकों से और फार्मास्युटिकल इंडस्ट्रीवालों से दोस्ताना है। आप पवार साब से बोलिये कि एच.ए. कंपनी किसी भी इंडस्ट्रीवालों को लेने के लिए, हम उसे सरकार की तरफ से मंजुरी देंगे।”

त्यावर मी जेटली साहेबांना म्हणालो की, "ही कंपनी सरकारनेच चालवावी. देशावर भविष्यात जर आरोग्यविषयक एखादे संकट निर्माण झाले तर सरकारच्या हाती एक तरी औषधनिर्मिती कारखाना असला पाहिजे."

यावर मंत्रीमहोदयांनी माझ्या या भूमिकेला 'वाह!' असे म्हणत दाद दिली.

नितीन गडकरी

एकदा केंद्रीय मंत्री नितीन गडकरी साहेबांसोबत होणारी परिवहन मंत्रालयातील आमची नियोजित बैठक रद्द झाली. खरे तर गडकरी साहेबांची भेट घेणे आमच्यासाठी खूपच निकडीचे होते. एका मध्यस्थांमार्फत त्या दिवशी सायंकाळी पाच वाजता आम्ही गडकरी साहेबांची भेट घेण्यासाठी परिवहन मंत्रालयात गेलो. मात्र भेट होऊ शकली नाही. रात्री आवर्जून त्यांच्या निवासस्थानी गेलो, तरीही भेट झाली नाही.

दुसऱ्या दिवशी सकाळीच परत त्यांच्या निवासस्थानी जाऊन धडकलो. तेव्हा त्यांच्या व्यस्त दिनक्रमाची माहिती आम्हांला मिळाली. आता काय करायचे, या विवंचनेत मी पडलो. खासदार सुप्रियाताई सुळे यांना मोबाईलवर संदेश पाठवला आणि गडकरी साहेबांच्या भेटीसंदर्भात मदत करण्याविषयी विनंती केली. काही क्षणांतच सुप्रियाताईंचा फोन आला; त्यांनी आम्हांला तिथेच थांबण्याविषयी सूचित केले. आणि सांगितले की, मंत्रीमहोदय आपणास भेटीसाठी बोलावतील.

पुढील काही क्षणांतच गडकरी साहेबांनी आम्हांला बैठकीच्या दालनात भेटीसाठी बोलावून घेतले. गडकरी साहेबांच्या बैठकीच्या दालनात आम्ही गेलो, तेव्हा ते एका वृत्तवाहिनीस मुलाखत देण्याची तयारी करत होते. दोन-तीन कॅमेरे व प्रश्नकर्ते 'अटेन्शन'च्या पोझिशनमध्ये सज्ज झालेले होते. त्या सर्वांना थांबवून गडकरी साहेबांनी आमचे म्हणणे ऐकून घेतले.

आपल्या स्वीय साहाय्यकास योग्य त्या सूचना देऊन एच.ए. संदर्भातल्या कामकाजाविषयी प्राधान्यक्रमाने कार्यवाही करण्यास सांगितले. तसे रसायन मंत्रालयात कळवण्यासही सांगितले.

देशपातळीवर काम करत असताना आपल्या राज्यातील सार्वजनिक उद्योग जगला पाहिजे यासाठी सातत्याने धडपडणाऱ्या आमच्यासारख्या कार्यकर्त्यांना अशा राज्यकर्त्यांचे सकारात्मक प्रयत्न अनेक हत्तींचे बळ देऊन जातात. आमचा आत्मविश्वास दुणावतो. भविष्यातील वाटचालीसाठी अंगात नवीन ऊर्जा संचारते.

सिरम इन्स्टिट्यूट, पुणे

केंद्रीय अर्थमंत्री अरुण जेटली यांची भेट घेऊन दिल्लीहून आम्ही पुण्यास परतलो. जेटली साहेबांसोबत झालेल्या चर्चेचा वृत्तांत पवार साहेबांना कथन करण्यासाठी मी आणि सुनील पाटसकर व इतर सहकारी आम्ही बारामतीस आलो. साहेबांना अरुण जेटलींसोबत झालेल्या चर्चेचा वृत्तांत कथन केला.

त्यांची एच.ए.कंपनीबाबत खासगीकरणाची भूमिका सांगताना म्हणालो की, जेटली साहेब म्हणाले होते, "शरद पवार साब के बहोत सारे फार्मा इंडस्ट्रीजवाले दोस्त है, उनको बोलो।"

मी हे सांगताच पवार साहेब कुतूहलाने म्हणाले, "असे बोलले जेटली!"

सार्वजनिक उद्योगाबाबतच्या खासगीकरणाला माझा तात्त्विकदृष्ट्या विरोध होता, परंतु दिल्लीवरून पुण्यास परतीच्या प्रवासात सोबतच्या सहकाऱ्यांशी चर्चा करताना काही क्षण मला असेही वाटून गेले की, एच.ए. कंपनी चालू ठेवण्याबाबत सरकार उदासीन दिसते आहे. दिवसेंदिवस कंपनीचा तोटा वाढतच चालला आहे. ही बाब लक्षात घेऊन कंपनी बंद करणे अथवा तिचे खासगीकरण करणे या दोनच पर्यायांवर अरुण जेटलींसह वरिष्ठ केंद्रीय मंत्री जर विचार करत असतील, आणि कंपनीतल्या कामगारांचा रोजगार वाचवण्यासाठी तशी वेळ आलीच तर खासगीकरणाच्या पर्यायावर आम्हांलाही विचार करावाच लागेल.

एकट्याच्या दुराग्रहापेक्षा सहकाऱ्यांची भूमिका आणि सार्वजनिक हितासाठी मी माझ्या मनाची तयारी केली व तोच मुद्दा भीत भीत पवार साहेबांकडे मांडला. त्यावर पवार साहेब म्हणाले, "अरे, अरुण तुझा तर कंपनीच्या खासगीकरणाला कायमच विरोध होता!"

"साहेब, माझ्या वैयक्तिक भूमिकेपेक्षा सरकारचाच आग्रह असेल व त्यामुळे कंपनीतल्या माझ्या कामगारबांधवांचा रोजगार वाचणार असेल तर मी माझी भूमिका लवचीक करण्यास तयार आहे. याबाबत आपण सिरम फार्मास्युटिकल या कंपनीसोबत बोलावे, असे आम्हांला वाटते. मात्र त्यांनी कामगारांच्या रोजगाराचे संरक्षण करावे, रोजगार कायम राहतील याची खात्री द्यावी."

एच.ए.च्या खासगीकरणाविषयी आम्ही सिरम इन्स्टिट्यूटबद्दल विचारणा केली, तेव्हा पवार साहेब म्हणाले की, हा प्रश्न तुम्ही माझ्याकडे मांडण्यापूर्वीच याबाबत मी सायरस पुनावाला यांना एच.ए. कंपनी चालू राहण्याच्या दृष्टीने आपण

ही कंपनी विकत घ्यावी, अशी विचारणा केली होती. तेव्हा पुनावाला मला म्हणाले होते की, माझी पंडित जवाहरलाल नेहरू यांचेवर अतिशय श्रद्धा आहे. पंडित नेहरूंनी लावलेले हे एच.ए.चे रोपटे मी विकत घेणे उचित ठरणार नाही. मी तेवढा मोठा नाही.

मी म्हणालो की, साहेब, पुनावाला यांची नेहरूंवर श्रद्धा आहे ना? मग त्या श्रद्धेपोटीच त्यांनी या एच.ए.च्या रोपट्याचे पाणी घालून संगोपन करावे. पं. नेहरूंनी लावलेले हे रोपटे सुकू देऊ नये यासाठी आता त्यांनी पुढाकार घ्यावा, असे मला वाटते.

माझ्या या बोलण्यावर पवार साहेबांनी स्मितहास्य केले व आपल्या स्वीय साहाय्यकास सिरमचे मालक सायरस पुनावाला यांना फोन करण्यास सांगितले. त्या वेळी पवार साहेबांचे निकटवर्ती मित्र विठ्ठल मणियार तिथे उपस्थित होते. सायरस पुनावाला यांना फोन केल्यावर समजले की, सायरस पुनावाला हे परदेशात आहेत. पवार साहेबांनी पुनावाला यांना 'एच.ए. कामगार संघटनेच्या पदाधिकाऱ्यांची सिरम कंपनीने एच.ए. कंपनी चालवावी अशी इच्छा आहे. आपण त्याचा विचार करावा' असे सांगितले. त्यावर मी सध्या परदेशात आहे. एच.ए. कंपनीच्या संबंधितांना माझ्या कंपनीतल्या टेक्निकल टीमला भेटण्यासाठी पाठवून द्यावे, असा संदेश दिला.

त्याच दिवशी सिरम कंपनीचे एक संचालक सतीश देशपांडे यांचा मला फोन आला. त्यांच्या सूचनेनुसार आठ दिवसांनी मी आणि सुनील पाटसकर एच.ए. कंपनीच्या सर्व सकारात्मक बाजूंचा अभ्यास करून आवश्यक आकडेवारीसह सिरम इन्स्टिट्यूटचे संचालक देशपांडे यांच्या भेटीसाठी गेलो. तेव्हा देशपांडे यांनी मालकांच्या सूचनेनुसार आपण त्यांना एच.ए.साठी सकारात्मक निर्णय घेण्यास सुचवू शकतो, मात्र एच.ए.सारखा प्रचंड तोटा असणाऱ्या आणि अद्ययावत मशिनरीज नसलेल्या कारखान्यात केलेली गुंतवणूक सिरमला परवडणार नाही. मी एच.ए. कंपनीचा पुरेपूर अभ्यास केला असून त्यामध्ये सध्या तरी धोका पत्करणे सिरमला जमणार नाही, हे देशपांडे यांनी आम्हांला आकडेवारीनिशी पटवून दिले. त्यांचे म्हणणे ऐकून आम्ही परत आलो.

खरे तर सिरमचे आणि एच.ए. कंपनीचे काही गोष्टींत हितसंबंधही होते.

भारतातच नव्हे तर जागतिक पातळीवरही औषधनिर्माणक्षेत्रात सिरमचा मोठा लौकिक आहे, मात्र जीवरक्षक लसी तयार करून मानवी जीवनाला नवा आयाम

देणारी सिरम इन्स्टिट्यूट, एच.ए. ला जगवण्यासाठी लस देऊ शकली नाही.

सन २०१०च्या सुमारास आलेल्या स्वाईन फ्ल्यू साथीच्या वेळी सिरमने शोधलेल्या स्वाईन फ्ल्यू लसीचा शोध हा एच.ए.च्या संशोधन आणि विकास विभागात लागलेला आहे. त्या वेळी सिरमने एच.ए.च्या आर.ॲण्ड डी.चा काही भाग भाडेतत्त्वावर या संशोधनासाठी घेतला होता. त्या वेळी सिरमच्या व्यवस्थापनाशी बोलून आम्ही कामगार संघटनेने एच.ए.तील सर्व कामगार आणि कुटुंबीयांसाठी 'स्वाईन फ्ल्यू'ची लस सवलतीत देण्याची व्यवस्था केली होती.

मात्र एच.ए.ला कायमचा आधार देण्याएवढे सिरमशी बंध जुळले नाहीत. मागील दोन वर्षांत मी कामगार संघटनेच्या पदावर नसतानाही एच.ए. कामगारांना अडचणीतून बाहेर काढण्यासाठी मनापासून योगदान देत होतो. अर्थात यासाठी पवार साहेब आणि सुप्रियाताई सुळे यांचे वेळोवेळी सहकार्य मिळत होते. कामगार संघटनेचे अध्यक्ष खासदार श्रीरंग बारणे यांच्यासोबतही माझा चांगलाच संवाद होता. त्याशिवाय कामगारांच्या हितासाठी राज्यसभेचे खासदार अमर साबळे, पुणे जिल्हा पालकमंत्री अजितदादा पवार इत्यादी नेत्यांची वेळोवेळी मदत घेतली.

कधी कंपनीच्या वीजबिलाचा प्रश्न उद्‌भवल्यानंतर संबंधित मंत्रीमहोदयांना वेळोवेळी भेटावे लागले. कामगारांच्या हितासाठी राजकीय विचारधारा बाजूला ठेवून विविध पक्षांच्या नेते मंडळींकडे सहकार्य मागत राहिलो. कामगार संघटनेत कोणत्याही पदावर नसतानाही अनेकदा स्वखर्चाने मुंबई, दिल्ली असे दौरे केले. संघटनेच्या कार्याचा भाग म्हणून काही कामगारांचा विरोध पत्करून, कंपनीचे अस्तित्व टिकावे, कामगार देशोधडीला लागू नये म्हणून मी निरपेक्ष भावनेने कार्यरत राहिलो. कित्येक वर्षे या लढ्याचा मी एकनिष्ठ लढवय्या सैनिक व सेनापती होतो.

एच.ए. कंपनीत येणाऱ्या अनेक अडचणींच्या वेळी मला माझा राजकीय संपर्क आणि विविध नेत्यांशी असलेल्या परिचयाचा उपयोग झाला. कंपनीच्या मालकीची ६९ एकर रिक्त जमीन होती. शहराच्या मध्यवर्ती भागात असलेल्या या जमिनीवर अनेकांचा डोळा होता, मात्र कंपनीसाठी तो भविष्याचा आधार होता. कंपनीच्या संचालक मंडळाने बीआयएफआरच्या परवानगीने आणि केंद्र सरकारच्या संमतीने या जमिनीची विक्री करण्याचा निर्णय घेतला. जमीन विक्रीसाठी राज्य सरकारची परवानगी आवश्यक होती. तसा प्रस्ताव राज्य सरकारकडे पाठवण्यात आला. मात्र लेखी पत्र मिळण्यासाठी मंत्रीमहोदयांना भेटणे आवश्यक होते. तत्कालीन

उद्योगमंत्री पतंगराव कदम यांना भेटण्यासाठी माझे एक सहकारी संभाजी मुळीक यांच्या बरोबर मुंबईला गेलो. ते दौऱ्यावर होते, रात्री उशिरा मुंबईत पोहोचणार होते. मुळीक यांच्या नियोजनानुसार आम्ही रात्री मलबार हिल येथील त्यांच्या निवासस्थानी मुक्कामी गेलो. मंत्रीमहोदय रात्री खूप उशिरा आले. सकाळी पुन्हा ते बाहेरगावी निघणार होते. त्यांच्या खासगी सचिवांनी आम्हांला पहाटे पाच वाजता भेटण्याची वेळ दिली होती. त्याप्रमाणे आम्ही भल्या पहाटे पाच वाजता त्यांच्या बंगल्याबाहेरील हिरवळीवर त्यांची भेट घेतली. त्यांनी सचिवांना सूचना देऊन आजच्या आज कार्यवाही करण्याची सूचना केली.

त्यापूर्वी एकदा पिंपरी चिंचवड महानगरपालिकेने अचानक या ६९ एकर जमिनीवर आरक्षण टाकून ती समाजोपयोगी कारणासाठी वापरण्याचा ठराव संमत केला. महापालिकेचा असा ठराव कंपनीला अडचणीचा ठरणारा होता. त्या वेळी आम्ही सर्व पदाधिकाऱ्यांनी तातडीने हालचाली केल्या. महापालिकेत संमत झालेला ठराव, राज्यशासनाकडे मंजुरीसाठी जात असतो. महापालिकेमध्ये सायं. ४.०० वाजता ठराव झाल्याचे समजताच आम्ही प्रमुख पदाधिकारी मुंबईकडे रवाना झालो. रात्री साडेआठ-नऊच्या सुमारास उपमुख्यमंत्री अजितदादा पवार यांच्या मुंबईतील शासकीय निवासस्थानी पोहोचलो. अजितदादा त्या वेळी बाहेर बैठकीसाठी गेलेले होते. आम्ही बंगल्यावर थांबून राहिलो. रात्री अकरा वाजता ते आले, आम्ही भेटलो व वस्तुस्थिती सांगितली आणि या ठरावास मंजुरी देऊ नये, अशी आग्रही विनंती केली. महापालिकेतील पदाधिकाऱ्यांनी याविषयी दादांना चुकीची माहिती दिलेली होती, हे त्या वेळी चर्चेतून स्पष्ट झाले.

त्या रात्री अजितदादांचा प्रतिसाद पूर्णतः सकारात्मक वाटला नाही, ते फक्त 'पाहतो' एवढंच म्हणाले. खरे तर त्या काळात पवार साहेब परदेश दौऱ्यावर होते, त्यामुळे आमची चिंता वाढलेली होती. मुंबईहून पहाटे साडेतीन वाजता घरी आलो. पुन्हा सकाळी सहा वाजता मी एका सहकाऱ्याला बरोबर घेऊन मुंबईला गेलो. त्या वेळी आमदार उल्हासदादा पवार मुंबईतच होते. त्यांचा नि माझा खूप जुना स्नेह असल्याने मी त्यांना याविषयी बोललो. ते मला मुख्यमंत्री सुशीलकुमार शिंदे यांच्याकडे घेऊन गेले. त्यांना आम्ही विनंती केली की, किमान पवार साहेब परदेशातून येईपर्यंत महापालिकेच्या या ठरावावर काहीही निर्णय घेऊ नये. त्यांनीही आमच्याशी सहमती दर्शवली. पुढे त्यावर काहीही निर्णय झाला नाही. जमीन कायमची वाचली.

एकदा कंपनीचे पाणीबील थकले म्हणून एमआयडीसीने पाणी कनेक्शन तोडण्याची अंतिम नोटीस दिली. ठरल्याप्रमाणे एच.ए. कंपनी व्यवस्थापनाने मला बोलावून घेतले. 'आमचे सर्व प्रयत्न करून झालेत. एमआयडीसीचे प्रशासन आता ऐकण्याच्या मन:स्थितीत नाही. तेव्हा आपण राजकीय पातळीवर प्रयत्न करावेत,' असे सुचवले. त्या वेळी अशोक चव्हाण हे उद्योगमंत्री होते. त्याही वेळी मी उल्हासदादा पवार यांना घेऊन चव्हाण साहेबांकडे गेलो. माझा परिचय करून घेतल्यावर त्यांनी मला सागितले, "अहो, तुम्ही कामगार नेते आहात ना, माझे एम.आय.डी.सी.चे कामगार नेते पगारवाढीसाठी माझ्याकडे बसलेत. त्यांना द्यायला आमच्याकडे पैसे नाहीत, त्यात तुम्ही कोटीच्या कोटी रकमा थकवल्यावर यांना कुठून पैसे देणार?" अर्थात यानंतर त्यांनी आमची बाजू ऐकून घेतली आणि पुढे काही महिन्यांची मुदत वाढवून दिली.

असेच अनेकदा आम्हांला कंपनीच्या वीजबिलासंदर्भात त्या-त्या वेळी सरकारमधील मंत्र्यांचे सहकार्य घ्यावे लागले. अजितदादा पवार, दिलीप वळसे पाटील, चंद्रशेखर बावनकुळे इत्यादी ऊर्जामंत्र्यांनी एच.ए.च्या वीजबिलासंदर्भात वेळोवेळी सहकार्य केले आहे. त्याशिवाय स्थानिक आमदार कै. गजानन बाबर, कै. लक्ष्मणराव जगताप, गौतम चाबुकस्वार, महेशदादा लांडगे, आण्णा बनसोडे यांनीही नेहमी आम्हा प्रतिनिधींना सहकार्य केले आहे.

मी एका राजकीय पक्षाचा कार्यकर्ता असलो तरी, सर्वच राजकीय पक्षाच्या लोकप्रतिनिधींनी त्या-त्या वेळी एच.ए.साठी आपापल्या पातळीवर सहकार्य केले आहे. अलीकडे मुख्यमंत्री देवेंद्र फडणवीस यांनीही या संदर्भात सहकार्य केले आहे.

भारत सरकारचा हा महत्त्वाचा उद्योग या औद्योगिक नगरीचा पाया आहे, शहराच्या दृष्टीने ही भूषणावह बाब आहे. म्हणून या शहराचे हे भूषण कायमस्वरूपी राहावे, यासाठी आमचा हा अट्टाहास!

पंडित जवाहरलाल नेहरूंचा पुतळा : एक शल्य

केंद्र सरकारने एच.ए. कंपनीच्या पुनर्वसन प्रस्तावास मंजुरी दिल्यानंतर आणि प्रत्यक्षात मंजूर केलेला निधी कंपनीस प्राप्त झाल्यानंतर भविष्यात एच.ए. कंपनीत कोणत्याही प्रकारच्या अडचणी निर्माण होऊ नयेत व कंपनीच्या खासगीकरणाचा विचारसुद्धा प्रशासकीय व्यवस्थेच्या पटलावर कोणी आणू नये, यासाठी मी सदैव

चिंतन करत होतो. तसेच माझ्या विश्वासातल्या सहकाऱ्यांसोबत तत्संदर्भात विचारविनिमय करत होतो. प्रत्येक माणसाला आपले जीवन आणि जगणे सुरक्षित असावे, असे वाटत असते. कामगारांनीही आपल्या रोजीरोटीची शाश्वती व विश्वास मिळणे आवश्यक आहे.

देशाचे पहिले पंतप्रधान स्वर्गीय पंडित जवाहरलाल नेहरू यांच्या संकल्पनेतून साकारलेली हिंदुस्थान ॲन्टिबायोटिक्स कंपनी, या कंपनीमध्ये पंडित जवाहरलाल नेहरूंची स्मृती चिरंतन जपली जावी. नेहरूंचे स्मारक म्हणून एच.ए. कंपनीची ओळख जिल्ह्याच्या व शहराच्या नकाशावर राहावी यासाठीच कंपनीच्या आतील बाजूस प्रवेशद्वारासमोर पंडित जवाहरलाल नेहरू यांचा पूर्णाकृती पुतळा उभा करण्यात यावा, अशी माझ्या मनातली संकल्पना मी कामगार संघटनेतील पदाधिकाऱ्यांसमोर मांडली. ही संकल्पना सर्वांना आवडली. तदनंतर आम्ही कामगार संघटनेच्या वतीने रीतसर पत्र तयार करून हा प्रस्ताव एच.ए.व्यवस्थापनासमोर मांडला.

सदर स्मारकासाठी कंपनीतल्या कामगारांच्या आर्थिक सहभागासह कंपनी व्यवस्थापनाने जास्तीत जास्त खर्चाचा वाटा उचलावा, अशी मागणी आम्ही कंपनी व्यवस्थापनाकडे केली. या स्मारकाच्या कामासाठी मी कंपनी व्यवस्थापनाचा होकार मिळवला व केंद्रीय रसायन मंत्रालयातल्या एच.ए. कंपनीशी संबंधित सचिव, सहसचिवांसोबतही दिल्लीत जाऊन चर्चा केली. कंपनीच्या संचालक मंडळानेही अधिकृतरीत्या या स्मारकाच्या विषयास आपली मान्यता दिली होती, (विषय क्र. २६४.१५)

दरम्यान २००७मध्ये कामगार संघटनेच्या निवडणुकीत झालेल्या आमच्या पराभवामुळे आणि त्यापाठोपाठ एम. सी. अब्राहम यांच्या सेवानिवृत्तीमुळे आवश्यक तो पाठपुरावा करूनही पंडित नेहरू यांचा पुतळा एच.ए. कंपनीच्या प्रांगणात साकार करण्याची संकल्पना प्रत्यक्षात येऊ शकली नाही. हे शल्य कायम माझ्या मनात सलत राहिले.

बिनविरोध पदाधिकारी

तत्कालीन कामगार संघटनेचा तीन वर्षांचा कालावधी जुलै २०१६मध्ये संपुष्टात आला. आता पुन्हा निवडणुकीऐवजी या कठीण प्रसंगात नवीन कमिटी बिनविरोध निवडावी, अरुण बोऱ्हाडे पदावर नसतानाही काम करत आहेत, त्यांच्याच नेतृत्वाखाली कमिटी निवडावी, अशी चर्चा कामगारवर्गात गटागटांत, कॅन्टिनमध्ये,

वेगवेगळ्या विभागांत होऊ लागली. कंपनीला अनिश्चिततेच्या वातावरणातून भयमुक्त करावे, अशा चर्चा कानावर येऊ लागल्या.

एकजुटीच्या मुद्द्यावर कामगार परस्पर संघटित होऊ लागले. मी अथवा पाटसकर दोघेही याविषयी मौन बाळगून होतो. पाटसकरांनी तर 'आता बस्स झाले' म्हणत युनियनमधून बाजूला होण्याचे निश्चित केले होते. मीदेखील एका अर्थी बाहेरच होतो. मात्र माझ्या अनेक वर्षांच्या सचोटीच्या तपश्चर्येचे फलित म्हणजे या अडचणीच्या वेळी कामगार पुन्हा मला नेतृत्वाची साद घालत होते.

कामगार हा पूर्णतः समाधानी नसतोच मुळात; परंतु १९९६पासून २०१६पर्यंतच्या कंपनीच्या अस्तित्वाच्या लढाईत आणि या प्रवासात मला कामगारांचे समाधान करता आले नाही, याची मनी खंत होतीच. आजारी उद्योगाचे नेतृत्व करताना कंपनीची नेहमीच आर्थिक दुरवस्था, केंद्रातील सरकारची उदासीनता, सार्वजनिक उद्योगांबाबतचे प्रतिकूल धोरण, या सर्वांतून मार्गक्रमण करताना कंपनी चालू राहण्यासाठी, थकित वेतन मिळवण्यासाठी काम करताना, कामगारांना अधिक काय देणार? वेतनवाढ, पदोन्नती, बढती आणि वैयक्तिक उन्नतीसाठी आर्थिक लाभ कोठून व कसे प्राप्त करून देणार?

साहजिकच निःस्वार्थपणे संघर्ष करत वाटचाल करताना मी कधीही लोकप्रिय कामगार नेता होऊ शकलो नाही व तसे स्वप्नही मी कधी पाहिले नाही. एकाच वेळी कामगार संघटनेतील राजकारण, व्यवस्थापनाचा छुपा विरोध, कंपनीबाहेरील राजकारणाच्या झळा, कधीकधी वर्तमानपत्रातून हितसंबंधीयांनी केलेली टीकाटिप्पणी अशा कसोटीच्या वाटेवरून चालताना माझी वाटचाल या वळणापर्यंत येऊन पोहोचली होती.

असे असले तरीही मी कधीच माझ्या ध्येयापासून विचलित झालो नाही. अनेकदा माझ्यावर खोटे आरोप करून माझी प्रतिमा मलिन करण्याचा प्रयत्न काही विरोधक हितचिंतकांनी केला. माझी नाहक बदनामी करण्यात आली. या सर्व गोष्टी सहन करताना मी 'घेतला वसा टाकणार नाही' या उक्तीप्रमाणे माझ्या कामगारबांधवांच्या रोजीरोटीसाठी, त्यांच्या अस्तित्वाच्या लढ्यासाठी प्राणपणे लढतच राहिलो. या शहरातला औषध कारखाना बंद पडू द्यायचा नाही व औषधांच्या माध्यमातून गरिबांना मिळणारा आधार नष्ट होऊ द्यायचा नाही, माझ्या कामगारबांधवांवर उपासमारीची वेळ येऊ द्यायची नाही यासाठी सर्व मान-अपमानाचे कढ पचवत मी सदैव कार्यरत राहिलो. वेळप्रसंगी राजकीय क्षेत्रातले

माझे बळ, सर्व शक्ती कामगारांच्या पाठीशी उभी केली. शहरातल्या बड्या-बड्या राजकीय नेत्यांचे वैर पत्करले. कधीकधी राजकीय वाटचालीत हाताशी आलेल्या अनेक संधी मला गमवाव्या लागल्या. कारण माझे ध्येय एकच होते. ते म्हणजे 'माझा एच.ए.चा कामगार आणि एच.ए.चा कारखाना.'

आता कुठे कामगारवर्गाला माझ्या योगदानाची, तळमळीची जाणीव प्रकर्षाने होऊ लागली. म्हणून आता कामगार संघटनेचे मी बिनविरोध नेतृत्व करावे असा सूर एच.ए.त उमटू लागला. कामगार गटागटाने मला भेटून संघटनेच्या नेतृत्वपदासाठी गळ घालू लागले. मनधरणी करू लागले. वास्तविक तीन वर्षांपूर्वीच मी कामगार संघटनेचे कुठलेही पद घ्यावयाचे नाही असा माझ्या मनाशी निश्चय केला होता. मी पदावर नसलो तरी संघटनेच्या कामकाजात गरज असेल तेव्हा योगदान देत होतोच, परंतु आता कामगारांची मागणी माझ्या नेतृत्वासाठी फारच जोर धरू लागली होती.

एच.ए. कामगार संघटनेच्या निवडणुकीचा कार्यक्रम जुलै २०१६मध्ये जाहीर झाला. सुनील पाटसकर यांनी आता आपण कामगार संघटनेच्या निवडणुकीस उभे राहणार नाही, असे जाहीर केले होते. मी तर यापूर्वीच तसे जाहीर केले होते. आम्ही दोघेही कामगार संघटनेत काम करण्यास स्वारस्य दाखवत नसल्यामुळे कामगारवर्ग चिंतित झाला. अखेर काही कामगारांनी पुढाकार घेऊन एके दिवशी सर्व कामगारांची या प्रश्नावर विचारविनिमय करण्यासाठी कंपनीच्या कॅन्टिन हॉलमध्ये सभा बोलावली. माझ्यासह कामगार संघटनेच्या सर्व आजी-माजी पदाधिकाऱ्यांना सदर सभेसाठी आमंत्रित करण्यात आले. त्या सभेमध्ये कामगारांनी आपापली मते व्यक्त करून अरुण बोऱ्हाडे यांनीच आता यापुढे कामगार संघटनेचे नेतृत्व करावे व ही निवड एकमुखाने बिनविरोध व्हावी, असा आग्रह धरला. कामगारांचा माझ्यावर दबाव वाढला. मला त्यांच्या इच्छेचा अनादर करणे कठीण वाटू लागले. इतकी वर्षे कंपनीच्या हलाखीच्या परिस्थितीत गटातटाने अलग राहिलेले कामगार या निमित्ताने एकसंध, एकजूट होत असतील तर ती कामगार भवितव्याच्या दृष्टीने सर्वांत मोठी उपलब्धी होती. ही समस्त एच.ए. कामगारांसाठी सर्वांत चांगली संधी आहे, अशी माझी मनोमन धारणा झाली. कामगार एकीचा विचार केला तर त्यांच्या प्रतिसादाला दाद देऊन सर्वांना सोबत घेऊन एकदिलाने काम करणे उचित व श्रेष्ठ ठरेल, असा मी मनोमन विचार केला. सुनील पाटसकर या सभेस उपस्थित नसल्यामुळे त्यांना फोन करून मी तातडीने या सभेसाठी पाचारण केले.

जळत्या आगीतही स्वत:ची विकृती सिद्ध करणारी काही जणांची प्रवृत्ती

असते. त्यामुळे बिनविरोध निवडणुकीचा आग्रह धरणाऱ्या सभेत एकदोन जणांनी आपणही कामगार संघटनेचे नेतृत्व करू शकतो असा आविर्भाव प्रदर्शित केला. दोन वर्षांहून अधिक काळ बिनपगाराचे चटके सोसलेल्या कामगारबांधवांनी या विकृत प्रवृत्तींना क्षणाचा विलंब न लावता झिडकारले. बैठकीस माझ्या विनंतीला मान देऊन हजर राहिलेल्या सुनील पाटसकरांना कामगारांच्या भावनांचा व भवितव्याचा विचार करून आपण दोघांनी कामगार संघटनेची धुरा आपल्या खांद्यांवर घ्यावी, असे सूचित केले. मागील तीन वर्षांतील कटू अनुभव जमेस असल्यामुळे संघटनेची जबाबदारी स्वीकारण्यास पाटसकर मानसिकदृष्ट्या तयार नव्हते. माझ्या आग्रहानंतर त्यांनी माझ्या विनंतीला मान देऊन संयुक्तपणे संघटनेची जबाबदारी घेण्याची तयारी दर्शवली. एकीकडे संघटनेची निवडणूक जाहीर झाल्यानंतर सदर निवडणुकीसाठी काही कामगारांनी उमेदवार म्हणून निवडणूक अधिकाऱ्याकडे आपले अर्जही दाखल केलेले होते. त्याच दिवशी अर्ज मागे घेण्याचा शेवटचा दिवस होता.

बैठकीतल्या सर्व कामगारबांधवांनी निवडणूक बिनविरोध व्हावी म्हणून एकमताने निर्णय घेऊन कामगार संघटनेची नवनियुक्त पदाधिकारी कमिटी प्रतिनिधी निवडण्याचे पूर्ण अधिकार आम्हांला दिले होते. त्यामुळे ज्यांनी ज्यांनी उमेदवार म्हणून आपले अर्ज दाखल केले होते, ते त्यांनी माघारी घेत आमच्याकडे जमा केले. त्यानंतर एका बंद खोलीत बसून मी, पाटसकर आणि इतर निवडक सहकारी कामगारबांधवांच्या विचारविनिमयाने सात पदाधिकाऱ्यांसह कार्यकारिणी कमिटी तयार केली. सुनील पाटसकर यांच्याकडे मी पुन्हा युनियनचे सरचिटणीसपद दिले, माझ्याकडे उपाध्यक्षपदाची जबाबदारी घेतली. विजय पाटील हा एक नवीन चेहरा आम्ही दुसऱ्या उपाध्यक्षपदी नियुक्त केला. पुढे निवडणूक अधिकाऱ्याने कायदेशीर बाबी पूर्ण करून ही बिनविरोध कमिटी जाहीर केली.

वर्तमानपत्रातून 'एच.ए. कामगार संघटनेचे नेतृत्व बोऱ्हाडे-पाटसकर यांच्याकडे' अशा आशयाच्या बातम्या प्रसिद्ध झाल्या. मी, सुनील पाटसकर, विजय पाटील, शंकर बारणे, प्रवीण रूपनर, प्रवीण मोरे आणि अरुण पवार अशी आमची पदाधिकाऱ्यांची टीम होती. संकटकाळात मतभेद विसरून एकत्र येण्याची गरज असते, असा एक सकारात्मक संदेश सर्व कामगारक्षेत्रात गेला. हा एकजुटीचा अध्याय औद्योगिक क्षेत्रातल्या सर्वच कामगारबांधवांसाठी आदर्श व प्रेरक ठरावा, हा बहुतांश कामगारांनी आनंद व्यक्त केला. आम्ही दोघांनी मिळून कामगार संघटनेच्या कामाची दिशा ठरवली. संघर्षाचे मुद्दे दूर ठेवून कामगारहितासाठी हातात हात घालून

कार्य सिद्धीस नेण्याचा संकल्प आम्ही केला.

'दुरितांचे तिमिर जावो, जो जे वांछील तो ते लाहो!' या ज्ञानेश्वर माउलींच्या विश्वात्मक मनोकामनेची प्रकर्षाने मला आठवण झाली. 'खळांची व्यंकटी सांडून' आम्ही नव्याने एच.ए. कामगारहिताची व तत्संदर्भातल्या कामांची जबाबदारी घेतली. या थांब्यावर एच.ए.संदर्भातला अखेरचा संवादटप्पा आला होता.

अरुण बोऱ्हाडे सांगू लागले, "खरे तर एच.ए. कंपनीच्या कामगार संघटनेची निवडणूक ही एक तांत्रिक बाब होती. त्याअगोदरच मी आणि सुनील पाटसकर एच.ए.च्या कामासंदर्भात गेली दोन वर्षे सातत्याने दिल्लीस ये-जा करतच होतो. कंपनी वाचवण्याचा विडा आम्ही उचलला होता. कामगारांना चिंतामुक्त करण्याचे आमचे ध्येय व उद्दिष्ट होते. केंद्रामध्ये भारतीय जनता पक्षाचे सरकार आरूढ झालेले होते. स्थानिक खासदार या नात्याने यापूर्वीच एच.ए. कामगार संघटनेच्या अध्यक्षपदाची धुरा शिवसेनेच्या श्रीरंग बारणे यांच्याकडे सोपवण्यात आलेली होती. मी राष्ट्रवादी काँग्रेसचा कार्यकर्ता असल्यामुळे पवार साहेबांवर माझी नितांत श्रद्धा होती. त्यांच्याच हातून एच.ए.च्या समस्यांचे निवारण होईल, याविषयी कोणाचेही दुमत नव्हते. तीन वर्षांपूर्वी एच.ए. कामगार संघटनेचे नेतृत्व सुनील पाटसकर यांच्याकडे आले असताना एच.ए. कामगार संघटना भारतीय मजदूर संघटनेशी संलग्न करण्याचा निर्णय त्या वेळच्या कार्यकारिणीने घेतला होता. सुदैवाने भारतीय मजदूर संघाचे राज्याचे प्रमुख चंद्रकांत धुमाळ यांच्यासोबत माझे पूर्वीपासूनचे मित्रत्वाचे नाते होते. आणीबाणीच्या प्रसंगात राजकीय मतभेद बाजूला ठेवून कामगारांच्या हितासाठी समन्वयाची भूमिका घेत आपले उद्दिष्ट साध्य करण्याचा निश्चय मी केला.

दरम्यानच्या काळात व्यवस्थापकीय संचालक के.व्ही. वर्की सेवानिवृत्त झाले. त्यांच्या जागी व्यवस्थापकीय संचालक म्हणून नीरजा सराफ यांची नेमणूक झाली. श्रीमती सराफ या अतिशय शिस्तप्रिय व कडक स्वभावाच्या असल्यामुळे सुरुवातीच्या काळात त्यांच्या शिस्तीच्या बडग्याखाली व्यवस्थापन व कामगार संघटनेच्या पदाधिकाऱ्यांमधील संवाद दुरावले. अडचणीतून मार्ग काढताना कामगार संघटना व कंपनी व्यवस्थापन यांच्यात सुसंवाद असणे गरजेचे असते. व्यवस्थापनाची कठोर भूमिका कामगारांना मान्य नव्हती. कामगारांना वेळेवर पगार मिळत नव्हता. कामगारांचे रजेचे पैसे, औषधोपचाराचा खर्च अशी देय असणारी देणी कंपनीकडे रखडलेली होती. शिवाय कामगारहिताच्या अनेक

गोष्टी परिस्थितीचा विचार करून दुर्लक्षित केलेल्या असताना व्यवस्थापनाचा हा कठोरपणा कामगारांना मानवणारा नव्हता. त्याच वेळी कंपनी उत्पादनात झालेली कपात, कच्च्या मालासाठी लागणाऱ्या पैशाचा तुटवडा, बँकांची थकित देणी आणि कंपनी चालवण्याबाबतची केंद्र सरकारची उदासीनता यामुळे नवीन व्यवस्थापकीय संचालक मानसिक ताणतणावात असायच्या. अशा वेळी माझ्या प्रदीर्घ अनुभवाच्या कौशल्याचा वापर करून मी सराफ यांच्याशी वैयक्तिक पातळीवर संवाद साधण्यास सुरुवात केली. कामगार संघटना व कंपनी व्यवस्थापन ही कंपनीच्या रथाची दोन चाके आहेत. ती एकाच प्रतलावर चालली पाहिजेत हीच माझी पूर्वीपासूनची भूमिका होती. त्या दृष्टीनेच मी सदैव प्रयत्नशील असायचो.

प्रत्येक वेळी नवीन व्यवस्थापकीय संचालक रुजू झाल्यानंतर कंपनीतील काही अधिकारी स्वत:च्या स्वार्थापोटी त्यांना चुकीची माहिती देतात, हेही मला ठाऊक होते. एके दिवशी व्यवस्थापनाने कामगार संघटनेला विश्वासात न घेता कामगारांच्या खात्यावर अर्धाच मासिक पगार जमा केला. त्या दिवशी मी कंपनीत उपस्थित नव्हतो. अचानक निर्माण झालेल्या या परिस्थितीमुळे कामगारवर्गात खळबळ माजली. वातावरण तापू लागले. काही कामगार आक्रमक झाले. कामगार संघटनेला दोष देऊ लागले. या अर्ध्या पगाराचा व्यवस्थापनाला जाब विचारण्यासाठी कामगार संघटनेचे सरचिटणीस पाटसकर संघटनेच्या काही पदाधिकाऱ्यांसह व्यवस्थापकीय संचालकांकडे गेले. त्या वेळी व्यवस्थापकीय संचालकांसह इतर अधिकारीवर्गासोबत संघटनेच्या पदाधिकाऱ्यांचे खूप मोठ्या प्रमाणावर वादंग झाले. परिस्थिती हाताबाहेर जाऊ लागल्याची बातमी मला मिळताच, मी कंपनीत धावतच आलो, परंतु त्याचा काही एक उपयोग झाला नाही. व्यवस्थापन आणि कामगार संघटनेचे अगोदरच ताणलेले संबंध तुटण्याची वेळ या घटनेमुळे आली.

खरे तर यापूर्वीही एकदा वर्की व्यवस्थापकीय संचालक असताना व मी कामगार संघटनेचा सरचिटणीस असताना, व्यवस्थापनाने हाच प्रयोग केला होता. त्या वेळीही कामगार माझ्यासह संघटनेच्या पदाधिकाऱ्यांवर चाल करून आले होते. मला वाटते, प्रत्येक व्यवस्थापकीय संचालकाकडून कामगार संघटनेचे खच्चीकरण करण्याच्या दृष्टीने अशी पावले उचलली जात असावीत. कामगार आधीच परिस्थितीने गांजलेला असतो. खऱ्याखोट्याची शहानिशा न करता कामगार आपल्या कामगार संघटनेला दोषी ठरवून मोकळा होतो. आणि हाच कामगार संघटना खिळखिळी करण्याचा व्यवस्थापनाचा डाव असतो, हे कामगारांच्या

लक्षात येत नाही. कदाचित व्यवस्थापनाला यातच आसुरी आनंद मिळत असावा.

त्याच कालावधीमध्ये आमचे दिल्लीतल्या बैठकीचे नियोजन ठरलेले होते. या घटनेनंतर दुसऱ्याच दिवशी मी आणि पाटसकर दिल्लीतील बैठकीसाठी दिल्लीस रवाना झालो. एच.ए.पुनर्वसन प्रस्तावासाठी रसायनमंत्री आणि रसायन खात्याचे सचिव यांच्यासोबत आमची चर्चा होणार होती, परंतु काल घडलेल्या कंपनीतल्या प्रकाराची लेखी तक्रार व्यवस्थापकीय संचालकांनी दिल्लीतल्या रसायन मंत्रालयाकडे केली होती. त्यामुळे रसायनमंत्र्यांनी व रसायन खात्याच्या सचिवांनी आम्हांला भेट देणे व चर्चा करणे नाकारले. माझे गेले कित्येक वर्षे वारंवार दिल्लीत येणेजाणे असल्यामुळे रसायन मंत्रालयातील अनेक अधिकाऱ्यांसोबत परिचय झालेला होता.

रसायन मंत्रालयातील एका जबाबदार अधिकाऱ्याने आम्हांला कंपनीच्या व्यवस्थापकीय संचालकाने केलेल्या तक्रारीची माहिती दिली. आम्ही सदर अधिकाऱ्याला कंपनीत घडलेला सत्य घटनाप्रसंग कथन केला. सदर अधिकाऱ्याने दिल्लीतून एच.ए. कंपनीच्या व्यवस्थापकीय संचालकांना फोन करून कामगार संघटनेसोबतचा संवाद तोडू नका व बोलणी बंद करू नका, असा सबुरीचा सल्ला दिला. तुम्ही समजता तसे हे कामगार संघटनेचे लोक नाहीत. कामगारांच्या दबावामुळे कधीकधी संघटनेच्या पदाधिकाऱ्यांना आक्रमक व्हावे लागते. गेले अनेक वर्षे एच.ए. कामगार संघटना व्यवस्थापनास मोलाचे सहकार्य देत आहे. आपण मनात राग ठेवू नका व कुठल्याही प्रकारचा आकस मनात बाळगू नका, असा सल्ला व्यवस्थापकीय संचालकास देताना सदर अधिकाऱ्याने आम्हांलाही शहाणपणाच्या चार गोष्टी सांगितल्या.

दिल्लीत कोणाच्याही गाठीभेटी न झाल्यामुळे आम्ही निराश मनाने पुण्यास परतलो. संघर्ष जटिल असला तरी संवाद हे संघर्षाची आग विझवणारे पाणी होते. त्यामुळे पुढील काही दिवसांत मी कंपनीच्या व्यवस्थापकीय संचालक नीरजा सराफ यांच्याशी बोलून, त्यांना परिस्थिती समजावून सांगून परिस्थिती हाताळण्यात यशस्वी झालो. अर्थात कामगार संघटना आणि व्यवस्थापन यांच्यात संवादपर्व सुरू झाले असले तरी सुसंवाद मात्र हरवलेला होता. आणि यासाठी मार्ग काढणे क्रमप्राप्त होते. त्यासाठी आजतागायत कामगार संघटनेतल्या मी केलेल्या प्रदीर्घ कामकाजाच्या अनुभूती कौशल्याचा मला वापर करावा लागला.

दिल्लीत जाऊन रसायन मंत्रालयातल्या सचिव, सहसचिव तसेच मंत्री, राज्यमंत्री यांच्याकडून एच.ए.चा पुनर्वसन प्रस्ताव मंजूर करून घेणे निकडीचे होते.

त्यामुळे कोणत्याही वादाकडे लक्ष न देता प्रसंगी सगळे मान-अपमान गिळून काम करत राहायचे एवढेच मी मनोमन ठरवले. सुदैवाने संघटनेचे सर्व पदाधिकारी मला साथ देऊन सहकार्य करत होते. पाटसकर आणि मी आमच्यात कामांची विभागणी केली होती. काही कामाच्या ठिकाणी त्यांनी योगदान द्यायचे व काही कामे मी प्राधान्यक्रमाने निपटायची. गरजच असेल तिथे आम्ही दोघे जायचो. आमच्या दिल्लीतल्या भेटीच्या वेळी बी.एम.एस.चे प्रतिनिधी मदन दिवाण कधीकधी आमच्यासोबत मंत्रालयात असत.

कंपनीच्या हलाखीच्या परिस्थितीमुळे कामगारांचे पगार गेले कित्येक महिने वेळेवर होत नसत. शिवाय पूर्ण महिन्याऐवजी अर्ध्या महिन्याचाच पगार कंपनी व्यवस्थापन कामगारांना देत असे. त्यामुळे कामगारांना आत्यंतिक प्रापंचिक अडचणी येत होत्या. गेल्या तेवीस महिन्यांचे कामगारांचे वेतन कंपनीकडे बाकी होते. पगारामुळे निर्माण झालेल्या आर्थिक विवंचनेने कामगारबांधव त्रस्त झालेले होते. विशेषतः मुलांच्या उच्च शिक्षणासाठी येणारा खर्च भागवणे कठीण झालेले होते. वयात आलेल्या मुलामुलींची लग्ने पैशाअभावी रखडलेली होती. दिवसेंदिवस आर्थिक ओढाताणीने त्रस्त झालेला एच.ए.चा कामगार ज्वालामुखीसारखा असंतोषाने खदखदत होता, सातत्याने कामगार संघटनेवर दबाव टाकत होता.

कामगारांच्या या असंतोषाचा एक दिवस उद्रेक झाला. त्यांच्या संयमाचा बांध फुटला. दिनांक १ एप्रिल २०१९ या दिवशी चहापाण्याच्या वेळेत कंपनी कॅन्टिनमध्ये जमलेल्या कामगारांपैकी काही निवडक कामगारांनी प्रशासकीय इमारतीसमोर 'आमची थकित पगार देणी तातडीने द्या व आमचे पगार वेळच्या वेळेस द्या', अशा प्रकारची घोषणाबाजी सुरू केली. त्याला इतर कामगारांनीही पाठिंबा दिला.

कामगारांच्या मनातल्या असंतोषाला वाट मिळण्याचा अवधी हवा होता. तो अवधी मिळाला. खरे तर कामगार संघटनेला विश्वासात न घेता व कोणतीही पूर्वसूचना न देता कामगारांनी सुरू केलेली ही घोषणाबाजी कामगार संघटनेला पेचात टाकणारी व खिंडीत पकडणारी होती. एकीकडे व्यवस्थापनासोबत कामगार संघटनेचे संबंध कमालीचे ताणलेले होते. दुसरीकडे दिल्लीत एच.ए.च्या पुनर्वसन प्रकल्पावर चाललेले सकारात्मक काम कंपनीतल्या अशांत वातावरणामुळे बिघडले तर पुनर्वसन प्रकल्पात बाधा येण्याची शक्यता होती. पुण्यात कंपनीत पडलेल्या सुईचा आवाज दिल्लीत उमटायला फारसा अवधी लागत नव्हता. फॅक्स व इतर माध्यमांतून काही वेळातच सगळ्या घडामोडी संबंधितांना ज्ञात होत होत्या.

शिवाय कामगार संघटनेच्या पाठिंब्याशिवाय काही निवडक कामगारांनी आंदोलन केले, तर व्यवस्थापनाकडून त्या निवडक आंदोलक कामगारांवर कारवाई होण्याची शक्यता होती. ही सर्व परिस्थिती आम्ही आंदोलन करणाऱ्या कामगारबांधवांना समजावून सांगण्याचा निकराचा प्रयत्न केला, परंतु कोणीही ऐकण्याच्या मन:स्थितीत नव्हते. आमचे पगार मिळत नाहीत तोपर्यंत आम्ही आंदोलन चालूच ठेवणार असा निर्धार त्यांनी व्यक्त केला. या आंदोलनात कोणाचा हात होता व नेमका कोणता हेतू होता, हे आम्हांला समजत नव्हते. कदाचित मी आणि पाटसकर कामगार संघटनेत एकत्र आलो ही गोष्ट काही लोकांना, कामगार विरोधकांना रुचली नसावी. त्याचाच हा परिणाम असावा, असा कयास मी बांधला. आंदोलक कामगारांवर व्यवस्थापनाने कारवाई केली तर परिस्थिती हाताबाहेर जाण्याची शक्यता होती. शिवाय कामगार संघटनेलाही दोषारोपास सामोरे जावे लागले असते.

हा तिढा सोडवण्यासाठी व त्यातून मार्ग काढण्यासाठी मी पुढाकार घेतला. मी आंदोलक कामगारांची बाजू घेत आंदोलनास सामोरे आलेल्या व्यवस्थापनाच्या प्रतिनिधीस सांगितले की, जोपर्यंत कंपनी आमचे पगार वेळेवर देण्याचे नियोजन करत नाही, तोपर्यंत आम्ही कामगार आमच्या चहापाण्याच्या वेळेत एक तास हे आंदोलन दररोज छेडत राहणार. कामगारांना विश्वासात घेऊन मी 'आपणास पगार आज नाही तर उद्या मिळेल, परंतु पगारासाठी आपणास कंपनीतले काम बंद ठेवता येणार नाही. सरकारला आपली ही कंपनी बंद करायची आहे. त्यासाठी गेली कित्येक वर्षे सरकार व प्रशासन प्रयत्नशील आहे. आपण काम बंद करून त्यांच्या प्रयत्नांना खतपाणी घालणार आहात का? तसे असेल तर आपण आपल्याच पायावर कुऱ्हाड मारून घेत आहोत. म्हणून आपण काम बंद न ठेवता दररोज एक तास आपले आंदोलन सुरू ठेवू. कामगार संघटना आपणासोबत आहे', असे सांगितले.

आमची ही भूमिका कामगारांना पटली. त्याच दरम्यान व्यवस्थापकीय संचालक श्रीमती सराफ यांनाही कामगारांची बाजू पटवून दिली. हे आंदोलन दिल्लीत समजले, तर दिल्लीतील आपल्या कामाला गती मिळेल, असे त्यांना पटवले. त्यामुळे त्यांनी सबुरीने घेतले. पुढील दहा ते बारा दिवस आम्ही हे आंदोलन केले. अखेर व्यवस्थापनाने आमच्या या आंदोलनाची दखल घेत कामगार संघटनेसोबत बोलणी केली. त्या महिन्याचा पूर्ण पगार कंपनीने कामगारांना दिला. आमच्या या आंदोलनास पाठिंबा देऊन सहभागी होण्याच्या निर्णयामुळे कामगार संघटनेच्या दुफळीचा धोका टळला, तसेच आंदोलकांवर होणाऱ्या व्यवस्थापनाच्या कारवाया

टळल्या. काम चालू ठेवून आंदोलन केल्यामुळे कामगारांचा व कामगार संघटनेचा व्यवस्थापनावर योग्य तो दबाव निर्माण झाला. तसेच केंद्र सरकारकडे कामगार संघटना व कामगार आक्रमक झाल्याचा संदेशही या निमित्ताने पोहोचला. अशाच प्रसंगी नेतृत्वाची खरी कसोटी लागते.

एच.ए. कंपनीच्या संचालक मंडळाने सुमारे आठशे तीस कोटी रुपयांचा पुनर्वसन प्रस्ताव तयार केला. त्या प्रस्तावामध्ये एच.ए. कंपनीच्या अतिरिक्त जमीनविक्रीसह सुमारे ४०० कामगारांच्या स्वेच्छानिवृत्तीची योजना, कामगारांची सर्व प्रकारची थकित देणी, पगार, निवृत्त कामगारांची ग्रॅच्युईटी इ. ची तरतूद करण्यात आलेली होती. हा प्रस्ताव तयार झाल्यानंतर आपण स्वत: पंतप्रधानांशी प्रस्ताव मंजुरीसाठी बोलू, असे आश्वासन आमच्या दिल्ली भेटीमध्ये केंद्रीय रसायनमंत्री अनंतकुमार यांनी आम्हांला दिले होते. त्याच वेळी केंद्रीय रसायन राज्यमंत्री मनसुख मांडविया यांचीही आम्ही वरचेवर भेट घेत होतो. मांडविया हे गुजरातमधून थेट राज्यसभेवर निवडून आलेले तरुण मंत्री असून ते पंतप्रधान नरेन्द्र मोदी यांच्या खास मर्जीतले असल्याचे बोलले जात होते. दरम्यानच्या काळात रसायनमंत्री अनंतकुमार यांची प्रकृती बिघडल्यामुळे उपचारार्थ ते अमेरिकेस गेले. त्या आजारातच त्यांचे देहावसान झाले.

अनंतकुमार यांच्या निधनानंतर सदानंद गौडा यांच्याकडे रसायन मंत्रालयाची सूत्रे सोपवण्यात आली. सदानंद गौडा हे धीरगंभीर प्रकृतीचे असल्यामुळे फार कमी बोलत असत, मात्र त्यांनी एच.ए. कंपनीचा प्रश्न सोडवण्याचा विश्वास आम्हांला दिला. केंद्रीय मंत्री नितीन गडकरी, सदानंद गौडा व मनसुख मांडविया यांच्या माध्यमातून आमच्या एच.ए.च्या पुनर्वसन प्रस्तावाच्या मंजुरीसंदर्भातले प्रयत्न चालूच होते. त्याच वेळी पवार साहेब स्वत: पंतप्रधान मोदींसह सर्व संबंधित मंत्र्यांसोबत एच.ए.च्या पुनर्वसन प्रस्तावासंदर्भात संपर्क ठेवून पाठपुरावा करत होते. सरकारी कामकाजाच्या पद्धतीनुसार प्रस्तावाच्या फायली मंत्रालयातल्या विविध खात्यांतून फिरत होत्या. दिल्लीतील एच.ए.चे संपर्क अधिकारी आर. के. गुप्ता यांच्याकडून आम्ही प्रस्तावासंदर्भातली माहिती वेळोवेळी घेत होतो.

या प्रस्तावान्वये केंद्र सरकारने एच.ए.साठी दोनशे ऐंशी कोटी रुपयांचा निधी मंजूर केला. सदर निधीतून कामगारांची स्वेच्छानिवृत्ती योजना व कामगारांच्या थकित देण्यांची तरतूद करण्यात आलेली होती. या मंजूर प्रस्तावामध्ये कंपनी चालवण्यासाठी लागणाऱ्या निधीची तरतूद व तजवीज मात्र सरकारने केली नव्हती. कारण चारशे कामगार स्वेच्छानिवृत्ती घेऊन गेल्यानंतर कंपनीवरील आर्थिक भार

बऱ्याच प्रमाणात कमी होईल, असाच प्रशासनाचा मानस होता. त्यामुळे कंपनीत उरलेल्या कामगारांचे पगार व देणी देणे कंपनीस सोयीचे होणार होते. ज्या ज्या वेळेस शक्य होईल व आवश्यक असेल, त्या त्या वेळेस आम्ही एच.ए.पुनर्वसन प्रस्तावाबद्दल दिल्लीत जाऊन पाठपुरावा केला होता. तसेच व्यवस्थापकीय संचालक नीरजा सराफ यांनीही त्यांच्या पद्धतीने प्रशासकीय पातळीवर पाठपुरावा केला होता. प्रशासकीय प्रयत्नांना राजकीय साथ मिळाल्यास कार्यवाही लवकर होणे सोपे होते, असा माझा अनुभव आहे.

आम्ही सर्व जण प्रतीक्षेत असणारा तो दिवस उजाडला. तो दिवस होता २६ मे २०१९. केंद्रीय मंत्रिमंडळाने एच.ए. कंपनीच्या दुसऱ्या पुनर्वसन प्रस्तावास मान्यता दिली. कामगारवर्गात या पुनर्वसन प्रस्तावास मंजुरी मिळाल्याची बातमी पसरताच आनंदाला भरते आले. मात्र आम्हांला हवा तेवढा आनंद झालाच नाही. कारण कामगारांची थकित देणी मिळतील, निवृत्त कामगारांची देणी मिळतील. सुमारे चारशे कामगारांची स्वेच्छानिवृत्ती होईल, यासाठी २८० कोटी रुपयांची सरकारने तरतूद केली असली तरी, कंपनी विस्तारीकरणासाठी तसेच भांडवलासाठी सरकारने या प्रस्तावान्वये विशेष तरतूद केली नव्हती. मंजूर रकमेचा निधी आणण्यासाठी शासन दरबारी पाठपुरावा करणे गरजेचे असल्याचे आम्ही व्यवस्थापकीय संचालकांस सांगितले. कामगार संघटनेच्या माध्यमातून एच.ए. कंपनीसाठी व कामगारबांधवांसाठी काम करत असताना सरकारकडून मोठ्या रकमेचे घवघवीत स्वरूपात तिसऱ्यांदा मदतनिधीचे यश माझ्या हातांना मिळाले. या यशामागे माझ्यावर दृढ विश्वास ठेवणाऱ्या व विनापगाराची तोशीस सोसून सहनशीलतेने कार्यरत राहणाऱ्या माझ्या कामगारबांधवांचे योगदान अत्यंत महत्त्वाचे आहे.

'एच.ए.कारखाना बंद होणार' अशा बातम्या सन २०००पासून अनेक वर्तमानपत्रांतून प्रसिद्ध झाल्या होत्या. खुद्द बीएफआयआरने तशा नोटिसाही काढल्या. सरकारनेही हा सार्वजनिक उद्योग फार काळ चालणार नाही, तो आम्ही बंद करणार आहोत, असे कित्येकदा सांगितले; परंतु ही कंपनी जगलीच पाहिजे. सर्वसामान्य माणसाच्या आरोग्यासाठी एच.ए.कारखान्यातले औषध उत्पादन अखंडित चालूच राहिले पाहिजे, या माझ्या आग्रही व निर्धाराच्या भूमिकेमुळे मी माझ्या कामगारबांधवांना सातत्याने सांगत आलो की तुम्ही मला साथ द्या, आपण लढत राहू. संघटितपणे प्रयत्न केले तर सरकारलाही आपले म्हणणे ऐकावे लागेल.

माझ्या भूमिकेशी सहमत असणाऱ्या कामगारांनी वेळोवेळी मला साथ दिली. माझ्या खांद्याला खांदा लावून ते लढले. दोनशेहून अधिक खासदारांना सन २००३ मध्ये मी एच.ए.च्या प्रश्नासंदर्भात वेळोवेळी भेटलो.

अर्थात या माझ्या संघर्षलढ्यात काहींनी मला वेडा ठरवले, तर काहींना मी कामगारांची फसवणूक करत आहे असे वाटले; तर कोणी मला खांद्यावर घेऊन माझा गौरवही केला. या लढ्यात मला आलेले यश हे कधीच परिपूर्ण नव्हते. लढत राहणे हा माझा स्थायीभाव बनला होता. नियतीलाही तेच योग्य वाटत असावे. माझ्या या संघर्षमय वाटचालीमध्ये मी सहा पंतप्रधानांचा कार्यकाल पाहिला. नऊ केंद्रीय रसायन मंत्र्यांसोबत एच.ए.च्या प्रश्नावर संवाद करण्याची संधी मला मिळाली.

सर्वश्री शरद पवार, रामविलास पासवान, श्रीकांत जेना, सुशीलकुमार शिंदे, मनसुख मांडविया, अरुण जेटली, नितीन गडकरी, अनंतकुमार, अनंत गिते अशा ज्येष्ठ आणि दिग्गज केंद्रीय मंत्र्यांसोबत भेटीगाठी आणि चर्चा करण्याची संधी मला प्राप्त झाली. मागील चोवीस वर्षांत जवळपास दोन डझनपेक्षा अधिक केंद्र सरकारमधील सचिव, सहसचिव अशा उच्च दर्जाच्या आय. ए. एस. अधिकाऱ्यांसोबत अनेकदा चर्चा, विचारविनिमय करण्याचे भाग्य मला लाभले. एच.ए.च्या कारखान्यात सदर कालखंडात सहा व्यवस्थापकीय संचालकांसोबत काम करण्याची संधी मला मिळाली. या प्रश्नाच्या सोडवणुकीसंदर्भात राज्य सरकारमधील अनेक मंत्री व मुख्यमंत्र्यांसोबत संवाद साधून सहकार्यास्तव हितगुज करता आले.

खरे तर कामगारांचे प्रश्न ही एक रोज नव्याने निर्माण होणारी समस्यांची प्रक्रिया आहे. प्रश्न कधीच संपत नसतात व प्रक्रिया कधीच थांबत नाही. मात्र कामगार संघटनेच्या माध्यमातून मला मिळालेल्या अधिकाराच्या अनेक पटींनी मी निःस्वार्थपणे प्रयत्नांची पराकाष्ठा केली. दोन तपांहून अधिक काळ एच.ए. कामगारांसाठी रात्रंदिवस तन-मन-धनाने मी योगदान दिल्यामुळे आता कुठेतरी थांबले पाहिजे, असे माझे अंतर्मन मलाच सांगू लागले.

***

प्रेरणादायी कामगार नेतृत्व

अरुण बोऱ्हाडे यांच्या कर्तबगारीवर प्रकाश टाकताना एच. ए. कंपनीमध्ये त्यांच्या विरोधात निवडणूक लढवणारे आणि पुन्हा कंपनीच्या हितासाठी बरोबरीने काम केलेले नेते सुनील पाटसकर यांनीही अरुण बोऱ्हाडे यांच्याविषयी लिहिले आहे.

"मी आणि अरुण बोऱ्हाडे हिंदुस्थान ॲन्टिबायोटिक्स कंपनीत पेनिसिलीन एक्स्ट्रॅक्शन विभागात सोबत कामाला होतो. साधारण १९८९पासून आम्ही त्या विभागात होतो. त्यामुळे तिथेच आमची पहिल्यांदा ओळख झाली. 'हिंदुस्थान ॲंटिबायोटिक्स मजदूर संघ' ही एकच युनियन या कंपनीत आहे आणि ह्या युनियनचा मी १९९२ साली जॉइन्ट सेक्रेटरी म्हणून निवडून आलो. त्या वेळेस कामगारांबद्दल कमिटीने घेतलेले निर्णय, नवीन नियम, अटी, कामगारांसाठी आलेल्या नवीन योजना याची सर्व ओळख कामगारांना व्हावी, या हेतूने "एच. ए. कामगार पत्रिका" काढण्याचे ठरले. अरुण बोऱ्हाडे हे लेखक असल्याने, सर्वांचे मत असे पडले की, त्यांनी ह्या पत्रकाची संपादक म्हणून जबाबदारी उचलावी, त्या निमित्ताने संपादक म्हणून ते कामगार संघटनेचा भाग बनले.

पेनिसिलीनची विक्री व त्याचे उत्पादन या सर्व खर्चाचा ताळमेळ बसत नव्हता. म्हणून भारत सरकारने एच.ए.मध्ये जॉइन्ट व्हेन्चर (भागीदारी कंपनी) करायचे ठरवले. त्याबाबत संघटनेने कोणतेही आक्षेप घेतले नव्हते, पण कामगारांचा उठाव या निर्णयाच्या विरुद्ध झाला. त्यामध्ये अरुण बोऱ्हाडे यांनी पुढाकार घेतला होता आणि ते म्हणाले की, ही भागीदारी कंपनी जरी झाली, तरी हा उपक्रम भारत सरकारचाच सार्वजनिक उद्योग राहिला पाहिजे आणि कामगारांचे हितरक्षण झाले पाहिजे.

अरुण बोऱ्हाडे यांचे कामगारक्षेत्रातील कार्य आणि अभ्यास याच्या आधारे १९९६मध्ये ते सर्वांत तरुण वयातील जनरल सेक्रेटरी (सरचिटणीस) म्हणून निवडून आले. अशा प्रकारे त्यांचा कामगारक्षेत्रात प्रवेश झाला.

सुरुवातीला त्यांचे योगदान हे पत्रकारिता आणि लेखन या क्षेत्रात होते. त्यातून पुढे त्यांनी नेतृत्वाची गरज म्हणून कामगारक्षेत्रात प्रतिनिधित्व करायला सुरुवात केली. त्यानंतर त्यांनी युनियनचे जनरल सेक्रेटरी म्हणून काम सुरू केले. काही काळानंतर कंपनी आजारी उद्योग (Sick) म्हणून घोषित झाली, परंतु एच.ए.मजीबीबरोबर भागीदारी असल्याने या कंपनीमार्फत आर्थिक उत्पन्न मिळत असल्यामुळे लोकांचे पगार सुरू राहिले. त्या काळात एच.ए. कंपनी चालवायची की बंद करायची, याबाबत भारत सरकारचा विचार सुरू होता. कंपनी बंदच्या

दिशेने सरकारी पातळीवर प्रयत्न सुरू झाल्यावरती, अरुण बोऱ्हाडे यांनी मोठे आंदोलन उभे केले. कंपनी सरकारीच राहिली पाहिजे आणि चालूही असायला हवी, यासाठी त्यांनी प्रयत्न केले, लढा दिला. केंद्र शासनाच्या त्या धोरणाचा विरोध करण्यासाठी आणि कंपनी टिकली पाहिजे यासाठी अरुण बोऱ्हाडे यांच्या नेतृत्वाखाली एच.ए.एमएसने खूप मोठ्या प्रमाणात आंदोलन घडवून आणले.

अरुण बोऱ्हाडे जिद्दी स्वभावाचे आहेत. एखादे काम हातात घेतल्यावर ते पूर्ण तडीस नेणे हा त्यांचा स्वभावगुण आहे. २००२-२००३मध्ये जे आंदोलन बोऱ्हाडे यांच्या नेतृत्वाखाली झाले, ते खूप मोठे होते. साधारणत १७ ते १८ दिवस कामगारांनी कंपनीच्या गेटसमोर धरणे आंदोलन केले होते. हे सगळे करत असताना आम्ही कामगार युनियनमध्ये कोणाचाही हस्तक्षेप होऊ दिला नाही. गैर काम होऊ दिले नाही. जे काही व्हावे, ते कायदेशीर पद्धतीने व्हावे, सरकारने आमच्या मागणीकडे लक्ष द्यावे, या पद्धतीने हे शांततापूर्ण आंदोलन आम्ही केले होते.

त्या वेळेस शरद पवार साहेबांच्या मदतीमुळे या कंपनीला १३७ कोटींचा निधी मिळाला आणि कंपनीचे पुनरुज्जीवन झाले.

आंदोलन आणि पाठपुरावा करून जो निधी सुरुवातीला मिळाला होता, तो काही काळानंतर अपुरा पडू लागला, कामगारांची पगारकपात होऊ लागली. कंपनी चालवण्याची सरकारला इच्छा नाही, असे भासू लागले; परंतु कामगार जगला पाहिजे, त्यांचा योग्य तो आदर झाला पाहिजे, म्हणून आम्ही दोघांनीही त्या काळात प्रयत्न सुरू केले.

मी हिंदुस्थान एच. ए. मजदूर संघाचा पुन्हा २०१३मध्ये जनरल सेक्रेटरी झालो. आम्ही निवडणुकीसाठी फक्त एकमेकांचे विरोधक होतो, पण आमचे उद्दिष्ट एकच होते. ते म्हणजे, कंपनी टिकली पाहिजे, कामगारहित जोपासले पाहिजे. कंपनीच्या हितासाठी आम्ही एकत्र येण्याचा निर्णय घेतला. मी जनरल सेक्रेटरी या नात्याने भूमिका मांडली. त्यामध्ये आमची दोघांची सहमती झाली. आम्ही दोघांनी एकत्र येत २०१३नंतर पुन्हा आंदोलन उभे केले. कंपनी सरकारने चालवायला हवी, अशी आम्ही मागणी लावून धरली

. त्या काळात आम्ही दोघे दिल्लीला जाऊन सर्वपक्षीय भेटीगाठी करू लागलो. त्या वेळी शरद पवार साहेबांच्या मदतीने, नितीन गडकरीसाहेबांकडून मदत मिळवून घेतली. जवळजवळ अठ्ठावीस महिन्यांचे पगार थकलेले होते. अनंतकुमार त्या वेळेस रसायनमंत्री होते. अशा प्रकारे सर्व राजकीय पक्षांसोबत

नेत्यांच्या भेटीगाठी घेऊन आम्ही शंभर कोटींची मदत मिळवली. ती मदत २०१६मध्ये जाहीर झाली आणि अशा प्रकारे सर्वांना पगार मिळाले. नंतर मग ८२१.१७ कोटींचे पॅकेज मंजूर झाले. पुढे कंपनीमध्ये काही लोकांना स्वेच्छानिवृत्ती द्यावी, असा प्रस्ताव आला. त्या वेळेस २८० कोटी रुपये कंपनीला मिळाले. पवार साहेब आणि गडकरी साहेब यांची त्या वेळेस खूप मदत झाली. आम्हा दोघांचा उद्देश एकच होता की, कंपनी चालली पाहिजे, त्यानंतरही आम्ही एकत्र येऊन युनियनमध्ये काम केले. डिसेंबर २०१९मध्ये आम्ही दोघांनीही स्वेच्छानिवृत्ती घेतली. आजच्या घडीसही कंपनी सुव्यवस्थितपणे सुरू आहे.

सार्वजनिक उद्योगात कामगार संघटनेचे नेतृत्व करताना सरकारची धोरणे पाहावी लागतात, व्यवस्थापनाला सोबत घ्यावे लागते. या सर्व कारणास्तव काम कधी होणार, निधी कधी हाती येणार, त्यामध्ये कामगारांची एकजूट टिकवणे ही सगळी जबाबदारी नेतृत्वाची असते. त्यासाठी कणखर बाणा आणि संयम यांबरोबरच सगळ्यांना एकत्र घेऊन काम करावे लागते. त्याशिवाय सार्वजनिक क्षेत्रातील उद्योगात (पब्लिक सेक्टरमध्ये) काम करणे शक्य नाही. अरुण बोऱ्हाडे हे उत्तम संघटक असल्याने त्यांनी ते काम अगदी लीलया केले.

आमच्यात वैचारिक मतभेद होते, पण ते वैयक्तिक मतभेद कधीही नव्हते. विरोधाला विरोध असे आमच्यात कधी नव्हते. आमचे दोघांचे एकच ध्येय होते की, कंपनी सुरू राहिली पाहिजे, कामगारांचे भले झाले पाहिजे. निवडणुकीपुरतेच आम्ही विरोधक असायचो. त्यानंतर कंपनी अन् कामगारांच्या प्रश्नांसाठी आम्ही एकत्रच काम करायचो. म्हणूनच अरुण बोऱ्हाडे यांनी एच. ए. कंपनीसाठी केलेले कार्य, कामगारांचे केलेले नेतृत्व सदैव प्रेरणादायी ठरणार आहे."

(संदर्भ : अरुणगंध : अरुण बोऱ्हाडे यांच्या साहित्यिक, सामाजिक, कामगार व राजकीय कार्यकर्तृत्वाचा आढावा : विश्वकर्मा प्रकाशन, पुणे, जानेवारी २०२२)

स्वेच्छानिवृत्ती

सध्याच्या कार्यरत असणाऱ्या कामगार संघटनेचा कार्यकाल जुलै २०१९मध्ये संपणार होता. मी कंपनीतून स्वेच्छानिवृत्ती घेण्याविषयी यापूर्वीच माझा मनोदय व्यक्त करून तशी घोषणाही केली होती. साहजिकच यापुढे एच.ए. कामगार संघटनेच्या निवडणुकीतल्या प्रक्रियेत न उतरण्याचे मी ठरवले.

पुनर्वसन प्रस्तावाच्या मंजूर निधीसंदर्भात प्रत्यक्ष-अप्रत्यक्ष पाठपुरावा करणे

एवढेच माझे ध्येय आता उरले होते. केंद्राकडून मंजूर निधीची कंपनीतला प्रत्येक जण प्रतीक्षा करत होता. सप्टेंबर २०१९मध्ये कंपनी व्यवस्थापनाने स्वेच्छानिवृत्तीसाठी अर्ज मागवले. सुमारे ६०० कामगारबांधवांनी स्वेच्छानिवृत्तीसाठी आपापले अर्ज व्यवस्थापनाकडे सादर केले. मीदेखील माझ्या सहकारी हितचिंतकांसोबत चर्चा करून माझा स्वेच्छानिवृत्तीचा अर्ज व्यवस्थापनाकडे सादर केला. त्यानंतर काही दिवस मी कंपनीतल्या प्रत्येक विभागात फिरून कामगारबांधवांच्या गाठीभेटी घेत चर्चा करत कामगारांची मते जाणून घेण्याचा प्रयत्न करत होतो.

मला आपली सेवा करण्याची संधी दिली, कंपनी बंद पडू देणार नाही हा निर्धार मी तडीस नेला व तन-मन-धनाने कामगारबांधवांच्या रोजीरोटीसाठी दिवसरात्र लढतच राहिलो. कामगारबांधवांनी मला दिलेली मोलाची साथ व माझ्यावर ठेवलेल्या विश्वासामुळे या वळणापर्यंत प्रवास करू शकलो, यासाठी सर्व विभागांतल्या कामगारबांधवांचे मी ऋण व्यक्त करत होतो.

डिसेंबरअखेर केंद्र सरकारकडून एच.ए.च्या मंजूर निधीचे पैसे कंपनीस मिळाले. ३१ डिसेंबर २०१९ रोजी सायंकाळी चार वाजता कंपनीच्या सूचनाफलकावर स्वेच्छानिवृत्ती अर्ज मंजूर केलेल्या २६० कामगारांची पहिली यादी जाहीर केली. त्या यादीत अर्थात माझे आणि पाटसकरांचे नाव होते. मात्र स्वेच्छानिवृत्तिधारकांची स्वेच्छानिवृत्ती रक्कम, ग्रॅच्युईटी, इतर देणी यासंदर्भात कुठे काहीच उल्लेख केला नव्हता, वा कसलेही अवाक्षर नव्हते. ही बाब सर्वांनाच खटकली.

स्वेच्छानिवृत्ती मंजूर झालेल्या सर्व कामगारांनी मला व पाटसकरला घेरावच घातला. त्यामुळे आम्ही व्यवस्थापनाकडे या बाबीचा जाब विचारण्यास गेलो. कंपनीच्या वित्त अथवा कार्मिक विभागाला याबाबत काहीही माहिती नव्हती. सरकारकडून एच.ए. कंपनीस दिला जाणारा निधी हस्तांतरित होण्यास तांत्रिक अडचणी उद्‌भवल्यामुळे कामगारांच्या खात्यावर आज पैसे जमा होऊ शकणार नाहीत, असे आम्हांला सांगण्यात आले!

पुन्हा संघर्ष!

संघर्ष, संघर्ष म्हणजे काय! संघर्ष हा तर माझा स्थायीभावच बनला होता. तो स्थायीभाव पुन्हा जागा झाला. मी एच.ए.व्यवस्थापनाला ठणकावून सांगितले की, आमची स्वेच्छानिवृत्तीची रक्कम व देय असणारा सर्व हिशोब आम्हांला मिळत नसेल तर ती स्वेच्छानिवृत्ती आम्हांला नको. स्वेच्छानिवृत्ती मंजूर झालेले आम्ही

सर्व जण कंपनीच्या प्रशासकीय इमारतीतच ठिय्या मारून बसलो.

मग व्यवस्थापनाच्या हालचालींना वेग आला. व्यवस्थापकीय संचालकांनी उद्‌भवलेली तांत्रिक अडचण कथन केली. २४ तासांत सर्व स्वेच्छानिवृत्तिधारकांची देय देणी मिळतील, असे लेखी हमीपत्र आम्हांला द्यावे, असा आग्रह आम्ही धरला. अखेर रात्री अकरा वाजता दिल्लीतील संबंधित अधिकाऱ्यांसोबत बोलाचाली करून व्यवस्थापकीय संचालकांनी तसे लेखी आश्वासन आम्हांला दिले. उद्याच्या एका दिवसात आपल्या खात्यावर कंपनी स्वेच्छानिवृत्तीसह इतर देणी जमा करील, असा आशावाद जागवत आम्ही आमच्या घरी निघून गेलो. मराठीत एक म्हण आहे : 'मरणाला रात्र आडवी' असे खेडवळ लोक बोलतात. तसाच हा प्रश्न फक्त एका रात्रीचा, काही तासांचा होता.

दि. १ जानेवारी २०२० हा दिवस केवळ आणि केवळ प्रतीक्षेतच गेला. त्या दिवशी कोणाच्याही खात्यावर एच.ए. कंपनीकडून रक्कम जमा झालीच नाही. ठरल्याप्रमाणे दि. २ जानेवारी २०२० रोजी सकाळी नऊ वाजता स्वेच्छानिवृत्ती जाहीर झालेले आम्ही सर्व कामगार कंपनीच्या प्रवेशद्वारावर जमा झालो. कंपनीत जाण्याचे दरवाजे आमच्यासाठी ३१ डिसेंबरच्या सायंकाळीच कायमसाठी बंद झालेले होते. सिक्युरिटी गेटवरून आम्हांला कंपनीत जाण्यासाठी मज्जाव करण्यात आला. कंपनीतला कोणीही जबाबदार अधिकारी आमच्यासोबत फोनवरूनदेखील बोलावयास तयार नव्हता. कोणीही आमच्या फोनला प्रतिसाद देत नव्हते.

आयुष्यभर ज्या कारखान्याच्या अस्तित्वासाठी प्राणपणे लढलो, झगडलो, कारखाना बंद होण्यापासून वाचवला, त्या कारखान्यात स्वत:च्या हक्काची देणी मागण्यासाठी याचकासारखे दरवाजात तिष्ठत राहावे लागले, यापेक्षा दुर्दैव ते कोणते? तिष्ठत बसणे आणि प्रवेशासाठी विनवणी करणे माझ्या स्वभावात बसणारे नव्हते. कंपनीतून कसलाच आणि कोणाचाच प्रतिसाद मिळत नाही, हे पाहिल्यानंतर प्रवेशद्वाराला धक्का देऊन आणि सुरक्षारक्षकाला बाजूला सारून मी कंपनीत प्रवेश केला.

माझ्यापाठोपाठ सुमारे अडीचशे कामगार 'कामगार एकजुटीचा विजय असो' असा जयघोष करत कंपनीत घुसले. स्वेच्छानिवृत्तिधारक कामगार कंपनीत घुसल्यानंतर व्यवस्थापनाची पळापळ व धांदल उडाली.

रोज कंपनीच्या प्रवेशद्वारावर अदबीने नमस्कार करणारा सुरक्षारक्षक हातात लाठी घेऊन मला प्रतिबंध करण्यासाठी धावत पुढे आला. तो बिचारा त्याचे कर्तव्य

बजावत होता, परंतु माझ्या नजरेच्या जळजळीत कटाक्षाने तो गर्भगळीत झाला होता. सुरक्षारक्षकांचे कडे मोडून आम्ही घोषणा देत प्रशासकीय इमारतीसमोर गेलो.

आम्हांला काही कळायच्या आत बंदोबस्तासाठी दोन पोलीस व्हॅन कंपनीत दाखल झाल्या. ३५-४० लाठीधारी पोलीस शिपायांनी आम्हांला गराडा घातला. त्यांच्यापाठोपाठ पोलीस अधिकारी आले. 'तुम्ही कंपनीबाहेर जा. तुम्हाला कंपनीत येण्याचा काही एक अधिकार नाही', असे पोलीस अधिकारी आम्हांला ओरडून सांगू लागले. पोलीस अधिकारी नवीन व अपरिचित होते. त्यांनी विचारणा केली, "अरुण बोऱ्हाडे कोण आहेत, त्यांना ताब्यात घ्या."

मी पुढे सरसावत पोलीस अधिकाऱ्याच्या पुढ्यात येऊन उभा राहिलो आणि शांतपणे त्यांना म्हणालो, "मी अरुण बोऱ्हाडे आहे. मला जरूर ताब्यात घ्या; परंतु त्यापूर्वी माझे दोन शब्द ऐका."

पोलीस अधिकारी मला आपादमस्तक न्याहाळत म्हणाले, "तुमचे काय ऐकायचेय? तुम्हाला काहीही अधिकार नसताना तुम्ही कंपनीत प्रवेश केलाच कसा?"

कामगारांनी एकच गलका केला. त्यावर सर्व कामगारांना शांत करत मी त्या पोलीस अधिकाऱ्यास म्हणालो, "आम्ही या कंपनीसाठी काम केलेले कामगार आहोत. आम्ही कोणी गुन्हेगार वा चोर नाही. या कंपनीसाठी तीस-तीस वर्षे घाम गाळून आम्ही रक्त ओकले आहे. ही कंपनी बंद होण्यापासून वाचवण्याचा लढा आयुष्यभर आम्ही लढलो आहोत. अथक प्रयत्न करून केंद्र सरकारकडून दिल्लीतून दोनशे ऐंशी कोटी रुपये मंजूर करून आणले आहेत. स्वेच्छानिवृत्ती घेतल्यानंतर त्याच क्षणी आम्हांला आमची स्वेच्छानिवृत्तीची रक्कम व इतर देणी मिळणे हा आमचा कायदेशीर हक्क आहे. ही देणी देणे क्रमप्राप्त असताना सरकार आमची फसवणूक करत आहे, अशी आमची मनोधारणा झाली आहे. आपणही सरकारी कर्मचारी आहात. आज आमच्यावर आलेली वेळ, भविष्यात तुमच्यावरतीही येऊ शकते. आम्ही कंपनीत कोणतीही नासधूस व दहशत निर्माण करण्यासाठी आलेलो नाही.

कंपनी व्यवस्थापनाने आम्हांला दिलेल्या लेखी आश्वासनाचा जाब विचारण्यासाठी आलो आहोत. त्यांच्या आश्वासनानुसार आमच्या खात्यावर कालच आमची देय देणी जमा होणे अपेक्षित होते. ती देणी कालही जमा झालीच नाहीत. म्हणून आज आम्ही कंपनीच्या प्रवेशद्वारावर आलो आहोत. फसवणूक केली असेल तर ती कंपनी व्यवस्थापनाने केली आहे. अटक करावयाची असेल तर प्रथम व्यवस्थापकीय संचालकांना व व्यवस्थापनाला अटक करा. प्रथम त्यांना ताब्यात

घ्या, मग आम्हांला ताब्यात घ्या. मेलेलं कोंबडं कधीच आगीला घाबरत नसते. साहेब, पंचवीस-तीस वर्षे कंपनी जगवण्यासाठी आम्ही मन मारून जगलो आहोत.”

माझे पोटतिडकीचे बोलणे ऐकून पोलीस अधिकारी निःशब्द झाले. त्यांच्याही काळजात क्षणभर कालवाकालव झाली. दीर्घ श्वास घेत त्याने बंदोबस्तासाठी आणलेल्या सर्व पोलिसांना पोलीस व्हॅनमध्ये बसण्याचा इशारा दिला. पोलीस व्हॅन कंपनीच्या प्रवेशद्वारातून वेगाने बाहेर पडल्या. पोलीस अधिकाऱ्याने कंपनीच्या वित्त व्यवस्थापकास बोलावून घेतले व त्यांना सांगितले, “स्वेच्छानिवृत्ती घेतलेल्या कामगारांचे पैसे आताच्या आता त्यांच्या खात्यावर जमा करा, अन्यथा मला फसवणुकीच्या कलमाखाली कंपनी व्यवस्थापनावर कारवाई करावी लागेल व गुन्हा दाखल करावा लागेल.”

बंदोबस्तासाठी बोलावण्यात आलेले पोलीस कंपनीतून निघून गेल्यामुळे व्यवस्थापनाची फार मोठी पंचाईत व कुचंबणा झाली. आम्ही प्रशासकीय इमारतीसमोर ठिय्या आंदोलन सुरू केले. व्यवस्थापनाची पळापळ व धांदल उडाली.

काही वेळात विविध बँकांचे प्रतिनिधी कंपनीत आले. पुढील दोन तासांनंतर कुणा एका स्वेच्छानिवृत्तीधारकाच्या मोबाईलवर त्याच्या बँक खात्यावर स्वेच्छानिवृत्तीची रक्कम व इतर देणी जमा झाल्याचा मेसेज आला. मेसेज पाहून तो स्वेच्छानिवृत्तिधारक आनंदाने ओरडून म्हणाला, “अरे माझ्या अकाउंटला पैसे जमा झाले.”

असे एकेका कामगाराच्या खात्यावर पैसे जमा झाल्याचे मेसेज मोबाईल फोनवर येऊ लागले. तरीही मी चार कामगारबांधवांना त्यांची अकाउंट असणाऱ्या बँकेत पाठवून पैसे जमा झाल्याची खात्री करून घेतली. तसेच व्यवस्थापनासोबत बोलून ज्या ज्या कामगारांच्या स्वेच्छानिवृत्तीच्या हिशोबात व सुट्ट्यांच्या रकमांबाबत त्रुटी होत्या, त्या त्रुटींचे निराकरण करण्यासाठी अधिकाऱ्यांची नियुक्ती करून लवकरात लवकर त्या कामगारांना त्रुटीतल्या रकमा अदा करण्यात याव्यात, अशी मागणी केली. व्यवस्थापनाने तत्काळ ही मागणी मान्य केली.

बहुतेक सर्व सेवानिवृत्तिधारकांच्या बँक खात्यात त्यांच्या त्यांच्या देय रकमा जमा झाल्यावर आम्ही सुटकेचा दीर्घ श्वास घेतला. शेवटच्या कामगाराचा मेसेज आला, तेव्हा सायंकाळी चार वाजले होते. आमच्यासोबत कंपनीत कार्यरत असणाऱ्या कामगारांच्या थकित वेतनाच्या व इतर देय असणाऱ्या रकमाही कंपनीने त्यांच्या बँक खात्यावर जमा केल्या.

ही संघर्षाची तळपती ज्योत हिंदुस्थान ॲन्टिबायोटिक्स तथा एच.ए. कंपनीत तेवत ठेवून सायंकाळी सहा वाजता माझी पावले माझ्या बोऱ्हाडेवाडी येथील वडिलोपार्जित घराकडे वळली. मळभ भरलेले मनाचे आकाश रिते झाले असले तरी तळपायांना होणारा वेदनांचा दाह देहासोबत मनालाही व्याकूळ करत होता.

ध्यासपर्वाची ही संघर्षमय वाटचाल करताना, अस्तित्वाचा लढा लढलो. यशापयशाच्या गोळाबेरजेसह 'गाथा संघर्षाची' माझ्या काळजावर कायमची कोरून ठेवलेली. माझा श्वास संघर्ष, माझा ध्यास संघर्ष, माझे जगणे, माझे आयुष्यच एक संघर्ष. या संघर्षपर्वातूनच 'एच.ए. कामगारलढ्याची यशोगाथा' साकारली. तळपत्या उन्हात उभे राहून झळा सोसल्या, मात्र वठलेल्या वृक्षाला पालवी फुटली. तो आनंद, तो विजयाचा क्षण, त्या यशाची ओंजळ माझ्या विठ्ठलाच्या चरणी समर्पित केली. आंदोलनाचा प्रारंभ त्याच चरणांशी लीन होऊन केला होता.

मी छत्रपती शिवरायांचा मावळा. शिवराय माझे आराध्यदैवत. शिवराय माझा आदर्श. अन्याय, असत्याविरुद्ध लढणे हाच माझा धर्म. संत ज्ञानेश्वरांची विश्वात्मकता आणि संत तुकारामांचा सत्यनिष्ठ परखडपणा माझ्या अणुरेणूंत ओतप्रोत भरलेला. मांगल्याच्या वाटेवरून चालताना मी आयुष्यभर काटेच वेचले. अनेकांच्या ठेचाळून रक्ताळलेल्या पायांच्या जखमा बांधल्या. सुखापेक्षा दुःखाचा वाटेकरी झालो. एकनिष्ठ सैनिकासारखा लढतच राहिलो. ऊन, वारा, वादळे झेलत राहिलो. अपेक्षांचे मणामणाचे भार झेलत राहिलो.

'कामगार आहे मी, तळपती तलवार आहे' हे कविवर्य नारायण सुर्वे यांचे बोल मी सत्यात उतरवले. या तळपत्या तलवारीने मी एच.ए.ची 'गाथा संघर्षाची' साकार केली. संघर्षाची ज्योत तळपत ठेवली.

या ज्योतीतून अनेक ज्योती प्रज्वलित होतील व कामगारजीवनातला अंधार, काळोख संपुष्टात येईल; असा दुर्दम्य आशावाद माझ्या मनाचा गाभारा प्रकाशमान करत आहे."

***

एच.ए. : मागे वळून पाहताना!

एच.ए.मधून स्वेच्छानिवृत्ती घेऊन पाच वर्षे लोटली. कंपनीतून बाहेर पडल्यानंतर अरुण बोऱ्हाडे यांनी त्यांच्या आवडीचे साहित्यक्षेत्र, सांस्कृतिक चळवळ, गिरिभ्रमंती, पर्यटन आणि सामाजिक क्षेत्रात भरीव कामगिरी केली आहे.

कामगार चळवळ आणि एच.ए. कंपनी यांबाबत आज नेमके काय चित्र आहे, असे विचारले असता, अरुण बोऱ्हाडे यांनी अत्यंत प्रसन्न भावमुद्रेत उत्तर दिले.

ते म्हणाले -

"होय, मी स्वेच्छानिवृत्ती घेऊन पाच वर्षे होऊन गेली. मागील पाच वर्षांत मी स्वतःला घडवण्यात अधिक वेळ दिला. किंबहुना त्यासाठीच मी स्वेच्छानिवृत्ती घेतली होती. साहित्य, कला, संस्कृतीच्या चळवळीत स्वतःला गुंतवून घेतले आहे. माझ्या जन्मगावी अर्थात मोशी व परिसरात साहित्याची चळवळ उभी केली. 'इंद्रायणी साहित्य परिषद' स्थापन केली. त्या माध्यमातून प्रतिवर्षी मोठ्या प्रमाणात इंद्रायणी साहित्य संमेलनाचे आयोजन करत असतो. नामवंत साहित्यिक व विचारवंतांना निमंत्रित करत असतो. मराठी भाषा संवर्धन आणि वाचन प्रोत्साहन चळवळ याठीही सातत्याने कार्यरत आहे.

सह्याद्रीच्या अंगाखांद्यावरील अनेक गडकिल्ले मी सर केलेत. अनेक घाटवाटांतून भ्रमंती केली. वाचन आणि लेखन करतो आहे. पाच वर्षांत आठ-नऊ पुस्तके प्रकाशित झालीत. त्यातील दोन पुस्तकांना मोठे पुरस्कार मिळालेत. शिवाय विविध दिवाळी अंकांतून लेखन करतो आहे.

इतिहास संशोधनाचेही काम करत आहे. साहित्य आणि इतिहासाशी संबंधित अजून पुष्कळ काम करायचे आहे. अनेक शाळा, महाविद्यालयांतून आणि विद्यापीठातही मला व्याख्यानांसाठी निमंत्रित करतात.

हे सर्व छंद जोपासताना कामगार चळवळ आणि विशेषतः एच.ए.कंपनी याकडेही माझे बारकाईने लक्ष आहे. एच.ए.मधून बाहेर पडताना मी व्यवस्थापनाला आणि कामगार सहकाऱ्यांना सांगितले होते, कधीही अडचण आलीच तर मला बोलवा, मी निश्चितपणे आपल्या बरोबर असेन. औद्योगिक क्षेत्रातील अनेक कामगार संघटना आजही माझ्या संपर्कात आहेत. त्यांना आवश्यक ते सहकार्य मी करत असतो. अन्याय होत असेल तिथे कामगार संघटितपणे लढला पाहिजे. त्यासाठी चळवळ जगली पाहिजे, ही माझी धारणा आहे.

एच.ए.च्या सुमारे साडेचारशे कामगारांनी २०१९-२०मध्ये स्वेच्छानिवृत्ती

घेतली. आजतागायत अपेक्षेप्रमाणे एच.ए.ची उत्पादनप्रक्रिया विनाव्यत्यय चालू आहे. कंपनीतील काही विभाग भाडेतत्त्वावर चालवले जात आहेत.

व्यवस्थापकीय संचालिका श्रीमती नीरजा सराफ आपल्या पद्धतीने पण विनाव्यत्यय कंपनी चालू ठेवण्यात यशस्वी ठरल्या आहेत. कधीकधी मी कंपनीत जातो, श्रीमती सराफ यांच्याशी चर्चा करतो. कधीतरी त्याही मला बोलावून घेतात. कंपनीतील कामगार संघटनेच्या पदाधिकाऱ्यांशी नेहमीच चर्चा करतो. कामगार भरती नसल्याने काही कंत्राटी कामगार घेऊन प्लँट चालवले जात आहेत. आता कंपनीचा तोटा हळूहळू भरून निघत आहे.

कंपनीच्या मालकीची जमीन सरकारच्या परवानगीने काही व्यावसायिकांना भाडेपट्ट्याने दिली आहे. आजमितीस सुमारे चारशे कायम कामगार कंपनीत आहेत. सर्व कामगार व अधिकारी वर्गाचे वेतन दरमहा वेळेवर होत आहे. बहुतांशी निवृत्त कामगारांची देणी देण्यात आली आहेत. याचे माझ्यासारख्या कामगार-कार्यकर्त्याला खूप समाधान आहे. कामगारांची रखडलेली वेतनवाढ देण्यासाठी व्यवस्थापनाची तयारी सुरू झाली आहे, ही सर्वांत आनंदाची बाब आहे.

मला आठवतेय, २००३-०४मध्ये मी सरकारकडे मागणी करायचो, किमान २५ वर्षे कंपनी चालायला हवी. त्यावर आमचे अध्यक्ष शरद पवार साहेबांनी मला विचारले होते, “हे पंचवीस वर्षांचे काय गणित आहे?” तेव्हा मी म्हणालो होतो, कंपनीतील कामगारांचे वय सरासरी ३५ ते ४० वर्षांचे आहे. आयुष्याच्या अर्ध्यावर नोकरी गेली तर सारेच अर्धवट राहील. मुलांचे शिक्षण, लग्न व इतर जबाबदाऱ्या पूर्णत्वास जायला हव्यात. अजून पंचवीस वर्षांनी बहुतांशी कामगार नोकरी पूर्ण करून सेवानिवृत्त होतील. आज त्या उद्दिष्टांपर्यंत कामगार पोहोचले आहेत. कोणाचीही नोकरी अर्ध्यावर खुंटली नाही. स्वेच्छानिवृत्ती घेतलेल्यांनाही पुरेशी रक्कम मिळाली होती, उर्वरित सहकारीही अद्याप दरमहा वेतन घेऊन समाधानी आहेत. नोकरी पूर्णत्वास जाताना, कामगार आपापल्या क्षमतेप्रमाणे आयुष्याला आकार देऊ शकले. आता अनेकांच्या मुलामुलींनी उच्चशिक्षण घेऊन, नोकरी-व्यवसायात त्यांच्या आयुष्याची वाटचाल सुरू केली आहे. अनेकांची लग्नकार्ये होत आहेत. स्वतःची घरदारे बांधली आहेत. एका कामगार कार्यकर्त्याला दीर्घकाळ केलेल्या संघर्षाच्या वाटचालीत यांपेक्षा अधिक काय हवे आहे?

माझा अजून एक मुद्दा त्या काळी मी वारंवार प्रत्येक मंत्रिमहोदयांना व प्रशासकीय अधिकाऱ्यांना आग्रहाने सांगत होतो. भविष्यात कधी या देशावर

आरोग्यविषयक संकट आले तर, आपल्या हातात औषधनिर्मिती करणारे कारखाने असावेत. पुढे जाऊन आपल्याला याची प्रचीती २०२०-२१ मध्ये कोविडच्या काळात आलेली आहे. सुदैवाने कोविडच्या संबंधित लसीचे उत्पादन भारतात झाले, अन्यथा अमेरिकेसारख्या देशाने आपल्याला छळले असते.

आजही भारतातील बहुतांशी औषध कंपन्या युरोप -अमेरिकन आहेत. या संदर्भात मी कोविड काळातच पंतप्रधान कार्यालयास मेलद्वारे पत्रव्यवहार करून याचे स्मरण करून दिले होते. भारतीय जनतेच्या आरोग्याशी संबंधित हा औषधउद्योग आधुनिक काळानुसार आवश्यक ते बदल करून, आरोग्य क्षेत्राची गरज म्हणून सरकारने केंद्रीय आरोग्य विभागात वर्ग करून घ्यावा. त्यांच्या अखत्यारीतच तो चालवणे अधिक योग्य ठरेल, असे माझे मत आहे."

कामगारांना आंदोलनाची गरज आणि रूपरेषा स्पष्ट करताना अरुण बोऱ्हाडे

महिला कर्मचाऱ्यांनी घंटानाद करून आंदोलनात सहभाग घेतला. (दि.१ नोव्हेंबर २००३)

धरणे आंदोलनात संघटनेची भूमिका स्पष्ट करताना सरचिटणीस अरुण बोऱ्हाडे

कायदा सल्लागार अॅड. मदन फडणीस सार्वजनिक उद्योगांचे महत्त्व व आंदोलनात सहभाग सांगताना

कामगार आंदोलनात सहभागी होऊन पाठिंबा व्यक्त करताना डॉ. प्रभाकर देशपांडे.

आंदोलनामागची भूमिका समाजाला कळण्यासाठी कामगारांनी शहरात पथनाट्ये सादर केली.

कामगार आयुक्त कार्यालयासमोरील सभेत बोलताना अरुण बोऱ्हाडे

सरकारचे लक्ष
वेधण्यासाठी
एच.ए.कामगार व
कुटुंबीयांच्या मोर्च्यात
हजारोंच्या संख्येने
सहभाग

पुणे जिल्हाधिकारी
कचेरीवरील मोर्चा
हजारो कामगारांचा
सहभाग
(१३ नोव्हेंबर २००३,
१७ नोव्हेंबर २००३)

लाक्षणिक उपोषणात सहभागी कामगार सहकारी (दि. १४ नोव्हेंबर २००३)

आंदोलन काळात सहकाऱ्यांशी नित्य संवाद साधून आत्मबळ वाढवणे गरजेचे असते.

सर्व समाजात आंदोलनाचा संदेश पोहचवण्यासाठी महामार्गावर मानवी साखळी.

आंदोलनात सहभागी होऊन सरकारला इशारा देताना : संघटनेचे अध्यक्ष शरद पवार

शरद पवारांच्या जाहीर सभेसाठी कामगारांची विशाल गर्दी (दि. १९ नोव्हेंबर २००३)

शरद पवार यांच्या जाहीर सभेसाठी उपस्थित महिला कामगार व कुटुंबीय

एच.ए.च्या सुवर्ण महोत्सवानिमित्त संघटनेचे अध्यक्ष शरद पवार, व्यवस्थापकीय संचालक एम.सी.अब्राहम, सरचिटणीस अरुण बोऱ्हाडे व अन्य पदाधिकारी (दि.३० मार्च २००४)

एच.ए.च्या सुवर्ण महोत्सवानिमित्त कामगारांना मार्गदर्शन करताना शरद पवार साहेब

एच.ए.च्या सुवर्ण महोत्सवानिमित्त 'पेनिसिलीन मॉडेल'च्या प्रतिकृतीचे पूजन करताना एम. सी. अब्राहम, अरुण बोऱ्हाडे व अन्य पदाधिकारी (दि. २४ मार्च २००४)

केंद्रीय रसायनमंत्री रामविलास पासवान, कृषीमंत्री शरदराव पवार यांनी एच.ए.कंपनीला भेट देऊन विविध विभागांची पाहणी केली. व्यवस्थापन आणि कामगार प्रतिनिधींशी चर्चा केली. (दि. ६ जून २००४)

एच.ए.कामगारांच्या ऐतिहासिक लढ्यात साथ देणारे पदाधिकारी वाय. बी. गायकवाड, शिवाजी निंबाळकर, ज्ञानेश्वर भूमकर, इस्माईल आत्तार, अरुण बोऱ्हाडे, चंद्रशेखर भैलुमे आणि बाबुराव लोंढे (ऑगस्ट २००२ ते जुलै २००७)

सह्याद्री अतिथीभवन येथे एच.ए.संदर्भातील बैठकीत मुख्यमंत्री सुशीलकुमार शिंदे, शरद पवार, एम.सी.अब्राहम, अरुण बोऱ्हाडे व अन्य पदाधिकारी (दि. २९ डिसेंबर २००३)

एच.ए.साठी पुनर्वसन पॅकेज मंजूर झाल्यानंतर कृतज्ञता सोहळ्यात सहभागी झालेले केंद्रीय रसायनमंत्री रामविलास पासवान आणि रसायन विभागाच्या सचिव श्रीमती सतवंत रेड्डी (दि.३१ ऑगस्ट २००६)

रसायन विभागाच्या सचिव श्रीमती सतवंत रेड्डी यांचा संघटनेच्यावतीने महिला कर्मचारी सन्मान करताना (दि.३० ऑगस्ट २००६)

परिशिष्ट १

नोव्हेंबर २००३मध्ये झालेल्या एच.ए. कामगारांच्या आंदोलनास प्रत्यक्ष सहभागी होऊन, भेटी देऊन पाठिंबा व्यक्त केलेल्या कामगार संघटना, सामाजिक संस्था, राजकीय पक्ष व कार्यकर्ते, नेतेमंडळी.

कामगार संघटना

१. राष्ट्रवादी श्रमशक्ती महासंघ, पिंपरी-चिंचवड, पुणे
अध्यक्ष- डॉ. प्रभाकर देशपांडे व अन्य सहकारी
२. आयटक : कॉ. माधव रोहम, कॉ. शरद गोडसे व इतर
३. ग्रीव्हज कॉटन अँड अलाईड कंपनीज एम्लॉईज युनियन,
कॉ. व्ही.व्ही. कदम, कॉ. एल.एम. मारू व अन्य
४. ट्रेड युनियन कॉर्डिनेशन सेंटर (टी. यू.सी.सी.), पुणे
जिल्हाध्यक्ष बी. जी. तळेकर व अन्य.
५. एस. के. एफ.एम्लॉईज युनियन, कॉ. पी. भास्करन, कॉ. डी. एल. मिसाळ व इतर
६. बजाज टेम्पो (पुना एम्लॉईज युनियन), कॉ. रोझारिओ डिसोझा, कॉ. देविदास आढे, कॉ. विनोद पाटील व इतर
७. सीआयटीयू : कॉ. अजित अभ्यंकर, सुभाष कालकुंद्रीकर, कॉ. उत्तम गायकवाड इत्यादी
८. महिंद्रा सिंटर्ड कामगार संघटना संभाजी शिंदे, तात्या शितोळे इत्यादी
९. पोस्ट अँड टेलिग्राफ एम्प्लॉइज युनियन
१०. राष्ट्रीय श्रमिक आघाडी, अध्यक्ष- यशवंत भोसले
११. कामगार अन्याय प्रतिकार समिती, पुणे, अध्यक्ष- विठ्ठल गुजराथी
१२. विश्वकल्याण कामगार संघटना, बजाज ऑटो कंपनी,
अध्यक्ष : रावसाहेब शिंदे, दिलीप पवार
१३. क्रुप इंडस्ट्रीज एम्लॉईज युनियन, अध्यक्ष- अरुण गराडे
१४. भारत इलेक्ट्रॉनिक्स एम्प्लॉईज युनियन, अध्यक्ष- सी.बी. तेलंग
१५. प्रीमिअर ऑटो कामगार संघटना, अध्यक्ष- सूर्यकांत मुटके व अन्य
१६. अल्फा लाव्हल कामगार युनियन, अध्यक्ष- नामदेव गोलांडे
१७. जयहिंद इंडस्ट्रीज लि. (आयटक), अध्यक्ष- सुहास चव्हाण, डी. एस. पितळ इ.
१८. ॲटलास कॉप्को. एम्प्लॉईज युनियन, अध्यक्ष- किशोर ढोकले
१९. फॉरमायका इंडिया डिव्हीजन, अध्यक्ष- पी. एन. पालेकर, जे.यू. करंडे व अन्य
२०. के. एस. बी. मजदूर युनियन, पदाधिकारी
२१. पदमजी पल्प ॲन्ड पेपर मिल्स संघटना, अध्यक्ष- अशोक गावडे, गणेश सोनटक्के

२२. सर्व श्रमिक संघटना, पुणे कॉ. मेधा थत्ते, दत्ता जाधव
२३. इस्पात प्रोफाईल्स युनियन, आर.टी. वांद्रे, टी.एन. घोरपडे
२४. एम.टी.एस.लि.चाकण, नितीन साळुंखे, मनोज दगडकर
२५. पिंपरी चिंचवड मनपा कामगार महासंघ अध्यक्ष- शंकर गावडे, सुभाष सरीन
२६. सफाई मजदूर काँग्रेस, पिंपरी-चिंचवड, अध्यक्ष- ओमप्रकाश बोहत
२७. थरमॅक्स बॅबकॉक्स ॲन्ड व्हिलकॉक्स कामगार युनियन
२८. मोलकरीण संघटना, पिंपरी-चिंचवड शहर
२९. एम.आय.डी.सी. कामगार नेते, गोपाळ कुंद्रा व अन्य सहकारी
३०. पी.सी.एम.टी कामगार नेते, शिवाजीराव तापकीर व अन्य सहकारी

राजकीय पदाधिकारी आणि सामाजिक संघटना

१. गजानन बाबर, आमदार, हवेली तालुका
२. प्रकाश रेवाळे, महापौर, पिंपरी-चिंचवड
३. संभाजीराव काकडे, माजी खासदार
४. लक्ष्मणराव जगताप, शहराध्यक्ष, राष्ट्रवादी काँग्रेस पार्टी, पिंपरी-चिंचवड शहर
५. प्रकाश म्हस्के अध्यक्ष, प.म.वि.म.
६. मोतीराम पवार, माजी आमदार, हवेली
७. राजाभाऊ रायकर, शिवसेना, पुणे जिल्हा प्रमुख
८. बाळासाहेब म्हसे, अध्यक्ष : शेतकरी कामगार पक्ष
९. दत्तात्रय गायकवाड शिवसेना, शहरप्रमुख
१०. रिपब्लिकन पार्टी ऑफ इंडिया, लक्ष्मण गायकवाड, विलास चिमूरकर
११. पिंपरी चिंचवड डॉक्टर्स असोसिएशन
१२. डावी लोकशाही आघाडी, अध्यक्ष : कॉ. मानव कांबळे
१३. वंदेमातरम संघटना, संजय नहार, अनंत चव्हाण, तुकाराम कांबळे.
१४. लक्ष्मण रूपनर अध्यक्ष : पिंपरी-चिंचवड काँग्रेस (आय) मागासवर्गीय सेल
१५. लीलाताई देवकर, अध्यक्षा : पिंपरी-चिंचवड महिला काँग्रेस (आय)
१६. कॉ. सुरेश बेरी, सामाजिक कार्यकर्ते
१७. कॉ. शरद मुदलीयार, सामाजिक कार्यकर्ते
१८. स्मॉल स्केल इंडस्ट्रीज असोसिएशन, पिंपरी-चिंचवड
अध्यक्ष : तात्या सपकाळ
१९ प्रताप गुरव, जनता दल, पिंपरी-चिंचवड
२०. पिंपरी चिंचवड ज्येष्ठ नागरिक संघ
२१. एच.ए.स्कूल पिंपरी, सर्व शिक्षक व कर्मचारी वर्ग

सत्यमेव जयते

SHARAD PAWAR, M.P.

Vice Chairman National Committee on Disaster Management

21st October, 2003

My Dear Shri Dhindsaji

As you are aware the problems being faced by the Hindustan Antibiotics Ltd. Pune has been discussed on a number of occasions and the matter is presently with the BFIR for a final decision. The company has been a profit making one for a long time, although it has incurred some losses during the past few years. The workers' union has continuously cooperated with the management to bring down the expenses and keep the unit profitable. They have not made any demands and are ready to take their share of responsibility to revive the unit. Due to the efforts of the workers the losses have been contained.

The real problem, however, is that the Company is saddled with a sizable financial burden both from the government and financial institutions. It is my considered view that if the government investment is converted into equity and some financial assistance is provided for a one time settlement with the financial institution, then I am confident that this unit will surely revive. Therefore, it would be very much advisable to withdraw the winding up proceedings from the BFIR for closer of the unit and take this pragmatic step which would surely revive the unit and also save the livelihood of a large number of workers, who would be displaced if the company is closed.

.....2/-

6.Gurudwara Rakabganj Road, New Delhi-110 001 (India) Tel.: 011-23737670, 23730968, Fax No.: 011-23730692

E-mail : sharadp@ndf.vsnl.net.in

सत्यमेव जयते

SHARAD PAWAR, M.P.

Vice Chairman National Committee on Disaster Management

The Hindustan Antibiotics Ltd., you may be aware, was started by Jawaharlal Nehru, and it has served our country very well for a number of years, living upto the expectations of its founders. I honestly feel that it has been a profit making enterprise and can be revived and saved. I would like to assure the Government of India on behalf of the workers that they are ready to extend all their cooperation to settle all issues and problems, which would lead to the restoration of this industrial unit.

I would be grateful, if you could consider my request favourably and expeditiously.

With regards,

Yours Sincerely

(Sharad Pawar)

Shri Sukhdev Singh Dhindsa,
Hon'ble Minister of Chemicals & Fertilizers,
Government of India, Shastri Bhawan,
New Delhi-110 001.

Copy to :- Shri Arun Borhade.
Gen. Secy. HAMS
Pimpri

6.Gurudwara Rakabganj Road, New Delhi-110 001 (India) Tel.: 011-23737670, 23730968, Fax No.: 011-23730692
E-mail : sharadp@ndf.vsnl.net.in

सत्यमेव जयते

SHARAD PAWAR, M.P.

Vice Chairman National Committee on Disaster Management

28th October, 2003

My Dear Prime Minister

As you may be kindly aware the Hindustan Antibiotics Ltd. Pune, was started by the first Prime Minister of our country, Jawaharlal Nehru and has functioned well living upto the objectives for which it was set up. It has been a profitable company for long but however, for the past few years, it has incurred some losses. The case has been referred to BFIR for winding up the unit.

I sincerely believe that the company can be revived as there is also willingness both among the workers and the management in this regard. The workers' union has continuously cooperated with the management to bring down the expenses and keep he unit profitable. They have not made any demands and are ready to take their share of responsibility to revive the unit. Due to the efforts of the workers the losses have now been contained.

The real problem, however, is that the Company is saddled with a sizable financial burden both from the government and financial institutions. It is my considered view that if the government investment is converted into equity and some financial assistance is provided for a one time settlement with the financial institution, then I am confident that this unit will surely revive. Therefore, it would be very much advisable to withdraw the winding up proceedings from the BFIR for closer of the unit and take this pragmatic step which would surely revive the unit and also save the livelihood of a large number of workers, who would be displaced if the company is closed.

Cont'd.....2/-

सत्यमेव जयते

SHARAD PAWAR, M.P.

Vice Chairman National Committee on Disaster Management

I honestly feel that it has been a profit making enterprise and can be revived and saved. I would like to assure you on behalf of the workers that they are ready to extend their cooperation to settle all issues and problems, which would lead to the restoration of this industrial unit.

I would be grateful, if you could consider my request favourably and expeditiously.

With regards,

Yours

(Sharad Pawar)

Shri Atal Bihari Vajpayee,
Hon'ble Prime Minister of India,
South Block,
New Delhi.

सत्यमेव जयते

CHIEF MINISTER

MAHARASHTRA STATE

MANTRALAYA, MUMBAI 400 032 Phone: 2025151, 2025222 Fax: 2029214 CMS/FS/10(G)/571

November 20, 2003

Dear Shri Vajpayeeji,

I am writing to seek your intervention in stopping the closure of Hindustan Antibiotics Limited (HAL), which is a wholly owned Central Government Undertaking and was one of the pioneers of what Pandit Nehru used to call the commanding heights of the economy. As you know, the company was established in 1954 with a view to manufacture the wonder drug Penicillin and has catered to the needs of the poor and needy by selling various strains of antibiotics at affordable prices. HAL was a profit making company till 1972-73 and due to various factors beyond its control, the company started incurring losses and was declared sick in 1997 and was referred to the BIFR. Unfortunately, BIFR has not been able to work out a rehabilitation plan and has now fixed a hearing on November 27, 2003 to wind up the compan Actually, the company can rehabilitate themselves by disposing of its vaca land of about 66 acres and the State Government had given permission for sb. same. The financial institutions can also be made to agree for a one-tim. settlement.

I would, therefore, request for your personal intervention in preventing the closure of this historic company and help it to rehabilitate itself through the methods mentioned above.

I am enclosing a status report on the developments about HAL.

With regards,

Yours sincerely.

(Sushilkumar Shinde)

Shri Atal Behari Vajpayee
Prime Minister of India
South Block
New Delhi

Copy to:-

Shri Sharad Pawar, M.P.,
6, G. Rakabganj Road, New Delhi-110 001

हिन्दुस्तान एंटिबायोटिक्स लि.
(भारत सरकार का उपक्रम)
पंजीकृत कार्यालय और कारखाना : पिम्परी, पूना : 411018
फोन : 7425411-12.74250134 23
फॅक्स : (020) 7425527

HINDUSTAN ANTIBIOTICS LT
(A Government of India Enterprise)
Registered office & Factory Pimpi, Pune 411 01
Phone 7425411-12, 7425613 4 23
Fax : (020) 7425327
Email : hapune@pn3.Vsnl.net.in
Website : www.hindantibiotics com

Date 18.11.2003

REPORT OF H.A.L

Hindustan. Antibiotics Limited (HAL) is Government Company engaged in the manufacture and marketing of life saving drugs. The Company was established in 1954 with WHO/UNICEF assistance primarily to manufacture the then wonder drug-Penicillin for the first time in India. HAL was also the first Indian Company to manufacture other Gentamycin. The Company, which was started in a remote village of her antibiotics like Streptomycin and Pimpri, has become instrumental in developing the entire region into the present industrial town of Pimpri Chinchwad., one of the most progressive and fast growing industrial belts in the country. It has also to its credit invention of two new molecules namely, Hamycin and Aeurofungin, rare distinction when compared to other pharmaceutical companies in India. The Company has also been instrumental in ensuring the availability of life saving drugs at affordable prices to the vast majority of the economically weaker sections of the country.

Hindustan Antibiotics Limited was a profit making Company declaring dividend till 1972-73. The Company, once considered as a blue chip Company, went into difficulty consequent to the severe inflationary pressures generated in the wake of the oil price hike in November, 1973. and consequential increase in its cost of production. Being a fermentation industry, the cost of energy used in its production was substantially high, but the Company could not get permission for increasing its product prices due to its socio-economic impact. This was essentially due to the fact that the product being manufactured by HAL was the poor man's medicine. The DPCO price, which was fixed at Rs.400/BOU in 1970 remained unchanged till the year 1976. During this period, the cash loss suffered by HAL on account of non-revision of prices was compensated by the Govt. by way of non-plan at varying rates added to the cost of production of Penicillin in HAL, but the price was only marginally increased after six years by about 8% in 1976 and thereafter it remained constant for another five years till 1981

Due to the heavy accumulated losses the company was referred to BIPR and declared as sick on 31.03.1997. IDBI has been appointed as operating agency to prepare re-habilitation plan.

The company is producing various bulk drugs and formulations like Penicillin, Streptomycin, Gentamycin, Aeurofungin, Benzathyl-Penicillin, Streptocyclin, Humour etc., which are used in human, veterinary and agricultural applications.

The working results of the company for the last four youre are as given below

(Rs. in Crores)

Particulars	**1998-99**	**1999-2000**	**2000-01**	**2001-02**
VOP	118.64	125.01	127.54	130.94
Sales	113.25	124.14	128.18	129.77
Net Loss	-11.58	-7.47	-4.98	-9.50
Cash Profit	--	3.77	5.50	4.08

After declaring the company as sick BIFR advised Operating Agency to prepare draft rehabilitation plan. M/s Kirtane and Pandit, Chartered Accountant has been appointed as consultant to prepare the plan. Accordingly, M/s Kirtane and Pandit, submitted the rehabilitation plan as viable. Since, Government of India could not give infusion of funds for the rehabilitation plan. However, the company got permission to sell the surplus land from Government of Maharashtra. In April 2002 BIFR directed Operating Agency to issue advertisement for change in management and the advertisement was issued in newspapers on 06.05.2002. Three parties participated and no one was found viable by operating agencies.

BIFR has issued notice dated 05.09.2003 published in the newspapers on 14.09.2003 for winding up of the company to which final hearing will be held on 27.11.2003.

The company can be rehabilitated themselves by disposing off the surplus vacant land of 66 acres, all financial institutions had agreed for one time settlement by waiving interest.

(S.K. MISHRA)
GENERAL MANAGER (PER&IR)

सत्यमेव जयते

SHARAD PAWAR, M.P.

Vice Chairman National Committee on Disaster Management

2nd December, 2003

My Dear Prime Minister

You may kindly recall my letter dated 28th October, 2003 regarding the case of Hindustan Antibiotics Ltd., (HAL) Pune, a Public Sector Undertaking which has been served a notice for winding up from BIFR. As per the notice served by BIFR the date of hearing is now scheduled on 18th December, 2003. As you are aware the HAL was set up in 1952 by Pt. Jawaharlal Nehru, with the objective of providing life saving medicines at an affordable price to the people of our country. This unit has lived up to the expectation and has rendered commendable service since its inception.

However, as informed earlier, since the mid-nineties the company incurred some losses and the matter was referred to BIFR. I am informed that the losses have now not only been contained but in the last three financial years, the company has started making cash profit. This has been mainly due to the cooperation of the worker's union with the management of the company and they are ready to further share the responsibility to revive the unit. I am enclosing a copy of the letter addressed to you, received from Shri Arun Borhade, General Secretary, Hindustan Antibiotics Mazdoor Sangh, which contains the details of the company's background.

I would like to reiterate that the company could surely be revived, if the sizable financial burden of the Government is converted into equity and some financial assistance is provided for a onetime settlement with the financial institutions. This measure would surely help in not only reviving the unit but also saving the livelihood of over two thousand workers engaged in this unit directly, besides the indirect employment it provides. As the hearing at BIFR is scheduled on 18th December, 2003, I would request your urgent and kind intervention so that this enterprise, which has served our country well over the years and has been a profit making one also can be saved and revived. In this connection, I would request a meeting with you to discuss this issue, at a date and time convenient to you, after your return from Nigeria.

I am looking forward to your favourable and expeditious consideration.

With regards,

Yours Sincerely

(Sharad Pawar)

Shri Atal Bihari Vajpayee,
Hon'ble Prime Minister of India,
South Block, New Delhi : 110 011.

6.Gurudwara Rakabganj Road, New Delhi-110 001 (India) Tel.: 011-23737670, 23730968, Fax No.: 011-233311835
E-mail : sharadpawar@vsnl.com

शरद पवार
SHARAD PAWAR

सत्यमेव जयते

खाद्य एवं कृषि मंत्री
भारत सरकार
कृषि भवन
नई दिल्ली-110001
MINISTER FOR FOOD & AGRICULTURE
GOVERNMENT OF INDIA
KRISHIBHAWAN
NEW DELHI-110001
27th May, 2004

My Dear Prime Minister

Hindustan Antibiotics Limited, Pimpri, Pune, is one of the pioneer pharmaceutical companies under the administrative control of the Ministry of Chemicals & Fertilizers. The Company came into existence under the ownership and control of the Government of India immediately after independence with the vision of late Shri Padit Jawaharlal Nehru to provide life saving drugs to millions of under privilleged people living in various parts of the country.

While the vision of the illustrious leaders of that era was to ensure improvement in public health by providing life saving drugs at affordable prices, the place for starting the project was decided as a tribute to Smt. Kasturba Gandhi, who took her last breath at Aga Khan Palace, Pune. Penicillin, the then wonder drug required to cure Smt. Kasturba Gandhi had to be imported and by the time the antibiotic reached Pune, she was no ...... the fate of millions of ordinary people and setting up of the Penicillin factory at Pimpri was thus conceived. His attachment to the company could be gauged from the fact that the Penicilin Plant was inaugurated by him in 1956, the School in the campus in 1960, and thereafter, the Streptomycin Plant in 1962.

As the objective of setting up of the company was to provide life saving drugs at affordable prices the company was selling its products at cost price without looking for discharging this objective during the last 50 years of its existence. The company had the distinction of starting for the first time in the country not only Penicillin but many other antibiotics like Streptomycin (required for treatment of TB patients), Gentamicin (required for the treatment of gram negative infections like Urinary Tract and Gastrointestinal infections), etc. Had the objective of the company been to make profit, it could have earned substantial profits, as the products introduced were its monopoly products. Since

Office: Room No. 120, Krishi Bhawan, New Delhi-110001(India) Tel: 011-23383870, Fax: 23384129
Rest 6, Guratwara Rakabganj Read, New Delhi-110001(India) Tel: 011-23737670, Fax: 23311835

शरद पवार
SHARAD PAWAR

सत्यमेव जयते

खाद्य एवं कृषि मंत्री
भारत सरकार
कृषि भवन
नई दिल्ली-110001
MINISTER FOR FOOD & AGRICULTURE
GOVERNMENT OF INDIA
KRISHIBHAWAN
NEW DELHI-110001
27th May, 2004

profiteering was its last priority, the company was left with meagre funds when it had to go for modernisation and expansion of its facilities in the late eighties. To overcome this problem, the company had to raise resources to the tune of around Rs. 110 crore at high interest rate from market without any equity participation by its promoter, in Govemment of India. Consequently, the interest burden of the company had gone up beyond its servicing capacity. Added to this, the company had also to provide for interest on loans givon earlier by Government of India. It is added that the company had to sell the life saving drugs below cost for many years, especially after the Gulf war in 1972, and the cash loss suffered by the company was funded by Government of India by way of interest bearing loan instead of subsidy.

On account of the heavy interest burden which is to the tune of over Rs.22 core per annum, the company started making cash losses from 1992-93 onwards. Consecuently, it was declared as a Sick Unit in March, 1997. To overcome the crisis, the company, with the active involvement of employees' representatives resorted to various restructuring measures in right earnest by reducing the manpower strength, increasing the productivity by redeployment and revising work norms, introducing latest technology and new generation products and resorting, to various cost reduction measures. Consequently, the company started making cash profit from 2000-01 onwards and soon its way to the turn around. The company had also negotiated with various institutions from whom it had taken loans and all of them have agreed in principle for waiving of the entire interest amount outstanding and accept the principal amount as one time settlement.

However, the Ministry of Chemicals & Fertilizers, in spite of the above positive developments, decided to privatise the company in March 2002 in line with the privatisation policy then pursued. These attempts did not succeed mainly due to vehement opposition from the employees in particular and from the public in general. It is extremely important in the overall interest and in view of the public sentiment attached to this heritage unit that a decision for its revival is expeditiously taken. The company has already proved that it can sustain and grow on its own without resorting to privatization.

Cont'd...3/-

Office: Room No. 120, Krishi Bhawan, New Delhi-110001(India) Tel: 011-23383870, Fax: 23384129
Rest 6, Guratwara Rakabganj Read, New Delhi-110001(India) Tel: 011-23737670, Fax: 23311835

शरद पवार
SHARAD PAWAR

सत्यमेव जयते

खाद्य एवं कृषि मंत्री
भारत सरकार
कृषि भवन
नई दिल्ली-110001
MINISTER FOR FOOD & AGRICULTURE
GOVERNMENT OF INDIA
KRISHIBHAWAN
NEW DELHI-110001
27th May, 2004

The livelihood of over 2000 employees also depends on the future of this company. The assistance solicited from the Government in this regard are as follows

(a) Waiver of Government loans and interest thereon as on date amounting to Rs.65 crore approximately,

(b) Providing on time financial support for repaying the loans taken by the company amounting to Rs. 77 crore approximately

I would be grateful, if appropriate favourable orders are issued n this regard.

With regards,

Yours Sincerely

(Sharad Pawar)

Dr. Manmohan Singh
Hon'ble Prime Minister of India,
South Block, New Delhi : 110 011

Copy to :
Shri Ram Vilas Paswan
Hon'ble Minister of Chemicals & Fertilizers,
Govt. of India

Office: Room No. 120, Krishi Bhawan, New Delhi-110001(India) Tel: 011-23383870, Fax: 23384129
Rest 6, Guratwara Rakabganj Read, New Delhi-110001(India) Tel: 011-23737670, Fax: 23311835

कृषि] उपभोक्ता मामले, खाद्य और
सार्वजनिक वितरण मंत्री
भारत सरकार
MINISTER OF AGRICULTURE &
CONSUMER AFFAIRS
FOOD AND PUBLIC DISTRIBUTION
GOVERNMENT OF INDIA

शरद पवार
SHARAD PAWAR

सत्यमेव जयते

8 June, 2004

Dear Shri Borade

I had written to Hon'ble Prime Minister regarding the revival of Hindustan Antibiotics Limited, Pimpri, Pune. The matter was also taken up with Shri Ram Vilas Paswan, Minister of Chemicals and Fertilizers. I am enclosing copies of reply received from them for your information.

With regards,

Yours Sincerely

(Sharad Pawar)

Sh. Arun Borade
General Secretary
Hindustan Antibiotics Employees Union
Hindustan Antibiotics Ltd.
Pimpri, Pune : 411018

Office : Room No. 120, Krishi Bhawan, New Delhi-110 001(INDIA) Tel: 011-23383370,23782691 Fax: 23384129
Resi : 6, Guratwara Rakabganj Road, New Delhi-110 001(INDIA) Tel: 011-23737670,23730968
Fax : 011-23311835 E-mail : sharadpawar@vsnl.com

परिशिष्ट २

कंपनी बंद करण्याची बी.आय.एफ.आर.ची नोटीस दि. १४ सप्टेंबर २००३ च्या वृत्तपत्रांतून देशभर प्रसिद्ध झाली.

BOARD FOR INDUSTRIAL AND FINANCIAL RECONSTRUCTION
JAWAHAR VYAPAR BHAWAN, 1, TOLSTOY MARG, NEW DELHI-110 001

Case No. 501/97 - M/s. Hindustan Antibiotics Ltd.

Notice under Section 20(1) of the Sick Industrial Companies (Special Provisions) Act, 1985 and BIFR Regulations, 1987 for proposed winding up of M/s. Hindustan Antibiotics Ltd.

The Board has formed a prima facie opinion that the sick industrial company **M/s. Hindustan Antibiotics Ltd.** cannot be revived on a long term basis and it is just and equitable and in public interest that it be wound up due to following reasons:-

iv) There is no viable and agreed rehabilitation proposal with means of finance fully tied up for consideration before the Board.

v) No other party is available to take over the unit for rehabilitation.

vi) All possibilities of rehabilitating the company have been explored and exhausted.

THE MATTER WILL BE HEARD AT 11.30 A.M. on 27.11.2003.

Shareholders/creditors/employees/other concerned persons having any objections/suggestions may file the same in quadruplicate with supporting documents with the Registrar. Those desirous of being heard in person should also send an intimation.

BY ORDER OF THE BOARD

Date: 5.9.2003

Sd/- (Vijay Kumar)
Bench Officer (B-I)
davp 4022/158/03

The Indian EXPRESS, PUNE | 2 November 2003

Close to 500 employees of Hindustan Antibiotics Limited led by their union leader Arun Borade staged a 'Ghantanad protest on the premises of the plant at Pimpri. The unit is facing closure and the employees are agitating for its revival : *Newsline photo by Hrishikesh Tapshalkar*

लोकसत्ता, २ नोव्हेंबर २००३

एच. ए. कंपनी वाचविण्यासाठी कामगारांच्या आंदोलनास प्रारंभ

पिंपरी, १ नोव्हेंबर/प्रतिनिधी

हिंदुस्थान ॲंटिबायोटिक्स कंपनीच्या पुनर्वसनाचा प्रस्ताव तयार करण्याच्या प्रक्रियेस केंद्र शासनाने वेग द्यावा, या मागणीसाठी हिंदुस्थान ॲंटिबायोटिक्स मजदूर संघाच्या वतीने आज आंदोलनास प्रारंभ करण्यात आला.

प्रतिजैविके बनविणारी हिंदुस्थान ॲंटिबायोटिक्स या सार्वजनिक क्षेत्रातील कंपनीचे पुनर्वसन शक्य नसल्याचा निष्कर्ष काढून औद्योगिक वित्त पुनर्रचना मंडळाने (बीआयएफआर) कंपनी बंद करण्याची नोटीस बजावली आहे. त्यावर २७ नोव्हेंबरला सुनावणी होणार आहे. केंद्र शासनाच्या रसायन मंत्रालयाने कंपनीच्या पुनर्वसनाचा प्रस्ताव तयार करण्याचे काम हाती घेतले आहे. हा प्रस्ताव शासनाने लवकरात लवकर तयार करावा यासाठी कामगार व जनतेचा दबाव निर्माण करण्यासाठी हिंदुस्थान ॲंटिबायोटिक्स मजदूर संघाने आंदोलन सुरू करण्याचा निर्णय घेतला आहे. एच. ए. अधिकारी संघटनेनेही आंदोलनास पाठिंबा जाहीर केला.

संघटनेचे सरचिटणीस अरुण बोऱ्हाडे यांनी कंपनीच्या प्रवेशद्वारासमोरील छत्रपती शिवाजीमहाराजांच्या पुतळ्यास पुष्पहार अर्पण करून आंदोलनाचा नारळ फोडला. संघटनेच्या वतीने 'घंटानाद' आंदोलन करण्यात आले. त्या वेळी कामगारनेते माधव रोहम, पत्रकार डॉ. सुरेश बेरी, संघटनेचे पदाधिकारी आय. पी. अत्तार, ज्ञानेश्वर भूमकर, चंद्रशेखर भैलुमे, बाबूराव लोंढे, वाय. बी. गायकवाड, शिवाजी निंबाळकर तसेच कामगार मोठ्या संख्येने उपस्थित होते.

त्या वेळी झालेल्या जाहीर सभेत बोलताना बोऱ्हाडे म्हणाले की, कंपनीच्या सुवर्णमहोत्सवी वर्षामध्ये सुवर्णमहोत्सव साजरा करण्याऐवजी कंपनी वाचविण्यासाठी 'कामगारांना रस्त्यावर यावे लागावे, ही दुर्दैवी बाब आहे. मजदूर संघाचे अध्यक्ष शरद पवार यांच्या उपस्थितीत रसायनमंत्र्यांशी तीन-चार बैठका झाल्या आहेत. त्यांनी कंपनीच्या पुनर्वसनाचा प्रस्ताव तयार करण्याचे काम सुरू केले असून त्याला गती मिळावी म्हणून हे आंदोलन सुरू करण्यात आले आहे. ■

केसरी, २ नोव्हेंबर २००३

एच. ए. बंद करण्याच्या नोटिशीविरुद्ध घंटानाद आंदोलन

पिंपरी : औद्योगिक वित्त पुनर्रचना मंडळाने (बीआयएफआर) हिंदुस्तान ॲन्टीबायोटिक्स कंपनी बंद करण्यासाठी नोटिस बजावली आहे. त्याची सुनावणी येत्या २७ नोव्हेंबरला होणार असल्याने या प्रक्रियेविरुद्ध हिंदुस्तान ॲन्टीबायोटिक्स मजदूर संघाने शनिवारपासून आंदोनास सुरुवात केली. काल प्रथम घंटानाद करून आंदोलन सुरु केले.

काल सायंकाळी कंपनीच्या द्वारासमोर मजदूर संघाचे सरचिटणीस अरुण बोऱ्हाडे आणि कामगारनेते माधव रोहन यांनी आंदोलनास प्रारंभ केला. या वेळी उपस्थित असलेल्या कामगारसभेत बोऱ्हाडे म्हणाले, कंपनीच्या सुवर्णमहोत्सवी वर्षामध्ये सुवर्णमहोत्सव साजरा करण्याऐवजी कंपनी वाचविण्यासाठी कामगारांना रस्त्यावर येण्याची वेळ यावी ही दुर्दैवाची बाब आहे. बी.आय.एफ.आर.ने नोटिस दिल्यानंतर एच. ए. मजदूर संघाचे अध्यक्ष शरद पवार यांच्या उपस्थितीत रसायनमंत्री यांच्यासमवेत तीन-चारबैठका झाल्या. रसायनमंत्रालयाने पुनर्वसन प्रस्ता तयार करण्याचे काम हाती घेतले आहे. या कामी सरकारवर जनतेचा व कामगारांचा दबाव आला तर जलदगतीने होईल म्हणून हे आंदोलन सुरू केल्याचे बोऱ्हाडे यांनी सांगितले.

सामना, पुणे, रविवार, दि. २ नोव्हेंबर २००३

एच. ए.मध्ये घंटानाद आंदोलन सुरू

पिंपरी, दि. १ (प्रतिनिधी) - औषधनिर्मिती करणारी हिंदुस्थान ॲण्टिबायोटिक्स कंपनी बंद करण्याच्या निर्णयाविरुद्ध आज हिंदुस्थान ॲण्टिबायोटिक्स मजदूर संघाच्या वतीने घंटानाद आंदोलनास प्रारंभ करण्यात आला.

सार्वजनिक क्षेत्रातील औषधनिर्मिती करणारी ही पहिली कंपनी आहे. आजारी उद्योग कायद्यानुसार दि. ३१ मार्च १९९७ रोजी या कंपनीची आजारी उद्योग म्हणून नोंद करण्यात आली. कामगार संघटनेच्या वतीने गेल्या सहा वर्षांत कंपनीच्या पुनर्वसनाकरिता केंद्रीय रसायनमंत्री यांच्याकडे अनेक वेळा प्रस्ताव पाठविण्यात आले; परंतु कामगार हिताबाबत कुठलाच ठोस निर्णय घेण्यात आला नाही. औद्योगिक वित्त पुनर्रचना मंडळाने नुकतीच कंपनी बंद करण्याची नोटीस पाठवली आहे. या अन्यायकारक व कामगारविरोधातील निर्णयाविरुद्ध मजदूर संघाच्या वतीने आंदोलन सुरू करण्यात आले.

मजदूर संघाचे सरचिटणीस अरुण बोऱ्हाडे, व 'आयटक'चे चिटणीस माधव रोहम यांनी सायंकाळी साडेचार वाजता येथील छत्रपती शिवाजीमहाराज यांच्या पुतळ्यास पुष्पहार अर्पण करून आंदोलनास प्रारंभ केला. लवकरच या अन्यायकारक निर्णयाला वाचा फोडण्याकरिता कामगार आयुक्त कार्यालयावर काळ्या फिती लावून मोर्चा काढण्यात येणार असल्याचे ज्येष्ठ कामगारनेते माधव रोहम यांनी सांगितले.

The Indian EXPRESS, PUNE | 11 November 2003

HAL rehab possible, says trade union

EXPRESS NEWS SERVICE
NOVEMBER 10

AGITATING employees of the Pimpri-based Hindustan Antibiotics Limited (HAL) have charged that it had serious doubts over why the Union ministry of chemicals and fertilizers was delaying the submission of proposal for the rehabilitation of the company to the Board for Industrial and Financial Restructuring.

The charge comes a few days before the BIFR takes up, for hearing, the suggestions and complaints regarding the proposed winding up of operations of HAL. Although declared sick by the BIFR, the task force comprising employees and management staff of HAL, maintain that on the contrary HAL has been earning cash profit in the last few years.

'The rehabilitation proposals are completely feasible and should be immediately accepted. However this is not happening. We have doubts over why the ministry was delaying the submission of the proposals to the BIFR'

Speaking to newspersons, general secretary of the Hindustan Antibiotics Mazdoor Sangh, Arun Borhade, and task force spokesperson R M Jagtap, said the proposals of rehabilitation of the company need to be submitted by the ministry to the BIFR before November 27, the date when BIFR will hear the suggestions and complaints. "The rehabilitation proposals are completely feasible and should be immediately accepted. However this is not happening. We have doubts over why the ministry was delaying the submission of the proposals to the BIFR", Borhade said. The employees union and the task force have held a series of meetings with Sukhdeosingh Dhindsa, minister for chemicals and fertilizers. Borhade however said there was little progress over submission of the rehabilitation proposal to the BIFR.

The task force has also questioned why the Industrial Development Bank of India, the operating agency appointed for rehabilitation of HAL, held a meeting on September 11, with a Kalyan based K P Pharmaceuticals which is interested in taking over HAL. Borhade said the meeting was held six days after the BIFR had issued its public notice for winding up of operations at HAL. Borhade charged that the union was not invited for the meeting as is required. Jagtap said that while the total assets of the company were to the tune of Rs 700 crore, the Thane based unit had offered to take over HAL for just Rs 5 crore. "This action has strengthened our doubts over whether the concerned authorities are really interested in a proper rehabilitation of HAL," Borhade charged.

Meanwhile, the employees and the management staff have planned a series of agitations to protest against the proposed winding up of operations at HAL. The employees will be observing a one day hunger strike on November 14.

नवभारत, मुंबई, मंगलवार, दि. ११ नोव्हेंबर २००३

एचए को कम दामों में बेचने का प्रयास : बोराडे

संवाददाता द्वारा

पुणे. विगत तीन वर्षों से हिंदुस्तान एंटीबायोटिक्स कंपनी मुनाफे में चलने के बावजूद उसे बीमार करार देकर सात सौ करोड़ की इस कंपनी को केवल पांच करोड़ में बेचने का प्रयास किया जा रहा है. यह जानकारी हिंदुस्तान एंटीबायोटिक्स (एच. ए.) मजदूर संघ के महासचिव अरुण बोराडे ने संवाददाता सम्मेलन में दी. इस अवसर पर पूर्व महासचिव आर. एम. जगताप उपस्थित थे.

हिंदुस्तान एंटीबायोटिक्स कंपनी के चल रही निजीकरण प्रक्रिया का विरोध करते हुए बोराडे ने कहा कि, विगत तीन वर्षों में एच. ए. ने लगभग पंद्रह करोड़ रुपए का मुनाफा कमाया है. कंपनी की आर्थिक परिस्थिति अच्छी होने के बावजूद उसे बीमार करार दिया गया है.

उन्होंने आगे बताया कि, १९९७ से व्यवस्थापन, अधिकारी व कर्मियों ने कंपनी की आर्थिक परिस्थिति में सुधार लाने हेतु कडे उपाए किए है लेकिन उसकी ओर अनदेखी की जा रही है. कंपनी के अध्यक्ष के कर्मी संगठन के बीच कर्मियों के पुनर्वसन को लेकर हुई चर्चा प्रस्ताव की ओर केंद्र सरकार द्वारा अनदेखी की जा रही है. एचए के कर्मियों ने बिना केंद्र सरकार की वित्तिय सहायता के कंपनी चलाने का प्रस्ताव केंद्र के सामने रखा जिस पर अभी तक कार्रवाई नही की गयी. उन्होंने आगे बताया कि, सन १९९७ में एचए कंपनी को औद्योगिक वित्त पुनर्वसन महामंडल (बीआयएफआर) में पंजीकृत किया गया. १९९७ से लेकर अब तक कंपनी ने बीना किसी वित्तिय सहायता के मुनाफा कमाया है लेकिन इसके बावजूद बीआयएफआर ने एचए को बंद करने का नोटिस जारी किया.

लोकसत्ता, पुणे, मंगळवार, दि. ११ नोव्हेंबर २००३

'एचए'च्या पुनर्वसनात हेतूपूर्वक अडवणुकीचा कर्मचाऱ्यांचा आरोप

पुणे, १० नोव्हेंबर/प्रतिनिधी

'हिंदुस्थान अँटिबायोटिक्स' या कंपनीच्या पुनर्वसनाचा प्रस्ताव औद्योगिक वित्त पुनर्रचना मंडळाकडे (बीआयएफआर) पाठविण्यास केंद्रीय रसायन आणि खत मंत्रालयातील काही विशिष्ट अधिकाऱ्यांकडून जाणीवपूर्वक टाळाटाळ करण्यात येत आहे, असा आरोप कंपनीतील कर्मचाऱ्यांतर्फे करण्यात आला आहे.

ठाण्यातील के. पी. फार्मास्युटिकल्स या कंपनीला अत्यंत कमी किमतीत 'हिंदुस्थान अँटिबायोटिक्स' विकण्याचे प्रयत्न मंत्रालयातून सुरू असल्याचा आरोपही या कर्मचाऱ्यांनी केला. हिंदुस्थान अँटिबायोटिक्स मजदूर संघाचे महासचिव अरुण बोऱ्हाडे, आणि ही कंपनी वाचविण्यासाठी अधिकारी आणि कामगारांनी एकत्र येऊन सुरू केलेल्या कृती दलाचे समन्वयक आर. एम. महाजन यांनी आज हा आरोप केला. बोऱ्हाडे म्हणाले की, अधिकारी आणि कामगार यांनी रसायन आणि खत मंत्रालयाकडे गेल्या तीन वर्षांत अनेक प्रस्ताव पाठविले. परंतु,प्रत्येक प्रस्ताव अडवून ठेवण्यात आला. ■

सामना, ११ नोव्हेंबर २००३

सातशे कोटींची एच. ए. पाच कोटींत विकण्याचा घाट

पुणे, दि. १० (प्रतिनिधी) - ७०० कोटींची उलाढाल असलेली हिंदुस्थान ॲण्टिबायोटिक्स अवघ्या पाच कोटी रुपयांत पूर्वाश्रमीच्या कच्चा मालविक्रेत्याला विकण्याचा घाट घातला जात असल्याचा आरोप मजदूर संघाचे सरचिटणीस अरुण बोऱ्हाडे यांनी पत्रकार परिषदेत केला.

या निर्णयाच्या विरोधात कंपनीचे कर्मचारी आणि अधिकारी संयुक्तरीत्या आंदोलन करीत आहेत. २७ नोव्हेंबरपर्यंत आंदोलन सुरू राहणार आहे. काळ्या फिती लावून काम करणे, घंटानाद, मोर्चा, उपोषण, श्रमिक साखळी या माध्यमातून निषेध नोंदविण्यात येणार आहे. २० नोव्हेंबरला होणाऱ्या श्रमिक साखळीमध्ये कंपनीच्या कर्मचाऱ्यांबरोबरच पिंपरी-चिंचवड परिसरातील इतर कामगार संघटनाही सहभागी होणार असल्याचे बोऱ्हाडे यांनी सांगितले. कंपनीच्या संयुक्त संघर्ष समितीचे संघटक आर. एम. जगताप आणि खजिनदार ज्ञानेश्वर भूमकर हेही या पत्रकार परिषदेला उपस्थित होते.

रसायन मंत्रालयाने ठाण्याच्या हरमिंदरसिंग यांच्या के. पी. फार्मास्युटिकल्स या कंपनीला हिंदुस्थान ॲण्टिबायोटिक्स ही कंपनी विकण्यासाठी प्रयत्न सुरू केले आहेत, असा आरोप बोऱ्हाडे यांनी केला. मार्च १९९७ मध्ये कंपनीला आजारी घोषित करण्यात आले. औद्योगिक वित्त पुनर्रचना मंडळाकडे तशी नोंदणी करण्यात आली. त्यानंतर गेल्या पाच वर्षांत कंपनीच्या कर्मचाऱ्यांनी कसलेही कर्ज न घेता स्वत:च्या प्रयत्नांनी कंपनी वाचवली. एवढेच नव्हे, तर गेल्या तीन वर्षांत आर्थिकदृष्ट्या कंपनी फायद्यात आहे, अशी कारणमीमांसा केली.

कंपनी वाचविण्यासाठी मजदूर संघाने सर्व आर्थिक उलाढालींची माहिती संकलित करून विकण्याचा निर्णय रद्द करावा म्हणून १९९८, २००२ आणि जानेवारी २००२ मध्ये असे एकूण तीन प्रस्ताव रसायन मंत्रालयाकडे पाठविले. सुरुवातीला मजदूर संघाने पैसे मागितले. मात्र, २००२ च्या प्रस्तावात कंपनी सक्षम झाली असून, आर्थिक मदतीची गरजच नसल्याचे कळविले होते. हे प्रस्ताव वित्तपुनर्रचना मंडळाकडे पाठविणे आवश्यक असताना रसायन मंत्रालयाने आजपर्यंत ती कार्यवाही केलीच नाही. परिणामी, वित्तपुनर्रचना मंडळ अद्यापही अंधारातच असल्याचे बोऱ्हाडे यांनी स्पष्ट केले.

के. पी. फार्मास्युटिकल्स कंपनीला गेल्या वर्षी नकार देण्यात आला होता. एका वर्षातच पुन्हा त्याच कंपनीचा प्रस्ताव कसा मान्य होतो, असा सवाल भूमकर यांनी केला. अवघी दोन कोटींची मालमत्ता आणि ४० कर्मचारी अशी के. पी. फार्मास्युटिकल्सची परिस्थिती आहे. मालक हरमिंदर सिंग पूर्वी एच. ए. ला कच्चा माल विकत असत. त्यांच्या ताब्यात ७०० कोटी वार्षिक उलाढाल असलेली कंपनी देण्याचा निर्णय कसा घेतला जातो, असा सवाल त्यांनी केला.

हिंदुस्थान ॲण्टिबायोटिक्सच्या पुनर्वसनासंदर्भात अभ्यास करून निर्णय घेण्याचे अधिकार भारतीय औद्योगिक विकास बँकेला देण्यात आले आहेत. या बँकेने ११ सप्टेंबर रोजी के. पी. च्या पदाधिकाऱ्यांची बैठक बोलावून चर्चा केली. ही बैठकच बेकायदेशीर असल्याचे बोऱ्हाडे यांनी सांगितले. वित्तपुनर्रचना मंडळाने ५ सप्टेंबरला 'कंपनी बंद का करू नये' अशी नोटीस बजावली होती. ही नोटीस १४ सप्टेंबर रोजी बजावण्यात आली. ५ तारखेला दिलेला आदेश १४ तारखेला मिळतो आणि मधल्या काळात ११ तारखेला बैठक होऊन जाते, याचा अर्थ संस्था आजारी असल्याचे घोषित करून कमी किमतीत कोणाच्या तरी खिशात टाकण्याचा हा प्रयत्न आहे, असा आरोप बोऱ्हाडे यांनी केला.

नफा वाढत असताना सरकार ही कंपनी विकून ग्रामीण जनतेच्या गळी महागडी औषधे उतरविण्याचा प्रयत्न करत असल्याचे भूमकर यांनी सांगितले. कंपनीत ७० ते ८० प्रकारची औषधे तयार होतात. बाजारात २५ टक्के बनावट औषधे विकली जात असताना गरिबांना परवडतील अशी उत्तम प्रतीची औषधे निर्माण करणारा प्रकल्पच विकण्यात होत आहे, असा आरोप त्यांनी केला.

लोकसत्ता, १४ नोव्हेंबर २००३

पिंपरीतील हिंदुस्थान ॲन्टिबायोटिक्स कंपनी बंद करण्याच्या प्रक्रियेच्या विरोधात कामगारांनी सुरू केलेल्या आंदोलनांतर्गत गुरुवारी कामगारांनी आपल्या कुटुंबासह कामगार आयुक्त कार्यालयावर मोर्चा काढला.

'एचए' बंद करण्याच्या विरोधात कुटुंबीयांसह कामगारांचा मोर्चा

पिंपरी, १३ नोव्हेंबर/प्रतिनिधी

पिंपरी येथील हिंदुस्थान ॲन्टिबायोटिक्स (एचए) कंपनी बंद करण्याच्या प्रक्रियेच्या विरोधात एचए मजदूर संघाच्या वतीने सुरू करण्यात आलेल्या आंदोलनाअंतर्गत आज कामगारांनी आपल्या कुटुंबासह कामगार आयुक्त कार्यालयावर मोर्चा काढला. कंपनी बंद करण्याच्या प्रक्रियेबाबत महाराष्ट्र शासनाने आपली भूमीका स्पष्ट करावी, अशी प्रमुख मागणी मोर्चानंतर झालेल्या सभेत करण्यात आली.

आजारी उद्योग म्हणून जाहीर करण्यात आलेल्या प्रतिजैविकांची निर्मिती करणाऱ्या सार्वजनिक क्षेत्रातील कंपनीचे पुनर्वसन शक्य नसल्याचा निष्कर्ष काढून औद्योगिक व वित्तीय पुनर्रचना मंडळाने ही कंपनी बंद करण्याची नोटीस नुकतीच काढली आहे. कंपनी सुरू राहावी, या मागणीसाठी हिंदुस्थान ॲन्टिबायोटिक्स मजदूर संघाने आंदोलन सुरू केले आहे. दररोज कंपनीच्या प्रवेशद्वारासमोर घंटानाद व निषेध सभांचे आयोजन करण्यात येत आहे. निषेध म्हणून कामगार काळ्या फिती लावून काम करीत आहेत. कामगारांच्या या आंदोलनाला शहरातील विविध ७० कामगार संघटनांनी पाठिंबा दिला आहे. याच आंदोलनाचा भाग म्हणून कामगारांनी आज कामगार आयुक्त कार्यालयावर मोर्चा काढून कामगार आयुक्तांना मागण्यांचे निवेदन दिले.

दुपारी साडेचार वाजता कंपनीच्या प्रवेशद्वारासमोरून मोर्चाला सुरुवात करण्यात आली. कंपनीचे कामगार, विविध कामगार संघटनांचे कार्यकर्ते व कामगारांच्या कुटुंबातील सदस्य मोठ्या प्रमाणावर या मोर्चामध्ये सहभागी झाले होते. 'एचए वाचवा, गरिबांचे आरोग्य वाचवा' अशा घोषणा असलेल्या फलकांचा समावेश मोर्चात करण्यात आला होता. एचए मजदूर संघाचे सरचिटणीस अरुण बोऱ्हाडे यांनी मोर्चाचे नेतृत्व केले. कामगार नेते अजित अभ्यंकर, माधव रोहम, डॉ. प्रभाकर देशपांडे आदी प्रमुखांनी या मोर्चात सहभाग घेऊन कामगारांना मार्गदर्शन केले.

औषध निर्मिती क्षेत्रातील पहिली सार्वजनिक कंपनी सुरू राहण्याच्या दृष्टीने आपण केंद्राकडे पाठपुरावा करावा, अशी मागणी कामगार आयुक्तांना करण्यात आली. मागण्यांचे निवेदन दिल्यानंतर त्या ठिकाणी सभा घेण्यात आली. चालू स्थितीत असणारी ही कंपनी एकदम बंद करण्याची प्रक्रिया बेकायदेशीर असल्याचा आरोप करीत बोऱ्हाडे यांनी या वेळी केलेल्या भाषणात राज्य शासनाने आपली भूमिका स्पष्ट करावी, अशी मागणी केली. कंपनी बंद करण्याची प्रक्रिया सुरू असताना केंद्र व राज्य शासनाचा कोणताही प्रतिनिधी कामगारांची भूमिका जाणून घेण्यास आला नाही. ही कंपनी महाराष्ट्राची शान आहे. त्यामुळे राज्य शासनाने केवळ बघ्याची भूमिका न घेता या प्रश्नाबाबत आपली भूमिका स्पष्ट करावी, अशी मागणी या वेळी करण्यात आली. ■

सामना, १४ नोव्हेंबर २००३

एच. ए. कंपनी बंद करण्याच्या आदेशाला विरोध करण्यासाठी गुरुवारी कंपनीतील कामगारांनी कुटुंबासह पुण्यातील कामगार आयुक्तालयावर प्रचंड मोर्चा काढला.

एच. ए. कामगारांचा आयुक्तालयावर प्रचंड मोर्चा

राज्य सरकार बघ्याची भूमिका घेणार काय?

पिंपरी, दि. १३ (प्रतिनिधी)— हिंदुस्थान ॲण्टिबायोटिक्स (एच. ए.) बंद करण्याच्या आदेशाला कडाडून विरोध करण्यासाठी कामगारांनी सहकुटुंब सहपरिवार पुण्यातील कामगार आयुक्तालयावर आज भव्य मोर्चा काढला होता. एच. ए. मजूदर संघाचे सरचिटणीस अरुण बोऱ्हाडे यांनी केंद्र सरकारप्रमाणेच राज्य सरकारवर टीका करताना राज्य सरकार निव्वळ बघ्याची भूमिका घेणार काय? असा खडा सवाल यावेळी जाहीर सभेत केला.

औद्योगिक पुनर्रचना वित्तमंडळाने कंपनी बंद करण्याचा आदेश काढला आहे. त्याला विरोध करण्यासाठी १ नोव्हेंबरपासून कामगारांचे आंदोलन सुरू आहे. घंटानाद, काळ्या फिती लावून निषेध आदी मार्गांनी आंदोलन तापत आहे. आज दुपारी पिंपरीपासून शिवाजीनगर येथील कामगार आयुक्तालयावर अभूतपूर्व असा मोर्चा झाला. दोन हजार कामगार त्यांच्या मुलाबाळांसह रस्त्यावर आले. कंपनी कामगारांची भूमिका विशद करण्यासाठी बोऱ्हाडे यांच्यासह डॉ. प्रभाकर देशपांडे, सिटूचे प्रमुख अजित अभ्यंकर आदींचे भाषण झाले. कामगार उपायुक्त एस. एन. जाधव यांना लेखी निवेदन देण्यात आले.

केंद्र सरकारच्या अखत्यारितील कंपनी असल्याने राज्य शासनाने बिलकुल दुर्लक्ष केल्याबद्दल बोऱ्हाडे यांनी आपल्या भाषणात खेद व्यक्त केला. गेले १२ दिवस आंदोलन चालू असताना राज्य अथवा केंद्र सरकारचा कोणीही प्रतिनिधी प्रश्न समजून घेण्यासाठी आला नाही. दोन हजार कायम कामगार आणि प्रत्यक्ष-अप्रत्यक्षात ५० हजारावर कुटुंब या कंपनीवर अवलंबून आहेत. महापालिका आणि राज्य सरकारलाही जकात आणि विक्रीकरातून दरवर्षी ५० कोटी रुपये महसूल मिळतो.

उद्या कंपनी बंद पडली, तर महसूल बुडेल आणि बेरोजगारीचे मोठे संकट उभे राहील. यासाठी राज्याच्या मुख्यमंत्री-उपमुख्यमंत्री यांनी जातीने दखल घेऊन केंद्र सरकारकडे कंपनी चालू ठेवण्यासाठी शिफारस करायला पाहिजे, अशी मागणी त्यांनी केली. राज्य सरकारने आपली भूमिका स्पष्ट करावी, आवाहनही त्यांनी केले.

कामगारांची आज धरणे

पंडित जवाहरलाल नेहरू यांनी या सार्वजनिक क्षेत्रातील कंपनीची मुहूर्तमेढ रोवली. त्यांच्या जयंतीनिमित्त सरकारला कामगारांच्या भावना समजाव्यात म्हणून उद्या (शुक्रवारी) कंपनी प्रवेशद्वारासमोर अडीचशेवर कामगार उपोषण करणार आहेत. आजवर शहरातील ६० संस्था-मंडळे कामगारांच्या पाठीशी उभी राहिली असून, पाठिंबा देणाऱ्यांची संख्या वाढतच आहे.

सकाळ, १४ नोव्हेंबर २००३

'एचए'प्रश्नी मुख्यमंत्र्यांच्या घरासमोर धरणे धरू

अरुण बोऱ्हाडे यांचा इशारा

पुणे, ता. १३ : हिंदुस्थान ॲंटिबायोटिक्स (एचए) कंपनीबाबत राज्य सरकारने आपली भूमिका स्पष्ट करावी, यासाठी मुख्यमंत्र्यांच्या घरासमोर धरणे धरण्यात येईल, असा इशारा हिंदुस्थान ॲंटिबायोटिक्स मजदूर संघाचे सरचिटणीस अरुण बोऱ्हाडे यांनी आज येथे दिला.

'एचए' कंपनी बंद करण्यात येऊ नये, या मागणीसाठी आज कंपनीतील दोन हजार कामगारांनी आपल्या कुटुंबीयांसमवेत कामगार आयुक्त कार्यालयावर मोर्चा काढला होता. या वेळी आयुक्त कार्यालयाबाहेर झालेल्या जाहीर सभेत बोलताना त्यांनी हा इशारा दिला.

मोर्चासाठी सायंकाळी साडेचार वाजल्यापासून पुणे-मुंबई रस्त्यावरील बजाज शोरूमजवळ कामगार जमू लागले होते. त्यांचे कुटुंबीय बसमधून तेथे आले. तेथून मोर्चाने हे सर्व जण आयुक्त कार्यालयावर गेले. 'एचए वाचवा, गरिबांचे आरोग्य वाचवा', 'घर घर मे नारा है, एचए बचाना है' अशा घोषणा लिहिलेले फलक कामगारांच्या हातांत होते. कामगारांनी काळ्या फिती लावल्या होत्या. आयुक्त कार्यालय जवळ येताच अत्यंत त्वेषाने कामगारांनी घोषणा देण्यास सुरवात केली. काही कामगार धावतच कार्यालयापाशी गेले; परंतु अगोदरच तेथे पोलिस बंदोबस्त असल्याने त्यांना कार्यालयात शिरकाव करता आला नाही.

त्यानंतर श्री. बोऱ्हाडे यांच्या नेतृत्वाखालील एका शिष्टमंडळाने कामगार आयुक्तांना निवेदन सादर केले. त्यांच्या वतीने कामगार उपायुक्त एस. एन. जाधव यांनी ते स्वीकारले. मोर्चा येणार असल्याचे माहीत असूनही आयुक्त बी. के. पाटील कार्यालयात थांबले नाहीत, म्हणून त्यांच्या निषेधाच्या घोषणा या वेळी देण्यात आल्या.

सभेत श्री. बोऱ्हाडे म्हणाले, "या मागणीसाठी गेले तेरा दिवस आंदोलन सुरू आहे; मात्र राज्य अथवा केंद्र सरकारच्या कोणत्याही प्रतिनिधीने त्याची दखल घेतली नाही, त्यामुळे मोर्चा काढून आपले गाऱ्हाणे सरकारपर्यंत पोचविण्यासाठी कामगार आयुक्तांना निवेदन दिले आहे. त्यांनी ते तातडीने सरकारपर्यंत पोचवावे, अशी विनंती त्यांना करण्यात आली आहे." या वेळी 'आयटक'चे सचिव माधव सेहम, सिटूचे अजित अभ्यंकर, राष्ट्रवादी श्रमशक्ती महासंघाचे अध्यक्ष डॉ. प्रभाकर देशपांडे यांचीही भाषणे झाली.

'एचए' कंपनी हा देशातील औषध निर्माण क्षेत्रातील पहिला सार्वजनिक उपक्रम आहे. पिंपरी-चिंचवड या औद्योगिक नगरीचा तो मानबिंदू आहे. विविध करांच्या रूपाने कंपनीकडून ४५ ते ५० कोटींचा महसूल मिळतो, कंपनीच्या कामगारांनी आपल्या ताकदीवर ती जगविली आहे. हे लक्षात घेऊन राज्य सरकारने केवळ बघ्याची भूमिका न घेता कंपनी चालू राहण्यासाठी केंद्र सरकारकडे योग्य तो पाठपुरावा करावा, अशी मागणी संघाने आपल्या निवेदनात केली आहे.

The Times of India, PUNE | Friday, 21 November 2003

Efforts under way to save HA

TIMES NEWS NETWORK

Pune: With just seven days left for the final hearing for the proposed winding up of Hindustan Antibiotics Ltd (HA), the Hindustan Antibiotics Mazdoor Sangh (HAMS) is making all efforts to save the company.

The union has even managed to get an appointment in the first week of December with Prime Minister A.B. Vajpayee to discuss the matter.

"The prime minister will meet us either on December 2 or 3. Details of the meeting are being worked out. Chief minister Sushilkumar Shinde, too, is expected to meet us on November 22 to see what the state government can do to save the company," HAMS general secretary Arun Borhade told TNN here on Thursday.

It may be noted that the public sector company received the notice for the winding up from the Board for Industrial and Financial Reconstruction (BIFR) on September 5. The final hearing in the matter is scheduled for November 27.

Meanwhile, representatives of the joint task force set up by HA employees to save the company told TNN that they have found precedents where the Union government has helped sick companies with conditions far worse than HA. "The government extended rehabilitation packages to companies whose operations had closed down and which were incurring losses for many years," they said.

The representatives said that even the Indian Drugs and Pharmaceutical Ltd (IDPL), the largest pharmaceutical PSU in the country, was suffering huge losses a decade ago. "The BIFR revival package failed, but the Union cabinet approved Rs 1,400 crore for IDPL last year, out of which Rs 500 crore were earmarked for conversion of loan into equity, Rs 670 crore towards interest waiver and Rs 100 crore for clearing outstanding statutory dues," the representatives said.

As against this, HA has been earning a cash profit for the past three years, even after paying all government dues and interest on loan, and without taking money from the government, the representatives said. "We are only asking for conversion of the Rs 45-crore government loan into equity," they observed.

Citing another example, officials said that the government recently gave Rs 12 crore for reviving the Uttar Pradesh Drugs and Pharmaceutical Ltd, Lucknow (UPDPL), which was running into losses for over a decade. "The government not only provided money, but also offered upward revision in wages," officials said.

Similarly, Hindustan Insecticide Ltd, another public sector company, was running into losses for many years, but financial restructuring to the tune of Rs 96 crore was provided by the government. The disinvestment decision regarding National Fertilisers Ltd in general, and its Punjab unit in particular, was recently deferred by two years.

The representatives wondered why HA was being discriminated against and they feared that it was being done to enable backdoor entry of certain agencies.

Meanwhile, Borhade said that over 10,000 letters, urging the government to save HA, have been sent to the Prime Minister and the President. "Another 15,000 letters, including 3,700 from students at HA school, will be sent shortly," he added.

Shinde appeals to Centre

Shinde

Mumbai: Chief minister Sushilkumar Shinde on Thursday appealed to the Centre to prevent the winding up of the Pune-based pharmaceutical company Hindustan Antibiotics Ltd (HA).

In a letter to Prime Minister Vajpayee, Shinde said the public sector unit, set-up in 1954, should not be closed down and instead provided with financial assistance to save it from incurring losses.

The company's 66 acres of land should be utilised for commercial exploitation, the chief minister said.

The Times of India, PUNE | Tuesday, 11 November 2003

HAL employees allege foul play

TIMES NEWS NETWORK

Pune: Employees of Hindustan Antibiotics Ltd (HAL) on Monday alleged that the ministry of chemicals was deliberately delaying submission of a rehabilitation proposal to the Board of Industrial and Financial Reconstruction (BIFR) and that there was a "conspiracy to sell HAL for a paltry sum".

Addressing a news conference here, Arun Borhade, general secretary of the Hindustan Antibiotics Mazdoor Sangh (HAMS), said the three rehabilitation proposals submitted by HAMS during the past few years were not forwarded by the ministry to the BIFR in time. The BIFR on September 5 issued a notice for the proposed winding up of HAL.

Borhade pointed out that the last rehabilitation proposal, submitted in January 2002, stated that the government need not invest a single paisa in HAL. "However, we realised that the documents did not travel fast enough," he said. He further alleged that there were serious efforts to revive the bid of K.P. Pharmaceuticals (KPP), which had offered to buy HAL for a paltry Rs 5 crore.

R.M. Jagtap, convenor of the task force of employees and officers, said HAL's net value was Rs 700 crore and it was ridiculous to even consider the KPP bid, especially as KPP had no experience in running a pharmaceutical company.

Borhade felt it was incorrect to call HAL a sick unit. "This is the only public sector undertaking which is running successfully after being referred to the BIFR," he pointed out. "We have also repaid our interest liabilities at the rate of Rs 20 crore every year since 1998," he said.

HAMS has chalked out an agitation programme to express their displeasure with the delay by the Union government in facilitating rehabilitation of HAL. "We will stage demonstrations outside the company gate and ring bells till November 27, when BIFR takes up the case for a final hearing," he said. On Monday, employees wore black badges to work.

A *morcha* to the labour commissioner's office has been organised on November 13, while employees will undertake a token hunger strike on November 14 — Jawaharlal Nehru's birth anniversary.

लोकसत्ता, पुणे, शुक्रवार, दि. २८ नोव्हेंबर २००३

एच.ए. बाबतचा लढा तीव्र करण्याचा निर्धार

पिंपरी, २७ नोव्हेंबर/प्रतिनिधी

हिंदुस्थान अँन्टिबायोटिक्स (एच. ए.) कंपनीच्या प्रश्नाबाबत कामगारांच्या २७ दिवसांच्या आंदोलनानंतरही अद्याप केंद्र सरकारला जाग आली नाही. त्यामुळे कामगारांचा हा लढा यापुढे आणखी तीव्र करण्यात येणार असून, जिंकू तेव्हाच हा लढा मागे घेऊ, असा निर्धार ज्येष्ठ कामगार नेते व एच. ए. मजदूर संघाचे उपाध्यक्ष मदन फडणीस यांनी आज येथे व्यक्त केला.

एच. ए. कंपनी बंद करण्याबाबत औद्योगिक पुनर्रचना मंडळाने (बीआयएफआर) नोटीस काढल्यानंतर त्याबाबतची सुनावणी २७ नोव्हेंबरवरून १८ डिसेंबरपर्यंत पुढे ढकलण्यात आली. त्यामुळे कामगारांच्या दुसऱ्या टप्प्यातील आंदोलनाची दिशा ठरविण्यासाठी फडणीस यांची आज कंपनीच्या प्रवेशद्वारासमोर जाहीर सभा झाली.

त्यात त्यांनी वरील निर्धार व्यक्त करून जनतेने या आंदोलनात सक्रिय सहभाग घेण्याचे आवाहन केले. कामगार नेते डॉ. प्रभाकर देशपांडे, एच. ए. मजदूर संघाचे सरचिटणीस अरुण बोऱ्हाडे, ऑफिसर्स असोसिएशनचे सरचिटणीस बी. एल. गेडाम आदी प्रमुख त्या वेळी व्यासपीठावर उपस्थित होते.

संघटनेचे अध्यक्ष व खासदार शरद पवार यांच्या एच. ए. बद्दलच्या भूमिकेबाबत सहमती व्यक्त करीत 'शरद पवार आगे बढो, हम तुम्हारे साथ है' अशी घोषणा फडणीस यांनी भाषणाच्या सुरुवातीला दिली. पवार किंवा फडणीस नव्हे, तर ही कंपनी वाचविणे ज्यांच्या हातात आहे, ते केंद्र सरकार झोपी गेले आहे, असेही ते म्हणाले.

ते म्हणाले की, कामगारांच्या आंदोलनामुळे राज्य सरकारने दखल घेतली असून मुख्यमंत्र्यांनी पंतप्रधानांना कंपनी वाचविण्यासंदर्भात पत्रही पाठवले आहे. मात्र केंद्र सरकारला अद्याप जाग आली नाही.

सरकारच्या मालकीत आमचा कारखाना आम्ही चालवू शकतो, अशी आपची भूमिका आहे, असे सांगून ते म्हणाले की, सरकारकडून कंपनी चालविण्याबाबत कोणताही शब्द येत नाही. त्यामुळे यात काहीतरी काळेबेरे असण्याची शक्यता आहे. मात्र जेव्हा सरकार ही कंपनी चालविण्याची घोषणा करेल तोपर्यंत आंदोलन थांबविणार नाही. ते या पुढील काळात आणखी तीव्र करण्यात येणार आहे.

ही कंपनी बंद झाली तर पुण्यातील तमाम जनतेचा तो अपमान होईल. त्यामुळे या लढ्यामध्ये नागरिकांचा सक्रिय सहभाग हवा, असे आवाहन त्यांनी केले. या पुढील आंदोलनामध्ये संसदेमध्ये हा प्रश्न मांडण्याच्या दृष्टीने प्रयत्न होणार आहेत. जनतेला या लढ्यामध्ये घेऊन निवडून यायचे असेल तर या कंपनीबाबत विचार करा, असे सरकारला ठणकावून सांगू, असे ते म्हणाले.

कामगारांचे आंदोलन तीव्र करून केंद्र शासनाला जागे करावे लागेल, असे डॉ. देशपांडे त्या वेळी म्हणाले. आंदोलनामध्ये कामगारांचा आत्मविश्वास वाढविण्यासाठी पवार व फडणीस यांनी एका व्यासपीठावर येऊन सभा घ्यावी, अशी अपेक्षाही त्यांनी व्यक्त केली.

बोऱ्हाडे यांनी आपल्या भाषणात कामगारांना पुढील आंदोलनाची माहिती दिली. भारतीय दूरसंचार निगम कामगार संघटनेचे नागेश नागवडे, पिंपरी- चिंचवड अॅडव्होकेट बार असोसिएशनचे अॅड. सुहास पडवळ, माथाडी व असंरक्षित कामगार संघटनेचे सरचिटणीस विनायक घोरपडे आदींनी कामगारांच्या आंदोलनास पाठींबा देणारी भाषणे केली. ■

राष्ट्रीय सहारा, नवी दिल्ली, बृहस्पतिवार, ४ दिसम्बर २००३

बिकाऊ है नेहरू का सपना 'हिन्दुस्तान एंटीबायोटिक्स'

मदन जैड़ा/सहारा समाचार ब्यूरो

नयी दिल्ली, 3 दिसम्बर। केंद्र सरकार बहुराष्ट्रीय दवा कंपनियों के दबाव में 1954 में तत्कालीन प्रधानमंत्री पंडित जवाहरलाल नेहरू द्वारा स्थापित पहले सार्वजनिक उपक्रम हिन्दुस्तान एंटीबायोटिक्स लिमिटेड (एचएएल) को बेचने जा रही है। इसके विरोध में पुणे स्थित इस उपक्रम के मुख्य द्वार पर 2000 कर्मचारियों ने 27 नवम्बर से अनोखा बेमियादी घंटनाद आंदोलन छेड़ रखा।

कांग्रेस नेतृत्व ने इस मामले में कोई टिप्पणी नहीं की है लेकिन महाराष्ट्र के मुख्यमंत्री सुशील कुमार शिंदे ने एचएएल को बेचने या बंद करने का कड़ा विरोध करते हुए प्रधानमंत्री अटल बिहारी वाजपेयी को पत्र लिखा है। एचएएल देश का एकमात्र सरकारी उपक्रम है जो 1954 से पेनीसिलीन जैसे इंजेक्शन का निर्माण कर रहा है। इसकी स्थापना की दास्तान भी कम रोचक नहीं है।

एक बार श्रीमती कस्तूरबा गांधी पुणे में बीमार थीं। उस समय पेनीसिलीन के इंजेक्शन विदेशों से मंगाये जाते थे। उन्हें भी इसकी जरूरत थी लेकिन कहीं यह इंजेक्शन नहीं मिला और इस दौरान वह चल बसीं। तब नेहरू जी ने सोचा कि जब इतने महत्वपूर्ण व्यक्ति को देश में यह इंजेक्शन मुहैया नहीं हो सकता है तो आम आदमी को कैसे मिलेगा। तभी उन्होंने इस दवा को बनाने वाले कारखाने की स्थापना की कल्पना की थी जो आजादी के बाद 1954 में पूरी हुई। अब जब देश में बहुराष्ट्रीय व निजी कंपनियों दवा कंपनियां का जाल फैला हुआ है तब भी यह कारखाना चार रुपये में पेनीसिलीन और छह रुपये में जेंटामाइसिन जैसी जीवनरक्षक दवाएं उपलब्ध करा रहा है। इसके बावजूद सरकार इसे बेचने पर तुली है। गौरतलब है कि कोई भी निजी कंपनी या बहुराष्ट्रीय कंपनी इन दवाओं को कम से कम इससे तीन गुना दामों पर बेचती हैं।

सस्ती दवाओं के बावजूद सरकारी संस्थान एचएएल से दवाओं की खरीद नहीं करते हैं। एचएएल की दवाएं अंतरराष्ट्रीय गुणवत्ता मानकों के अनुरूप हैं। केंद्रीय रसायन मंत्रालय साफ कर चुका है कि अगर इस संस्थान का कोई खरीददार नहीं मिला तो इसे बंद कर दिया जाएगा। फिलहाल कारखाने में लगभग सौ महत्वपूर्ण दवाओं का निर्माण होता है। एचएएल पर सरकार और विभिन्न वित्तीय संस्थानों का लगभग 200 करोड़ रुपये बकाया है। लगातार घाटे में चलने के कारण 1997 में इसे बीमार घोषित कर बीआईएफआर के हवाले कर दिया गया लेकिन बीआईएफआर इसका कोई हल नहीं निकाल पाया। इधर पिछले चार साल से यह लगातार मुनाफे में चल रही है। गत वर्ष इसने 113 करोड़ रुपये का उत्पादन किया। एचएएल 1998 से हर साल अपने बकाये के बीस करोड़ रुपये चुका रही है लेकिन महंगे ब्याज के कारण बकाया कम होने का नाम नहीं ले रहा है। संस्थान के पास 66 एकड़ फालतू जमीन है। इसे बेचकर कर्ज चुकाने की बात चली थी लेकिन तकनीकी कारणों से यह संभव नहीं हो पाया। आश्चर्य की बात यह है कि केंद्र सरकार बहुराष्ट्रीय दवा कंपनियों के दबाव में इसे बेचने पर तुली है। अब तक कोई खरीददार नहीं मिलने के

(शेष पृष्ठ 12 पर)

प्रथम पृष्ठ का शेष

बिकाऊ है नेहरू का सपना 'हिन्दुस्तान...

कारण ही यह बचा हुआ है। केंद्रीय रसायन मंत्रालय ने गत वर्ष मई और इस साल फरवरी में इसे बेचने के लिए विज्ञापन निकाला। जवाब में 800 करोड़ की संपत्ति वाले इस कारखाने को सौ-पचास करोड़ में खरीदने वाले मिले। हिन्दुस्तान एंटीबायोटिक्स मजदूर संघ के महासचिव अरूण बोरहाडे, उपाध्यक्ष वाईबी गायकवाड़ तथा कोषाध्यक्ष डीके भूमकार का कहना है कि कारखाना अब लाभ में चल रहा है। असल समस्या 200 करोड़ के पुराने ऋण की है। मजदूर संघ ने सरकार को प्रस्ताव दिया है कि वह इस रकम का भुगतान कर दे क्योंकि सरकार आईडीपीएल जैसी कंपनियों को लंबे समय तक सहायता प्रदान करती रही है।

उन्होंने बताया कि जब भी देश पर प्राकृतिक आपदाएं आयी सबसे पहले एचएएल ने लोगों को जीवनरक्षक दवाएं मुहैया करायीं। चाहे गुजरात का भूकंप हो या उड़ीसा का चक्रवात या असम की बाढ़। वह सवाल करते हैं कि क्या कोई बहुराष्ट्रीय कंपनी सरकार की ऐसी मदद करेगी ? उन्होंने कहा कि बहुराष्ट्रीय कंपनियों के कारोबार को बढ़ाने के लिए इसे बेचा जा रहा है। आईडीपीएल के बाद अब एचएएल ही सरकारी दवा कंपनी रह गयी है। उन्होंने बताया कि कर्मचारियों ने इस फैसले के विरोध में उपक्रम के गेट पर नेहरू जी के कटआउट के सामने सुबह ड्यूटी शुरू होने से पहले, लंच टाइम और शाम को आधे-आधे घंटे का घंटनाद कार्यक्रम रखा है। उन्होंने पेड़ों में घंटे टांग रखे हैं तथा उन्हें बजाकर अपना विरोध जताते हैं। इस शांतिपूर्वक आंदोलन से कामकाज कतई प्रभावित नहीं हो रहा है। रसायन मंत्रालय के सचिव से संपर्क किया गया तो पर वह उपलब्ध नहीं हो सके।

राष्ट्रीय सहारा, नवी दिल्ली, बृहस्पतिवार, ११ दिसम्बर २००३

हिन्दुस्तान एंटीबायोटिक्स सन फार्मा को सौंपने की तैयारी

मदन जैड़ा/सहारा समाचार ब्यूरो

नयी दिल्ली, 10 दिसम्बर। केंद्रीय रसायन एवं उर्वरक मंत्रालय पेनसिलीन, जेंटामाइसिन आदि जीवनरक्षक दवाएं बनाने वाले देश के पहले सार्वजनिक उपक्रम हिन्दुस्तान एंटीबायोटिक्स लिमिटेड (एचएएल) को सन फार्मा को सौंपने की गुपचुप तैयारी में जुटा है। सालाना 110 करोड़ रुपये का दवा उत्पादन कर रहे इस उपक्रम को महज सवा दो करोड़ रुपये की सालाना लीज पर सन फार्मा को देने की तैयारी की जा चुकी है। आश्चर्य की बात यह है कि एचएएल का अपनी साझीदार कम्पनी मैक्सजीबी और राज्य सरकारों पर 100 करोड़ से भी अधिक बकाया है मगर उसे वसूल करने में सरकार कोई दिलचस्पी नहीं ले रही है। अलबत्ता, इसे बंद करने या निजी हाथों को सौंपने के सभी उपायों पर जरूर गौर किया जा रहा है।

800 करोड़ के उपक्रम हिन्दुस्तान एंटीबायोटिक्स को सरकार एक बार फिर निजी हाथों में सौंपने को तो तैयार है लेकिन निजी क्षेत्र के साथ उसके पुराने अनुभव अच्छे नहीं रहे हैं। 1995 में एचएएल की एक बड़ी ईकाई को मैक्सजीबी को लीज पर दिया गया था जिसने उपक्रम के 80 करोड़ रुपये दबा रखे हैं। मैक्सजीबी मूलतः हालैंड की जीबी कम्पनी और भारत की मैक्स कम्पनी का संयुक्त उपक्रम है। समझौते के अनुसार मैक्सजीबी को मशीनों के किराये के रूप में 17.5 करोड़ सालाना तथा कर्मचारियों के वेतन के 80 लाख प्रतिमाह तथा बिजली आदि के बिल का भुगतान करना था। समझौते के तहत जो लाभ होगा उसमें दोनों कम्पनियों में 50-50फीसदी का भुगतान होना था लेकिन मैक्सजीबी ने ज्यादातर भुगतान नहीं किये और आज की तारीख में उस पर एचएएल का 80 करोड़ बकाया है जिसकी उगाही के लिए मुंबई हाईकोर्ट में मुकदमा दायर किया गया है। मैक्सजीबी इसलिए रकम अदा नहीं कर रही है क्योंकि उसका कहना है कि उन्हें घाटा हो रहा है।

एचएएल के 20 करोड़ रुपये विभिन्न राज्य सरकारों पर दवा की बिक्री के बाकी हैं। हिन्दुस्तान एंटीबायोटिक्स मजदूर मोर्चा ने कम्पनी पर वित्तीय संस्थाओं के 200 करोड़ के बकाया भुगतान के लिए जो कार्य योजना सुझायी है, उसमें बकाये की वसूली के अलावा कम्पनी परिसर में फालतू पड़ी 18 और 12 एकड़ जमीन के दो टुकड़ों को बेचने की बात भी शामिल है। इस जमीन का भाव एक करोड़ रुपये प्रति एकड़ से भी अधिक है। कर्नाटक एंटीबायोटिक्स में एचएएल के 10 करोड़ के शेयर है। यानी इस बकाया वसूली और जमीन की बिक्री आदि से कम्पनी 140 करोड़ रुपये जुटा सकती है जबकि उसका बकाया 200 करोड़ रुपये है। इतना ही नहीं अगर कम्पनी को निजी हाथों में सौंपा जाता है अथवा बंद किया जाता है तो भी सरकार को कर्मचारियों के बकाये के भुगतान के लिए 150 करोड़ रुपये की जरूरत होगी, जबकि 200 करोड़ में कम्पनी का कर्ज उतर सकता है। आज की तारीख में एचएएल न सिर्फ लाभ कमा रहा है बल्कि हर साल कर्ज के 20 करोड़ रुपये भी अपनी आय से चुका रहा है।

विश्वस्त सूत्रों के अनुसार सन फार्मा ने कम्पनी को लीज पर लेने के लिए जो शर्ते रखीं हैं उनमें सभी 2000 कर्मचारियों को हटाना भी शामिल है। लेकिन कम्पनी कहती है कि वह 50 प्रतिशत कर्मचारियों को नयी शर्तो के साथ नौकरी देने का प्रयास करेगी। सन फार्मा ने यह प्रस्ताव आईडीबीआई बैंक के जरिये सरकार को भेजा है। आईडीबीआई बैंक को बीआईएफआर ने एचएएल के लिए आपरेटिंग एजेंसी नियुक्ति किया हुआ है। बहरहाल, सरकार सन फार्मा के प्रस्ताव पर मीडिया के समक्ष अपने पत्ते खोलने से कतरा रही है। केंद्रीय रसायन मंत्रालय में इस मामले को देख रहे संयुक्त सचिव आरआई सिंह सरकार का पक्ष देने के लिए उपलब्ध नहीं हो सके।

दैनिक सकाळ, बुधवार, १७ डिसेंबर २००३

'एच. ए.' बंद करणार नाही : पंतप्रधान

पिंपरी, ता. १६ : हिंदुस्थान अँटिबायोटिक्स (एच. ए.) कंपनी बंद होणार नाही. यासाठी सरकारकडून प्रयत्न केले जातील, असे आश्वासन पंतप्रधान अटलबिहारी वाजपेयी यांनी हिंदुस्थान अँटिबायोटिक्स मजदूर संघाचे अध्यक्ष खासदार शरद पवार यांना दिले असल्याचे संघटनेचे सरचिटणीस अरुण बोऱ्हाडे यांनी आज दिल्ली येथून कळविले आहे.

कंपनी बंद करण्याचा निर्णय घेण्यावर संघटनेने मुंबई उच्च न्यायालयातून स्थगिती मिळविल्याचे त्यांनी म्हटले आहे.

(सविस्तर वृत्त पान ५)

'एच. ए.' बंद न करण्याचे पंतप्रधानांचे आश्वासन

पिंपरी, ता. १६ : हिंदुस्थान अँटिबायोटिक्स (एच. ए.) कंपनी बंद होणार नाही. यासाठी सरकारकडून प्रयत्न केले जातील, असे आश्वासन पंतप्रधान अटलबिहारी वाजपेयी यांनी हिंदुस्थान अँटिबायोटिक्स मजदूर संघाचे अध्यक्ष खासदार शरद पवार यांना दिले असल्याचे संघटनेचे सरचिटणीस अरुण बोऱ्हाडे यांनी आज दिल्ली येथून कळविले आहे.

'आर्थिक संकटात सापडलेल्या एच. ए. कंपनीस बी.आय.एफ.आर.ने कंपनी बंद करण्याबाबत नोटिस बजावली आहे. त्यावर येत्या १८ डिसेंबरला दिल्लीत सुनावणी होणार आहे. ही कंपनी बंद होऊ नये यासाठी शरद पवार प्रयत्नशील असून; त्यासाठी त्यांनी आज पंतप्रधानांची भेट घेतली. तीत श्री. वाजपेयी यांनी हे आश्वासन दिले. या वेळी रसायन मंत्रालयाचे संयुक्त सचिव आर. आय. सिंग, इतर अधिकारी व संघटनेचे प्रतिनिधी उपस्थित होते,' असे त्यांनी कळविले आहे. 'ही कंपनी वाचविण्यासाठी खासगीकरण हा पर्याय नाही. जनतेला कमी किमतीत औषधे उपलब्ध करून देणारी ही कंपनी बंद करू नये. सरकारच्या कर्जाचे भागभांडवलामध्ये रूपांतर करून; बँकेच्या एकरकमी परतफेडीसाठी सरकारने निधी मंजूर करावा,' अशी मागणी श्री. पवार यांनी केली. 'देशाच्या संकटकाळी औषधपुरवठा करणारी ही कंपनी आहे. त्याबाबत सरकारने विचार करावा,' अशी मागणी पदाधिकाऱ्यांनी केल्याचे त्यांनी नमूद केले.

या बैठकीत श्री. वाजपेयी यांनी, 'येत्या १८ रोजी होणाऱ्या सुनावणीच्या वेळी कंपनी बंद होणार नाही, या दृष्टीने सरकारकडून प्रयत्न केले जातील,' असे अश्वासन दिले; तसेच सरकारी कर्जाचे भागभांडवलामध्ये रूपांतर करून निधी देण्याच्या श्री. पवार यांच्या मागणीबाबतही अनुकूलता दर्शवली, असे श्री. बोऱ्हाडे यांनी कळविले आहे. सुनावणीनंतर पुन्हा एक संयुक्त बैठक होणार आहे. दरम्यान, कंपनी बंद करण्याचा निर्णय घेण्यावर संघटनेने मुंबई उच्च न्यायालयातून स्थगिती मिळविल्याचे त्यांनी म्हटले आहे.

लोकसत्ता, पुणे : गुरुवार, १२ फेब्रुवारी २००४

एच. ए. चे खासगीकरण तूर्त टळले

पिंपरी, ११ फेब्रुवारी/प्रतिनिधी

हिंदुस्थान अँन्टिबायोटिक्स कंपनी विकत घेण्यासाठी 'सन फार्मास्युटिकल'ने दाखल केलेल्या प्रस्तावास आज मुंबई येथे झालेल्या बैठकीत मान्यता मिळू शकली नाही. या प्रस्तावाबरोबरच कंपनी व्यवस्थापनाने सादर केलेल्या पुनर्वसन प्रस्तावावर केंद्र शासनाने विचार करण्याची भूमिका जाहीर केल्याने कंपनीच्या खासगीकरणाचा धोका तूर्त टळले आहे.

सन फार्मास्युटिकल या खासगी कंपनीने औद्योगिक वित्त पुनर्रचना मंडळाने (बीआयएफआर) जाहीर केलेल्या धोरणानुसार भारतीय औद्योगिक बँकेकडे (आयडीबीआय) कंपनी विकत घेण्याबाबतचा प्रस्ताव दाखल केला होता. कंपनी व्यवस्थापनानेही कंपनीच्या पुनर्वसनाचा प्रस्ताव सादर केला आहे. या दोन्ही प्रस्तावावर चर्चा करण्यासाठी 'आयडीबीआय'ने आज सर्व संबंधितांची संयुक्त बैठक घेतली. या बैठकीची माहिती एच. ए. मजदूर संघाचे रसचिटणीस अरुण बोऱ्हाडे यांनी दिली. 'आयडीबीआय'चे महाव्यवस्थापक एस. रामदास यांच्या अध्यक्षतेखाली झालेल्या या बैठकीत उपमहाव्यवस्थापक हेमा ठाकूर व शासनाचे प्रतिनिधी म्हणून गोपालकृष्ण तसेच कंपनी व्यवस्थापन व संघटनेचे प्रतिनिधी सहभागी झाले होते.

बैठकीत संघटनेने खासगीकरणाच्या प्रस्तावास जोरदार विरोध केला. या प्रस्तावातील कामगारविरोधी धोरण, कामगार वसाहतीतील घरे खाली करणे, पुढील पाच वर्षे कामगारांना कोणतीही वेतनवाढ न करणे आदी अटींवर संघटनेच्या वतीने चर्चा करण्यात आली. सन फार्मास्युटिक्स या कंपनीने यापूर्वी घेतलेल्या कंपन्यांची झालेली दुरवस्था व प्रत्यक्षात कंपनी चालविण्याऐवजी त्या ठिकाणच्या मालमत्तेची केलेली विक्री आदी गोष्टीही संघटनेच्या वतीने बैठकीत मांडण्यात आल्या. संबंधित कंपनीच्या वतीने 'एचए'तील उत्पादनाचा कोणताही आराखडा सादर करण्यात आला नाही, याकडेही संघटनेच्या वतीने लक्ष वेधण्यात आले.

सन फार्मास्युटिकलच्या कर्ज परतफेडीच्या प्रस्तावाबाबत बैठकीत उपस्थित असलेल्या बँकांच्या प्रतिनिधींनी अक्षेप घेतले, असे बोऱ्हाडे यांनी सांगितले.

कंपनीच्या संदर्भात कोणताही चुकीचा निर्णय घेऊ नये, अशी मागणी संघटनेने या वेळी केली. शासनाचे प्रतिनिधी म्हणून या बैठकीस उपस्थित असलेले गोपालकृष्ण यांनी संघटनेच्या भूमिकेवर विचार करण्याचे आश्वासन दिले.

संबंधित कंपनीचा प्रस्ताव कामगार कायद्याचे उल्लंघन करणारा आहे, या कामगार संघटनेच्या मताचा विचार करता एच. ए. व्यवस्थापनाच्या वतीने सादर करण्यात आलेला प्रस्तावही 'बीआयएफआर'कडे सादर करावा, अशी सूचना गोपालकृष्ण यांनी 'आयडीबीआय'च्या प्रतिनिधींना केली. त्यामुळे कंपनीच्या खासगीकरणाचा धोका तूर्त टळला असल्याचा विश्वास कामगार संघटनेने व्यक्त केला आहे

मजदूर संघाचे सरचिटणीस बोऱ्हाडे, उपाध्यक्ष इस्माईल आत्तार, यशवंत गायकवाड, खजिनदार ज्ञानेश्वर भूमकर, सहसचिव चंद्रशेखर भैलुमे, बाबुराव लोंढे, शिवाजी निबाळकर आदी या बैठकीस उपस्थित होते. ■

मुंबईत 'एच.ए.'च्या खासगीकरणावर चर्चा

पिंपरी, ता. ११ : हिंदुस्थान अँन्टिबायोटिक्स (एच. ए.) कंपनीच्या खासगीकरणाच्या प्रस्तावावर आज मुंबईत चर्चा झाली. खासगीकरणाच्या प्रस्तावाला हिंदुस्थान अँन्टिबायोटिक्स मजदूर संघाने विरोध दर्शविला. संघटनेचे पदाधिकारी अरुण बोऱ्हाडे, इस्माईल अत्तार, यशवंत गायकवाड, ज्ञानेश्वर भूमकर, चंद्रशेखर भैलुमे, शिवाजी निंबाळकर यांनी चर्चेत भाग घेतला. आयडीबीआयकडे सन फर्मास्युटिकल कंपनीने प्रस्ताव सादर केला आहे. त्यावर 'आयडीबीआय'ने एच. ए.च्या कामगार संघटनेचे म्हणणे ऐकून घेतले.

सकाळ, १२ फेब्रुवारी २००४

केसरी, २४ डिसेंबर २००३

'एच.ए.' बंद करण्याच्या नोटिशीला स्थगिती

नवी दिल्ली, (प्रतिनिधी) : पिंपरी येथील हिंदुस्तान ॲन्टिबायोटिक्स (एच.ए.) कंपनी कायमची बंद होण्यापासून अखेर वाचली आहे. लोकसभेत हिवाळी अधिवेशनाच्या अखेरच्या दिवशी रसायन आणि खाद्य राज्यमंत्री डॉ. छत्रपालसिंग यांनी महत्त्वपूर्ण घोषणा करताना सांगितले की, हिंदुस्तान ॲन्टिबायोटिक्स लिमिटेड या कंपनीला बंद करण्यासाठी जारी करण्यात आलेल्या 'कारणे दाखवा नोटिशीला' स्थगिती देण्यात आली आहे.

केंद्र सरकारची लोकसभेत घोषणा

औद्योगिक आणि आर्थिक फेररचना मंडळाच्या (बीआयएफआर) १८ डिसेंबर रोजी झालेल्या बैठकीत भारतीय औद्योगिक विकास बँकेला (आयडीबीआय) यासंबंधी सूचना देण्यात आल्या. ५ सप्टेंबर २००३ रोजी 'बीआयएफआर'ने हा उद्योग बंद करण्यासाठी लोकांकडून हरकती आणि सूचना मागविल्या होत्या, अशी माहिती रसायन राज्यमंत्री डॉ. छत्रपालसिंग यांनी ई. एम. सुदर्शन नाटच्चीप्पन यांच्या प्रश्नावरील लेखी उत्तरात दिली.

शरद पवार यांची शिष्टाई

'एच.ए.' बंद करण्याच्या संदर्भातील कारवाईला स्थगिती देण्याबाबतीत ज्येष्ठ नेते खासदार शरद पवार यांची शिष्टाई कामाला आली. शरद पवार हे हिंदुस्तान ॲन्टिबायोटिक्स मजदूर संघाचे अध्यक्ष असून, या कामगार संघटनेचे सरचिटणीस अरुण बोऱ्हाडे यांनी सुमारे १५ दिवसांपूर्वी पंतप्रधान अटलबिहारी वाजपेयी यांना हा सरकारी उद्योग बंद करण्याच्या कारवाईला स्थगिती द्यावी, अशी विनंती करणारे निवेदन सादर केले होते. तत्कालीन पंतप्रधान पंडित जवाहरलाल नेहरू यांच्या पुढाकाराने आणि संयुक्त राष्ट्राच्या युनिसेफच्या सहकार्याने पुण्यानजीक पिंपरी येथे सार्वजनिक क्षेत्रातील हा प्रकल्प सुरू करण्यात आला. हा कारखाना सुरू करण्यामागे मुख्य कारण म्हणजे राष्ट्रपिता महात्मा गांधी यांच्या पत्नी कस्तुरबा यांचे पुण्यातच पेनिसिलीनच्या अभावी देहावसान झाले होते. यापासून धडा घेऊन पंडित नेहरूंनी पुण्यातच पेनिसिलीन प्रकल्प उभारण्याचा निर्णय घेतला होता.

लोकसत्ता, पुणे : दिनांक २३ जुलै २००५

‘एचए’च्या पुनर्वसन प्रस्तावास उद्योग पुनर्रचना मंडळाची मान्यता

पिंपरी, २२ जुलै/प्रतिनिधी

हिंदुस्थान ॲन्टिबायोटिक्स कंपनीच्या पुनर्वसनासाठी तयार करण्यात आलेला व गेल्या वर्षभरापासून प्रलंबित असलेल्या १३६ कोटी रुपयांच्या प्रस्तावास आज सार्वजनिक उद्योग पुनर्रचना मंडळाने मान्यता दिली.

पुनर्रचना मंडळाची मान्यता कंपनीच्या पुनर्वसनाच्या दृष्टीने महत्त्वपूर्ण मानण्यात येत आहे. यानंतर हा प्रस्ताव येत्या काही दिवसांत केंद्रीय मंत्रिमंडळाच्या मान्यतेसाठी ठेवण्यात येणार असून, मंत्रिमंडळाच्या मान्यतेनंतरच हा प्रस्ताव प्रत्यक्षात येऊ शकणार आहे. नवी दिल्ली येथे आज झालेल्या या बैठकीला पुनर्रचना मंडळाचे अध्यक्ष डॉ. पी. के. बासु, रसायन खात्याच्या सचिव सदवंत रेड्डी, संयुक्त सचिव आर. आय. सिंग, कंपनीचे व्यवस्थापकीय संचालक एम. सी. अब्राहम, वित्त संचालक आर. गर्ग व एचए मजदूर संघाचे सरचिटणीस अरुण वोऱ्हाडे आदी उपस्थित होते.

प्रतिजैविकांच्या निर्मितीसाठी देशातील महत्त्वपूर्ण सार्वजनिक उद्योग म्हणून ओळखली जाणारी एचए कंपनी आजारी उद्योग म्हणून नोंदविण्यात आल्यानंतर या कंपनीची आर्थिक परिस्थिती डबघाईला आलेली होती. मात्र कामगार व व्यवस्थापन यांच्या समन्वयातून त्याही परिस्थितीत कंपनी सुरू होती. दोन वर्षांपूर्वी केंद्र शासनाने ही कंपनी बंद करण्याचा निर्णय घेतला होता. त्याचप्रमाणे या काळात कंपनीच्या खासगीकरणाचा प्रयत्नही करण्यात आला. या विरोधात कामगारांनी ४५ दिवसांचे प्रभावी आंदोलन केले. यानंतर कॉंग्रेसप्रणीत शासन केंद्रात आले. कृषिमंत्री शरद पवार व रसायन मंत्री रामविलास पासवान यांनी कंपनीस भेट देऊन ही कंपनी शासनच चालविणार असल्याची हमी दिली. त्यानंतर कंपनीच्या पुनर्वसनासाठी केंद्रीय अर्थसंकल्पात तरतूदही करण्यात आली. त्यानुसार कंपनीच्या पुनर्वसनाचा प्रस्ताव तयार करून तो केंद्राकडे पाठविण्यात आला. मात्र नव्याने स्थापण्यात आलेल्या सार्वजनिक उद्योग पुनर्रचना मंडळामध्येच हा प्रस्ताव अनेक दिवस रेंगाळत पडला होता. त्यानंतर आज या प्रस्तावास मंडळाची मान्यता मिळाली. सुमारे १३६ कोटी रुपयांच्या या पुनर्वसन प्रस्तावास ८० कोटी रुपये शासनाकडून अपेक्षित आहेत. त्यापैकी ३४ कोटी रुपये स्वेच्छानिवृत्तीसाठीची तरतूद आहे. ५६ कोटी रुपये कंपनीची अतिरिक्त जमीन विकून उभे करावयाचे आहेत. बँकाच्या व इतर वित्तीय संस्थांचे कर्ज देण्यासाठी सुमारे ६६ कोटी रुपयांचे नियोजन करण्यात आले आहे.

Times Of India, 7 October 2011

HAL union backs move to place pharma dept under health ministry

TIMES NEWS NETWORK

Pune: The Hindustan Antibiotics Mazdoor Sangh has welcomed the recommendation of the planning commission that the department of pharmaceuticals be transferred to the Union ministry of health.

At present, the department, responsible for supervision and manufacturing of drugs and their price control, is with the ministry of chemicals and fertilizers. The Hindustan Antibiotics Limited (HAL) is a government enterprise based in Pimpri.

General secretary of HAMS Arun Borhade said that in its effort to strengthen the drug manufacturing and distribution system, the sangh has demanded that pharma public sector undertakings be transferred to the ministry of health.

The commission's high-level experts' group on universal health coverage, headed by Dr K Srinath Reddy in its report has said that public interest would be served best by transferring the department of pharmaceuticals to the health ministry.

The report stated that the transfer would be appropriate since the ministry of health is responsible for ensuring quality, safety and efficacy of drugs and is accountable for unhindered availability of all essential drugs in the public healthcare system.

Sakal, 23 July 2005

Sweet medicine for Hindustan Antibiotics

Workers celebrate BRPSE's decision to revive the company

BY A STAFF REPORTER
reporters@sakalherald.com

PIMPRI: Workers of Hindustan Antibiotics Limited organised a function to celebrate the decision of the Board of Reconstruction of Public Sector Enterprises (BRPSE) to revive the company. The workers had organised a felicitation function of the office bearers of Hindustan Antibiotics Mazdoor Sangh (HAMS) for getting the proposal approved.

During the function they celebrated by bursting fire crackers, distributing sweets and playing with gulal. Workers gathered in large numbers near the gate of the company and felicitated General Secretary, HAMS, Arun Borhade, Vice-President Yashwant Gaikwad and joint secretaries Ismail Attar, Baburao Londhe and Chandrashekhar Bhailume.

Ashok More, expressing the workers' opinion, said, "Earlier, there were rumours that HA would be closed. HAMS followed the work of reviving the company and they were successful in getting the approval of BRPSE for reviving the company. If we do not work properly, the revival package of Rs 136 crore will be of no use."

Workers of Hindustan Antibiotics playing with *gulal* after BRPSE approved a revival package for the company

Ex-mayor, Mohammad Pansare, thanked HAMS and the management for getting the revival package approved by BRPSE.

Arun Borhade, speaking to media, said, "Now, it will take a month to get the central Ministry's approval on the revival package. The revival package is of a total of Rs 136 crore.

Rs 56 crore are to be raised by selling surplus land with HA. This will give biotechnology industries within Pimpri-Chinchwad limits a boost if the land is used to develop a biotech park with the participation of private and public agencies. HAMS has submitted a proposal in this regard. As for the remaining amount, the Centre will give Rs 34 crore for Voluntary Retirement Service (VRS) fund. Rs 23 crore will come from a grant to be used as capital. Another Rs 23 crore will be given as loan without interest.

He added that around 600 workers had shown an interest in availing of VRS two years back. Speaking about future plans for production of medicines, Borhade said, "Aureofungin, Lovastatin and others will be produced in HA. Consultations with a company for the usage of Italian technology are in final stages." Borhade said that grand celebrations would be held once the revival package was approved by the Central ministry.

सकाळ, पुणे : गुरुवार, दिनांक ४ ऑगस्ट २००५

'नवीन खर्च न केल्यास 'एचए'ला वर्षानंतर नफा'

राजन वडके/सकाळ वृत्तसेवा

पिंपरी, ता. ३ : येत्या वर्षभरात कोणताही नवीन खर्च न केल्यास हिंदुस्थान अँटिबायोटिक्स (एच. ए.) कंपनी वर्षानंतर निव्वळ नफा मिळवू शकेल, असा विश्वास कंपनीच्या व्यवस्थापनाने व्यक्त केला आहे.

आर्थिक डबघाईमुळे आजारी झालेल्या एच. ए. कंपनीच्या पुनर्वसन प्रस्तावास केंद्राच्या बोर्ड फॉर रिकन्स्ट्रक्शन ऑफ पब्लिक सेक्टर एंटरप्राईजेसने (बी. आर. पी. एस. ई.) नुकतीच मान्यता दिली आहे. त्यामुळे कामगारांमध्ये उत्साहाचे वातावरण आहे. हा प्रस्ताव नेमका काय आहे, याची माहिती एच. ए. मजदूर संघाचे सरचिटणीस अरुण बोऱ्हाडे यांनी दिली. त्यास व्यवस्थापनानेही दुजोरा दिला आहे.

या प्रस्तावानुसार कंपनीच्या पुनर्वसनासाठी एकूण १३६ कोटी ६२ लाख रुपये उपलब्ध होणार आहेत. त्यामध्ये कंपनीच्या पिंपरी येथील जमीन विक्रीद्वारे ५६ कोटी रुपये, भागभांडवलाद्वारे २३ कोटी ३१ लाख, निधी व व्याजमुक्त कर्ज - २३ कोटी ३१ लाख आणि स्वेच्छा निवृत्तीसाठी निधी - ३४ कोटी रुपये उपलब्ध होणार आहे. जमा होणाऱ्या या निधीतून बँक व वित्तीय संस्थांची कर्जफेड - ६५ कोटी ८८ लाख, इतर सरकारी कर्ज - ११ कोटी तीन लाख, प्राप्तिकर इत्यादी देणी - १५ कोटी ७१ लाख, स्वेच्छा निवृत्तीसाठी - ३४ कोटी, दैनंदिन भांडवल - पाच कोटी आणि फॉर्म्युलेशन प्लॅन्ट सुधारणा - पाच कोटी रुपये असे खर्च केले जाणार आहेत. कंपनीची अतिरिक्त जमीन विकण्याऐवजी त्या जमिनीवर सरकारी आणि काही खासगी उद्योगांच्या सहकार्याने 'जैव तंत्रज्ञान उद्यान' उभारण्याची कल्पना प्रस्तावामध्ये मांडण्यात आली आहे.

एच. ए. च्या उत्पादनाच्या किमती कमी करण्याचा आणि विपणनात सुधारणा करण्याचा प्रयत्न केला जाणार आहे. तसेच ऑरियोफंगीन, लॉव्हेस्टॅटिन, डेक्स्ट्रीन या औषधांची उत्पादने सुरू करण्याचा प्रयत्न राहणार आहे. त्यामुळे आर्थिक परिस्थिती सुधारण्यास हातभार लागेल. प्रस्तावानुसार सुमारे ५५० कामगार व अधिकाऱ्यांनी स्वेच्छा निवृत्ती घेण्याने दरमहा सुमारे पाऊण कोटी रुपयांचा वेतन व भत्त्यांचा खर्च कमी होणार आहे.

पिंपरी चिंचवडमध्ये उद्योगाचा पाया रचणाऱ्या एच. ए. कंपनीची आर्थिक परिस्थिती बिघडण्यासंदर्भात श्री. बोऱ्हाडे म्हणाले, 'पेनिसिलीन' या प्रतिजैवकाच्या उत्पादनासाठी एच.ए. सुरू झाली. कंपनी १९७३ पर्यंत सुस्थितीत होती. १९७३ मधील आखाती युद्धानंतर पेट्रोलियमच्या किमती दुपटीने वाढल्या. त्याचा परिणाम पेनिसिलीनच्या उत्पादन किमतीवर झाला. त्याच काळात सरकारने औषधांच्या किमती नियंत्रित केल्याने कंपनीच्या नफ्याची घसरण सुरू झाली. त्यानंतर १९७४-७५ मध्ये केंद्र सरकारने कंपनीला काही रक्कम कर्जाऊ दिली. त्यावरील व्याज वाढत गेले. दरम्यान, पेनिसिलीनची मागणी वाढल्याने त्यासाठी ४० कोटी रुपये गुंतविण्यात आले. पुढे गरजेनुसार १५ कोटी, २२ कोटी, १४ कोटी अशा रकमा कर्जाऊ घेण्यात आल्या. कंपनीने १९८६ ते १९९४ या कालावधीत विविध उत्पादने, प्लॅन्ट सुधारणा, आधुनिकीकरण यासाठी ११० कोटी रुपये कर्ज घेतले. त्याच्या व्याजापोटी सरासरी २० ते २२ कोटी रुपये भरावे लागले. अशा पद्धतीने कंपनीची आर्थिक परिस्थिती बिघडत गेली. पुढे परिस्थिती फारच बिकट झाल्याने हा सार्वजनिक उद्योग आजारी उद्योग म्हणून घोषित करण्यात आला."

"एच. ए. च्या औषध उत्पादनांमुळे खासगी औषधांच्या किमती कमी झाल्या. सामान्य माणसाला कमी किमतीत औषधे उपलब्ध होऊ लागली. ही कंपनी जगल्याने औषधांच्या किमती नियंत्रित राहण्यास मदत होणार आहे. त्यात जनतेचा फायदा होणार आहे. स्ट्रेप्टोमायसीन, बेंझाथिन, पेनिसिलीन इत्यादी औषधांची मोठ्या प्रमाणावर उत्पादने देण्याची क्षमता फक्त एच.ए.मध्ये आहे. उत्पादनाच्या दर्जाबाबत एच.ए.ची उत्पादने जागतिक पातळीवर गणली गेली आहेत. या कंपनीमुळे राज्य व केंद्र सरकार, तसेच महापालिकेला मोठा महसूल मिळत आहे. सर्वांत मुख्य म्हणजे सामान्य नागरिकांची सोय होत आहे. यासाठी हा सार्वजनिक उद्योग जगला पाहिजे," असे त्यांनी सांगितले.

"कंपनीचे पुनर्वसन व्हावे यासाठी आमच्या संघटनेने अनेक आंदोलने केली. संघटनेचे अध्यक्ष व केंद्रीय कृषिमंत्री शरद पवार यांनी पुनर्वसनासाठी पाठपुरावा केला. रसायन मंत्री रामविलास पास्वान यांचा सकारात्मक प्रतिसाद मिळाला. अखेर बी. आर. पी. एस. ई. चे अध्यक्ष डॉ. पी. के. बसु, रसायन खात्याच्या सचिव सदवंत रेड्डी, संयुक्त सचिव आर. आय. सिंग, व्यवस्थापकीय संचालक एम. सी. अब्राहम, वित्त संचालक आर. गर्ग अन्य अधिकारी यांच्या बैठकीत २२ जुलै रोजी पुनर्वसन प्रस्तावास मान्यता देण्यात आली. या निर्णयामुळे एच. ए. च्या भवितव्यासाठी एक महत्त्वाचा टप्पा पार पडला आहे," असे श्री. बोऱ्हाडे यांनी सांगितले.

Times Of India, Pune, Thursday, 26 January 2006

US company ADM evinces interest in HAL facility

By Siddhartha D. Kashyap/TNN

Pune: A senior-level delegation from the US-based Archer Daniels Midland (ADM) Company is visiting Hindustan Antibiotics Limited (HAL) — the nation's first public sector drug manufacturer — on February 1 to explore "business opportunities" at HAL's fermentation facility at Pimpri.

While HAL officials are tightlipped about the visit, this development assumes significance as the fermentation plant is lying idle for over two years after Max-GB stopped manufacturing activities at the plant.

The delegation, headed by ADM's vice-president Steve O'Biren, will include general manager (bioproducts) Kevin Moore and a couple of other officials. ADM, headquartered in Decatur, Illinois, is one of the world's largest agricultural processors in the world, and has its presence across the globe.

An HAL official, while confirming the visit, said, "It's too premature at this stage to say that whether we will go for a joint venture (as was in the case with Max-GB) or simply lease out the facility to the company."

The official further said the HAL management will, this time, not insist on restarting penicillin production at this facility as was the case with Max-GB. "It's been a long time since the equipment at the fermentation facility has been lying idle. The emphasis is only on using the facility, keeping in mind the huge investment already made on the plant."

ADM's primary interests are in bio-products, food ingredients, animal feed ingredients, renewable fuels and naturally-derived alternatives to industrial chemicals.

HAL had earlier entered into a 50:50 joint venture for an initial period of 15 years with Max-GB in October 1995, to form Hindustan Max GB (HMGB) for manufacturing the most commonly used antibiotic — penicillin — prescribed for treating different kinds of infection. About 50 per cent of the country's requirement of penicillin was met by the Pune-based plant, which manufactured 200 mega milli units every month.

सकाळ, पुणे : दिनांक २६ जुलै २००५

हिंदुस्थान अँटिबायोटिक्स (एच. ए.) लिमिटेड कंपनीच्या पुनर्वसन प्रस्तावाला 'बोर्ड फॉर रिकन्स्ट्रक्शन ऑफ पब्लिक सेक्टर एन्टरप्राइजेस'ने (बीआरपीएसई) मान्यता दिल्याबद्दल कंपनीच्या कामगारांनी सोमवारी गुलाल उधळून आनंदोत्सव साजरा केला.

सकाळ

'एच.ए.'च्या कामगारांचा जल्लोष

पिंपरी, ता. २५ : हिंदुस्थान अँटिबायोटिक्स (एच. ए.) लिमिटेड कंपनीच्या पुनर्वसन प्रस्तावाला 'बोर्ड फॉर रिकन्स्ट्रक्शन ऑफ पब्लिक सेक्टर एन्टरप्राइजेस'ने (बीआरपीएसई) मान्यता दिल्याच्या निर्णयाचे कंपनीच्या कामगारांनी आज उत्स्फूर्त स्वागत करुन, आनंदोत्सव साजरा केला. कामगारांनी फटाके उडवले, गुलाल उधळला आणि पेढे वाटले.

कंपनीच्या प्रवेशद्वारासमोर झालेल्या या आनंद सोहळ्यात एच. ए. मजदूर कामगार संघटनेच्या पदाधिकाऱ्यांचा कामगारांतर्फे सत्कार करण्यात आला. संघटनेचे सरचिटणीस अरुण बोऱ्हाडे, महंमदभाई पानसरे, अशोक मोरे यांनी त्यांच्या भावना व्यक्त केल्या. 'हा निर्णय म्हणजे कामगार एकजुटीच्या लढ्याचे प्रतीक आहे. संघटना नसती, तर हा दिवस पाहावयास मिळाला नसता. पुनर्निविदा मागूनही खासगीकरणासाठी कोणी पुढे आले नाही. 'बीआरपीएसई'ची मान्यता हा कामगारांचा मोठा विजय आहे. संघटनेचे अध्यक्ष केंद्रीय कृषिमंत्री शरद पवार त्यांच्या प्रयत्नाने पुनर्वसन प्रस्तावास मान्यता मिळू शकली," असे या वक्त्यांनी सांगितले. बाळासाहेब कुंजीर यांनी आभार मानले.

कार्यक्रमानंतर पत्रकारांशी बोलताना श्री. बोऱ्हाडे म्हणाले, "येत्या महिनाभरात हा प्रस्ताव मंत्रिमंडळापुढे जाईल. बीआरपीएसईची स्थापना झाल्यानंतर या मंडळापुढे आजारी उद्योग म्हणून गेल्यानंतर पुनर्वसनास मान्यता मिळणारी एच. ए. ही पहिलीच आणि एकमेव कंपनी आहे. पुनर्वसनाचा १३६ कोटी रुपयांचा प्रस्ताव मान्य करण्यात आला आहे. कंपनी वाचविण्यासाठी कामगारांनी चांगलीच सहनशीलता दाखवली. स्वेच्छानिवृत्तीसाठीही सुमारे ५०० कामगार व कर्मचाऱ्यांनी तयारी दर्शविली आहे; तसेच गेल्या दहा वर्षांत कामगारांनी पगारवाढ मागितलेली नाही."

संघटनेचे उपाध्यक्ष इस्माईल अत्तार, यशवंत गायकवाड, सहचिटणीस चंद्रशेखर भैमुले, शिवाजी निंबाळकर, बाबुराव लोंढे, खजिनदार ज्ञानेश्वर भूमकर आदी पदाधिकारी उपस्थित होते.

दै.पुढारी, ३१ मार्च २००६

कामगारांच्या सहकार्यामुळेच एच. ए.ला नवसंजीवनी

- अरुण बोऱ्हाडे

पिंपरी (शहाजी माने) : 'कामगारांचे सहकार्य, विश्वास आणि त्यांचा त्याग यामुळे हिंदुस्थान ॲन्टिबायोटिक्स कंपनीला नवसंजिवनी मिळाली. कामगारांनी ही कपंनी दिवाळखोरीपासून वाचवली' असे विचार एच. ए. कंपनी कामगार मजदूर संघटनेचे सेक्रेटरी अरुण बोऱ्हाडे यांनी 'पुढारी'स मुलाखत देताना व्यक्त केले.

बोऱ्हाडे म्हणाले, 'देशातील रुग्णांना पेनिसिलीन औषध रुपाने जीवन देणारी एच.ए. कंपनी बंद झाली असती तर हजारो कामगार व त्यावर अवलंबून असणारी त्यांच्या कुटूंबातील माणसे देशोधडीला लागली असती.'

ज्या ज्या वेळी देशांवर भूकंप, महापूर, युध्द, वादळे, पाऊस यांसारख्या आपत्ती आल्या त्या त्या वेळी या कंपनीने कर्तव्य भावनेने जनतेच्या सेवेसाठी लाखो रुपयांची आपली औषधे पाठविली आहेत. गेल्या पावसाळ्यातही २६ जुलै रोजी महाराष्ट्रात पावसाने हा:हाकार उडवून दिला आणि महापुराने थैमान घातले त्यावेळी कंपनीची आर्थिक स्थिती कठीण असताना ही मुख्यमंत्र्यांच्या आवाहनाला प्रतिसाद देऊन ५० लाख रुपयांचे औषधे २७ जुलै रोजी पाठवून आपली सेवा आणि कर्तव्य तत्परता सिध्द केली आहे.

बोऱ्हाडे म्हणाले, या कंपनीस बीआयएफआर (औद्योगिक वित्त पुनर्रचना मंडळ) ने १९९७मध्ये आजारी उद्योग म्हणून जाहीर केले आणि ५ सप्टेंबर २००३ रोजी ही कंपनी बंद करण्याची नोटीस लावली. ती मागे घ्यावी म्हणून संघटनेने सरकारी पातळीवरुन प्रयत्न केले. १नोव्हेंबर २००३ पासून आंदोलनास सुरवात केली.

बोऱ्हाडे म्हणाले, '४५ दिवस चाललेले हे आंदोलन लोकशाही पध्दतीने करण्यात आली. या कालावधीत कंपनीत उत्पादन प्रक्रिया खंडीत होऊ दिली नाही. कंपनीकडे देणी थकलेली असतानाही ती मिळविण्यासाठी कंपनीकडे आग्रह धरला नाही. तीन वर्षे पगार वाढ घेतली नाही. प्रवासभत्ते, रजेचे पैसे न मागता उत्पादन चालु ठेवले. उपगृहातील सुविधा, वाहतूक व्यवस्थेमध्ये कपाती घेतल्या.'

बोऱ्हाडे म्हणाले, 'घंटानाद, धरणे आंदोलन, उपोषण, मानवी साखळी, पंतप्रधान व राष्ट्रपती यांना कंपनी बंद करु नये म्हणून १८ हजार पत्रांचा वर्षाव, सहकुटूंब मार्चे, जिल्हाधिकारी, कामगार आयुक्त यांच्या कार्यालयांवर मोर्चा यांचा समावेश होता. शहरातील १०० संघटना, संस्था, पथनाटये, प्रसिध्दी माध्यमे यांनीही फार मोठे सहकार्य केले आहे. त्यामुळे संघटनेला आत्मविश्वास आत्मिक आणि नैतिक सामर्थ्य मिळाले.' आंदोलनाचे स्वरुप लक्षात घेऊन १५ डिसेंबर २००३ रोजी सकाळी ११ वाजता युनियनच्या पदाधिकाऱ्यांना त्यावेळचे पंतप्रधान अटलबिहारी वाजपेय यांनी दिल्लीला येण्याचे निमंत्रण दिले. त्याचवेळी पंतप्रधानांनी कंपनी बंद होणार नाही असे आश्वासन देऊन नोटीस मागे घेतली.

बोऱ्हाडे म्हणाले '१२५० कोटी रुपये मूल्य असणारी ही कंपनी सन फार्मासिटीकल या खाजगी कंपनीस विकण्याचा कट शिजला होता. स्थानिक राजकीय नेत्यांना हाताशी धरुन ही कामगार चळवळ दडपण्याचे प्रकार झाले. पण ते यशस्वी झाले नाहीत.'

दि. ११ फेब्रुवारी २००४ रोजी दिल्ली येथे कामगार संटनेच्या पदाधिकाऱ्यां समवेत बैठकीत फार्मासिटीकल कंपनी ही कंपनी चालविण्यास तांत्रिकदृष्टया असमर्थ कशी आहे हे आम्ही सिध्द केले. त्यामुळे हा प्रस्ताव बारगळला. या प्रस्तावात कंपनीतील सर्वच्या सर्व म्हणजे दोन हजार कामगारांना लगेच कमी करण्याची तरतूद होती. तो प्रस्ताव संघटनेने मोडून काढला. कामगारांना कमी केल्यावर येथे काय करणार ? याचा त्या प्रस्तावात उल्लेख करता आला नाही.

बोऱ्हाडे म्हणाले, 'जागतिकीकरणाचा जास्त फटका या कंपनीस बसला. खुल्या आर्थिक धोरणामुळे चीनकडून मोठ्या प्रमाणात पेनिसिलीन आयात केली जाते. वीज, पाणी, कच्चा माल तेथे स्वस्त प्रमाणात उपलब्ध दिल्यामुळे भारतापेक्षा ५० टक्के कमी किमतीत ती औषधे विकली जातात. त्यामुळेही कंपनी थोडीफार तोटयात आली.'

बोऱ्हाडे म्हणाले, 'कंपनीत एकूण ७० प्रकारच्या औषधांचे उत्पादन होते. तथापी मध्यंतरीच्या आर्थिक ओढाताणीमुळे काही उत्पादने थांबविण्यात आली आहेत. आय. व्ही. फ्ल्यूडस, औषधांच्या गोळ्या कॅपसूल्स, इंजेक्शन्स, याशिवाय शेती विभागातील किटकनाशके यांची उत्पादने चांगल्या प्रमाणात सुरु आहेत. व्यवस्थापन आणि कामगार संघटना यांच्यातील समन्वय चांगला असून भविष्यात याकामी १० वर्षे विविध योजना राबविण्याचे ठरविले आहे. त्यामध्ये स्वेच्छानिवृती, बंद मशिनरी लवकर सुरु करणे. कृषी विषयक किटक नाशकांच्या उत्पादनावर भर, काही भाग भाडेतत्वावर नवीन संशोधन, बायो टेक्नॉलॉजी प्लॅन्ट यांचा समन्वय आहे'

ही चळवळ यशस्वी होण्यासाठी कंपनीचे मॅनेजिंग डायरेक्टर एम. सी. अब्राहम यांचे योगदान फार मोठे आहे याशिवाय देशाचे कृषीमंत्री शरद पवार यांचे अविश्रांत प्रयत्न या यशास फार मोठे कारणीभूत आहेत. अहोरात्र त्यांनी घेतलेले कष्ट हे त्यांच्या प्रयत्नांचे यश आहे असेही बोऱ्हाडे म्हणाले. याशिवाय देशातील कंपनीच्या विविध कार्यालयातील कर्मचारी, विक्री प्रतिनिधी, १६०० कामगार यांच्या अविरत श्रमातून हे यश मिळाले आहे.

अद्याप केंद्र सरकारकडून फंड उपलब्ध झालेला नाही. साधारणपणे एक महिन्याचा अवधी लागण्याची शक्यता आहे. फंड सुमारे १३६ कोटी मिळणार असून आयडीबीआय यांच्या मार्गदर्शनाखाली व नियंत्रणाखाली या मिळणाऱ्या पैशाचा विनियोग होणार त्यामध्ये बँका वित्तीय संस्था, इतर देणी, भविष्यनिर्वाह विधी, आय कर आणि स्वेच्छा निवृत्ती यांचा समावेश आहे. तसेच खेळते भांडवल, फॉर्म्युलेशन आधुनिकीकरण, पेनिसिलीन फॅक्टरी, आधुनिकीकरण यासाठी पैसे खर्च करण्यात येणार आहेत. असेही बोऱ्हाडे म्हणाले.

सकाळ, पुणे : सोमवार, दिनांक १० मार्च २०१४

हिंदुस्तान ॲन्टिबायोटिक्सचा हीरकमहोत्सव

स्वतंत्र भारताचे पहिले पंतप्रधान पंडित जवाहरलाल नेहरू यांच्या कल्पकतेतून, देशातील गरीब जनतेला परवडणाऱ्या किमतीत औषधे उत्पादन करण्यासाठी पिंपरी येथे पेनिसिलिनचा कारखाना सुरू करण्यात आला. संयुक्त राष्ट्रसंघाच्या (युनो) साह्याने १० मार्च १९५४ रोजी पेनिसिलिनचे उत्पादन सुरू झाले. तीच ही हिंदुस्तान ॲन्टिबायोटिक्स अर्थात एच. ए. कंपनी आज साठ वर्षे पूर्ण करीत आहे.

अरुण बोऱ्हाडे, माजी सरचिटणीस, एच. ए. कामगार संघटना.

एचए कंपनी : एचए कंपनी औषध प्रकल्पाची पाहणी करताना तत्कालीन पंतप्रधान पंडित जवाहरलाल नेहरू. सोबत मुंबई प्रांताचे तत्कालीन मुख्यमंत्री यशवंतराव चव्हाण. (संग्रहीत छायाचित्र)

प्रासंगिक

राष्ट्रपिता महात्मा गांधी यांच्या पत्नी कस्तुरबा गांधी यांच्या औषधोपचारासाठी त्या काळी 'पेनिसिलिन' औषध उपलब्ध होऊ शकले नव्हते. त्यातच त्यांचा अंत झाला. देशाचे पहिले पंतप्रधान पं. जवाहरलाल नेहरू यांना त्याचे शल्य होते. कस्तुरबांना जे औषध मिळाले नाही, ते गरीब जनतेला कुठून मिळणार? त्यासाठी त्यांनी देशाच्या पहिल्या पंचवार्षिक योजनेत १९५२ मध्ये देशातील पहिला सार्वजनिक (पब्लिक सेक्टर) औषध कारखाना सुरू करण्याचा निर्णय घेतला. या कारखान्यासाठी पिंपरीची निवड केली. त्या वेळचे अन्न व नागरी पुरवठामंत्री काकासाहेब गाडगीळ यांच्या हस्ते कंपनीची कोनशिला बसविली. कंपनीसमोर सरकारने अत्याधुनिक सुविधा असलेली सुंदर वसाहत निर्माण केली. त्यामध्ये कामगारांसाठी करमणूक केंद्र, ओपन एअर थिएटर, व्यायामशाळा, बाग-बगीचे, वाचनालय, खेळांच्या विविध सुविधा, राज्यात एकेकाळी नावलौकिक पावलेली एच. ए. स्कूल, या सर्व वैभवशाली सुविधा पन्नास-साठ वर्षांपूर्वी एच. ए. वसाहतीत होत्या.

कंपनीने सुरवातीची चाळीस वर्षे खूप चांगला नावलौकिक मिळविला. राष्ट्रीय आणि आंतरराष्ट्रीय पातळीवर कंपनीने अनेक पुरस्कार मिळविले. कंपनीच्या पहिल्या दशकातील उत्कृष्ट कामगिरीबद्दल केंद्र सरकारने 'स्ट्रेप्टोसायक्लीन' हा नवीन प्लांट कंपनीला बहाल केला. १९७०-८० च्या दशकामध्ये भारत-रशिया मैत्रीकराराअंतर्गत 'विटामिन-सी'चा प्लांट रशिया सरकारने एच. ए.ला उभारून दिला. त्याशिवाय कंपनीने 'जेन्टामायसीन'चा प्लांट ८० च्या दशकात सुरू केला. एवढेच नव्हे तर कर्नाटक, महाराष्ट्र, गोवा, मणिपूर या राज्य सरकारांशी भागीदारी करून अनुक्रमे केएपीएल, एमएपीएल, जीएपीएल, एमएसडीपीएल या भागीदारी कंपन्यांची निर्मिती केली. १९९२-९३ पर्यंत कंपनी सर्व क्षेत्रात नावाजली होती. त्यानंतर जागतिकीकरणाच्या वादळात सार्वजनिक क्षेत्रातील अनेक कंपन्या अडचणीत आल्या. संपूर्ण आशिया खंडातील सर्वांत मोठा 'पेनिसिलिन' निर्मितीचा उद्योग असणारा एच. ए. कारखानाही अडचणीत सापडला.

१९९७ मध्ये ही कंपनी 'आजारी उद्योग' म्हणून घोषित झाली. २००३ मध्ये तत्कालीन केंद्र सरकारने हा उद्योग बंद करण्याचा प्रयत्न केला. त्या वेळी कामगारांनी मोठ्या शर्थीने लढा देऊन सरकारचा हा प्रयत्न हाणून पाडला. केंद्रीय कृषिमंत्री शरद पवारसाहेब यांच्या प्रयत्नांमुळे केंद्र सरकारकडून सुमारे १५० कोटींचे साह्य मिळाले. कंपनी वाचविण्यात यश आले. मात्र आज कंपनी बंद पडेल की काय, अशी भीती आहे. या कंपनीमुळे औद्योगिक शहर म्हणून पिंपरी-चिंचवडची ओळख जगाला झाली. याची जाणीव ठेवून आज ही कंपनी अडचणीत असताना तिला वाचविण्यासाठी पिंपरी-चिंचवड महापालिकेने आणि राज्य सरकारने पुढाकार घेण्याची आवश्यकता आहे. त्यामुळे कंपनीतील सुमारे अकराशे कामगार कुटुंबीयांचे संसार वाचणार आहेत. त्याहीपेक्षा बंद होणारी औषधनिर्मिती चालू राहून, एका राष्ट्रीय उपक्रमास वाचविण्याचे मदतकार्य घडेल. महापालिकेची ती क्षमता आहे.

मी स्वतः येथील कामगार चळवळीमध्ये मागील वीस वर्षांपासून कार्यरत आहे. या एच. ए. कंपनीने देशाच्या औषध उद्योगामध्ये मोठी कामगिरी केलेली आहे. भूकंप, चक्रीवादळ, दुष्काळ आदी नैसर्गिक आपत्तीच्या काळात एच. ए. कंपनी आणि कामगारांनी मोलाचे योगदान दिले आहे. ही कंपनी वाचविण्याची आम्हा सर्व शहरवासीयांची नैतिक जबाबदारी आहे. त्यासाठी शहरातील सर्व लोकप्रतिनिधी, नगर सदस्य, आमदार व प्रमुख नेत्यांनी पुढाकार घ्यावा, असे एच. ए. कामगारांच्या वतीने आणि शहरवासीय म्हणून मी आवाहन करीत आहे.

लेखक परिचय

लेखकाचे नाव : दादाभाऊ जयवंत गावडे

पत्ता : परिक्रमा निवास, संभाजीनगर, के. टी. बंधारा,
पो. देहुगाव ता. हवेली, जि. पुणे
संपर्क क्र. : ९७६५४ २०४४८

प्रकाशित साहित्य

- काव्यसंग्रह : वेलीवरची फुले १९९६; इंद्रायणी काठी २०१३; वेणा माझ्या मनातल्या २०१३; स्पंदन भेगाळलेल्या भुईचं २०१५; शोधीता विठ्ठल २०१७; माती सांगे माणसाला २०१८.
- कथासंग्रह : वाटेवरची माणसं २०१३; तालभवताल २०२५.
- चरित्र : आनंदयात्री : भाऊ साहेब साकोरे २०२३.
- आत्मचरित्र : अजुन पहाट झालीच नाही
- कादंबरी : वसवा २०००; आकाश पेलताना २०१८.
- व्यक्तिचित्रणे : ध्येयवेड्यांची यशोगाथा २०१३; उभारिले देवालया २०१७.
- संकीर्ण : डॉ. श्रीपाल सबनीसांची बहुसांस्कृतिक भूमिका, गाव तसं चांगलं २०२५.
- संपादित प्रातिनिधिक काव्यसंग्रहात कविता समाविष्ट : नवोदय १९८९; रान पाखरं अशी ही १९९०; भिमेकाठची अक्षरलेणी २०१७.

पुरस्कार

- ध्येयवेडा पुरस्कार, वेलीवरची फुले : सामाजिक विचार मंच पिंपरी, पुणे, १९९६.
- नारायण सुर्वे पुरस्कार, वेलीवरची फुले : महाराष्ट्र कामगार कल्याण मंडळ, मुंबई, १९९७.

- काव्यलेखन प्रथम पुरस्कार, वेलीवरची फुले : दैनिक सकाळ, जळगाव, १९९७.
- उत्कृष्ट ग्रामीण कादंबरीचा ग. ल. ठोकळ पुरस्कार, वसवा : म.सा.प.पुणे, २०००.
- कादंबरी लेखन प्रथम पुरस्कार, वसवा : कामगार कल्याण मंडळ, मुंबई, २०००.
- कविवर्य ग्रेस काव्य पुरस्कार, काव्यमित्र संघटना, पुणे, २०१५.
- नामदेव ढसाळ साहित्य सेवा पुरस्कार, म.सा.प. राजगुरूनगर, २०१६.
- उत्कृष्ट काव्यसंग्रह प्रथम पुरस्कार, स्पंदन भेगाळलेल्या भुईचं, काव्यकिरण मंडळ, कल्याण, २०१५.
- गं. द. आंबेकर श्रमगौरव पुरस्कार (साहित्यसेवा) राष्ट्रीय मिल मजदूर संघ, मुंबई.
- उत्कृष्ट साहित्य पुरस्कार, उभारिले देवालया : द. कृ. सांडु प्रतिष्ठान, मुंबई, २०१८.
- प्रज्ञावंत पुरस्कार, इंद्रायणी साहित्य परिषद मोशी, पुणे, २०२३.
- इंद्रायणी साहित्य सेवा पुरस्कार, इंद्रायणी साहित्यपीठ देहुगाव, पुणे, २०२३.
- साहित्यभूषण पुरस्कार, कोजागिरी काव्यसंध्या देहुगाव, पुणे, २०२२.
- शिवांजली साहित्य पुरस्कार, जुन्नर, राजस्तरीय साहित्यभूषण पुरस्कार, कोल्हापूर, शांता शेळके साहित्य गौरव पुरस्कार, मंचर, डॉ. श्रीपाल सबनीसांची बहुसांस्कृतिक भूमिका : २०२२, २०२४, २०२५.

सहभाग

- कामगार साहित्य संमेलन : पुणे, नाशिक, सोलापूर, अकोला, जळगाव.
- अखिल भारतीय मराठी साहित्य संमेलन : नवोदितांचे काव्यसंमेलन व काव्यकट्टा : आळंदी, पुणे, सासवड, पिंपरी-चिंचवड.

विशेष सन्मान

- संमेलनाध्यक्ष : 'पद्मश्री' नामदेव ढसाळ साहित्य संमेलन २०२४.
- संमेलनाध्यक्ष : इंद्रायणी साहित्य संमेलन २०२५.
- कुसुमाग्रज प्रतिष्ठानची 'साहित्य भूषण पदवी' विशेष गुणवत्ता श्रेणीत उत्तीर्ण
- महाराष्ट्र शासनाचा 'गुणवंत कामगार' पुरस्कार.

परिचय

अरुण तुकाराम बोऱ्हाडे
(साहित्यिक, कामगार नेता, व्याख्याता)

वैयक्तिक माहिती

- पस्तीस वर्षांहून अधिक काळ पिंपरी-चिंचवड परिसरातील सामाजिक, सांस्कृतिक, राजकीय आणि कामगार चळवळीत सक्रिय सहभाग.
- पिंपरी-चिंचवड मधील साहित्य चळवळीला चालना देण्यासाठी भरीव योगदान. महाराष्ट्र साहित्य परिषदेचे (पिंपरी-चिंचवड) दहा वर्षे कार्यवाह
- संस्थापक, माजी अध्यक्ष : महाराष्ट्र कामगार परिषद
- संस्थापक : इंद्रायणी साहित्य परिषद, पिंपरी-चिंचवड
- संस्थापक, अध्यक्ष : श्रमिक एकता महासंघ
- आजीव सदस्य : भारत इतिहास संशोधक मंडळ
- आजीव सदस्य : महाराष्ट्र साहित्य परिषद
- माजी उपाध्यक्ष व सरचिटणीस : एच. ए. मजदूर संघ, पिंपरी
- माजी नगरसेवक : पिंपरी-चिंचवड महानगरपालिका
- ट्रेकिंग व पर्यटनाची आवड; देशातील शेकडो किल्ले व ऐतिहासिक ठिकाणांना भेटी, हिमालयातही गिरिभ्रमंती आणि त्यासंबंधी लेखन

कामगार चळवळ

- हिंदुस्थान ॲन्टिबायोटिक्स (एच.ए.), सेंच्युरी एन्का, बजाज ऑटो, फोर्स मोटर्स इत्यादी कंपन्यांतील कामगारलढ्यात यशस्वी पुढाकार

- पुणे जिल्ह्यातील कष्टकरी व कामगारांच्या प्रश्नांसाठी विविध कामगार संघटना एकत्र आणून 'श्रमिक एकता महासंघ' स्थापन करण्यात पुढाकार
- पिंपरी-चिंचवड शहरात 'पहिली कामगार परिषद'(नोव्हेंबर,२०१८) आयोजित करण्यात पुढाकार
- संघटित व असंघटित कामगारांच्या विविध प्रश्नांवर व्यापक चर्चा
- इंद्रायणी साहित्य परिषदेची स्थापना (२०२२); मोशी (जि.: पुणे) येथे सलग चार वर्षे इंद्रायणी साहित्य संमेलनाचे यशस्वी आयोजन
- पिंपरी-चिंचवड महानगरपालिकेत साहित्य व सांस्कृतिक उपक्रमांना चालना; 'मराठी राजभाषा दिन' साजरा करण्यासाठी आणि 'मराठी भाषा संवर्धन समिती' स्थापनेसाठी पुढाकार.

व्याख्याता

- छत्रपती शिवरायांचा दक्षिण दिग्विजय, महाराष्ट्राचे शिल्पकार कै. यशवंतराव चव्हाण यांच्या जीवनकार्याचा विशेष अभ्यास.
- अनेक शाळा, महाविद्यालये आणि सावित्रीबाई फुले पुणे विद्यापीठातून विद्यार्थ्यांना प्रेरणादायी विषयांवर व्याख्याने.

प्रकाशित साहित्य

- कवितासंग्रह : कार्यकर्ता, राजघाट, माय माझी इंद्रायणी, चांदण्यांच्या अंगणात; प्रातिनिधिक : नवोदय व रानपाखरं अशी ही... (संपादन)
- व्यक्तिचित्रणे : आमचे नेते : आमची प्रेरणा २०११; अक्षरप्रतिमेतील प्रज्ञावंत २०२२; स्व. नाना पाटील गोगावले चरित्र व कार्य (संपादित), कर्मयोगी आण्णासाहेब मगर स्मरणिका (संपादित); राष्ट्रभक्तांची स्मरणगाथा (इतिहास) २०२२; अस्वस्थ मनाची वेदना (वैचारिक) २०२३; वेध सामाजिक जाणिवांचा (सामाजिक) २०२०; भाव, भाषा, भवताल : इंद्रायणी साहित्य संमेलन अध्यक्षीय भाषण २०२२; दुर्गभटकंती : जिंजी, वेल्लोर, तंजावर २०२४; छत्रपती शिवरायांचे युनेस्को वारसा यादीतील बारा किल्ले (संपादन) २०२५.
- विविध वृत्तपत्रे नियतकालिके आणि दिवाळी अंकांतून वैचारिक व ललित लेखन

विशेष ग्रंथसंपदा

- अरुणगंध (संपादक : संदीप भानुदास तापकीर): अरुण बोऱ्हाडे यांच्या साहित्यिक, सामाजिक, कामगार व राजकीय कार्यकर्तृत्वाचा आढावा २०२२.
- अरुण बोऱ्हाडे यांची अक्षरवारी (संपादक : डॉ. पौर्णिमा शिरीष कोल्हे): अरुण बोऱ्हाडे यांच्या प्रकाशित साहित्यावर संशोधनात्मक ग्रंथ २०२५.

पुरस्कार व सन्मान

- कामगार चळवळ आणि साहित्यिक कामगिरीसाठी राष्ट्रीय पातळीवरील आयफिया पुरस्कार २०२५; संत नामदेव राष्ट्रीय वैचारिक साहित्य पुरस्कार २०२३; मराठा मंदिर साहित्य पुरस्कार, मुंबई २०२१; सह्याद्री समाजगौरव पुरस्कार, कराड २०१९; कामगारक्षेत्रातील योगदानासाठी शरद पवार साहेबांच्या हस्ते विशेष सन्मान २०१८; शिवांजली साहित्य गौरव पुरस्कार २०१६; कामगार चळवळीसाठी इंटक पुरस्कार २०११; यशवंतराव चव्हाण युवा पुरस्कार २००४; महाराष्ट्र श्रमभूषण पुरस्कार २००३; राष्ट्रीय बंधुता प्रबोधनयात्री पुरस्कार २०००; सह्याद्री साहित्य पुरस्कार १९९८.